अभिप्राय

ओशो नेहमीच वाचकाला एका अदभुत सफरीला नेतात. इथे ती सफर एक हात ओशोंच्या तर दुसरा संत कबीरांच्या हातात देत चालते...

महाराष्ट्र टाइम्स, २२ नोव्हेंबर २००९

'साद घालतो कबीर' या पुस्तकात कबीरवाणीतील पुरोगामी विचारांना सत्याच्या पातळीवर आणि वास्तवाच्या भूमीवर नेताना ओशोंच्या सडेतोड विचारांचा अनुभव येतो.

एकजूट, २४.११.२००९

कबीर साधकाला व्यवहारी शहाणपण शिकवतो. भविष्यावर नजर ठेवायला सांगतो मात्र आहे हा क्षण जगण्यास सांगतो. संसारात राहून परमार्थ शिकवतो.

दैनिक सांजवार्ता, १२.३.२०१०

कबीराचे दोहे मानवी मनाचे तसेच जीवनमूल्यांचे रोखठोक भाषेत विवेचन करणारे म्हणून प्रसिद्ध आहे. ओशोंना कबीराच्या रोखठोक भाषेचे आकर्षण वाटते.

पुण्यनगरी, २२.११.२००९

कबीराने मार्ग समजून सांगितला. माणसाच्या आयुष्यात येणारे दु:खाचे क्षण आणि दु:ख टाळण्यासाठी माणूस करीत असलेले प्रयत्न या बाबीच्या पार्श्वभूमीवर कबीराचे विचार माणसाला खूप काही सांगून जातात.

दैनिक लोकाशा, २९.११.२००९

प्रत्येकालाच सुख हवे असते आणि दु:ख नकोसे वाटते. परंतु याबाबतचे वेगळे वाटणारे विचार ओशो यांनी प्रभावीपणे मांडले आहेत.

दैनिक कृषिवल, २७.१२.२००९

साद घालतो कबीर
ओशो

अनुवाद
मीना टाकळकर

मेहता पब्लिशिंग हाऊस

Kahai Kabir Main Pura Paya by OSHO

Published by Mehta Publishing House, Pune
Originaly Published in Hindi as 'Kahai Kabir Main Pura Paya' (Chapters 4 to 10) Marathi Translation Copyright © 2002
Copyright © 1977 OSHO International Foundation,
www.osho.com/copyrights.

Photos: Courtesy OSHO International Foundation
The material in this book is a Marathi translation of a series of original Hindi OSHO Talks 'Kahai Kabir Main Pura Paya' (Chapters 4 to 10) given to a live audience. All of Osho's talks have been published in full as books, and are also available as original audio recordings. Audio recordings and the complete text archive can be found via the online OSHO Library at www.osho.com/library
OSHO is a registered trademark of OSHO International Foundation, used under license, www.osho.com/trademarks

साद घालतो कबीर / वैचारिक

अनुवाद : मीना टाकळकर

मराठी अनुवादाचे व प्रकाशनाचे हक्क मेहता पब्लिशिंग हाऊस, पुणे

प्रकाशक : सुनील अनिल मेहता, मेहता पब्लिशिंग हाऊस,
१९४१, सदाशिव पेठ, माडीवाले कॉलनी, पुणे - ४११ ०३०.

अक्षरजुळणी : पीसी-नेट, नारायण पेठ, पुणे - ४११ ०३०

प्रकाशनकाल : ऑगस्ट, २००९ / जुलै, २०११ / पुनर्मुद्रण : ऑक्टोबर, २०१७

मुखपृष्ठ : चंद्रमोहन कुलकर्णी

P Book ISBN 9788184980332
E Book ISBN 9789386888778

E Books available on : play.google.com/store/books
m.dailyhunt.in/Ebooks/marathi
www.amazon.in

अनुक्रमणिका

प्रश्न

(१) खरंच आनंदाचा वर्षाव होतो आहे का की मी कल्पना किंवा
      अतिशयोक्ति करतो आहे?
(२) मी कारण नसताना उदास का होतो?
(३) हे विचारू की ते विचारू, आज विचारू की उद्या विचारू?
(४) परमेश्वरा, शोध कुठून सुरू करू?

प्रवचन एक
प्रकृती आणि परमेश्वर

पहिला प्रश्न : *माझ्यावर आनंदाचा वर्षाव होत आहे, त्यासाठी मला तुमचे आभार मानायचे आहेत. परंतु मला समजत नाहीये; की खरंच आनंदाचा वर्षाव होतोय, की मी कल्पना करतोय, की अतिशयोक्ती करतो आहे?*

माणसाचे मन फार विचित्र आहे. दुःख असेल तर विश्वास ठेवते आणि आनंदी असेल तर संशय घेते. दुःखाच्या क्षणी कधीही शंका येत नाही, की हे कल्पनेतले तर नसेल ना? दुःख तर तुम्ही एकदम खूप निष्ठेने, श्रद्धेने स्वीकारता. मी असा माणूसच बघितला नाही, की जो दुःखी आहे आणि साशंक आहे, की खरंच मी दुःखी आहे की मी दुःखाची कल्पना करतो आहे. कोणी असेही म्हणत नाही, की मी दुःखाच्या संबंधी अतिशयोक्ती तर करत नाही ना!

दुःख आपण स्वीकारतो. दुःखाबाबत आपल्याला जवळीक वाटते; परंतु जेव्हा आनंदाची लाट येते तेव्हा मनात शंका येणे सुरू होते; की ही कल्पना तर नाही ना, स्वप्न तर नाही ना, आपण आत्मसंमोहन तर करून घेतले नाही ना, मी कोणत्या भ्रमामध्ये तर पडलो नाही ना? अतिशयोक्ती तर होत नाही ना? वेडा तर झालो नाही? असे हजार प्रश्न समोर येतात. त्यामध्ये डोकावण्याची गरज आहे.

दुःखाचा तुम्ही स्वीकार करता, कारण दुःख मनाचा स्वभाव आहे. आनंदाचा स्वीकार तुम्ही करू शकत नाही, कारण आनंद मनाचा स्वभाव नाही. आनंद मनाच्या पलीकडे आहे. दुःख मनाच्या आतमध्ये आहे. दुःख मन आहे आणि आनंद अ-मनाची अवस्था आहे. ती मनाला कशी समजेल? अंधार अंधाराला समजू शकतो, परंतु प्रकाशाला कसे समजणार! प्रकाश न समजणारा आहे. कोणत्या तरी अज्ञातामधून येतो, कुठून येतो, माहीत नाही. इतके मात्र नक्की आहे, की अंधारामधून येत नाही.

जे तुमच्या मनामध्ये निर्माण होते, जे तुमच्या मनाला भावते ते स्वाभाविकच वाटते. कारण मनाशी तुमचे तादात्म्य असते आणि आत्म्याशी तुमचे तादात्म्य नसते.

आनंद आत्म्याचा स्वभाव आहे. दुःख मनाचा स्वभाव आहे.

तुम्हाला मनाबरोबर राहण्याची सवय आहे. आत्म्याशी तुमचे नाते तुटले आहे. तर जेव्हा कधी अज्ञाताशी...! अज्ञात म्हणतो यासाठी, कारण तुम्हाला आत्म्याचा कोणताही बोध नाही. जेव्हा एखाद्या अनोळख्या मार्गाने काही किरणे उतरतात, नाचतात, घुंगरांचा आवाज करतात, तेव्हा मन दचकून म्हणते, की हे तर कल्पनेतलेच असले पाहिजे, कारण मनाने फक्त कल्पनेमध्येच सुख मिळवले आहे. प्रत्यक्षात कधी ते मिळालेच नाही.

हे मोठे घर दिसते आहे, हे मला मिळाले तर खूप आनंद होईल – अशी कल्पना करण्यामध्ये मनाने सुख मिळवले आहे. ही सुंदर स्त्री मला मिळू दे, हा सुंदर पुरुष मला मिळू दे, हा सुंदर मुलगा माझा आहे, ही फुले माझ्या बागेत फुलू देत, अशी माझी प्रतिष्ठा असेल, असे माझे नाव असेल, हे पद मला मिळेल, अशा कल्पनांमध्ये मनाने खूप सुख मिळवले आहे– फक्त कल्पनेमध्ये, आशेमध्ये, वासनेमध्ये! प्रत्यक्षात जेव्हा ते घर तुम्हाला मिळेल, तेव्हा मन अजिबात सुखी होत नाही. जेव्हा तुम्हाला ती स्त्री मिळते, तेव्हा मनाला कोणतेही सुख मिळत नाही. मन सुख अनुभवणे जाणतच नाही. मन सुखाच्या भाषेपासून अपरिचित आहे.

तेव्हा मनाने फक्त कल्पनेमध्ये सुख मिळवले आहे; प्रत्यक्षात यथार्थामध्ये दुःख मिळाले आहे.

म्हणून जेव्हा तुमच्या जीवनामध्ये पहिले आत्म्याचे किरण उतरतील– नाचत नाचत, गुणगुणत, आनंदाने भारलेले, सुगंध पसरवीत, हजारो फुलांना उमलवत– जेव्हा तुमच्या आयुष्यात आनंदाचा वसंत येईल, तेव्हा मन म्हणेल– पुन्हा कोणती तरी कल्पना होत आहे. जन्मोजन्मी मनाचा हाच अनुभव आहे. मन म्हणेल : मी अतिशयोक्ती करून घेत आहे. हे अशक्य आहे! असे कधी झाले आहे? हे कसे होऊ शकेल?

दुःख होते, झाले आहे, अनुभवलेले आहे, माहिती आहे, आमचा तो इतिहास आहे आणि हा जो आनंद येत आहे, याचा त्या इतिहासाशी कोणताही संबंध जोडला जात नाही. ही तुमच्या आत्मकथेच्या बाहेरून येणारी गोष्ट आहे. तुमची आत्मकथा तर दुःख आणि वेदनेची आहे, संतापाची आहे. तुमची आत्मकथा नरकाची आहे आणि इथे स्वर्ग उतरायला लागला आहे. तुम्ही नक्कीच कोणत्यातरी स्वप्नामध्ये हरवून गेला आहात. कोणत्यातरी नशेमध्ये पडला आहात, कोणत्यातरी वेडेपणामध्ये अडकला आहात.

मनाच्या या अवस्थेला समजून घ्या.

आणि समजा तुम्ही मनाचे म्हणणे ऐकले, तर हा जो आनंद येत आहे

तो स्वप्न होऊन जाईल, कारण तुम्ही त्याचा स्वीकार करणार नाही. दाराशी आलेल्या पाहुण्याला परत पाठवून द्याल. जो आनंद खाली उतरत होता, खरा होता, खरा होऊ शकत होता, – तुमच्या जीवनाची संपत्ती बनत होता. परंतु तुमचे मन म्हणते– 'ही कल्पना आहे; मी नाही मानू शकत. असे आणि माझ्या बाबतीत? नाही, नाही शक्यच नाही.' असे समजा तुम्ही म्हणालात आणि तुम्ही तुमचेच पाय थांबवून ठेवले, तर तुम्ही दार उघडू शकणार नाही. अतिथी दाराशी येईल आणि परत जाईल आणि मग खरंच स्वप्न होईल. तेव्हा मन म्हणेल, 'बघा, मी आधीच म्हटलं होतं, की ते स्वप्न आहे; बघा आता– स्वप्नच झालं.'

मनाने सांगूनच स्वप्न करून टाकले.

मनाला तर सुखाच्या बरोबर जगताच येत नाही, मनाची मौज तर दुःख आहे.

हे वाक्य विरोधाभासी वाटले तर वाटू देत. परंतु असे आहे, की मन जेव्हा दुःखी असते तेव्हा ते सुखी असते आणि मन दुःखी होते, तेव्हा सुख असते.

'मुझे अब जिंदगी बेकार-सी मालूम होती
कयामत हो गया है नशा-ए-गम का उतर जाना।'

आणि जेव्हा दुःखाची नशा उतरते तेव्हा मन झुरायला लागते. 'मुझे अब जिंदगी बेकार-सी मालूम होती।' पुन्हा आयुष्यात काही काम नाही असे वाटते, निरर्थक भासू लागते. ज्या लोकांच्या आयुष्यामध्ये काही नसते ते लोक धर्माकडे जाण्यास फारसे उत्सुक नसतात, कारण त्यांचे मन फुलवण्यासाठी इतर खूप उपाय आहेत. घर नाही, घराची कल्पना करू शकतात. पत्नी नाही, पत्नीची कल्पना करू शकतात. मुले नाहीत, मुलांची कल्पना करू शकतात. जे जे नाही त्या सगळ्या गोष्टींची कल्पना करण्याची सुविधा आहे. मन आशा करू शकते.

तुमच्या मनाने हे सगळे मागितल्यावर मिळाले, तर काय कराल? तेव्हा तर आशेला काही जागाच राहणार नाही, पसरविण्यासाठी स्थान राहणार नाही. सगळ्या आशा पूर्ण होऊन गेल्या, तर काय कराल? सगळी दुःखे संपली, तर काय कराल?

'मुझे अब जिंदगी बेकार सी मालूम होती है।
कयामत हो गया है नशा-ए-गम का उतर जाना।'

दुःखाचीपण एक नशा असते. जेव्हा ती उतरते, तेव्हा एकदम असे वाटायला लागते की अरे, आता जगण्यामध्ये काय अर्थ आहे? म्हणून लोक दुःख

पकडून ठेवतात. एकीकडे म्हणतात, की दुःखापासून सुटका करायची आहे आणि दुसरीकडे दुःखाला सोडतसुद्धा नाहीत. इकडे सारखे म्हणत बसतात– कसे दुःखापासून सुटू आणि तिकडे दुःखाची मुळं अधिक पसरवत जातात. म्हणतात– क्रोध करणे वाईट आहे, पण तो करणे सोडत नाहीत; मोह वाईट आहे, पण सोडत नाही; ईर्ष्या आगीसारखी जाळते आणि किती नरकयातना होतात! पण सोडत नाहीत. या सगळ्या सांगण्याच्या गोष्टी असतात. तुमच्या सांगण्यावर कोणी विश्वास ठेवला तर तो खूप मोठ्या अडचणीमध्ये सापडेल. कारण तुम्ही जे बोलता त्याच्या उलटेच नेहमी करता.

सुखाचे सूत्र खूप सरळ-साधे आहे. परंतु अडचण ही आहे, की तुम्हाला दुःखालाच पकडून ठेवावेसे वाटते. तुमच्या मनाला तेवढेच एक काम मिळते – दुःख आहे, आणि दुःखापासून सुटका करून घ्यायची आहे. तुम्ही घाबरता समजा सुटका झालीच नाही तर? नाहीतर काय करणार – अशी अवस्था सध्या तुमची आहे.

विचारता : 'आनंदाचा वर्षाव होत आहे. त्यासाठी तुमचे आभार मानायची इच्छा आहे.'

त्यामध्येसुद्धा कंजूषपणा! इच्छा आहे, पण अजून आभार मानले नाहीत. विचार करतो आहे. इच्छा आहे, दाबून ठेवाल. आभार मानण्यासाठीसुद्धा इतका कंजूषपणा!

मन आभार मानण्यासाठीसुद्धा तयार नाही. ती त्याची भाषा नाही. मन तक्रारखोर आहे, कारण तक्रारीनेसुद्धा दुःख होते, वेदना होतात, काटे टोचतात आणि जितक्या तक्रारी तुम्ही अधिक करता, तितके दुःख वाढत जाते आणि तुम्ही जितके आभार मानाल तेवढे तुमचे सुख वाढते.

धन्यवाद देण्याचा अर्थ आहे, तुम्ही सुखाचा स्वीकार केला. तेव्हाच तर आभार मानाल ना! अजून तर तुम्ही स्वीकारही केला नाही तर धन्यवाद कोणत्या गोष्टीचे! तुम्हाला अजूनही शंका आहे, की हे जे होत आहे, ते खरे आहे? समजा कल्पनाच असेल, तर धन्यवाद कशासाठी? अजून तर ठरायचे आहे की हे खरे आहे. मगच विचार करायचा.

खरे जरी असेल, तरीसुद्धा लोक धन्यवाद देण्यासाठी खूप कंजूषपणा करतात.

मी ऐकले आहे : अमेरिकेमध्ये एक खूप मोठे जवाहिराचे दुकान होते. त्या दुकानाला शंभर वर्षे पूर्ण झाली तेव्हा त्या दुकानदाराने ठरवले, की जी व्यक्ती उद्या सकाळी ग्राहक बनून दुकानामध्ये प्रवेश करेल त्याला एक लाख रुपयांचा हार भेट देण्यात येईल. हा समारंभ शंभर वर्षे पूर्ण झाली त्याप्रीत्यर्थ आयोजित केला होता. जो कुणी पहिला ग्राहक येईल, तेव्हा समारंभ सुरू

होणार होता.

दुकानाचे दरवाजे उघडले आणि एका स्त्रीने घाईने दुकानामध्ये प्रवेश केला. त्यांनी बँडबाजे वाजवले. दुकानातील सगळ्यांनी त्या स्त्रीला घेराव घातला. मालक आले, तिच्या गळ्यामध्ये लाख रुपयांचा हार घातला; परंतु ती स्त्री तशीच उभी राहिली. तिला सांगितले, की आम्ही असे ठरवले होते की जो पहिला ग्राहक येईल त्याला लाख रुपयांचा हार भेट द्यायचा. तुम्ही भाग्यवान आहात.

त्यांनी विचारले 'तुम्ही कशाला आला होतात?' तेव्हा तिने सांगितले, 'तक्रार नोंदवायला.' अमेरिकेमध्ये मोठमोठ्या दुकानांमध्ये तक्रार नोंदवायचे रजिस्टर ठेवलेले असते. 'तक्रार नोंदविण्यासाठी'! आणि लाख रुपयांचा हार मिळूनसुद्धा ती स्त्री तक्रार नोंदवण्यास विसरली नाही. ती नोंदवलीच! ती लाख रुपयांची भेटसुद्धा त्या स्त्रीला आनंदी करू शकली नाही. एक लाख रुपयांची भेटसुद्धा त्या स्त्रीला धन्यवाद देण्यासाठी प्रवृत्त करू शकली नाही. तक्रार तर करायचीच. तक्रार काही लहान-सहान असेल. कधी तरी एखादा दागिना खरेदी केला असेल, काही तरी तक्रार करायची असेल.

मन तक्रार करण्यासाठी अधीर आहे. तक्रार करण्यासाठी मनाला घोर लागला आहे.

जेव्हा तुम्ही तक्रार करायला लागता, तेव्हा तुम्ही बघितलंय का, की तुमचे मन किती कुशलतेने बोलते! लोकांचे दुःख ऐका. दुःखासंबंधी बोलताना प्रत्येक व्यक्ती वक्ता बनते, मोठ्या कुशलतेने बोलते. दुःखाची चर्चा करताना प्रत्येक व्यक्ती कवी बनते. मोठ्या मोठ्या उपमा शोधते.

अशा लोकांचे जरा दुःख ऐका. तासन्तास लावतात. ऐकवतच राहतात त्याला अंतच नाही. सुखाबाबत बोलताना ओठ अडखळतात.

आता तुम्ही म्हणता की 'धन्यवाद देण्याची इच्छा आहे, पण ती दाबून ठेवताय त्याचे काय? आभार मानण्यासाठी एवढा कंजूषपणा! धन्यवाद तुमचे काय घेऊन जाईल? धन्यवाद देण्यामध्ये काय नुकसान आहे? काहीही नुकसान नाही, उलट खूप काही मिळते आणि तक्रार करण्यामध्ये खूप काही हरवते, हाती काहीच मिळत नाही.

परंतु तुम्ही आपलेच दुश्मन आहात. तुम्ही कामच असे करता, की जे आपला स्वतःचा घात करते – आत्मघात! यामध्ये विचारायचे काय? धन्यवाद देऊन टाका. तुम्ही आश्चर्यचकित व्हाल की तुम्ही एकीकडे धन्यवाद दिले आणि दुसरीकडे आनंद मिळाला. कारण आभार मानण्याचा अर्थच हा होतो, की तुम्ही येणाऱ्या आनंदाचा स्वीकार केला आहे, त्यातील सत्याचा स्वीकार केला आहे,

त्याच्या प्रामाणिकपणाचा स्वीकार केला आहे. म्हणून तर धन्यवाद देऊ शकले.

'इच्छा होते आहे की धन्यवाद द्यावे, परंतु समजत नाही की खरंच आनंदाचा वर्षाव होतो आहे, की कल्पना आहे, की अतिशयोक्ती आहे.'

आता याचा शोध कसा घेणार? आनंदाचा वर्षाव होत आहे.

हे विमान जात आहे, याचा आवाज ऐकू येतो आहे. (प्रवचनाच्या वेळी वरून विमान जात होते) – आता कसे माहिती करून घ्याल की ही कल्पना तर नाही? ही सूर्याची किरणे वृक्षांना पार करून तुमच्यापर्यंत येत आहेत. आता कसे जाणून घेणार की ही कल्पना तर नाहीये? हे पक्ष्यांचे गीत तुम्हाला ऐकू येते आहे, हे तुम्ही कसे माहिती करून घ्याल की ही कल्पना तर नाहीये? आणि काय उपाय आहे?

डोके दुखते आहे, तुम्हाला माहिती आहे, की डोक्यामध्ये दुखतंय! नाकामध्ये फुलांचा सुगंध भरून राहिला आहे, म्हणजेच सुगंधाने तुम्हाला घेरले आहे. तुम्ही बघताय, की डोळे चंद्र-ताऱ्यांनी भरून गेले आहेत, म्हणजेच चंद्र-तारे आहेत. आणखी काय उपाय आहे?

आनंदाच्या बरोबर तुम्ही अजून इतर अटी का घालू इच्छिता? इतके पुरेसे नाही का, की आनंदाचा वर्षाव होत असल्याचा अनुभव तुम्हाला येत आहे? या आनंदाच्या वर्षावामध्ये बुडून जा. विरघळून जा, हरवून जा, अस्तित्व जागे होऊ देत, नाही तर कधी कधी असे होते, की पोहोचता पोहोचता मनुष्य चुकतो, जवळ येता येता थांबतो. कधी कधी एक पाऊल पुढे जाताच ध्येय हाती लागले असते – पण तेवढ्यात माणूस मागे फिरतो.

मुखालिफ वक्त हो तो काम बन-बन कर बिगडता है।
सफीना जा पड़ा मझधार में टकरा के साहिल से।।

कधी कधी असे होते, की नाव किनाऱ्यावर आपटून दूर निघून जाते आणि प्रवाहामध्ये जाऊन बुडते. किनाऱ्यावर आदळून प्रवाहामध्ये पोहोचते.

'सफीना जा पड़ा मझधार में टकरा के साहिल से।'

किनाऱ्यावर आहात, हिंमत करा. मी म्हणतो, हिंमत करा– आनंदाला स्वीकारण्याची! खूप जरूर आहे हिमतीची, तरच स्वीकार करू शकाल.

दुःख तर कुणीही स्वीकारते. त्यासाठी कोणत्याही धैर्याची गरज नाही. आनंदाचा स्वीकार करणे ही मोठ्या धाडसाची गोष्ट आहे. मोठ्या साहसाची बाब आहे; कारण आनंद तुमच्या अहंकाराला मिटवून टाकतो; तुमच्या आत्तापर्यंत चालत आलेल्या जुन्या प्रवाहाला मोडून टाकतो; तुमच्या भूतकाळाला पुसून टाकतो आणि एका नवीन जन्माला आणि भविष्याला सुरुवात करतो; आनंदामध्ये मृत्यू आहे, पुनर्जन्म आहे.

हिंमत करा. स्वीकार करा. आनंदाचा वर्षाव होतो आणि तुम्ही भाग्यवान आहात, तुमच्यावर परमेश्वराच्या प्रेमाचा वर्षाव होत आहे. आता याला इतर गोष्टींमध्ये हरवू देऊ नका. नाही तर पस्तावाल.

मुखालिफ वक्त हो तो काम बन-बन कर बिगडता है।

सफीना जा पड़ा मझधार में टकरा के साहिल से॥

नंतर खूप पश्चाताप होईल, कारण हा किनारा पुन्हा मिळेल, न मिळेल. किनाऱ्यापासून तुम्ही किती दूर निघून जाल कोण जाणे! आज तुम्ही इथे माझ्याबरोबर आहात, या हवेमध्ये आहात, आज चारी बाजूला तुम्हाला नाचणाऱ्या प्रसन्न लोकांचा समूह मिळाला आहे, पुन्हा दुसऱ्यांदा मिळेल न मिळेल! आज ध्यानाचा सरगम तुमच्या आतमध्ये स्थिर होऊ लागला आहे. कोण जाणे, उद्यासुद्धा असे सौभाग्य मिळेल किंवा न मिळेल! उद्याची प्रतीक्षा करू नका, आज जे होत आहे, ते हृदयामध्ये भरून घ्या. त्याला आलिंगन द्या. आनंदाने नाचा.

काय हरवले! समजून घ्या की ही कल्पना होती.

कधी कधी मी हैराण होतो की कल्पना आहे असेच मानून घ्यायचे आहे, तर मग खरोखरचे दु:खी होण्यापेक्षा कल्पनेमध्ये सुखी राहणे अधिक चांगले. ही कल्पना नाही. पण तरीही मी तुम्हाला सांगतो, की चला कल्पना आहे असे मानले तरी काय हरकत आहे? थोडा वेळ कल्पनेमध्येच सुखी होऊन जा. स्वत:ला एवढासासुद्धा आराम देऊ शकत नाही! दु:खी होण्याचा हट्टच तुम्ही धरून ठेवला आहे.

चला, कल्पना का होईना, तेव्हा थोडा वेळ कल्पनेमध्येच रस घ्या. आज जे कल्पनेमध्ये आहे, कदाचित कल्पना नाहीये आणि तुम्हाला हेसुद्धा सांगून टाकतो की तुमचे सगळे दु:ख कल्पना आहे आणि आनंद कल्पना नाहीये.

म्हणूनच ज्ञानींनी आनंदाला स्वभाव म्हटले आहे. स्वभावाचा अर्थ आहे; जो तुमच्या आतमध्ये आहेच! आणि दु:ख पर-भाव आहे; तुमच्या आतमध्ये नाहीये, मानलेला आहे, तुमची मान्यता असलेला आहे. एखादा माणूस काही म्हणाला, तुम्हाला वाटले की अपमान केला आणि तुम्ही दु:खी झालात. कोणी रस्त्यावर उभे राहून हसत होता. दुसऱ्या कोणत्यातरी गोष्टीवर तो हसत असेल; पण तुम्हाला वाटले, की तो तुम्हाला हसतो आहे आणि तुम्ही दु:खी झालात.

दु:ख बाहेरून येते. आनंद आतून येतो. दु:ख दुसऱ्यांकडून येते, जगाकडून येते आणि आनंद स्वत:पासून! दु:ख कल्पना आहे, कारण जे काही तुम्ही बाहेरून घेता, ते वस्तुत: तुमचे नसते. ह्या बाहेरून दिलेल्या शिव्यासुद्धा तशाच पडून राहतील, सन्मानसुद्धा तसेच राहतील. बाहेरचे कोणतेही मूल्य अधिक

नाही. बाहेर – जास्तीत जास्त तुमच्या पातळीला स्पर्श करते.

जशा समुद्रावर लाटा येतात, वाऱ्याचे प्रचंड झोत येतात आणि सागरामध्ये लाटा पसरतात – परंतु वरच्या पातळीवरच ह्या लाटा पसरतात. समुद्र 'खोली' मध्ये तर शून्य आहे, शांत आहे, तेथे कोणतेही तरंग नाहीत, कोणतीही हालचाल – खळबळ नाही, कोणतेही परिवर्तन नाही. तेथे शाश्वताचा वास आहे. तेथे समाधीची अवस्था आहे.

तुमची अवस्था अशीच आहे : तुमच्या आत्यंतिक गहनतेमध्ये सगळे शांत आहे, सगळे मौन आहे, सारे आनंदाने भरले आहे. फक्त तुमच्या पातळीवर... त्या पातळीचेच नाव 'मन' आहे. बाहेरचे झंझावत येतात, वादळे येतात आणि तुम्हाला हलवून टाकतात.

दुःख उधार आहे. आनंद स्वतःचा आहे.

कोणाला आनंदित व्हायचे असेल तर तो एकटासुद्धा होऊ शकतो, दुःखी व्हावेसे वाटत असेल तर दुसऱ्याची गरज आहे. दुसऱ्याशिवाय तुम्ही दुःखी होऊ शकत नाही, या गोष्टीचा तुम्ही कधी विचार केला आहे का? दुःखासाठी दुसरा पाहिजेच.

तुम्ही आपल्या दुःखाचा शोध घ्या. तुमच्या लक्षात येईल, की सारे दुःख दुसऱ्याशी निगडीत आहे. असे कोणतेही दुःख नाही जे दुसऱ्याशी जोडलेले नाही. कोणी फसवून गेला, कोणी शिव्या देऊन गेला, कोणी तुमच्या मनासारखा वागला नाही, एखाद्याने तुमचा अपेक्षाभंग केला– सारे दुःख दुसऱ्याशी जोडलेले आहे आणि आनंदाचा दुसऱ्याशी काहीही संबंध नाही. आनंद स्वयंस्फूर्त आहे. म्हणून तर हिमालयाच्या गुंफेमध्ये बसलेला माणूससुद्धा आनंदित होऊ शकतो. दुःखी व्हायचे असेल तर समोर (बाजारात) येणे गरजेचे आहे. तेथे बसल्याबसल्या दुःखी होऊ शकत नाही.

लोक जंगलाकडे धाव घेतात ते काही उगाच नाही. म्हणतात ना 'ना रहेगा बांस, ना रहेगी बांसुरी!' दुसऱ्याला सोडून पळून जा. दुसरा नसेल, तर मग दुःख कसले!

परंतु तुम्हाला हे सांगावेसे वाटते, की दुसऱ्याला सोडून तुम्ही पळून गेलात तर कदाचित तुम्ही दुःखी होणार नाही, परंतु आनंदीसुद्धा होऊ शकणार नाही. कारण दुसऱ्याला सोडून पळून गेलात तरी दुसऱ्याचे भय तर राहणारच ना! आणि ज्याला सोडून पळून चाललात त्याचे तरंग मनात उठणारच! ज्याला सोडून तुम्ही आला आहात, तो एकसारखा तुमच्या मनामध्ये उभा राहील.

जंगलामध्ये पळून गेलेल्या माणसाबाबत तर नेहमीच असे होईल—

आज ना कोणी दूर ना जवळ आहे.

तरीही मन उदास आहे.
शांतता नसे माझ्याशी बोलत,
ना पिंपळपान एकही डोलत.
वारे आहे थबकलेले अन् पाणी थकलेले,
चंद्र आहे गंभीर अन् संकोचलेली रात्र आहे.
शांत धरणी, शांत सारे आकाश आहे,
तरीही मन उदास आहे.
आज संध्याकाळी उमलली नाही कुठलीच कळी,
आज अंधारलेली नव्हती कोणतीच आळी.
आज ना कोणी वाटसरू भरकटला रस्त्यामध्ये,
ना झुरला चातक आज प्रियाच्या प्रेमामध्ये.
आज ना पतझड, ना मधुमास आहे,
तरीही मन उदास आहे.
गीत कोणते अधुरे आज नाही राहिले,
लागणारे आज कोणी काही नाही बोलले.
भेटून कोणी मीत आज नाही दुरावला,
गुंफलेल्या स्वप्नांचा आज ना भंग झाला.
ना कोणते दुःख, ना कोणती आस आहे,
तरीही मन उदास आहे.

समजा संसारापासून दूर गेलात तर दुःखी राहणार नाही; पण उदास व्हाल. संसार सोडून जाण्याचा प्रश्न नाहीये. ती तर नकारात्मक गोष्ट झाली. विधायक – सकारात्मक गोष्ट ही आहे, की परमेश्वराला आपल्यामध्ये निमंत्रित करायचे. हिमालयामधल्या गुफांमध्ये जाण्यापेक्षा, तुम्ही हिमालयामधली गुंफा आपल्या हृदयामध्ये निर्माण करा. हिमालयातील शांतता आणि शीतलता शोधण्यापेक्षा, ती शांतता आणि शीतलता आपल्या आतमध्ये निर्माण करा. ती तुमच्या आतमध्ये नांदेल. हिमालय तुमच्या आतमध्ये निर्माण होईल; त्यानंतर तुम्ही बाजारात रहा, धंद्यामध्ये रहा, गर्दी-गोंधळामध्ये रहा — काहीच फरक पडणार नाही.

आनंदाचा वर्षाव तर होतोच आहे, परंतु तो इतका नवीन आहे, की तुम्हाला जे माहीतच आहे त्याच्याशी याचा कोणताही ताळमेळ बसत नाही. चला, ही कल्पना आहे असंच समजू या. कल्पना का होईना पण स्वीकार करा. कल्पनासुद्धा काही वाईट नाही. आनंदाची कल्पना आहे. कदाचित हीच आनंदाची चाहूल असेल. आत्ता दूरवरून ऐकू येत असली, तरी ती हळूहळू जवळ येईल. आजचे स्वप्न उद्या सत्यात उतरू शकते. त्यासाठी गरज आहे ती तुम्ही स्वीकारण्याची,

अंगीकार करण्याची. तरच तुमच्यामध्ये बीज रुजेल; तुम्ही बदलाल; परंतु आपला पूर्वीचा समजच आपल्याला चुकीच्या मार्गाने घेऊन जातो.

मी असे ऐकले की मुल्ला नसरुद्दिनची प्रेमिका त्याला एकसारखे सांगत होती, "तुम्ही वडिलांना सांगा की तुम्ही माझ्याशी लग्न करणार आहे."

परंतु मुल्ला गप्प होता. जणू त्याला ना ऐकू येत होते, ना बोलता येत होते– मुका, बहिरा आहे. —

शेवटी प्रेमिका चिडून म्हणाली, "बोल ना, वडिलांना सांगेन, बेवकूफ."

यावर मुल्ला खुश होऊन म्हणाला, "सांगेन जरूर सांगेन!"

प्रेमिका उत्साहाने म्हणाली, "काय सांगणार?"

"बेवकूफ." मुल्ला म्हणाला. आपलेच शब्द आहेत, आपलीच निवड आहे.

आनंदवर्षाव होत आहे. तुम्ही तर त्याचा स्वीकार करत नाहीये. ही कल्पना तर नाही ना, म्हणून एक नवीन चिंता निर्माण करत आहात. तुम्ही शंका निर्माण करता आहात. शंकेच्या वादळाने घेरलो गेलो तर ही प्रकाशाची किरणे पुन्हा नजरेस पडणार नाहीत. ढगांच्या आड सूर्य झाकला जातो. तुमच्या आतमध्ये आनंदाचा हा जो चंद्र उगवला आहे, तो तर अजून खूप लहान आहे, त्यामुळे तो शंकेच्या ढगांमध्ये लपून जाईल. विश्वास ठेवा.

आणि काय हरकत आहे? आनंदावर भरवसा करण्यामध्ये काय हरवू शकते? काय हरकत घेतली जाऊ शकते? दुःखावर भरवसा करू नका. दुःखावर भरवसा करण्याने नेहमीच काही तरी हरवते.

परंतु दुःखावर विश्वास ठेवायला तुम्ही नेहमीच तयार असता. आनंदावर मात्र तुम्ही भरवसा करत नाही.

इकडे ही गोष्ट दररोज घडते. हा प्रश्न फक्त तुमचाच नाही, अनेकांचा आहे. कोणी ना कोणी रोज येऊन सांगते, की खूप शांत शांत वाटते आहे, परंतु शंका येते, की हे खरे आहे का! कोणी कधी येऊन सांगते, की खूप नशा चढली आहे, परंतु शंका येते की मी स्वतःला फसवत तर नाही ना!

तुम्ही आत्तापर्यंत इतकी फसवणूक केली आहे, की तुम्हाला असे वाटते, कदाचित आपण आपली स्वतःचीच फसवणूक करू की काय? परंतु मी तुम्हाला सांगतो, की आजपर्यंत कोणी आपल्याला स्वतःला आनंदाबाबत फसवू शकलेले नाही. हे अशक्य आहे.

आनंदाची फसवणूक होऊच शकत नाही, कारण फसवणूक करणाऱ्या मनात आनंद नसतोच मुळी! फसवणूक करणारे मन फक्त नवीन-नवीन दुःख शोधत असते. फसवणूक दुःख शोधण्याची एक व्यवस्था आहे.

म्हणून घाबरू नका. भयभीत होऊ नका. पूर्वीच्या मनाला मध्ये येऊ देऊ

नका. नवीन अतिथी आला आहे, त्याचा स्वीकार करा. त्याला हृदयाच्या सिंहासनावर विराजमान करा.

दुसरा प्रश्न : *हा प्रश्न पहिल्या प्रश्नाशी मिळता-जुळता आहे, म्हणूनच बरोबर घेऊ या. विचारले आहे, मी अत्यंत उदास का आहे? खरंतर उदासीचे कोणतेही कारण नाहीये.*

कदाचित म्हणूनच!

उदासीनतेचे कारण समजले तर माणूस म्हणतो, की चला उदास होण्यास कारण तर आहे. कमीत कमी कारण तर आहे, म्हणून उदास आहे. कोणी वेडा तर असे म्हणू शकणार नाही. सांगू शकतो, की पत्नी मेली आहे, मुलगा तुरुंगात गेला आहे, दुकान डबघाईला आले आहे, दिवाळे निघाले आहे.

तर त्या उदास होण्यामध्ये काहीतरी तर्क आहे. तर्क आहे तर तुम्ही सुरक्षित आहात. तुम्ही म्हणू शकता की उदास होणे स्वाभाविक आहे. करणार तरी काय? तुमची पत्नी मरते, तेव्हा तुम्हीसुद्धा उदास होता. सगळ्यांत जास्त उदासी तेव्हा येते जेव्हा उदास होण्यासाठी काही कारण नसते. तेव्हा ती खूप निरर्थक बाब होते. तेव्हा तुम्ही काही सांगूही शकत नाही की मी का उदास आहे? आपल्या उदासीनतेचे रक्षणही करू शकत नाही. आपल्या उदासीनतेसाठी कोणताही तर्कसुद्धा जोडू शकत नाही. तेव्हा तुम्ही एकदम असहाय बनता. असेही होते.

असे होण्यामागे खूप कारणे आहेत. एक : असे होऊ शकते, की आज कारण नाहीये; पण आयुष्यभर तुम्ही उदासच उदास राहिलात, तर उदास राहणे ही तुमची सवय होऊन जाते. असे खूप वेळा होते, की संतापी माणसाला संतापाची सवय होऊन जाते. संतापायचे कारण नसले तरीसुद्धा संताप तो करणारच! क्रोधाशिवाय तो जगूच शकत नाही. तो काही ना काही तरी कारण शोधतोच!

तुम्हाला सगळ्यांना अशी माणसे माहिती असतात, की जी संतापण्यासाठी निमित्त शोधत असतात. क्रोध आतमध्ये आहे. कारणाशिवाय केला, तर लोक वेडा समजतील. काहीतरी कारण शोधून काढावे लागते. कोणतेही कारण! तुम्हीसुद्धा मागे वळून बघितले तर लक्षात येते, की कारण पुरेसे नव्हते– इतका संताप करण्यासाठी पुरेसे नव्हते, कारण माझ्यामध्ये आणि क्रोधामध्ये कोणतेही प्रमाण नव्हते. तुम्हीसुद्धा पश्चाताप कराल की ही गोष्ट खूप छोटी होती.

माझ्याकडे काही माणसे येतात आणि सांगतात, की 'खूप संताप आला

होता, पत्नीला खूप मारले; किंवा मुलाला खूप मारले. खरं तर एवढा संताप करण्याचे कोणतेही कारण नव्हते.'

कारण विचारले तर म्हणतात! 'कारण विचारू नका, कारण तर अगदी क्षुल्लक होते. निरर्थक होते. बोलण्या-बोलण्यातून बोलणे वाढले!

सवय... समजा तुम्ही दररोज संतापत राहिलात, तर तुम्हाला आजसुद्धा क्रोधाचा शोध घ्यावा लागेल. क्रोधाचीसुद्धा एक तल्लफ लागते. जसे कोणी सिगारेट पितात, हुक्का पितात, चिरूट ओढतात, दारू पितात – त्याची नशा लागते. एक वेळ अशी येते, की ते पिण्यासाठी जीव व्याकूळ होतो. खरंतर ही गोष्ट अगदी निरर्थक आहे. धूर आतमध्ये घेणे, बाहेर सोडणे, काही अर्थ नाही त्यामध्ये! परंतु सवय झाली आहे, सुटत नाही.

अशीच संतापाची सवय होते. अशीच उदास होण्याची सवय लागते. एक भाव स्थिर होऊन जातो. तो तुमचा स्थायिभाव बनून जातो.

कधी कधी उदास असण्याला क्षमा केली जाऊ शकते. आयुष्यामध्ये अनेक अडचणी आहेत. मनुष्य कमजोर आहे. माणसाच्या काही मर्यादा आहेत. त्यामुळे लक्षात घ्या, कधी कधी उदास व्हायला होते. कोणी एखादा मेला, तर उदास नाही होणार तर काय होणार? ज्याच्यावर खूप भरवसा होता, तो फसवून गेला तर उदास होणे स्वाभाविक आहे.

ज्याच्याबरोबर आयुष्य घालवण्याचा विचार केला होता, तो अचानक मध्येच निघून गेला तर उदास होणे स्वाभाविक आहे. क्षमा केली जाऊ शकते.

क्षणभंगुर भावनांना क्षमा केली जाऊ शकते. परंतु हळूहळू असे होते, की हे जे क्षणभंगुर भाव असतात ते स्थायिभाव बनतात. मनुष्य उदास राहायला लागतो. उदासीनता हा त्याचा स्वभाव बनतो. त्याला हसताना बघणे खूप अवघड होऊन जाते. तो हसतोसुद्धा; पण त्याच्या हसण्यामध्येसुद्धा उदासीनता झिरपत असते.

असेच काहीसे झाले असेल. तुमचे उदासीनतेचे कारण नजरेस पडत नसेल – याचा एकच अर्थ होऊ शकतो, की जितके तुम्ही तुमच्या पूर्वीच्या दिवसांमध्ये उदास राहिला असाल, त्या सगळ्या उदासीनतेचा आज ढीग लागला आहे. त्याचे कोणतेही कारण नजरेस पडत नाही. एक एक थेंब एकत्र करत करत घागर भरून गेली. तुम्ही तर एक एक थेंब टाकला होता, घागर कशी भरली? घागर भरल्याचे कोणतेही कारण दिसत नाही परंतु कारण नक्कीच असणार आहे. या जगामध्ये अकारण काहीही नाही. प्रत्यक्षात नसले तरी!

'ये दिल अब खराब है

ऐसा खराब की बर्गे-मुर्सरत तो क्या इसमें खारे-अलम तक नही है

न जश्न ए-बहारां,
न मातम खिजां का
ये दिल अब खराब है लेकिन हमेशा खराब नहीं था
खिले थे यहां फूल भी आरजू के
चुभे थे यहां खार भी जुस्तजू के
ये दिल अब खराब है लेकिन सदा बेनियाजे-बहारों-खिजां तो नही था
मैं वो आशिके-रंगो-बू हूं कि जिसने
लहू अपना सर्फे-बहारां किया था।'

'ये दिल अब खराब है!' आता हे हृदय खूप खराब झाले आहे, भग्न झाले आहे, उदास झाले आहे, स्मशानवत झाले आहे. इतके खराब झाले आहे, की आनंदच काय, खुशीचा पत्तापण नाही, यामध्ये द्वेषाचे पर्वतसुद्धा नाहीत, दुःखाचे काटे नाहीत– अगदी रिकामे होऊन गेले आहे.

दुःख जरी असले तरी मनुष्य इतका उदास होत नाही. कमीत कमी काही तरी करण्यासाठी, व्यस्त राहण्यासाठी हातामध्ये काही ना काही असतेच. प्रश्न तर राहतातच, उपाय तर राहतात – मग्न रहा. कुठेतरी स्वतःला विसरा आणि अशी एक वेळ येते की उदास होण्याचे कोणतेही कारण लक्षात येत नाही. सुखी राहण्याची कोणतीही गोष्ट नजरेस पडत नाही असे लक्षात यायला लागले आहे. सुखाचे कोणतेही द्वार उघडले जात नाही. दुःखाचे कोणतेही कारण दिसत नाही. मनुष्य एकदम मधल्यामध्ये लटकत राहतो, 'ना घरका ना घाटका' होतो.

'न जश्न-ए-बहारां' – आता वसंत ऋतूचा कोणताही उत्सव नाहीये, ना हेमंताचा... ना पानगळ आहे (पतझड) 'ये दिल अब खराब है' — हे हृदय आता खराब आहे, परंतु नेहमी खराब नव्हते. इथे आकांक्षेची फुलेही उमलली होती. कधी इथे वासनांची, इच्छांची, कामनांची फुलेही उमलली होती 'चुभे थे यहां खार भी जूस्तजू के...' आणि जीवनाचे काटेही टोचले होते. 'यह दिल अब खराब है, लेकिन सदा बेनियाजे-बहारों-खिजां तो नही था।'– आज असे आहे, परंतु असे नेहमी तर नव्हते. 'मै वो आशिके-रंगो-बू हूं कि जिसने लहू अपना सर्फे बहारां किया था।' – आणि मी तो प्रेमी आहे, ज्याने कधी वसंत ऋतूला आपले रक्त अर्पण केले होते.

भूतकाळामध्ये डोकवायला हवे. तुम्ही आज उदास असाल तर भूतकाळामध्ये शिरायला हवे. तुमचा भूतकाळ उदासीनतेला अधिक दाट करत गेला आहे. थेंबाथेंबाने घागरच काय तर समुद्रसुद्धा भरतो. तुमचा भूतकाळ तुमची रात्र अजून अंधारी बनवून टाकतो. सारे तारे लपून जातात. आज अचानक कारणच सापडत नाही, परंतु कारण मागे असणार! तुमच्या अतृप्त वासना, तुमच्या वसंत ऋतूचे

पानगळीमध्ये बदलून जाणे, तुमचे प्रेम तिरस्कारामध्ये बदलणे, मित्राचा शत्रू होणे– तुमच्या सगळ्या आशा संपून गेल्या आहेत.

परंतु हे तुमचेच नाही, ज्यांनी विचारले त्यांचाच हा मामला नाही – हा सगळ्यांचाच प्रश्न आहे. एक ना एक दिवस सगळ्यांनाच असे उदासपण येते. सिकंदरालासुद्धा येते. ज्यांना सगळे मिळते, त्यांनासुद्धा उदासपण येते. जे हरतात त्यांनासुद्धा येते, जे जिंकतात त्यांनासुद्धा येते. कारण जिंकल्यानंतर समजते, की जिंकण्यामध्ये काही सार नव्हते. मेहनत व्यर्थ होती. व्यर्थ धावपळ केली. सगळे मिळूनसुद्धा असे वाटते, की हाती काहीच लागले नाही, हात रिकामे आहेत. हातच रिकामे नाहीत तर हृदयसुद्धा रिकामे आहे. सगळे जीवन असेच वाळवंटामध्ये हरवून गेले. तेव्हा एक उदासपण घेरून टाकते.

अशाच उदासीनतेने तुम्हाला घेरले आहे. या उदासीनतेमध्ये एक तर तुमचा भूतकाळ – अतीत – आहे. एक कारण शोधणे जरुरीचे नाहीये. तुमच्या सगळ्या भूतकाळातल्या एकत्रित झालेल्या संस्कारांनी तुम्हाला उदास करून टाकले आहे.

आणि दुसरी गोष्ट, या उदासीमध्ये अजूनही भविष्यकाळाची आशा दडलेली आहे, नाहीतर उदासपण तुटून जाईल. तुम्हाला हे समजणे थोडे कठीण जाईल. एखाद्या माणसाला तुम्ही निराश बघितलं तर असं समजू नका, की त्याने सगळ्या आशा सोडून दिल्या आहेत.

निराश होण्याचा अर्थच हा होतो, की आशा अजूनही कायम आहे. आयुष्याने आशेचे सारे मार्ग तोडून टाकले आहेत. तरीसुद्धा आशा आहे. त्याशिवाय निराश कसे होणार? जेवढी मोठी आशा असेल, तेवढीच मोठी निराशा असते – त्याचे प्रमाण असते. समजा एखाद्या माणसाच्या सगळ्या आशा संपल्या, तर मग कसली निराशा?

अशाच व्यक्तीला आपण संन्यस्त म्हणतो, ज्याने आशा करणेच सोडून दिलेले असते आणि आशा करणेच सोडले असेल तर आशेची जी सावली असते– निराशा– तीसुद्धा दूर जाते.

सर्वसाधारण आपण असा तर्क करतो, की जेव्हा आशा तुटतात तेव्हा माणूस निराश होऊन जातो; परंतु ते खरे नाही, जीवनाचा अनुभव दुसरेच काही सांगतो. समजा खरंच आशा संपली, आशेचा एक धागासुद्धा उरला नाही – अखंड, अविच्छिन्न तर तुमच्या लक्षात येईल, की निराशासुद्धा त्याच्याबरोबर निघून जाईल.

'तुम्ही म्हणता : मन उदास आहे; कारण मात्र सापडत नाही. तेव्हा तुमच्या

मनामध्ये अजूनसुद्धा सुख मिळण्याची आशा शिल्लक आहे. अजूनसुद्धा तुम्ही या आयुष्याकडून काही तरी बनण्याची इच्छा धरता. करण्याची आकांक्षा ठेवता. प्रत्यक्षात आयुष्य सांगते, की होणार नाही. तुम्ही खूप वेळा केले आहे. जे घर तुम्ही बांधले, ते पडले. जे काही मनसुबे तुम्ही रचले होते, ते असफल झाले. जी नाव तुम्ही चालवली, ती तुम्ही बुडताना बघितली.

तुमच्या पूर्ण जीवनाचा, भूतकाळातला अनुभव सांगतो, की काही होणार नाही. परंतु तुमच्या हृदयामध्ये दडलेल्या वासनांचे बीज सांगते : काय माहीत या वेळेस कदाचित होऊन जाईल. नव्याण्णव वेळा हरला तरी शंभराव्या वेळेस माणूस जिंकूही शकतो.

आत्तासुद्धा वासना वळवळ करताहेत. खूप खोलवर दबल्या असतील. कारण भूतकाळातील अनुभवांचा ढीग उदास करतो आहे. परंतु त्या उदासीच्या राखेमध्ये कुठेतरी अजूनही वासनांचा अंगार आहे.

'रात आई है तो दिलेजार ने सोचा अकसर
कौन आंखों मे सिमट आयेगा आंसू बन कर
जिसकी जुलफों के दरीचे से किरन फूटेगी
कब ये जंजीरे-गरां टूटेगा
जाने कब तक इस शबे-तन्हाई से जा छूटेगी
आज की रात भी शायद न मुझे नींद आये
किसकी आहट है कि बढने लगी दिल की धडकन
कौन हमदर्द है कि तन्हाई के वीराने में
कौन महबूब है इस शबके सियह-खाने में
किसका पैकर है तसव्वुर के सनम-खाने में
जाने जां तुम हो की अहसास का बहलावा है
नर्म झोंका है कि आहट है कि खामोशी है
हां, वही हसरत-ओ-मायूसी है।'

'रात आई है तो दिलेजार ने सोचा अकसर' ...रात्र येते, तेव्हा रडणारे निराश हृदय विचार करायला लागते; हरलेल्या हृदयामध्ये पुन्हा विश्वास जागा होतो. थकले भागलेले हृदय पुन्हा स्वप्ने बघायला लागते. विचार करायला लागते! उद्या उजाडेल, पुन्हा प्रवासाला सुरुवात करू.

रोज संध्याकाळी, दिवसभराच्या हरण्यानंतर तुम्ही स्वत:ला जोडायला लागता, पुन्हा एकत्र करायला सुरुवात करता. दिवस तोडला जातो आणि रात्री तुम्ही पुन्हा स्वत:ला जोडता. सकाळी उठून तुम्ही पुन्हा बाजाराकडे वळता.

'रात आई है तो दिलेजार ने सोचा अकसर

कौन आंखों में सिमट आयेगा आंसू बन कर
किसकी जुल्फोंके दरीचे से किरन फूटेगी
और अगर दिन मे नही मिल सका प्रेमी, नही मिल सकी प्रेयसी, नही मिल सका जो चाहा था – तो
आदमी सोचता है: सपने मे मिलन हो जायेगा।
कोई आंखों में सिमट आयेगा आंसू बनकर
किसकी जुलफों के दरीचे से किरन फूटेगी
कब ये जंजीरे-गरां टूटेगी
जाने कब इस शबे-तन्हाई से जां छूटेगी
कब ये जंजीरे-गरां टूटेगी
जाने कब इस शबे-तन्हाई से जा छूटेगी

प्रत्येक हरलेला, थकलेला माणूस विचार करू लागतो : दुःखाची ही बोजड शृंखला कधी तुटणार आहे. आणि ही एकाकी रात्र कुठपर्यंत एकाकी राहणार आहे. केव्हा प्रियकर भेटेल? केव्हा प्रियकराशी मिलन होईल?

आणि पुन्हा जेव्हा अशा प्रकारच्या इच्छा तुमच्या मनामध्ये येतात, तेव्हा मनामध्ये स्वप्ने यायला सुरुवात होते.

'आज की रात भी शायद न मुझे नींद आये
किसीकी आहट है कि बढ़ने लगी दिल की धडकन।'

कुणाची चाहूल नाहीये. कोणी आले नाही, ना कुणी येणार आहे. कोणी येत नाही. तुम्ही एकटे असता. तुमचे एकटेपण आत्यंतिक आहे. दुसऱ्याचा शोध व्यर्थ आहे. दुसरा ना मिळतो, ना मिळू शकतो.

जे काही मिळवायचे आहे, ते तुमच्या आत आहे. तुम्ही स्वतःला मिळवले, तर सारे काही मिळवले.

'किसकी आहट है कि बढने लगी दिल की धडकन।' कुणाच्या चाहुलीमुळे हृदयाची धडकन वाढत नाही. हृदयाची धडकन वाढते, जेव्हा तुम्ही चाहुलीबद्दल विचार करू लागता की कोणी तरी येत असेल. कोणीतरी भेटण्याची आशा निर्माण होते.

'कौन हमदर्द है कि तन्हाई के वीराने में
कौन महबूब है इस शब के सियह-खाने में!'

या अंधाऱ्या रात्री कोण प्रिय व्यक्ती येत आहे. अंधारच अंधार आहे. कोणीही प्रिय नाहीये.

परंतु कधी कधी तुम्ही जेव्हा वाट बघण्यामध्ये मग्न असता, तेव्हा वाटसरूंच्या – मुसाफिराच्या – पावलांच्या आवाजामुळेसुद्धा तुम्हाला असे वाटते, की प्रिय

आला आहे. वाऱ्याच्या झुळकेने दार हलते, तुम्हाला वाटते, कदाचित कुणी तरी थाप मारली, कुणी तरी दारावर खटखट केली. वाळलेली झाडाची पाने वाऱ्याबरोबर रस्त्यामध्ये उडतात आणि खड-खड आवाज येतो, तुम्ही थबकता आणि वाटते की कदाचित प्रेमी आला असेल.

प्रतीक्षा, वासनेने भरलेली प्रतीक्षा, आशांनी भरलेली प्रतीक्षा खूप कल्पना, खूप इच्छा करू लागतात.

'कौन महबूब है इस शब के सियह-खाने में
किसका पैकर है तसव्वुर के सनम-खाने में'

'जाने जां, (हे प्रेयसी!) तुम हो कि अहसास का बहलावा है?' तूच आहेस, की हाही एक मन रिझवण्याचा प्रकार आहे?

'नर्म झोका है, कि आहट है, कि खामोशी है?' – हे काय आहे? हवेचा झोत आहे? तुझ्या पावलांचा आवाज आहे? ही तुझ्या येण्याची चाहूल आहे की फक्त रात्रीची शांतता आहे, स्तब्धता आहे?

'हां, वही हसरत-ओ- मायूसी है।' – पुन्हा तीच आशा आणि तीच उदासी मनामध्ये आहे. तीच हळहळ आणि निराशा आहे.

आशा आणि निराशा दोन्ही बरोबरच चालतात – एकाच नाण्याच्या दोन बाजू आहेत, एकाच पक्ष्याचे दोन पंख आहेत. एक पंख तुटला तर दुसरा निष्क्रिय – निष्फळ होऊन जातो.

तुम्ही उदास आहात, तेव्हा निश्चितच तुमच्या आतमध्ये कुठेतरी अजून आशेचा किरण दबलेला आहे. आता तुम्ही विचार करता; या आयुष्यापासून काही मिळू शकते, पण अनुभव सांगतो, नाही मिळू शकत, परंतु अनुभवावर अभिलाषेचा विजयच होत आलेला आहे.

भूतकाळ उदास बनवतो आहे आणि अजूनही विचार करता आहात, की भविष्यामध्ये कदाचित असे होईल. अशक्यसुद्धा शक्य होते, चमत्कारसुद्धा घडतातच ना!

या आशेला जाऊ द्यात!

या जीवनात कोणताही चमत्कार होत नाही. या संसारामध्ये कुणाला कधी विजय मिळत नाही. हरणे इथे भाग्य आहे, पराजय इथे नियती आहे. हरतात, ते हरतातच, यशस्वीसुद्धा असफल होतात. या जगामध्ये आपण जे काही करतो, ते पाण्यावर अक्षरं काढण्यासारखं आहे – काही बनण्यापूर्वीच संपून जाते.

आशेला पूर्णपणे दूर करा आणि तुम्हाला जाणवेल, की उदासीही गेलेली असेल, निराशापण जाईल आणि तुम्हाला मिळेल : एक शांतता. कोलाहल

मिटायला लागला असेल, दुसऱ्या कशाची इच्छा राहिली नसेल. तुम्ही अंतर्यात्रा सुरू करता. आपल्या स्वत:मध्ये उतरायचे असेल, तर नजर आतमध्ये कशी वळेल? कान आतमधील कसे ऐकतील?

जोपर्यंत तुमचे मन सांगत नाही, की, 'बाहेर चला, कुठेही चला, कदाचित इथे राज्य नाही मिळाले, तेथे मिळेल, इथे सुख नाही मिळाले तर तेथे मिळेल.' – तोपर्यंत तुम्ही भटकत राहाल.

संसाराचा अर्थ इतकाच आहे : बाहेर भटकणे. आणि ध्यानाचा अर्थ इतकाच आहे की : बाहेरचे भटकणे संपले, तुम्ही तुमच्या आतमध्ये प्रवेश केला आहे. आपल्या घरात विराजमान झालात, विश्राम केला. त्या विश्रामामध्येच तुम्हाला आनंद मिळेल.

तिसरा प्रश्न : किती वेळा विचार करते, की आपल्याला काही विचारू. मनात प्रश्न येतात, प्रश्न तयारही होतात; परंतु पुन्हा विचार करते : 'हे विचारू की ते विचारू? आज विचारू की उद्या विचारू? डोळ्यांनी काही विचारू की कोरा कागदच पाठवू?' पुन्हा ते विचारणे टाळले जाते. वेळ निघून जाते आणि मनाची जिज्ञासा मौन प्रतीक्षेमध्ये रूपांतरित होते. अचानक कधीतरी तुमच्या प्रवचनात एखाद्या मधुर कथेच्या कथनामध्ये एखादा विसरलेला प्रश्न आठवतो, जो उत्तर बनून हसतो.

पहिली गोष्ट : विचारा किंवा न विचारा, उत्तरे दिली जातात. उत्तर तर मी देतच आहे. समजा तुम्ही नाही विचारले तरीसुद्धा उत्तर मिळून जाईल. धैर्य दाखवून विचारले, तरीसुद्धा उत्तर मिळेल.

आणि कमालीची गोष्ट ही आहे, की जेव्हा तुम्ही प्रश्न विचारता आणि जे उत्तर मी देतो, ते उत्तर कदाचित दुसऱ्यालासुद्धा मिळत असेल, तुम्हाला कदाचित मिळेलसुद्धा! विचारणाऱ्याचे मन खूप तणावाखाली असते, कारण मनात विचार असतो. 'माझ्या प्रश्नाचे उत्तर दिले जात आहे. तीच अडचण होऊन बसते. तो घाबरून जातो, भयभीत राहतो – मी काय सांगेन? दु:ख देईन का हलवून टाकेन, डोलवून टाकेन की जागवेन? – काय करणार? माझे उत्तर फुलासारखे असेल, की दगडासारखे असेल?

जो विचारतो तो बेचैन असतो. तो तणावाखाली असतो. 'त्याचे' उत्तर देणे चालू असते. तो नेहमीप्रमाणे चुकला. दुसरे लोक शांततेने ऐकतात. त्यांचे काही प्रयोजनच नसते. त्यांचा प्रश्नही हाच असतो. माणसांच्या प्रश्नांमध्ये काय फरक असणार आहे? समस्या तर त्याच आहेत. प्रश्न तेच आहेत. माणसा-

माणसांमध्ये कुठे मोठा फरक आहे? आणि फरक जरी असला तरी तो थोड्या फार प्रमाणात असतो. कुणाला जास्त संताप येतो, कुणाला अधिक वासना असते. कुणाला प्रेम अधिक असते, कोणाला मोह जास्त असतो. बस, प्रमाणात फरक असतो. थोड्याफार प्रमाणात फरक असतो. मूळ प्रश्न तेच आहेत, कारण माणसे सगळी इथूनतिथून सारखीच आहेत. अज्ञान एकसारखे आहे. अंधार एकसारखा आहे. भटकणेही सारखेच आहे.

आणि उत्तरेसुद्धा कुठे वेगवेगळी आहेत! उत्तरेसुद्धा एकच आहेत. प्रश्न तर खूप असतील, उत्तर एकच असेल. साऱ्या उत्तरांमध्ये एकच आशा आहे, की तुम्ही आतमध्ये परत या. आपल्या आतमध्ये या. आपल्याला बघा... स्वत:ला ओळखा.

हे 'सुषमा' ने विचारले : किती वेळा विचार करते, की आपल्याला काही तरी विचारू, आपल्याला काही सांगू. मनामध्ये प्रश्न निर्माण होतात, प्रश्न तयार होतात; पुन्हा विचार करते : हे विचारू, ते विचारू? आत्ता विचारू? उद्या विचारू? डोळ्यांनी विचारू की कोरा कागद पाठवू?'

यामध्येच वेळ निघून जात असेल. काही काळजी करू नका. उत्तर तर मिळेलच! तू नाही विचारलेस तरी प्रश्न येईलच. मी उत्तर देतोच आहे. कोणी दुसरा विचारेल. कोणत्या ना कोणत्या कारणाने उत्तर मिळेलच.

परंतु काय ही मनाची अवस्था? प्रश्न विचारू की नको हेसुद्धा ते ठरवू शकत नाही. हे चांगले नाही. विचार आला तर विचारायचे, नाही विचारायचे तर नाही; परंतु मनाच्या या दोलायमान अवस्थेला थारा द्यायचा नाही. छोट्या छोट्या गोष्टींनी मन दोलायमान होते.

काय हरकत आहे आत्ता विचारले तर? यामध्ये विचार कसला करायचा? विचार करण्यामध्ये एवढा वेळ का घालवायचा? मनाच्या एका चुकीच्या सवयीला त्यामुळे साथ मिळते, सहकार्य मिळते आणि नंतर मन हळूहळू विचार करण्यामध्ये असमर्थ बनते. प्रत्येक गोष्टीमध्ये पर्याय उभे राहतात : असे करू, की तसे करू?

आता हे 'सुषमा' ने विचारले आहे; यामुळे पर्याय उभे राहत असतील : 'आज ही साडी नेसावी की ती साडी नेसावी? आज हे जेवण बनवू की ते जेवण बनवू?' असे छोटे छोटे पर्याय उभे राहतात आणि अशा छोट्या छोट्या गोष्टींमध्ये खूप वेळ वाया जातो.

आयुष्य सरळ करा आणि सरळ करायचे असेल तर मनाच्या अनिश्चिततेला थारा देऊ नका. नंतर हळूहळू मनाची अनिश्चितता गळायला लागेल तेव्हा निर्विकल्पतेची अवस्था जवळ येईल. हे सगळे पर्याय आहेत असे करू, तसे करू! जसे करावेसे वाटते तसे करून टाका. मग त्यावरती अधिक ऊहापोह

करत बसू नका.

पुन्हा ही प्रश्नाचीच बाब झाली. नाही विचारले तर काही हरकत आहे का, नाही विचारले तर काही हरवणार आहे का, विचारावेसे वाटले विचारले; नाही वाटले विचारावेसे, तर नाही विचारले परंतु दोलायमान मनाला थारा देऊ नका. नाहीतर ही मनाची मूळ सवय होऊन जाईल.

लोक माझ्याकडे येतात, ते म्हणतात : 'संन्यास घ्यावा की न घ्यावा?' मी त्यांना सांगतो समजा मी तुम्हाला सांगितले – काहीही सांगेन – तर तुमचे मन विचार करेल : 'यांचे ऐकायचे की नाही?' हेच मन आहे, समोर पर्याय उभा करते आहे. तरीसुद्धा विकल्प समोर उभे करणार आहे : 'आज घेऊ, उद्या घेऊ?'

आज जे वाटते आहे, तेच करा, त्यामध्ये जा.

मी एकच सूत्र देऊ इच्छितो : काही करण्याने कुणाचे नुकसान होत नसेल तर ते करून टाका. त्यामध्ये काय विचार करायचा? शुभ करायचे असेल, तर लगेच करून टाका. अशुभ करायचे असेल तर उद्यावर ढकला. पाप करायचे असेल तर उद्यावर ढकला. पुण्याचे असेल तर तत्क्षणी करा.

परंतु माणसाचे डोके नेहमी उलटे चालते. पाप करायचे असेल तर तो लगेच करून टाकतो. पुण्याचे काम करायचे असेल तर विचार करतो : उद्या करू, परवा करू. तुम्हाला कोणी शिव्या देत असेल, तर तुम्ही हा विचार करणार नाही की शिव्यांचे उत्तर देऊ की न देऊ, आज देऊ की उद्या देऊ. तुम्ही लगेच देऊन टाकता. तुम्ही एक क्षणसुद्धा जाऊ देत नाही.

चुकीचे काम करताना आपण खूप तत्परता दाखवतो. आपण थोडासा जरी विचार करायला, थांबायला शिकलो तरी जगातल्या नव्याण्णव टक्के चुका संपतील.

डेल कारनेजी यांनी आपली एक आठवण लिहून ठेवली आहे. डेल कारनेजी यांनी रेडिओवरती लिंकनवर एक भाषण केले होते आणि त्यामध्ये तारखेची काही तरी चूक झाली होती. तेव्हा लिंकनच्या एका चाहतीने त्यांना एक पत्र लिहिले आणि त्यामध्ये खूप शिव्या दिल्या : 'तुम्हाला जर तारखांची एवढी माहिती नव्हती तर तुम्ही रेडिओवर भाषण देण्याची हिंमत कशी केली? प्रथम आपल्या तारखा बरोबर करा. हे तर लहान लहान मुलांनासुद्धा माहिती आहे आणि तुम्हाला एवढेही माहीत नसावे! तुम्ही यासाठी जाहीर क्षमा मागा. हा लिंकन यांचा अपमान आहे.'

असे काहीही तिने लिहिले होते. हे पत्र वाचून डेल कारनेजी यांनाही संताप आला. त्यांचे रक्त सळसळले. त्यांनीही तितकेच तिखट उत्तराचे पत्र लिहिले;

परंतु रात्र झाली होती आणि रात्रीची वेळ असल्याने नोकरही निघून गेला होता. तेव्हा त्याने विचार केला, सकाळी टाकू. पत्र टेबलावर ठेवून झोपून गेला. जितक्या शिव्या द्यायच्या होत्या त्या सगळ्या शिव्या देऊन टाकल्या होत्या. निश्चितच, मन मोकळे झाले आणि तो झोपला. सकाळी उठला, पाकीट बंद करण्यापूर्वी त्याने ते पत्र पुन्हा वाचले. वाटले की हे जरा जास्तीच होत आहे. त्या महिलेचे म्हणणेही खरे आहे. चूक तर माझ्याकडून झाली आहे; क्षमा मागण्याऐवजी मी उलटा नाराज होतो आहे.

ते पत्र त्याने बाजूला ठेवले, दुसरे पत्र लिहिले. दुसरे पत्र लिहिण्याच्या वेळी त्याच्या मनामध्ये विचार आला, नोकर घरी असता आणि हे पत्र मी रात्रीच पोस्टात टाकले असते, तर...? सकाळी इतका बदल झाला. त्याने दोन्हीही पत्रे बघितली. त्यामध्ये जमीन अस्मानाचा फरक होता. त्याने विचार केला : हे दुसरे पत्रसुद्धा मी आत्ता टाकणार नाही. घाई तर एवढी नाहीये, संध्याकाळी पुन्हा एकदा बघू.

संध्याकाळी बघितले तेव्हा तिसरे पत्र लिहिले. आता तर खूप फरक झाला होता. मग त्याला पुन्हा असे वाटले की एवढी काय घाई आहे? माझे पत्र – वाचण्यासाठी ती स्त्री काही एवढी अधीर झाली नसेल. सात दिवस थांबला. रोज सकाळी वाचत असे – बदलत असे; संध्याकाळी वाचत असे, बदलत असे. सातव्या दिवशी जेव्हा निश्चित झाले, की पत्रामध्ये बदलण्यासारखे काही उरलेले नाही, परंतु पत्राचे स्वरूप पूर्ण बदलून गेले होते. कुठे ती घृणा आणि ते विषारी शब्दाने भरलेले पत्र, कुठे मैत्री आणि प्रेमाने भरलेले हे पत्र!

या पत्रामध्ये त्याने लिहिले होते, की मी कृतज्ञ आहे आणि कधी समजा या गावी – माझ्या गावी – आलात तर माझ्या घरी थांबा. आपल्याला भेटून मला आनंद होईल. माझ्या ज्ञानामध्ये वाढ होईल. लिंकनच्या संदर्भात मला अधिक माहिती नाहीये. मला अधिक माहिती करून घ्यायची आहे आणि झालेल्या चुकीबद्दल मी क्षमा मागतो.

सहा महिन्यांनंतर ती स्त्री त्यांच्या गावी आली. या सहा महिन्यांमध्ये पत्र व्यवहार चालू होता. त्याच्या घरी थांबली आणि पुढे काय झाले हे ऐकून तुम्ही हैराण व्हाल, ती त्याची पत्नी झाली. असाच तो तिच्या प्रेमात पडला. ते पहिले पत्र पाठवले असते, तर या दोन माणसांच्या मधील सगळ्या संभावना संपल्या असत्या.

जेव्हा वाईट करायचे असते, तेव्हा थोडे थांबत जा. उद्या करा, परवा करा, घाई काय आहे?

गुरजिएफचे दादा मरण पावले, तेव्हा मरताना त्यांनी गुरजिएफला सांगितले

– तो लहान होता, नऊ वर्षांचा – तुला माझी एक प्रार्थना आणि एक आज्ञा आहे. हे माझे मृत्युपत्र आहे. माझ्याजवळ द्यायला काहीसुद्धा नाही. परंतु माझे जेव्हा वडील वारले तेव्हा ते मला देऊन गेले होते आणि त्यांनी मला संपूर्ण आयुष्यामध्ये खूप सुख दिले आणि मला खूप आनंदही मिळाला. तूसुद्धा लक्षात ठेव. तू अजून छोटा आहेस. खूप नीट लक्षात ठेव, म्हणजे तू विसरणार नाहीस.

तेव्हा गुरजिएफने नीट लक्षात ठेवले. दादा इतकेच सांगून गेले होते, की समजा कधी संताप आला, तर ज्याच्यावरती संताप आला आहे त्याला इतकेच सांगायचे, की मी चोवीस तासांनंतर येऊन उत्तर देतो. मग चोवीस तास विचार करा आणि नंतर जे द्यायचे असेल ते उत्तर द्या.

गुरजिएफने लिहिले आहे, की एका गोष्टीने माझ्या आयुष्यामध्ये खूप मोठी क्रांती झाली. चोवीस तासांनंतर जसा मी उत्तर द्यायला लागलो, तेव्हा असे वाटू लागले, की तो माणूस तर बरोबर बोलत होता. तेव्हा मी जाऊन क्षमा मागून आलो किंवा असे वाटले की अरे हा माणूस तर खोटे बोलत आहे, तर याबाबत उत्तर देण्याची काय गरज आहे? चोवीस तासांमध्ये त्याची गरजसुद्धा राहिली नाही.

चांगले करायचे असेल तर लगेच करून टाका : ज्याने कुणालाही त्रास होणार नाही असे काही करायचे असेल, तर क्षणाचाही विचार करण्याची गरज नाही.

तुम्हाला प्रश्न विचारायचा असेल तर विचारूनच टाका. कुणाचे काहीही नुकसान होणार नाही, कदाचित झाला तर कुणाचा फायदाच होणार आहे. तुमच्या प्रश्नामुळे कदाचित एखाद्याला त्याच्या प्रश्नाचे उत्तरही मिळून जाईल. जेव्हा कोणा दुसऱ्याच्या प्रश्नाच्या उत्तराने तुम्हालाही उत्तर मिळते, तसेच तुमच्याही प्रश्नामुळे कदाचित कुणाला उत्तर मिळेल. कंजूषपणा कशाला करायचा? विचारूनच टाकायचे.

'हे विचारू की ते विचारू? आज विचारू की उद्या विचारू?' असे कशाला?

अडथळा तर कोणताच नाही. हेसुद्धा विचारा तेसुद्धा विचारा आणि आजही विचारा, उद्यासुद्धा विचारा. असे थोडेच आहे की आज विचारले तर उद्या विचारू शकत नाही; हे विचारले तर ते नाही विचारू शकत. तुम्हाला विचारण्याची इतकी सोय आहे, की जगामध्ये क्वचितच कुणाला अशी असेल. तुमच्या सगळ्या प्रश्नांचे इथे स्वागत आहे. तुम्हाला काही विचारायचे आहे, तर विचारा; तुम्हाला काही सांगायचे आहे, सांगा.

माझ्यामध्ये आणि तुमच्यामध्ये संवाद चालू आहे, कोणताही वादविवाद

नाही. त्यामुळे काहीच काळजी नाही.

तुम्ही विचारता जिज्ञासेने! जेव्हा माझ्या असे लक्षात येते, की एखाद्याने मला वाद घालण्याच्या दृष्टीने विचारले आहे, तेव्हा मी त्याला उत्तर देत नाही, कारण वादविवाद करण्यामध्ये मला कोणताही रस नाही.

जेव्हा मी बघतो एखाद्याने स्वत:ला खूप ज्ञानी समजून विचारले आहे. त्याच्या डोक्यामध्ये ज्ञानाची हवा शिरली आहे. ज्ञानाच्या भावनेतून जेव्हा एखाद्याचा प्रश्न येतो, तेव्हा मी त्याला उत्तर देत नाही. कारण त्याच्याजवळ तर ज्ञान आहेच. त्याला उत्तराची काय गरज? त्याच्याकडे स्वत:चेच उत्तर आहे.

जेव्हा कोणी अशा प्रकारे प्रश्न विचारतो, की त्याला माहितीच आहे, तेव्हा मी उत्तर देत नाही. परंतु जेव्हा कुणी मला अशा पद्धतीने विचारतो, की त्याला माहिती नाहीये, जाणून घेण्याची उत्सुकता आहे, आस आहे – तेव्हा कसाही प्रश्न असला तरी मी जरूर उत्तर देतो. आज उत्तर नाही दिले तर उद्या देईन, उद्या नाही दिले तर परवा देईन. कारण मी योग्य क्षणांची प्रतीक्षा करतो. जेव्हा योग्य वेळ येते तेव्हा तुमच्या प्रश्नांचे उत्तर जरूर मिळते.

विचारा आणि माझ्यावर सोडून द्या, घाई करू नका. काही लोक विचारतात आणि दुसऱ्या दिवसापासून वाट बघायला लागतात. त्यानंतर त्यांना दुसरे काहीही ऐकू येत नाही. त्यांना आपल्याच प्रश्नांची चिंता वाटायला लागते, की आमच्या प्रश्नाचे उत्तर अजूनपर्यंत दिले नाही.

एक संन्यासिनी आहे. मुक्ता तिचे नाव! नैरोबीहून आली आहे. खूप काही विचारते आणि तिला मी उत्तर देत नाही. त्यामुळे ती आता तिचे प्रश्न पत्राद्वारे पाठवते आणि विचारते, की तुम्ही सगळ्यांच्या प्रश्नांची उत्तरे देता माझ्या प्रश्नाचे उत्तर का देत नाही? माझ्या प्रश्नांचे काय?

धीर धर किंवा वेळ योग्य नसेल किंवा तुझी पात्रता नसेल किंवा जे विचारले असशील त्याचे उत्तर लगेच देण्याची गरजही नसेल; जेव्हा गरज वाटेल तेव्हा मिळेल.

'डोळ्यांनी विचारू की कोरा कागद पाठवू?' काही तरी कर. डोळ्यांनी विचारायचे असेल तर डोळ्यांनी विचार; कोरा कागद पाठवायचा असेल तर कोरा कागद पाठव. काहीही कर. असे नुसते बसून विचार करू नको. काही लोक असे असतात, की फक्त विचार करण्यामध्ये सारे आयुष्य व्यर्थ घालवतात.

मी ऐकले आहे : एका गणितज्ज्ञाला दुसऱ्या महायुद्धामध्ये युद्धावर जावे लागले. सगळ्या लोकांची सैन्यामध्ये भरती करत होते, त्यालाही जावे लागले. तो खूप विचारी आणि तत्त्ववेत्ता होता. जो जनरल त्याची कवायत बघायला

गेला होता, तो हैराण झाला. जो कॅप्टन त्याच्याकडून कवायत करून घेत होता तोसुद्धा हैराण झाला होता. कारण 'डावीकडे वळा', 'उजवीकडे वळा' असे सांगितले, की तो उभाच राहत असे. सगळेजण उजवीकडे वळत, पुरी रेजिमेंट उजवीकडे वळत असे, तो मात्र तेथेच उभा राहत असे. त्याचा कॅप्टन त्याला विचारत असे, "तुम्ही का उभे आहात?" तो सांगत असे, "मी विचार करतो आहे की उजवीकडे वळू की नको? आणि उजवीकडे वळण्याने काय फायदा? किंवा थोड्याच वेळामध्ये डावीकडे फिरावे लागेल, हे सगळे लोक फिरून पुन्हा डावीकडे येतील. त्यापेक्षा मी नुसता उभाच राहिलो तर काय हरकत आहे?"

कॅप्टन खूप वैतागले; परंतु तो प्रसिद्ध तत्त्ववेत्ता आणि गणितज्ज्ञ होता. त्यामुळे त्याला कुणी एकदम काही म्हणूही शकत नव्हते. प्रसिद्ध माणूस होता! त्यांनी जनरलला सांगितले, "तुम्हीच बघा. मी काय करू या माणसाचे! मी याच्याबरोबर कसे वागू? हा तर कोणतीही आज्ञा पाळत नाही. तो म्हणतो की 'विचार करतो, योग्य असेल तर मानेन; पण तुम्ही थोड्याच वेळात उजवीकडे वळायला सांगत असाल तर काय फायदा? आम्ही आपल्याच जागी उभे राहू. लोक तर पुन्हा त्याच जागी आले ना! तेव्हा हे डावीकडे-उजवीकडे वळण्यामध्ये काय अर्थ आहे?' या माणसामुळे दुसरे लोकसुद्धा माझे कमी ऐकतात. ते म्हणतात, त्याला सांगा. आणि तो माणूस प्रतिष्ठित आहे, मी त्याचा अपमानही करू इच्छित नाही."

जनरलने बघितले आणि सांगितले की त्याला मेसमध्ये पाठवून द्या. स्वयंपाकघरामध्ये काही काम करेल. सैन्यामध्ये हा कामाचा नाही. कारण हा उजवीकडे-डावीकडे फिरत नाही. उद्या याला कोणी सांगितले, बंदुकीतून गोळी मार तर हा म्हणेल, 'कशाला मारायची? याने आपले काय वाईट केले आहे? या माणसाला कशाला आपण मारायचे? याची पत्नी असेल, मुले असतील. मी हे नाही करणार. आणि याला डावीकडे-उजवीकडे वळायची अडचण आहे, तर हा अजून पुढे कधी जाणार?

म्हणून तर सैन्यामध्ये डावीकडे-उजवीकडे फिरवतात पूर्णपणे तयार होण्याची परीक्षा आणि प्रशिक्षण आहे. तुमचे सगळे विचार नष्ट होऊ देत. डावीकडे वळा, उजवीकडे वळा असे वळवता, वळवता एक दिवस सांगतील की बंदूक चालवा, तोपर्यंत माणूस स्वत:च मरण्यासाठी आणि मारण्यासाठी तयार झालेला असतो. डावीकडे उजवीकडे इतके फिरवतात, की त्या माणसाचे मस्तक एकदम गरम होऊन जाते. तो म्हणतो की 'चला आता काहीही करा, एक संधी मिळाली आहे ती चुकवू नका.' आणि हळूहळू त्यांची बुद्धी आणि संवेदना कमी होऊन

जातात आणि म्हणून ते गोळी चालवतात, बॉम्ब फोडतात.

ज्या माणसाने हिरोशिमावर बॉम्ब टाकला होता, त्याला दुसऱ्या दिवशी सकाळी विचारले, तेव्हा तो म्हणाला : 'मी रात्री निर्धास्तपणे झोपलो होतो, कारण मी आज्ञेचे पालन केले.' एक लाख माणसे मेली आणि हा माणूस निश्चिंतपणे झोपला होता. त्याची बुद्धी अत्यंत क्षीण झाली होती. रात्रभर त्याला जरासुद्धा वाटले नाही, की माझ्या एका बॉम्ब टाकण्याने एक लाख माणसे बेचिराख होऊन गेली.

त्यांनी अपार दुःख झेलले. त्या दुःखापुढे नरकसुद्धा फिका आहे. लहान मुले, स्त्रिया, काही गरोदर स्त्रिया होत्या, ते सगळे जळून राख होऊन गेले. त्यांनी कुणाचे काहीही घोडे मारले नव्हते. साधे नागरिक होते कारण हिरोशिमा काही सैन्याचा कॅम्प नव्हता. सर्वसाधारण लोकांच्या वस्तीचे गाव होते परंतु हा माणूस निर्धास्त होता. रात्री आरामात झोपला. त्याने त्याचे काम पूर्ण केले होते. त्याला जी आज्ञा मिळाली होती, ती त्याने पाळली.

या माणसाबरोबर जो दुसरा माणूस होता, त्याची जबाबदारी होती की तो सांगणार, केव्हा बॉम्ब टाकायचा, बॉम्ब टाकण्याचा इशारा देणारा तो माणूस रात्रभर झोपू शकला नाही. रात्रभर काय, तो तीन महिने झोपू शकला नाही. ज्या आगीच्या ज्वाळा त्याने बघितल्या, त्या ज्या किंकाळ्या त्याने ऐकल्या होत्या. त्याने नोकरीचा राजीनामा दिला. त्याच्या मनावर हा घाव इतका खोलवर लागला की बस! आणि त्याला कल्पनाही नव्हती की हा पडणारा बॉम्ब ॲटमबॉम्ब आहे. त्याला याची काहीच कल्पना नव्हती. तो तर नेहमीच बरोबर असायचा आणि बॉंब टाकण्याची आज्ञा द्यायचा. जसे सर्वसाधारण बॉंब आहेत तसाच हा बॉंब असेल असे त्याला वाटले. त्याला काहीही माहिती नव्हते. त्याला तर फक्त इशारा द्यायचा होता की ही योग्य जागा आली आहे, आता बॉंब टाकून दे.

बॉंबमध्ये काय आहे, साधारण बॉंब आहे की ॲटमबॉंब आहे, याची त्याला काहीसुद्धा कल्पना नव्हती. हे तर त्याला दुसऱ्या दिवशी कळले की हे जे भयानक हत्याकांड झाले यामध्ये माझासुद्धा हात आहे. तो खूप उद्विग्न झाला. त्याने नोकरीचा राजीनामा दिला आणि अमेरिकेमध्ये गावागावामध्ये जाऊन अणुबॉंबच्या विरोधात प्रचार करू लागला आणि त्याच्या बोलण्यामध्ये शक्ती होती, कारण त्याने हिरोशिमा आपल्या डोळ्यांनी बघितले होते. पेटून उठणारे आगीचे लोळ, किंकाळ्या, ओरडणे आणि नरक! मृत्यूचे ते तांडवनृत्य! त्याच्या म्हणण्यामध्ये जोर होता. सरकारसुद्धा थोडे भयभीत झाले होते. लोक त्याचे बोलणे ऐकत होते, काळजीपूर्वक ऐकत होते. सरकारने वीस मानसशास्त्रज्ञांचे

एक आयोग नेमले. आणि त्या मानसोपचार शास्त्रज्ञांच्या आयोगाने त्या माणसाला वेडे ठरवून वेड्यांच्या इस्पितळात ठेवले.

ही गोष्ट मोठी अघटित घडली. पहिला माणूस वेडा आहे हे समजू शकतो, ज्याने एक लाख लोक मारले आणि म्हणतो की रात्री मी निश्चिंतपणे झोपलो, कारण काय तर मी आज्ञेचे पालन केले आहे. हा दुसरा माणूस वेडा नाहीये, परंतु सरकारने त्याला वेडे करून टाकले आहे.

या जगामध्ये तुमच्याजवळ हृदय असेल तर तुम्ही वेडेच समजले जाल. समजा तुमच्याजवळ संवेदनक्षमता असेल तर तुम्ही वेडे समजले जाल. ही दुनिया खूप विचित्र आहे. इथे वेडे राजकीय नेते म्हणून बसले आहेत. इथे वेड्यांचे कोंडाळे राजधानीमध्ये येऊन बसले आहे.

तो तत्त्वज्ञानी माणूस होता : तो 'डावीकडे वळा, उजवीकडे वळा' हे ऐकत नव्हता. तो म्हणायचा, 'विचार करतो आणि नंतर करतो. विचार न करता कोणतेही काम कसे करायचे?'

त्याला स्वयंपाकघरात पाठवून दिले. जनरल त्याच्या मागे गेला आणि म्हणाला, "तू एक छोटेसे काम कर. हे जे मटारचे दाणे बघितलेस त्यातील लहान दाणे एका बाजूला कर आणि मोठे दाणे एका बाजूला कर. दोन ढीग बनव."

दोन तासाने परत येऊन बघितले तर तो माणूस तेथल्या तेथेच डोक्याला हात लावून बसलेला. मटारचे दाणे तसेच पडलेले! जनरलने विचारले, "आता हे काय करतोस? अजूनपर्यंत सुरू केले नाही? काम खूप अवघड आहे?"

तो म्हणाला, "खूप अवघड आहे. कारण की काही मोठे आहेत, काही छोटे आणि काही मधले आहेत आणि मधल्यांना कुठे ठेवायचे – इकडे की तिकडे?"

सुषमाचा प्रश्न असाच आहे — 'डोळ्यांनी विचारू की कोरा कागद पाठवू? हे विचारू की ते विचारू? आज विचारू की उद्या विचारू?'

समजा कुणाचे नुकसान होणार नसेल तर वाट बघण्याची कोणतीही गरज नाही आणि कोणाचे नुकसान होणार असेल तर जितका वेळ लावणे शक्य असेल तेवढा लावावा. समजा बॉंब टाकायचा असेल तर खूप विचार करून टाका, टाकायचा की नाही टाकायचा? मटारचे दाणेच वेगवेगळे करायचे आहेत, एखादा मधल्या आकाराचा दाणा इकडे तिकडे गेला तर काय फरक पडतो.

निर्दोष काम करायचे असेल तर वेळ लावण्याची गरज नाही. निर्दोष कृत्य करताना विचार करत राहिलात तर वेळ लागेल. दोषी कृत्य करण्यापूर्वी खूप विचार करा मग तुम्ही दोषापासून मुक्त होऊन जाल, कारण दोषी कृत्य चिंतनामध्ये

आणाल तर तुम्ही ते नंतर कधीच करू शकणार नाही आणि समजा पुण्य करण्यापूर्वी तुम्ही खूप विचार करत बसलात, तर पुण्याचे काम तुमच्या हातून निसटून जाईल. तुम्ही ते कधीच करू शकणार नाही.

> शबनमी पलके उठा लूं या झुका लूं
> रश्मियों में चांद की किसका निमंत्रण मिल रहा है
> कौन है जो दूर हो कर भी किसी को छल रहा है
> अनमिले वरदान की कुछ चाह ऐसी आ गई है
> प्यार से तुमको बुला लूं या सजा लूं
> शबनमी पलकें उठा लूं या झुका लूं।
> कल्पनाओं में पलें अरमान मन को छटपटाते
> चीर नभ का तम, तजीले मेघ रह-रह मुस्कराते
> याद धुंधली पड गई है, आज फिर भी कसमसाती
> दीप आशा का बुझा लूं या जला लूं
> शबनमी पलकें उठा लूं या झुका लूं।
> जानती मैं भी नही, पर चाहती तुमको बताना
> भोर की पलकें उनींदी देखती सपना सुहाना
> मांग में सिंदूर भर उषा चली रवि को रिझाने
> स्वप्न की हर बात कह दूं या छिपा लूं
> शबनमी पलकें उठा लूं या झुका लूं!

सुषमा, अशा विचारांमध्ये तू अडकून पडू नकोस. माझ्याबरोबर जे काही क्षण तू घालवले आहेस, ते क्षण खूप मौल्यवान आहेत. त्यांना निरर्थक पर्यायांमध्ये संपवून टाकू नकोस. माझ्याबरोबर निर्विकल्प होऊन रहा.

आणि निर्विकल्प होण्याचा एकच उपाय आहे. जे चांगले आहे ते करण्यासाठी विलंब लावू नकोस.

मनाच्या या दोलायमान अवस्थेला संपवून टाक. आणि ज्या दिवशी मनाची ही दोलायमान अवस्था संपते त्याच दिवशी 'मन'सुद्धा थांबते. कारण मन म्हणजेच चंचलपणा!

तुम्ही बघितलंय समुद्रामध्ये लाटा उसळतात तेथे मध्येच वावटळ उठते, तुफान येते! लाट हरवते, पुन्हा शांत होते. तुम्हाला कोणी विचारले की आता तुफान कुठे आहे, तेव्हा काय सांगाल? का तुम्ही असे सांगाल की तुफान आता शांत होऊन गेले आहे? हे बोलणे बरोबर होणार नाही. तुफान आत्ता नाहीये, शांत काय झाले आहे? तेव्हा होते, आत्ता नाहीये.

मनही असेच आहे. चंचल– इथे तिथे तरंग, विकल्प, हजार हजार विकल्प, हजारो वाटा! आणि माणूस थबकून थांबला आहे, कापतो आहे : हे करू, ते करू. 'मन' असेच आहे. असे करण्याचा चंचलपणा जेव्हा संपेल त्या दिवशी तुमच्या लक्षात येईल, की आज मनसुद्धा नष्ट झाले आहे. मग पुन्हा तरंगविरहित समुद्र आहे.

असे समजा की मन तुमच्या चंचलपणाच्या अवस्थेचे नाव आहे. तुम्ही तेच आहात. जेव्हा चंचल होता तेव्हा 'मन' बनून जाता. जेव्हा चंचल अवस्था जाते तेव्हा 'आत्मा' बनून जाता.

आत्मा आणि मन एकाच ऊर्जेच्या दोन अवस्था आहेत.

परंतु प्रश्न चांगला आहे. चला एवढे तरी विचारले. हेसुद्धा प्रथमच विचारले. या वेळेस तरी हिंमत केली. काही विशेष विचारले नाही, पण विचारले. हा प्रश्न लिहून तर पाठवला.

प्रश्न प्रेमपूर्ण आहे.

बऱ्याचदा असे होते, की ज्यांची बुद्धी खूप विचारांनी भरलेली असते, त्यांना प्रश्न विचारणे सोपे जाते. परंतु प्रश्न जेव्हा हृदयापासून येतो तेव्हा अवघड होऊन जाते. कारण सुरुवातीला तर तो तयारच होत नाही, नीट व्यवस्थित शब्दांमध्ये बसत नाही. म्हणून कदाचित सुषमा विचार करत असेल की समोरासमोर विचारू की कागद पाठवू? कारण हृदयापासूनचे प्रश्न शब्दांमध्ये, भाषेमध्ये नीट येत नाहीत. प्रेमाला भाषा नसते. येते तेव्हा ती खूप अधुरी वाटते. मोडलेली, तुटलेली वाटते, खंडित होते आणि कोणत्याही प्रकारे भाषेमध्ये गुंफायला लागतो तेव्हा असे वाटते जे गुंफायचे होते ते तर गुंफलेच जात नाही, वेगळेच काही तरी होऊन जाते. त्याचे स्वरूपच बदलून जाते.

तसेच तुमचे आहे. आता सूर्याचा प्रकाश पडतो आहे, पक्ष्यांचे गीत आहे, हवेमध्ये सुगंध आहे– हे सगळे एका पेटीमध्ये बंद करून घ्या आणि ती पेटी घरी आणून उघडून बघा, त्यामध्ये तुम्हाला काहीही मिळणार नाही; ना सूर्याची किरणे, ना पक्ष्यांचे गीत, ना हवेतील सुगंध, काहीसुद्धा नाही – रिकामी पेटी असेल. प्रत्यक्षात तुम्ही जेव्हा पेटी बंद केली होती तेव्हा पेटीवर सूर्याची किरणे पडत होती, वातावरणामध्ये पक्ष्यांचे गीत होते, सगळे होते : परंतु जेव्हा पेटी बंद करून घेऊन गेली तेव्हा पेटीमध्ये काहीही आले नाही.

शब्द असेच असतात. त्यामध्ये प्रेम बांधले जात नाही. प्रेम सूक्ष्म आहे; तर शब्द जड (स्थूल) आहेत.

म्हणून भक्त रडतो; सांगू शकत नाही. अश्रू सांगतात. भक्त नाचतो– नृत्याद्वारे सांगतो. भक्त बोलत नाही. गप्प होतो. मौनाद्वारे सांगतो.

जे दुःख प्रेमिकांचे आहे तेच दुःख भक्तांचे आहे–
'तुम को बांध चुकी हूं मन में
संध्या की बेला यह सूनी
आकुलता बढ जाती दूनी
रवी भी बंधा हुआ है देखो
अपनी किरणों के बंधन में
तुमको बांध चुकी हूं मन में।
बैठ नीड़ में चोंच मिला कर
अपने उर में स्वर्ग बसा कर
पक्षी कहते : जान गये हम
सुख से रहना इस जीवन में
तुमको बांध चुकी हूं मन में।
बांध तुम्हें क्या मुक्त बनी मैं
पीडाओं की बनी धनी मैं
समझोगे तब, खो जाउंगी
जब मैं अपने सूनेपन में
तुमको बांध चुकी हूं मन में।'

माणसा-माणसांना, सीमांना प्रेम एकत्र आणते तेव्हासुद्धा भाषा असमर्थ होते. ह्या मिलनाला व्यक्त करायलासुद्धा असमर्थ होते. परंतु जेव्हा कोणी परमेश्वराच्या प्रेमामध्ये पडते तेव्हा तर सीमेचे असीमशी मिलन होते. तेव्हा तर ती बाब अजूनच अवघड होऊन जाते.

समजा कधी कोरा कागद पाठवला तरी काही हरकत नाही. मी समजून घेईन, वाचेन. समजा कधी समोरासमोर सांगितले तरी काही हरकत नाही. कधी रडून, कधी नाचून, कधी गुणगुणत सांगितले तरी हरकत नाही; पण सांग! दोलायमान, चंचल राहू नको. निर्णायक हो. निर्णय घेत घेत, स्थिर होता होता एक दिवस 'मन' संपून जाते.

शेवटचा प्रश्न : *आपले बोलणे ऐकतो तेव्हा परमेश्वराच्या शोधाचा विचार येतो; परंतु समजत नाही कुठून सुरू करू?*

कुठूनही सुरू करा; पण सुरुवात करा. परमेश्वर सगळीकडे आहे. जेथून सुरू कराल, तेथून सुरू होईल. कुठून सुरू करू या प्रश्नामध्ये अडकून पडू

नका. कारण परमेश्वर तर एक प्रकारचे वर्तुळ आहे. म्हणून तर जगामध्ये इतके धर्म आहेत. कारण इतक्या ठिकाणांपासून सुरुवात होऊ शकते. जगामध्ये तीनशे धर्म आहेत. या दुनियेमध्ये तीन हजारसुद्धा धर्म होऊ शकतात; तीन लाखसुद्धा होऊ शकतात आणि तीन कोटीसुद्धा होऊ शकतात. या दुनियेमध्ये प्रत्यक्षात जेवढे लोक आहेत तेवढे सुद्धा धर्म होऊ शकतात. कारण प्रत्येक व्यक्तीची सुरुवात दुसऱ्या व्यक्तीपेक्षा वेगळी असते.

कुठूनही सुरू करा. या प्रश्नाला खूप महत्त्व देऊ नका. सुरुवात करण्याला महत्त्व द्या आणि लक्षात ठेवा, की जेव्हा कोणीही सुरुवात करतो तेव्हा चूक-भूल होतेच. कुठून सुरू करू हा गणिताचा प्रश्न आहे. यामध्ये भीती एकच आहे, की चुकीची सुरुवात होऊ नये– सुरुवातीलाच चूक होऊ नये.

समजा लहान मुलगा चालायला लागण्यापूर्वी हे विचारू लागेल, की कुठून सुरू करू, कसे सुरू करू, कुठे पडणार तर नाही ना, गुडघ्यावर जखम तर होणार नाही ना, तर तो मुलगा कधीच चालायला लागणार नाही. त्याला तर सुरू करावेच लागेल. सगळे धोके लक्षात घ्यावे लागतील. सगळे भय लक्षात घेऊन सुरू करावे लागेल. एक दिवस मुलगा जेव्हा प्रथमच उठून उभा राहतो, तेव्हा त्याचे चालणे असंभव वाटते. आत्तापर्यंत रांगत होता, आज अचानक उभा राहिला.

मूल जेव्हा उभे राहते तेव्हा आई एकदम खुष होते. प्रत्यक्षात धोक्याचे दिवस येतात. आता पडेल, गुडघे खरचटतील, रक्त येईल. पायऱ्यांवरून पडेल. धोक्याची सुरुवात व्हायला लागते. जोपर्यंत रांगत होता तोपर्यंत काळजी नव्हती, सुरक्षित होते; परंतु सुरक्षेमध्ये किती दिवस बंद राहणार?

मुलाला चालावे लागेल. धोका पत्करावा लागेल. नाहीतर लंगडाच राहील. आणि किती तरी वेळा पडेल.

मुलगा जेव्हा प्रथम बोलायला लागतो, तेव्हा तो अडखळत बोलतो. कोणी एकदम भाषाप्रभु तर होणार नाही! आत्तापर्यंत कोण झाले आहे? अडखळणार! चुका होणार! काहीला काही वेगळेच म्हणेल, म्हणायचे असेल एक आणि प्रत्यक्षात वेगळेच काही म्हटले जाईल. परंतु मुले हिंमत करतात. म्हणून तर ती एक दिवस बोलायला लागतात. यातूनच एक दिवस कालिदास, शेक्सपिअरसुद्धा निर्माण होतात. बुद्ध आणि येशू जन्माला येतात.

तेव्हा तुम्ही जेव्हा सुरू कराल तेव्हा ते अडखळत बोलण्यासारखेच होईल ना! यामध्ये तुम्ही पूर्णत्वाची अपेक्षा करू नका. चुका तर होणारच! चूक होईलसुद्धा! जो चुकांपासून स्वतःला वाचवायला बघेल, तो कधीही चालू शकणार नाही, बोलू शकणार नाही, तो जगूही शकणार नाही.

नेहमी असेच होते, की जे लोक चुकांपासून स्वत:ला वाचवतात ते जगण्यापासून वंचित राहतात. जगामध्ये एकच चूक आहे – चुकांपासून वाचण्याचा अतिशय प्रयत्न करणे.

तुम्ही विचारता: 'तुमचे बोलणे ऐकतो तेव्हा परमेश्वराचा शोध घेण्याचा विचार येतो. परंतु समजत नाही कुठून सुरू करू!'

कुठूनही कर. मशिदीमधून कर, मंदिरापासून कर, गुरुद्वारापासून कर, मूर्तीपासून कर. कुराण, वेद, गीता-पुराण कुठूनही सुरू कर. नदी-पर्वत, दगड, कशाचीही पूजा करून सुरुवात कर; पण सुरू कर. तुला माझा सल्ला मानायचा असेल तर मी सांगतो : निसर्गापासून सुरुवात कर. कारण प्रकृतीमध्येच (निसर्गामध्ये) परमेश्वर लपलेला आहे. झाडांना-फुलांना बघा, चंद्र-ताऱ्यांना बघा, नदी-समुद्राला बघा. परमेश्वर या सगळ्यांमध्ये लपला आहे. इथेच त्याचा शोध घ्या.

तेव्हा परमेश्वराला शोधायचे पहिले पाऊल प्रकृतीपासून उचला. निसर्गामध्ये दिसला तर तो सगळीकडे दिसायला लागेल.

प्रसिद्ध इंग्लिश कवी टेनिसनने लिहिले आहे, 'एका फुलाला मी आश्चर्यकारक स्थितीमध्ये उमलताना पाहिले. एका दगडाच्या कपारीमध्ये, दोन दगडांच्या मध्ये थोडीशी भेग होती, त्यामध्ये ते फूल उगवले होते.' विस्मयाने टेनिसन अवाक झाले आणि त्यांनी आपल्या डायरीमध्ये लिहिले — 'समजा मी जर या फुलाला पूर्णपणे समजून घेतले, तर मला साऱ्या अस्तित्वाची जाणीव होईल आणि परमेश्वराची अगाध लीलासुद्धा समजेल! एका फुलामध्ये सारे काही दडले आहे. फक्त एका फुलामध्ये!'

'सरेशाम फिर बाग में आ गया हूं
इसी मखजने-रंगो-बू की लगन में
कि जिसने कभी रूह को ताजगी, कैफो-मस्ती की दौलत अता की
फजां को दिलावेजी-ए-जाविदा दी
निगाहों को हुस्ने-तलब के नए जाविये
दिल को तहजीबे-जजबात दे कर
रिवायत से प्यार करना सिखाया
यहां कासनी ऊदे-ऊदे, गुलाबी, शहाबी
सभी फूल है सब्जाजारों में जाएं तो बेले की खुशबू
फरावां-फरावां कहीं मोतिये और चमेली की महकार राहत-बदामां
गुलाबों के तख्तों में हर दीदा-ओ-दिल की तसकीं क सामा
यहां ढाक है
जिसके फूलों से मुगलों ने अपनी तस्वीर के रंग उभारे

उसी ढाक के रंग की दिलकशी से
'बसावन' ने, 'दसवंत' ने मुगल-ए-आजम के दरबार में दाद पाई
यहां एक बूढा शजर भी है
जो जीस्त के खारजारोंसे तंग आ के गौतम बना
ज्ञान में महव है
सुबक गाय वादे-मुअत्तर के झोंको से फरहां व शादां
हुजूमें गुलो-रंग पर तब्सिरे कर रहे है
सरेशाम फिर बाग में आ गया हूं'
संध्याकाळपासूनच मी बागेत आलो आहे.
'इसी मखजने-रंगो-बू की लगन में'
हा रंगांचा आणि सुगंधाचा खजिना मला इथे ओढून घेऊन आला आहे.
'कि जिसने कभी रूह को ताजगी
कैफो-मस्ती की दौलत अता की'

कारण याचमुळे जीवनामध्ये कधी कधी मजा आली. याच्यामुळेच कधी कधी जीवनामध्ये आनंदाची चव मिळाली आणि कधी कधी आत्म्याची झलकसुद्धा दिसली.

कि जिसने कभी रूह को ताजगी
कैफो-मस्ती की दौलत अता की

म्हणून तर कधी समुद्राकडे बघताना ध्यान करावेसे वाटते. कधी हिमालयावरील शांत हिरवळ बघून तुमचे मनही आतल्या आत प्रफुल्लित होऊन जाते. कधी गुलाबांच्या पाकळ्यांना उमलताना बघून तुमचे मनसुद्धा आतमध्ये उमलते.

आपण या निसर्गाचा एक भाग आहोत. आपणही एक झाड आहोत. आपलीसुद्धा मुळे इथे आहेत. ही जमीन जितकी वृक्षांची आहे तितकीच आपलीसुद्धा आहे. हे वृक्ष जसे जमिनीतून निर्माण झाले तसेच आपणही जन्माला आलो. समुद्रामध्ये जे पाणी हेलकावे घेत आहे, तेच पाणी आपल्या आतमध्येही हेलकावत आहे. वृक्षामधील जे हिरवेपण आहे, तेच आपलेसुद्धा जीवन आहे.

कि जिसने कभी रूह को ताजगी
कैफो मस्ती की दौलत अता की
फजां को दिलावेजी-ए-जाविदां दी

या सौंदर्याला बघताय, त्याने या प्रकृतीला कसे अमरत्व दिले आहे. झाडे येतात–जातात. हिरवेपण कायम राहते. हिरवाई अमर आहे. फुले येतात –

जातात पण बगीचा तसाच राहतो, बगीचा अमर आहे. आज एक रोप आहे, उद्या दुसरे असेल. परवा तिसरे असेल, परंतु तीनही एका जीवनाचे भाग आहेत. एकच परंपरा आहे. एकच सातत्य आहे.

फजां को दिलावेजी-ए-जाविदां दी
निगाहों को हुस्ने-तलब के नए जाविये

आणि ज्यांनी निसर्गाला बघितले, त्यांनाच नवीन दिशा, नवीन दृष्टिकोन, नवीन दर्शन प्राप्त होते. 'निगाहों को हुस्ने-तलब के नए जाविये।' त्यांनाच सौंदर्याला पारखण्याची नवीन दृष्टी मिळते. नवीन निकष मिळतात.

'दिल को तहजीबे-जजबात दे कर।'... याच प्रकृतीच्या माध्यमाद्वारे भावनांना सभ्यपणा मिळतो आणि जे लोक निसर्गाला अपरिचित असतात त्यांच्या भावनांमध्ये शिष्टाचार-सभ्यपणा नसतो. ज्यांनी अजून कधीही फूल उमलताना पाहिले नाही, तो माणूस कधी पूर्ण होऊ शकत नाही. ज्याने कधी शांत बसून पक्ष्यांचे गाणे ऐकले नसेल आणि फक्त माणसांचे आवाजच ऐकत आला आहे, तो माणूसच नाही. ज्याने कधी रात्री चंद्र-ताऱ्यांबरोबर हितगूज केले नसेल, तो माणूस माणूस नाहीच मुळी! तो माणूस खूप अपूर्ण आहे.

लंडनमध्ये खूप वर्षापूर्वी लंडनमधील मुलांची गणना केली होती. त्यांना प्रश्न विचारले गेले. जेव्हा मी ती गणना (मोजणी) बघितली तेव्हा माझे हृदय अश्रूंनी दाटून आले. लंडनमधल्या एक लाख मुलांनी हे सांगितले होते, की त्यांनी गाय बघितली नाही, शेते बघितली नाहीत.

सिमेंटने बनवलेले रस्ते जगण्याचा मार्ग दाखवत नाहीत, ते मृत्यूचा मार्ग दाखवतात. आकाशाला भिडणाऱ्या सिमेंटच्या उंच इमारती, उंच घरे, जेथून वृक्ष दूर गेले आहेत, तेथून परमेश्वरही दूर गेला आहे.

मशीन आणि मनुष्याने बनवलेल्या गोष्टी तुम्हाला परमेश्वराचा मार्ग कसा दाखवतील? मनुष्याने बनवलेल्या गोष्टी मनुष्याला मार्ग दाखवतात. गाड्या आहेत, विमाने आहेत, मोठे मोठे कारखाने आहेत, धूर ओकणाऱ्या मोठमोठ्या चिमण्या आहेत, खूप उंच घरे आहेत. लांबरुंद सिमेंटचे रस्ते आहेत, या सगळ्यांमध्ये तुम्ही परमेश्वराला कुठे शोधणार? आणि या सगळ्यांमध्ये तुम्हाला परमेश्वराबद्दल शंका वाटायला लागली तर त्यामध्ये गैर काय आहे?

परमेश्वराला शोधायचे असेल, तर तेथे शोधा जेथे गोष्टी वाढतात. मोठ्यात मोठे घरसुद्धा आपोआप वाढत नाही. त्यामध्ये जीवन नाही. लांबच लांब रस्ता सुद्धा आपोआप वाढत नाही, त्यामध्येही जीवन नाही. ते एका बीजामध्ये लपले आहे. लंडनमध्ये, न्यूयॉर्कमध्ये जेवढे दडले आहे, त्याच्यापेक्षा अधिक एका

छोट्याशा बीजामध्ये लपले आहे. कारण बीज वाढते. बीजामध्ये जीवन दडले आहे आणि जीवनामध्ये परमेश्वर लपला आहे.

'दिल को तहजीबे जजबात दे कर।'... ज्या माणसांनी फक्त माणसांनी बनवलेल्याच गोष्टी बघितल्या आहेत, तो माणूस कठोर बनेल आणि ज्याने परमेश्वराने बनवलेल्या कोमल-नाजूक गोष्टी बघितल्या आहेत तो माणूस भावनेच्या दृष्टीने संस्कारित, सभ्य झालेला असेल.

दिल को तहजीबे जजबात दे कर
रिवायत से प्यार करना सिखाया

ज्याने निसर्ग अनुभवला आहे, तोच शाश्वतावर प्रेम करू शकेल, कारण तो बघेल इथे शाश्वत आहे. गुलाबांची फुले खूप उमलली आणि कोमेजून गेली, परंतु गुलाबाचे फूल आहे. काहीही फरक पडत नाही, एक फूल जाते, ती जागा दुसरे फूल भरून काढते. परमेश्वराची निर्मिती अनंत आहे.

'यहां कासनी ऊदे-ऊदे गुलाबी, शहाबी।'

सारी फुले आहेत.

आणि हा निसर्ग तुम्ही बघाल तर तुमच्या लक्षात येईल, की इथे किती प्रकारची फुले आहेत. किती रंग, किती प्रकार! अद्वितीय! कुठे गुलाब, कुठे झेंडू, कुठे कमळ, कुठे चंपा, कुठे चमेली! सगळे किती भिन्न! सगळ्यांमध्ये एकाचाच वास आहे, एकाचाच सुगंध आहे.

असेच लोकसुद्धा वेगळे वेगळे आहेत. असेच भिन्न भिन्न आहेत. त्यांच्या प्रार्थना वेगवेगळ्या असणार. त्यांच्या भावना भिन्न असणार!

निसर्गाकडे बघाल तर त्या भिन्नतेमध्येसुद्धा एकता दिसेल आणि ज्याला भिन्नतेमध्ये एकता नजरेस पडेल, त्याला मनुष्याचा अन्तस्तल दिसायला लागेल.

यहां कासनी ऊदे-ऊदे, गुलाबी, शहाबी – सारी फुले आहेत.

सब्जाजारो जाएं तो बेले की खुशबू

आणि समजा अधिक आतमध्ये गेलो की वेलींचा मोहकपणा, गंध अधिकाधिक जाणवायला लागतो.

'कहीं मोतिये, कहीं चमेली की महकार राहत-बदामां'....

कुठे मोगरा, तर कुठे चमेलीचा सुगंध, आनंद देणारा!

'गुलाबों के तख्तों में हर दीदा-ओ-दिल की तसकीं का सामा।...'

तुमच्याजवळ ते बघण्याची दृष्टी असेल तर लक्षात येईल, की प्रत्येक फुलामध्ये तुमचे दुःख संपवण्याचे सामर्थ्य आहे, तुमची अस्वस्थता मिटवून टाकण्याचे सामर्थ्य आहे.

'गुलाबों के तख्तों में हर दीदा-ओ-दिल की तसकीं का सामा' ...

डोळ्यांना आणि मनाला संतुष्ट करून टाकणारे रहस्य, जादू चारही बाजूला पसरली आहे.

– इथे पळस आहे.

ज्याच्या फुलांपासून मोगलांनी आपल्या तसबीरी रंगवल्या होत्या.

'बसावन' व 'दसवंत' ने मुगले आजमच्या दरबारात दाद मिळवली होती.

अकबराच्या काळामधले हे दोन चित्रकार, त्यांनी पळसाच्या रंगानीच चित्रे रंगवली आणि खूप शाबासकी मिळवली, खूप मानसन्मान मिळवला.

'यहां एक बूढा शजर भी है।

जो जीस्त के खारजारोंसे तंग आ के गौतम बना'

– इथे एक मोठा वृक्षसुद्धा आहे.

जो आयुष्यातील दुःखांनी, वेदनांनी, वाटेवर आलेल्या काट्यांनी खूप वैतागला आणि 'गौतम' (बुद्ध) बनला...

'यहां एक बूढा शजर भी है।

जो जीस्त के खारजारों से तंग आ के गौतम बना

ज्ञान में महब है।'

– जो आपल्या ध्यानामध्ये बसला आहे, जो शांत झाला आहे, ज्याने बाहेरून आपले डोळे बंद करून घेतले आहेत, जो आपल्या आतमध्ये बुडून गेला आहे.

'यहां एक बूढा शजर भी है।

जो जीस्त के खारजारों से तंग आ के गौतम बना

ज्ञान में महब है

सुबह गान वादे-मुअत्तर के झोंको से फरहां व शादां

हुजूमें गुलो-रंग पर तब्सिरे कर रहे है।'

– आणि मंद गतीने हवा येत आहे, प्रसन्न हवा येत आहे. प्रत्येक फुलाजवळ थोडा वेळ घुटमळते. आनंद घेते आणि पुढे जाते.

निसर्गाच्या जवळ जा.

तुम्ही विचारता : कुठून सुरू करू?

मी म्हणतो : निसर्गापासून सुरू करा. निसर्गामध्ये रममाण व्हा, बुडून जा. कमीत कमी एक तास तरी शोध घ्या, जो माणसांपासून दूर, एका दुसऱ्या भाषेमध्ये, एका दुसऱ्या जगामध्ये तुम्हाला घेऊन जाईल.

माणसांच्या गर्दीपासून सुटका पाहिजे. त्यासाठी दरवाजा उघडा. निसर्ग श्रेष्ठ आहे. त्याला बघण्याचे सामर्थ्य तुमच्यामध्ये येईल, तेव्हा तुम्हाला अचानक

जाणवेल, की परमेश्वर दूर नाही, इथेच कुठेतरी लपला आहे. हे सारे रंग त्याचेच आहेत. या सगळ्यांच्या मागे त्याचाच हात आहे, या सगळ्यांच्या मागे त्याच्याच हृदयाची धडधड आहे.

माणसांमध्येच राहिलात, माणसांमध्येच अडकून पडलात तर ते मात्र चुकीचं ठरेल. त्यापेक्षा त्याला थोडं विसरा!

मी तुम्हाला हे सांगत नाही, की तुम्ही कायमचे जंगलामध्ये पळून जा. मी तुम्हाला हेसुद्धा सांगत नाही, की तुम्ही सारखेच वृक्ष-वेलींमध्ये रममाण व्हा. तेसुद्धा चुकीचे होईल. कारण तुम्हाला कधी तरी जाणीव होईल, त्या दिवशी तुम्हाला समजेल, की मनुष्यसुद्धा त्याचीच अभिव्यक्ती आहे. त्याची सगळ्यांत मोठी अभिव्यक्ती माणूसच आहे. फुलांमध्ये काहीच फुलले नाही माणसामध्ये चैतन्य फुलले आहे.

मग अ ब क पासून सुरुवात करा. कदाचित मनुष्याला तुम्ही अजून समजूही शकणार नाही. अडखळण्यापासून सुरुवात करा. मग या माणूस नावाच्या महाकाव्यालासुद्धा समजू शकाल.

ज्या दिवशी तुम्हाला फुलामध्ये परमेश्वराचे रूप दिसेल, त्या दिवशी तुम्हाला लोकांच्या डोळ्यांमध्ये परमेश्वराचे रूप दिसणार नाही? कोणते फूल लोकांच्या डोळ्यांशी सामना करू शकेल? तुम्हाला फुलामध्ये देव दिसत असेल, तर एखाद्याच्या ओठांवर फुललेल्या हास्यात तुम्ही त्याला नाही पाहू शकणार? कोणते फूल लोकांच्या हसण्याशी सामना करू शकेल. फुले उमलतात आणि त्यांचा आवाज येतो, पण जेव्हा एखादा माणूस हसतो आणि त्याच्या हसण्याने हास्याचे जे काही फवारे उडतात, त्याचा सामना कोणते फूल करू शकेल?

मनुष्य आहे, वृक्ष बहरलेले आहेत, खूप शांत आहेत; परंतु माणसाचा आनंद, त्याचे जीवन, उत्साह याचा सामना कोण करू शकेल!

हे खरे आहे, की एखादा जुना वृक्ष तुम्हाला दिसेल, तो आपल्यामध्ये शांत बसला आहे, मुग्ध झाला आहे, ध्यानामध्ये गढून गेला आहे; परंतु गौतम बुद्धाशी कोणताही वृक्ष सामना करू शकणार नाही. ज्या वृक्षाखाली बसून गौतम बुद्ध बनले होते, तो वृक्षसुद्धा नाही.

मनुष्याची चेतना जगाच्या अस्तित्वाचे आत्यंतिक आणि अखेरचे फूल आहे. म्हणून मी मनुष्याला हे सांगत नाही, की तू नेहमीसाठी पळून जा. मी हे सांगतो, की मनुष्याला समजून घ्यायचे असेल तर थोड्या वेळासाठी माणसांपासून मुक्त होऊन जा. थोडेसे दूर जा. थोडी झाडांशी मैत्री करा. पक्षी, प्राणी, झाडे यांच्याशी मैत्री करा आणि जेव्हा तुम्ही माणसांमध्ये पुन्हा याल, तेव्हा तुमच्या असे लक्षात येईल, की पक्षी, झाडे, प्राणी यांच्याकडून जे धडे घेऊन तुम्ही

आलात त्यामुळे तुमचे हृदय विशाल आणि तुमच्या भावना अधिक सजग झाल्या आहेत. तुम्ही एखाद्या काव्याने – अभिनव काव्याने भारावून जेव्हा मनुष्याकडे बघाल, तेव्हा तुम्ही ओळखाल, की माणूस परमेश्वराचे दुसरे रूप आहे.

म्हणून म्हणतो, प्रकृतीपासून सुरू करा.

आज एवढेच!

■

'कहें कबीर मैं पूरा पाया।'मधून

सूत्र

रे यामै क्या मेरा क्या तेरा।
लाज न मरहिं कहत घर मेरा।।
चारि पहर निसि भोरा, जैसे तरवर पंखि बसेरा।
जैसे बनिये हाट पसारा, सब जग कासो सिरजनहारा।।
ये ले जारे वे ले गाडे, इन दुखिइनि दोऊ घर छाडे।
कहत कबीर सुनहु रे लोई, हम तुम्ह विनसि रहेगा सोई।।

मन तू पार उतर कह जैहौं।
आगे पंथी पंथ न कोई, कूच-मुकाम न पैहों।।
नहिं तहं नीर नाव नहिं खेवट, ना गुन खैंचनहारा।
धरती-गगन-कल्प कछु नाही, ना कछु वार न पारा।।
नहिं तन नहिं मन, नहीं अपनपौं, सुन्न में सुद्ध न पैहो।
बलीवान होय पैठो घट में, वाहीं ठौरे होइहौं।।
बार हि बार विचार देख मन, अन्त कहूं मत जैहो।
कहै कबीर सब छाड़ि कल्पना, ज्यों के त्यों ठहरैहौ।।

ज्यूं मन मेरा तुज्झ सौं, यों जे तेरा होइ।
ताता लोहा यौं मिलै, संधी न लखई कोइ।।
कबीर जाको खोजते, पायो सोई ठौर।
सोई फिरि कै तूं भया, जाको कहता और।
मारे बहुत पुकारिया, पीर पुकारे और।
लागी चोट मरम्म की, रह्यो कबीरा ठौर।।

प्रवचन दोन

काय तुझे काय माझे

दोस्तो! तुम इसे महसूस करो या न करो
रोशनी जहर की लपटों में सिमट आई है
चुपके ही चुपके पिये जाती है शबनम का लहू
आओ वो देखो सबे-माह का कातिल सूरज
अपनी किरणों का कमन्द फैंक रहा है हर सू
कौन है कौन नहीं जद में ये सोचा न करो
ख्वाब की लहर सिमट आई है आंसू बनकर
हासिले-शब है यहीं, इसको बचाकर रख लो
अपनी गुम-गश्ता सहर की ये मता-ए-आखिर
हो सके तो इसे दामने में छुपाकर रख लो
हसरते दीदा-ए-नमनाक को रुसवा न करो।

माणसाला जीवनापासून काय प्राप्त करायचे आहे? त्याची शेवटची संपत्ती काय आहे?

'ख्वाब की लहर सिमट आयी है आंसू बनकर
हासिले-सब है यही, इसको बचाकर रख लो'

या आयुष्याच्या पूर्ण अंधाऱ्या रात्रीचा एक परिणाम आहे, तो म्हणजे दुःख! बस एकच संपत्ती आहे, ती म्हणजे अश्रू! इथे मनुष्य काही मिळवत नाही, काही हरवतो मात्र जरूर. या दुनियेमध्ये आपण जितक्या रिकाम्या हातांनी येतो त्यापेक्षा अधिक रिकाम्या हातांनी परत जातो. आपण काही हरवून जातो. बाळ जन्माला येते तेव्हा मुठी तर बंद असतात. रिकाम्याच असतात, पण कमीत कमी बंद तरी असतात. आणि जेव्हा जातो तेव्हासुद्धा रिकाम्या हातांनीच जातो. परंतु तेव्हा मुठी उघड्या असतात. सारे लुटले गेलेले असते.

आयुष्य लुटून नेते – देत मात्र काहीच नाही आणि आयुष्य अशा प्रकारे लुटून नेते, की तुम्हाला काही कळतसुद्धा नाही आणि तुम्ही तर या भ्रमामध्ये राहता की कमवत आहोत, या भ्रमातही राहता की कमवले आहे आणि अजून

कमवत आहोत. हे आपले झाले, ते आपले झाले, इतकी जमीन, इतकी जायदाद, इतके नाव, इतकी प्रतिष्ठा! आणि हे सारे कमावण्याच्या नादामध्ये तुम्ही सारे गमावून बसता.

धनवान माणसापेक्षा अधिक गरीब माणूस शोधणे अवघड आहे आणि जे मोठ्या पदावर बसले आहेत, त्यांच्यापेक्षा अधिक रिता आत्मा शोधणे अवघड आहे. भिकारी आहेत; आणि अशा भ्रमामध्ये आहेत, की ते भिकारी नाहीत. ज्यांच्या लक्षात येते की आयुष्य लुटून नेते, ते भाग्यवान आहेत. आयुष्य लुटारू आहे.

'दोस्तो! तुम इसे महसूस करो या न करो
रोशनी जहर की लपटों में सिमट आई है।'

ज्या दिवशी तुम्ही जन्माला आलात त्या दिवसापासून मरण्याशिवाय तुम्ही दुसरे काहीच केले नाही. त्या दिवसापासून मरत आहात. विष जवळ येत आहे; मृत्यू जवळ येत आहे आणि ज्याला तुम्ही प्रकाश म्हणता तो तर नेहमीच विषाने वेढलेला, घेरलेला आहे.

ज्याला तुम्ही आयुष्य म्हणता, ते तर चारी बाजूने मृत्यूने वेढलेले आहे. मृत्यूचे कफन तुम्ही अंगावर घेतले आहे. एक दिवस जातो आणि तुमचे आयुष्य एक दिवसाने कमी होते, तुम्ही अधिकाधिक अशक्त होता. असा थेंबाथेबाने तुमचा घडा भरून जातो.

आणि गंमत ही आहे की तुम्हाला वाटतंय तुम्ही तुमचा घडा भरत आहात. तुमचा घडा भरत आहे. स्वप्न आता जरासं दूर आहे; पूर्ण होण्याच्या अगदी जवळ आहे. अजून थोडीशी मेहनत केल्यास ध्येयापर्यंत नक्की पोहोचाल.

'दोस्तो! तुम इसे महसूस करो या न करो
रोशनी जहर की लपटों में सिमट आई है।
चुपके ही चुपके पिये जाती है शबनम का लहू'

मृत्यू तुमचे रक्त पीत आहे. असे नाहीये की सत्तर वर्षांनंतर अचानक एक दिवस मृत्यू येतो. मृत्यू प्रत्येक क्षणाला येत असतो; तुम्ही दररोज मरत असता. सत्तराव्या वर्षी मृत्यूचे काम पूर्ण होते; मृत्यू सत्तराव्या वर्षी अचानक येत नाही. हळूहळू येतो; सावकाश येतो. तुम्हाला कळतसुद्धा नाही येतो आणि निघून जातो. त्याच्या पावलांचा आवाजसुद्धा ऐकू येत नाही; साधी कुजबूज नाही; आरडाओरडा नाही; दारावर थापसुद्धा पडत नाही.

'चुपके ही चुपके पिये जाती है शबनम का लहू
आओ वो देखो शबे-माह का कातिल सूरज
अपनी किरणों का कमन्द फैंक रहा है हर सू'

सगळीकडे जाळे आहे! 'कौन है कौन नहीं जद में ये सोचा न करो'– आज कोण मेले, काल कोण मेले, आज जाळ्यामध्ये कोण फसले, उद्या कोण फसेल – याचा विचार करू नका.

जेव्हा कुणी मरते तेव्हा लक्षात घ्या की तुम्हीसुद्धा मेलात; आयुष्य अजून कमी झाले. प्रत्येक मृत्यू तुम्हाला तुमच्या मृत्यूची बातमी देतो.

'दोस्तो तुम इसे महसूस करो या न करो।' ही तुमची मर्जी! अनुभव घ्या, तरच आयुष्यामध्ये धर्माची सुरुवात होते. अनुभव घेतला नाही, तर आयुष्य व्यर्थ गोष्टींच्या समस्यांमध्ये अडकून संपून जाईल. शेवटी लक्षात येईल, की अश्रूंशिवाय हातात काहीच नाही. आयुष्यभर धावलात आणि शेवटी अश्रूंव्यतिरिक्त कोणतीच संपत्ती नाही.

'ख्वाब की लहर सिमट आयी है आंसू बनकर
हासिले-शब है यही...!'

आयुष्याच्या साऱ्या रात्रींनी हेच मिळवले आहे. 'हासिले-शब है यही, इसको बचाकर रख लो।' 'अपनी गुमगश्ता सहर की ये मता-ए-आखिर' जीवनाच्या हरवलेल्या पहाटेची आयुष्याच्या साऱ्या कालावधीची, हरवलेल्या काळाची तीच एक शेवटची संपत्ती आहे – अश्रू!

मृत्यूसमयी माणसाच्या डोळ्यांमधून जे दोन अश्रू गळतात, ती त्याच्या आयुष्याची मिळकत आहे. जो तिला बघतो, वेळेत जागा होतो. मृत्यूच्या पूर्वी जागे व्हाल, तरच जिवंत असाल. मृत्यूच्या पूर्वी जागे झाला नाहीत, तर ते आयुष्य नाममात्रच असेल – तुम्ही मृतवत असाल.

श्वास चालू आहे म्हणून जिवंत आहात असे नाही आणि हृदयाची धडधड म्हणजे आयुष्य नाही. आयुष्य म्हणजे जागरण आहे, कारण जागरणामध्येच बुद्धत्वाची संपदा आहे. बुद्ध न होताच निघून गेलात तर सगळे हरवून गेलात असे होईल.

बुद्ध होऊन जा. कष्ट करा, शपथ घ्या– बुद्ध बनूनच जाऊ, जागे होऊनच जाऊ. असे झोपेमध्ये जगणे आणि झोपेमध्ये मरणे होणार नाही. आतमध्ये प्रकाशाचा एक दिवा लावणार. प्राणाची आहुती देणार. प्राणाला जाळणार पण दिवा लावणार! आणि एकदा आतमध्ये दिवा लावला की तो पुन्हा कधीही विझत नाही. कोणतेही तुफान-वादळ त्याला हिसकावून घेऊ शकत नाही. त्यालाच ज्ञानी लोकांनी संपत्ती म्हटले आहे, जी कधीही हिसकावली जाऊ शकत नाही. जी हिसकावून घेतली जाते त्याला संपत्ती म्हणतच नाहीत.

शहाणे लोक त्याला संपत्ती म्हणतात, जो तुमचा स्वभाव आहे. तुमच्याजवळ असे काही आहे जे तुमच्याकडून हिसकावले जाऊ शकत नाही. विचार करणे;

शोधणे; वादविवाद! तुमच्याजवळ काही आहे जे हिसकावले जाणार नाही?

तुमचे धन हिसकावले जाऊ शकते. तुमचे पद हिसकावले जाऊ शकते. तुमची पत्नी हिसकावून घेतली जाऊ शकते. तुमचा पती हिसकावला जाऊ शकतो. इतर कोणी नाही तर अखेर मृत्यू हिसकावून घेईल. तुमचे शरीरसुद्धा हिसकावून घेतले जाईल आणि तुमचे मनसुद्धा हिसकावून घेतले जाईल.

तुमच्याजवळ असे काही आहे जे लुटले जाणे शक्य नाही, जे लुटण्यासाठी काही उपायही नाही.

त्या वेळचा सम्राट प्रसेनजित महावीरांच्या जवळ गेला आणि महावीरांना म्हणाला, "आपले बोलणे ऐकले आणि मला अगदी स्पष्टपणे जाणवू लागले आहे, की मी एक दरिद्री आहे. माझ्याजवळ सारे काही आहे आणि माझ्याजवळ काहीसुद्धा नाहीये. तुम्ही मला विचार करायला लावले, तुम्ही माझी झोप उडवली. मी एक स्वप्न बघत होतो. सम्राट होण्याचे! परंतु माझ्याजवळ काहीसुद्धा नाहीये. तुम्ही मला दुःखी केले. माझे हृदय संतापाने भरून गेले आहे. मी निर्धन झालो आहे. तुम्हाला जे धन अपेक्षित आहे, ज्या धनाविषयी तुम्ही बोलत आहात, ते मी कुठे मिळवू? कसे मिळवू?"

महावीर म्हणाले, "मी तर 'ध्याना'लाच संपत्ती म्हणतो. दुसरे कोणतेही धन नाहीये. कुठे दुसरीकडे मिळवायला जायचे नाहीये."

परंतु प्रसेनजित तर आयुष्यामध्ये खूप बाहेर फिरला होता. खूप प्रवास केला होता. खूप मोठे राज्य प्रस्थापित केले होते. दूरपर्यंत जिंकून आला होता. विजयाच्या पताका फडकवल्या होत्या. तो म्हणाला, "तुम्ही काळजी करू नका. काहीही असो, कशीही संपत्ती असो, कुठे आहे ते तुम्ही मला सांगा, मी जिंकून आणतो."

महावीर हसले. ते म्हणाले, "इथे जिंकण्याची बाब नाहीये आणि हे बाहेरही नाहीये. फौज-फाटा इथे काही कामाचा नाही."

प्रसेनजित म्हणाला, "आपण त्याची चिंता करू नका. या दुनियेमध्ये मी अशी कोणतीही गोष्ट बघितली नाही, की मी इच्छा व्यक्त केली आणि मी ती मिळवली नाही. मी कोणत्याही प्रकारची किंमत मोजायला तयार आहे. जी काही किंमत असेल ती मी देईन. सगळे राज्य द्यावे लागले तरी चालेल; पण ध्यान घेईनच!"

महावीर म्हणाले, "काहीही देण्याने ध्यान मिळत नाही. ही देण्या-घेण्याची गोष्टच नाही."

परंतु त्याच्या काहीही लक्षात आले नाही. या दुनियेमध्ये त्याने सगळ्या गोष्टी खरेदी केल्या होत्या. सगळ्या प्रकारचा विजय मिळवला होता. विचार

करत होता, 'ध्यान'पण जिंकून घेऊ. ध्यानपण विकत घेऊ. असा प्रसेनजितच विचार करतो असे नाही; तुम्हीसुद्धा अशाच प्रकारे विचार करता. सगळे अशाच पद्धतीने विचार करतात.

त्याला महावीरांचे म्हणणे समजले नाही, तेव्हा महावीर म्हणाले, ''तुम्ही असे करा, तुमच्या गावामध्ये एक गरीब माणूस आहे, त्याला ध्यान मिळाले आहे. तो माझा शिष्य आहे; गरीब आहे, त्याच्याजवळ काहीही नाहीये. तुम्ही त्याच्याकडून विकत घ्या. तो कदाचित विकण्यास तयार होईल.'' महावीरांनी त्याची मजा केली.

प्रसेनजित आपला रथ घेऊन त्या गरिबाच्या दारापाशी गेला, गरिबाने त्याच्या पायावर डोके ठेवले. तो म्हणाला, ''आपण येण्याची काय गरज होती? तुम्ही मला बोलावणे पाठवले असते! आज्ञा केली असती!'' प्रसेनजित म्हणाला, ''यावे लागले. मी ध्यान घ्यायला आलो आहे. महावीर म्हणाले : तुला ध्यान मिळाले आहे. तू भाग्यवान आहेस. तू मला ध्यान देऊन टाक आणि तुला हवे तेवढे धन तू घेऊन टाक.''

तो माणूस हसू लागला. तो म्हणाला, ''मला वाटते महावीरांनी गंमत केलेली दिसते. मी माझे प्राण देऊ शकतो परंतु ध्यान कसे देऊ शकेन? आणि असे नाही की मला देण्याची इच्छा नाही; परंतु ध्यान दिले जाऊ शकत नाही. ध्यान तर आंतरिक संपदा आहे. आविष्कार करावा लागतो. बाहेर जाण्याने मिळत नाही. आतमध्ये शिरण्याने मिळते. प्रत्येकजण ध्यान घेऊन तर जन्माला आले आहे!''

या दुनियेमध्ये दोन प्रकारचे धन आहे; एक धन आहे – ध्यान, जे तुम्ही जन्माला येताना बरोबर घेऊन येता. जे तुमच्या गोधडीमध्येच लपलेले आहे; जो हिरा तुमच्या आतमध्येच पडला आहे. आणि एक आहे धन, ज्याची अनेक रूपे आहेत. ते घेऊन तुम्ही जन्माला येत नाही. ते मिळविण्यासाठी तुम्ही आयुष्यभर धावता आणि मृत्यू त्याला हिसकावून घेतो कारण जे तुम्ही जीवनाच्या बरोबर घेऊन आला नाहीत, ते तुम्ही मृत्यूच्या पलीकडे घेऊन जाऊ शकणार नाही.

म्हणून झेन फकीर आपल्या शिष्यांना सांगतो, ''डोळे बंद करा आणि तुम्ही जन्माच्या पूर्वी होता तेथे जाऊन पोहोचा. तुम्ही ती जागा तुमच्या आतमध्ये मिळवली तर तुमच्यापासून काहीही हिसकावून घेतले जाणे शक्य नाही.

जे जन्माने दिले तेच मृत्यू हिसकावू शकतो. त्याच्या पलीकडे आहे, ते मृत्यूच्या बाहेर आहे आणि जे मृत्यूच्या बाहेर आहे, ते अमृत आहे आणि तोच परमेश्वर आहे.

एक धन आहे, जे बाहेर शोधण्याने मिळते. एक तर मोठ्या मुष्कीलीने मिळते. शोधून शोधून मिळते. हजारजण शोधत असतात, नऊशेनव्याण्णव लोकांना मिळत नाही, फक्त एखाद्यालाच मिळते आणि आश्चर्याची गोष्ट ही आहे, की ज्यांना मिळत नाही, त्यांना तर मिळत नाहीच, पण ज्यांना मिळते त्यांच्यापासून मृत्यू परत घेऊन जातो.

जो याच्याबद्दल जागरूक असतो, समजून घेतो, ही बुद्धी ज्यांना सुचेल, त्यांच्या जीवनामध्ये क्रांती होते. त्याच्या जीवनामध्ये एका नवीन प्रवासाला सुरुवात होते. त्या नवीन यात्रेचे नाव धर्म आहे. त्याला शोधण्यासाठी आम्ही भटकत आहोत.

'है नसीमे-सुबह आवारा उसी के नाम पर
बू-ए-गुल ठहरी हुई है जिस कली के नाम पर
कुछ न निकला दिल में दागे-हसरते-दिल के सिवा
हाय क्या-क्या तोहमतें थीं आदमी के नाम पर
फिर रहा हूं कू-ब-कूं जंजीरे-रुसवाई लिये
है तमाशा सा तमाशा जिंदगी के नाम पर
अब ये आलम है कि हर पत्थर से टकराता हूं सर
मार डाला एक बुत ने बंदगी के नाम पर
कुछ इलाज उनका भी सोचा तुमने ऐ चारागरों
वो जो दिल तोड़े गये हैं दिलबरी के नाम पर
कोई पूछे मेरे गमख्वारों से तुमने क्या किया
खैर उसने दुश्मनी की दोस्ती के नाम पर
कोई पाबंदी से हंसने पर न रोना जुर्म है
इतनी आजादी तो है दीवानगी के नाम पर
आप ही के नाम से पाई है दिल ने जिंदगी
खत्म होगा अब ये किस्सा आप ही के नाम पर
कारवाने-सुबह यारों कौनसी मंजिल में है
मैं भटकता फिर रहा हूं रौशनी के नाम पर।'

आपण चाचपडत आहोत... 'कारवाने-सुबह यारों कौन-सी मंजिल में है।' कुठे मिळेल प्रकाश? कुठे मिळेल सकाळचा तो तांडा? कुठे होईल सूर्याचे दर्शन? कुठे मिळेल असे आकाश जे आमचे परिवर्तन करेल? जो आम्हाला असे जीवन देईल, की ज्याला कोणताही अंत नाही. जो आम्हाला काळाच्याही पलीकडे घेऊन जाईल, जो आम्हाला जन्म-मृत्यूच्या विवंचनेतून सोडवेल?

'कारवाने-सुबह यारों कौनसी मंजिल में है।' — कुठे आहे ते ठिकाण, ते ध्येय? 'मैं भटकता फिर रहा हूं रौशनी के नाम पर।' आम्ही आंधळे आहोत

आणि अंधारात आहोत.

हा खरा जन्म नाहीये, जो तुमच्या आईच्या गर्भातून झाला आहे. एका गर्भातून निघाला आहात, एका अंधारातून निघून दुसऱ्या अंधारामध्ये पडला आहात, हे तर खड्ड्यातून वाचलात आणि विहिरीमध्ये पडलात असे झाले.

आईच्या पोटामध्ये मुलगा खोल अंधारामध्ये जगतो. ना काही सुचते, ना काही दिसते. मग जन्माला येतो. त्यानंतर दिसायलाही लागते, सुचायलाही लागते, परंतु बाहेर. आतमध्ये अजूनही अंधार आहे– दाट अंधार आहे. एकसुद्धा तारा चमचमत नाही. मध्यम प्रकाशसुद्धा नाही.

हा जन्म काही खरा जन्म नाहीये. म्हणूनच या देशामध्ये खऱ्या जन्माला म्हटले आहे – दुसरा जन्म!

जसे आईच्या पोटातून बाहेर पडून प्रकाशित झाले, तसेच बाहेरून निघून आतमध्ये जा, दुसरा जन्म होईल – त्यामुळे आतमध्येही सारे प्रकाशित होईल.

हा दुसरा जन्म ज्याला मिळेल, त्याला आपण बाह्मण म्हटले आहे. म्हणून ब्राह्मणाला द्विज म्हणतात. द्विजचा अर्थ आहे – दुसरा जन्म! एक जन्म तर आईने दिला आणि दुसरा जन्म स्वतःने स्वतःला दिला.

म्हणून सुद्‌गुरूला आपण आई-वडिलांपेक्षा अधिक मान देतो. म्हणतात, “आईचे आणि पित्याचे ऋण फेडले जाऊ शकते; परंतु सद्‌गुरूचे ऋण फेडले जाऊ शकत नाही. कारण आई-वडिलांनी तर जन्म दिला आहे, बाहेरची दृष्टी दिली. सद्‌गुरू अजून एक जन्म देतो; आतमधील दृष्टी देतो; आणि आतमध्ये सारे आहे; प्रकाशाचा प्रकाश आहे, सूर्याचा सूर्य आहे – अंतरी सारे आहे. कबीरांचे हे पद समजून घेणे, खूप लाख मोलाचे आहे.

‘रे यामैं क्या मेरा क्या तेरा’ – कबीर म्हणतात; या संसारामध्ये माझे काय आहे, तुझे काय आहे! आपण निरर्थक विवंचनेत, संघर्षामध्ये पडलो आहोत.

लोक भांडत आहेत हे माझे, ते तुझे! सीमांना खेचले जात आहे. परिभाषा तयार करताहेत. न्यायालये चालवत आहेत. युद्ध करताहेत. व्यक्ती लढतात, समूह लढतात, राष्ट्रे लढतात आणि सगळी लढाई या गोष्टीसाठी आहे की माझे काय आहे?

‘माझे’ अधिक होईल; ‘तुझे’ कमी होईल – ही तर आमच्या जीवनाची कथा आहे आणि इथे काही माझे नाही, काही तुझे नाही. ना आम्ही इथे काही घेऊन आलो, ना कोणीही इथे काही घेऊन आले. रिकाम्या हातांनी आलो आणि रिकाम्या हातांनी जाणार!

‘रे यामैं क्या मेरा क्या तेरा।

लाज न मरहि कहत घर मेरा।।'

कबीर म्हणतात, "तुला काही शरम वाटत नाही! इथे सगळे परमेश्वराचे आहे. इथे तुझे माझे करण्यामध्ये तुला शरम वाटत नाही? तुला संकोचही होत नाही? रात्रभर कुणाच्या घरी पाहुणा म्हणून गेला आणि सकाळी उठून सांगायला लागतो, की हे घर माझे आहे! रात्रभर कुणाच्या घरी पाहुणा म्हणून गेलात तर धन्यवाद द्या आणि निरोप घ्या.

'रे यामैं क्या मेरा क्या तेरा!' थोड्या वेळासाठी आम्ही इथे पाहुणे आहोत परंतु आपण खूप वादविवाद, संघर्ष उभे करतो. आपले आयुष्य भांडण्यामध्येच निघून जाते.

थोड्या वेळासाठी आपण इथे आहोत, थोड्या वेळापुरताच मुक्काम आहे, मग अलग होऊन जाऊ. कधी अलग होऊन जाऊ हेसुद्धा नक्की नाही. सकाळ सुद्धा होईल की नाही! अर्ध्या रात्री विदा होऊ शकतो. आता आपण बसलो आहोत आणि क्षणभरानंतर असणारही नाही. जिथे क्षणाचाही भरवसा नाही, तेथे आपण किती जोरजोराने भांडतो. एकमेकांना रक्तबंबाळ करतो. मारायला तयार होतो. कबीर म्हणतात, "तुम्हाला लाजही वाटत नाही! थोडासा तरी संकोच करा." 'लाज न मरहि कहत घर मेरा।'

इथे माझे काहीसुद्धा नाही. ज्या दिवशी हे लक्षात येते, की इथे माझे काहीही नाही – त्या दिवशी एक खूप मोठी अपूर्व घटना घडते. माझे इथे काही नाही हे लक्षात येते, तत्क्षणी 'मी'पणाचा भाव मरून जातो.

लोक मला विचारतात; अहंकार कसा संपेल? अहंकार सुटू शकत नाही, जोपर्यंत 'माझे' सुटत नाही. कारण 'माझे'च 'मी'ला जन्म देते. म्हणून तर जितके तुम्ही 'माझे-माझे' कराल, तितका 'मी' मोठा होतो.

एक छोटेसे घर असते तेव्हा तुमचा 'मी'सुद्धा छोटासा असतो. नंतर तुम्ही एक महाल बनवला. तेव्हा तुमचा 'मी'सुद्धा मोठा झाला. तुमच्याजवळ एक छोटीशी गाडी होती, तेव्हा 'मी' छोटा होता. मग एक मोठी गाडी घेऊन आलात तर 'मी' मोठा झाला. तुमच्याजवळ लहान तिजोरी होती. ती मोठी झाली. तेव्हा 'मी' मोठा झाला. तुम्ही प्रथम पंचवीस लोकांवर मालक म्हणून हक्क गाजवत होतात, मग प्रधानमंत्री झालात आणि कोट्यवधी लोकांवर मालकी करायला लागलात, त्यामुळे 'मी' अजून मोठा झाला.

तुमचा 'मी' अधिक वाढतो तो 'माझे'च्या भावनेने! ज्यांच्याजवळ 'माझे' आहे असे सांगायला काही नाही, त्यांच्याजवळ 'मी' कसा असू शकेल? म्हणूनच गरिबांचे दुःख 'गरिबी' हे नसून ते आपला 'मी'पणा दाखवू शकत नाहीत हे आहे.

पद नसणाऱ्यांचे खरे दुःख पद नसल्याचे नसते. पद नसणाऱ्यांचे खरे दुःख हे असते, की दुसरे (लोक) त्याला तुडवून – बाजूला करून पुढे जातात. तो उलटा विरोधसुद्धा करू शकत नाही. तो जोरात आवाजही करू शकत नाही. ज्याच्याजवळ 'माझे' आहे असे सांगण्यासाठी काही नसते, तो कुणाला हे सांगू शकत नाही की; 'माहिती आहे का मी कोण आहे?' हे सांगण्यासाठी प्रथम 'माझे' असायला पाहिजे.

माझ्याच साम्राज्याच्या आतमध्ये मी उभा राहतो. असे समजा, की 'मी' ला 'माझा' चा आधार मिळतो. चारी बाजूने आधार मिळतो, तेव्हाच मी उभा राहतो. इतके धन, एवढे पद, इतकी प्रतिष्ठा, इतके पुण्य, इतके व्रत, उपास, इतका त्याग, – काहीही ज्याचे मोजमाप होऊ शकते, आणि ज्याच्यावर तुम्ही तुमच्या 'माझ्या'चा शिक्का मारू शकाल, तेव्हा 'मी' मोठा होतो. 'माझे' – अहंकाराला खतपाणी घालणारे आहे.

कबीर म्हणतात, 'रे यामैं क्या मेरा क्या तेरा।' समजा हे लक्षात येईल की इथे 'माझे' काहीही नाही, तेव्हा 'मी' गळून जातो. निरहंकाराचा भाव आपोआप निर्माण होईल.

लोक उलटे काम करतात. 'माझे' हा भाव तर काढत नाहीत, पण निरहंकार भाव साधण्याचा प्रयत्न करतात. नम्र बनण्याचा प्रयत्न करतात. खाली बघून चालतात. पायाला स्पर्श करतात, म्हणतात आम्ही तर आपल्या चरणाची धूळ आहोत. परंतु त्यांच्या डोळ्यांमध्ये बघा. त्यांची विनम्रताच त्यांच्या अहंकाराचा दागिना बनते.

विनम्र माणूससुद्धा अहंकाराने खूप मस्त झालेला असतो, कारण त्याला वाटते माझ्यापेक्षा अजून कोणी विनम्र नाही. म्हणून मान वर करून चालतो.

समजा तुम्हाला कोणी म्हणाले, की ''मी तर काय आपल्या चरणाची धूळ,'' तेव्हा चुकूनही तुम्ही असे म्हणू नका की हो तुम्ही अगदी बरोबर बोलत आहात, असे तर मीसुद्धा मानत होतो. तेव्हा तो नाराज होईल, कदाचित तुमचा गळासुद्धा दाबेल. मी तुमच्या पायाची धूळ आहे हे तो सांगत नाहीये. तो हे सांगतो की मी किती विनम्र आहे हे तुम्ही मान्य करा. माझा विनम्रपणा किती मोठा आहे.

त्याचे म्हणणे अजिबात मानू नका. हे म्हणू नका की तुम्ही अगदी बरोबर बोलत आहात. अगदी खरे बोलत आहात. हे तर आम्हीसुद्धा मानत आहोत, सगळे जण हेच मानतात, की आपण अगदी चरणांची धूळ आहात. तो माणूस कधीही क्षमा करणार नाही. त्याने असे कधी म्हटलेच नव्हते, की मी आपल्या पायांची धूळ आहे. तो तर फक्त शिष्टाचार होता. आपला अहंकार व्यक्त करण्याचा

तो एक मार्ग होता. आणि अगदी धूर्तपणे त्याने हा मार्ग शोधून काढला होता. त्याने खूप हुशारीने हा उपाय शोधून काढला होता, की मी कोणीही नाही पण हे तो सारखे सांगत राहिला.

विनम्र होण्याचा प्रयत्न करू नका, नाहीतर अहंकार विनम्रतेमध्येच लपून राहतो. अहंकाराला संपवण्याचा एकच उपाय आहे, तो म्हणजे समजून घेणे. इथे ना माझे काही आहे, ना तुझे आहे!

परंतु लोक हेसुद्धा करतात — म्हणतात, ''इथे तुझे-माझे काही नाही, त्यामुळे घरदार, पैसा-अडका सगळे सोडून दिले. तेव्हा घर सोडून दिले, धन सोडून दिले, दुकान सोडून दिले. संन्यासी बनलात. सगळ्याचा त्याग करून जंगलात निघून गेलात. तेव्हा त्यांना दुसऱ्या प्रकारचे 'माझे' (मेरा) चिकटते. ते म्हणतात, मी लाखो रुपये सोडून आलो. त्यागावर 'माझे'चा भाव चढतो.''

माझे एक ओळखीचे आहेत. खूप वर्षांपूर्वी त्यांनी घर सोडले होते. परंतु आजही जेव्हा-केव्हा बोलणे निघते तेव्हा ते म्हणतात, की ''मी लाखो रुपयांवर लाथ मारली.''

मी त्यांना विचारले, की ''ही लाथ मारूनही आता तीस वर्षे झाली. परंतु ही लाथ अजूनपर्यंत लागली नाही! तुम्ही याची आठवण कशाला करता? हे पुन्हा पुन्हा का म्हणता? याचा हिशोब कशाला करता? लाखो रुपयांवर लाथ मारली; बाब संपली. फार काही मोठे केले नाही!''

नाही, परंतु त्यांनी मोठे काम केले आहे. त्या लाख रुपयांमुळे जेवढे मिरवत नव्हते तेवढे आत्ता मिरवत आहेत, कारण लाखो रुपयांवर लाथ मारली आहे. लाखो रुपये तर खूप लोकांजवळ आहेत पण लाखो रुपयांवर लाथ मारणारे खूप कमी आहेत.

यामुळे अहंकार अजून घट्ट होतो.

आणि मी त्यांना म्हणालो, ''मला माहिती आहे त्यानुसार ते लाखांमध्ये नव्हतेच! कारण मी यावर खूप शोधाशोध केली आहे, तेव्हा मला समजले की फक्त तीनशे साठ रुपये होते आणि तेसुद्धा पोस्ट ऑफिसमध्ये जमा होते.''

प्रथम ते शेकडो म्हणत होते, नंतर ते हजारामध्ये बोलू लागले. त्यांची हिंमत अजून वाढली, तेव्हा ते लाखांमध्ये बोलायला लागले. तीस वर्षांपूर्वीची जुनी गोष्ट झाली, कुणाला त्याच्याशी काय घेणे आहे? आणि त्यागी माणसांच्या संबंधात कोण शोधाशोध करणार?

हळूहळू हिंमत वाढली आणि ते लाखांच्या गोष्टी करू लागले. मी म्हणालो, ''तुम्ही लवकरच मरण्यापूर्वी कोटीच्या भाषेत बोलायला लागाल.''

हा अहंकार वाढू लागला आहे. त्यागामुळेसुद्धा अहंकार निर्माण होतो. तेव्हा

लक्षात घ्या; समजा धन तुमचे नाही तर सोडण्याची बाब येते कुठे? जे तुमचे नव्हतेच, त्याला कसे सोडणार? सोडण्यामध्येसुद्धा हे 'माझे' आहे, हा भाव आहे. सोडण्याचा अर्थच हा आहे. तुम्ही म्हणता का, की मी सूर्याचा त्याग केला? मी आज आकाशाला मुक्ती दिली! मी आता चंद्र ताऱ्यांना बंधनामध्ये नाही ठेवत! तुम्ही कुणाला हे सांगितले तर तो तुम्हाला वेडा ठरवेल.

चंद्र तारे तुमच्या बंधनात कधी होते? आकाशाला तुम्ही मुक्ती दिली? तुम्ही हे काय बोलता आहात! सूर्याला तुम्ही स्वातंत्र्य दिले. तुमचे डोके जागेवर आहे ना? ते तर मुक्त होतेच!

जेव्हा तुम्ही म्हणता, मी धन सोडून दिले, याचा तुम्ही डांगोरा पिटत आहात, की धन माझे होते, मी सोडले. जे माझे नव्हते, ते कसे सोडणार?

खरे ज्ञान वस्तूचा त्याग करणे नसून ममत्वापासून जागे होणे आहे. बस!

माझे इथे काहीच नाहीये; त्यागी कसे बनू? जे आहे, ते त्याचे आहे. जे आहे ते या अस्तित्वाचे आहे. माझे इथे काहीही नाही.

सकाळी उठून तुम्ही जेव्हा धर्मशाळा सोडून पुढच्या प्रवासाला निघता तेव्हा तुम्ही असे म्हणत नाही की मी धर्मशाळेचा त्याग केला. तुम्ही त्यागी बनत नाही. परंतु जेव्हा तुम्ही आपले घर सोडून जंगलामध्ये निघून जाता, तेव्हा तुम्ही म्हणता मी त्याग केला. जेव्हा तुम्ही म्हणता; मी माझ्या पत्नीला सोडून दिले...

एक जैन मुनी होते – गणेशवर्णी. जैनांमध्ये त्यांना खूप मान होता. त्यांची जीवनगाथा वाचत होतो आणि वाचतावाचता एका अनोख्या प्रसंगावर येऊन थांबलो. जीवनकथा तर भक्तांनी लिहिली होती, तेव्हा ती नक्कीच भावपूर्ण लिहिली असेल आणि जे काही उल्लेख केले होते ते याच भावनेने, की लोक प्रभावित व्हावेत.

जन्माने ते हिंदू होते, नंतर धर्म बदलून ते जैन झाले. म्हणून जैनांमध्ये त्यांना खूप मान होता. हिंदूंमध्ये त्यांना कुणी विचारत नव्हते आणि जैनांमध्ये प्रतिष्ठा होती.

जेव्हा कुणी हिंदू मुसलमान होतो, तेव्हा मुसलमानांमध्ये आदर होतो आणि हिंदूंमध्ये अनादर होतो. कोणी मुसलमान समजा हिंदू बनला तर हिंदू अगदी मोठ्या धूमधडाक्यामध्ये त्याचे स्वागत करतात. कारण यामुळे सिद्ध होते, की आमचा धर्म बरोबर आहे आणि दुसऱ्याचा चुकीचा! नाहीतर हा माणूस सोडून कशाला आला असता? म्हणून तर एका धर्मामधून दुसऱ्या धर्मामध्ये लोकांना खेचण्याचा इतका प्रयत्न चाललेला असतो.

गणेशवर्णींचा मान खूप मोठा होता. घर सोडल्यानंतर पंचवीस वर्षांनी त्यांच्या

पत्नीचा मृत्यू झाला, तेव्हा ते काशीमध्ये होते. पत्र मिळाले, की पत्नीचा मृत्यू झाला आहे. पत्र वाचल्यानंतर त्यांच्या आजूबाजूला जे लोक बसले होते त्यांना ते म्हणाले, 'चला कटकट मिटली.' ज्यांनी आत्मकथनामध्ये हा उल्लेख केला आहे, की गणेशवर्णी म्हणाले, 'चला कटकट मिटली.' कशा प्रकारचे त्यागी होते! कसे महात्यागी? पत्नी मेली, एक अश्रूसुद्धा निघाला नाही! कशी मोहापासून मुक्ती होती. उलट हे म्हणाले, की चला कटकट संपली!

ज्या माणसाने हे पुस्तक लिहिले होते तो ते पुस्तक मला भेट देण्यास आला होता. मी त्याला म्हणालो, 'थांब, मला तुझ्याशी थोडे बोलायचे आहे. पंचवीस वर्षांपूर्वी ज्या पत्नीला सोडून गेला होतात तिची कटकट बाकी होती? मनामध्ये जरूर काही तरी चालू होते. पत्नीला सोडूनच आले होते, त्यालाही आता पंचवीस वर्षे झाली होती तरीही कटकट राहिली होती. यावरून त्यागाबद्दल काही कळत नाही पण हिंसात्मक मन मात्र लक्षात येते. मनामध्ये काहीतरी चालू होते, काही खळबळ चालू असणार – मोहाची, मायेची, वासनेची किंवा भय असेल पत्नी येण्याचे! पत्नीची भीती वाटत असेल. भय वाटत असेल की मी पुन्हा त्यामध्ये उत्सुक होणार नाही ना? माझे मन दोलायमान तर होणार नाही? पत्नी कुठे लांब, गरीब, चक्कीवर काम करून करून आपला उदरनिर्वाह करत असेल. तिची कटकट होती!

कटकट सांगते, की मनामध्ये नक्की काहीतरी रोग असेल, विष भरले असेल आणि पत्नी मेल्यानंतर कटकट संपली असे म्हणणे, म्हणजे मनामध्ये कुठे ना कुठे हिंसेची भावना राहिली असेल.

पती नेहमी विचार करतात की ही स्त्री मरून जाईल तर चांगले होईल, कटकट मिटेल. पत्नीसुद्धा कधी कधी असा विचार करतात, इतका जास्त नाही, परंतु कधी कधी विचार करत असतील हा माणूस संपला तर किती कटकट मिटेल. मृत्यू आला तरच ही अडचण दूर होईल. दुसरा उपाय तर काहीच नाही. आपल्याला कटकटही करायला नको आणि मामला नष्ट होऊन जाईल. मी असे ऐकले आहे, की मुल्ला नसरुद्दिनची पत्नी मेली तेव्हा ताबूत (शवपेटिका मिरवणूक) काढले होते. जेव्हा ताबूत काढत होते. तेव्हा त्याने अंगणामधील कडुनिंबाच्या झाडाला धडक मारली. योगायोगाची गोष्ट अशी, की ताबुताने धडक काय मारली आणि पत्नी एकदम उठून बसली. मेली नव्हती ती. कदाचित घाई झाली..! मुल्लाने जरा घाई केली होती. बायको मेली तर लोक घाई करतात, की अजून काही धोका न होवो, निरोप देऊन टाका.

कदाचित नुकताच श्वास अडकला होता, मेली नव्हती, बहुतेक बेशुद्ध होती. कडुनिंबाच्या झाडाचा धक्का लागला आणि जागी झाली. त्यानंतर तीन वर्षे जिवंत

होती. मग तीन वर्षांनी मृत्यू पावली आणि पुन्हा जेव्हा ताबूत निघायची वेळ आली तेव्हा मुल्ला म्हणाला, "बंधूंनो, जरा सांभाळून, पुन्हा कडुनिंबाच्या झाडाला धडक मारू नका. एकदा जी चूक झाली ती झाली.''

गणेशवर्णींचे हे म्हणणे आहे, की 'कटकट संपली.' ही भावना मनामधील हिंसेची जाणीव करून देते. मनाच्या एका कोपऱ्यामध्ये 'ही मरून जावो' हा भाव असतो. मेली असती तर चांगले झाले असते. प्रथम तर हा विचार, की आम्ही पत्नीला सोडून आलो. नासमज आहे. पत्नी तुमची आहे? इथे काय माझे, काय तुझे?

पूर्ण ज्ञानी व्यक्ती ना काही सोडते, ना काही पकडते. तिला फक्त एवढेच समजते, की इथे ना काही पकडायला आहे ना काही सोडायला आहे. पूर्ण ज्ञानी पाण्यातील कमळासारखा राहतो.

जे आहे ते आहे. सोडणे-पकडणे कुठे आहे? सोडणे-पकडणे या दोन भ्रामक स्थिती आहेत. म्हणून जगामध्ये दोन प्रकारचे भ्रम आहेत— एक ज्याला तुम्ही संसारी म्हणता. त्याला वाटते की मी पकडेन, किंवा पकडले आहे, अजून पकडून घेऊ; माझी मूठ मोठी होते आहे आणि माझ्या मुठीमध्ये अजून संसार सामावला जात आहे.

दुसरी व्याकूळता आहे ती त्यागाची! तो म्हणतो; मी सोडून दिले. या दोन्ही अवस्था काल्पनिक आहेत. मग मी कशाला संन्यास म्हणू? या दोन्ही भ्रमांतून जागे होण्याला - बाहेर पडण्याला मी संन्यास म्हणतो.

'संन्यास'चा अर्थ आहे पूर्ण ज्ञान (बोध). एवढ्याच गोष्टीची समज की इथे काही माझे नाही, काही तुझे नाही, तर कुणाला पकडू? कुणाला सोडू? जे आहे ते आहे. यातून पार व्हायचे आहे.

अलिप्त होण्याच्या प्रयत्नांमध्ये तर, तुम्ही जवळ आलात ही गोष्ट समाविष्ट होते. त्याग आणि भोगाच्या द्वंद्वापासून जो वाचेल तोच संन्यस्त! दोन्हींपैकी कोणीही ज्याला पकडणार नाही, तो संन्यस्त आहे.

रे यामैं क्या मेरा क्या तेरा।
लाज न मरहि कहत घर मेरा।।
बस, अब गुजरेंगे राहे जिंदगी से बेनिया जाना,
अगर तेरे करम पर मुनस्सिर है जिंदगी अपनी।'
– हे समजदारीचे वक्तव्य असेल!
'बस, अब गुजरेंगे राहे जिंदगी से बेनिया जाना
अगर तेरे करम पर मुनस्सिर है जिंदगी अपनी।'
आणि तुझ्यावरच सारे आयुष्य अवलंबून आहे. तेव्हा आम्ही का चिंता

करावी – पकडण्याची आणि सोडण्याची? सगळा परमेश्वराचा खेळ आहे. तो खेळवेल तसे खेळणार!

पृथ्वी हे एक नाटक आहे, नाटकाचा खूप मोठा रंगमंच आहे. जे सांगेल, ते करून टाकू. राम बनवेल, तर राम बनून जाऊ, रावण बनवेल, तर रावण बनून जाऊ. चांगले वाईट जे काही करवेल, ते करू.

'अगर तेरे करम पर मुनस्सिर है जिंदगी अपनी।' सारे काही तुझ्यावरच अवलंबून आहे, तर आम्ही मध्ये कशाला दखल देऊ? असे व्हायला पाहिजे असा आग्रह आम्ही का करू? असे होईल तरच मी सुखी होईन; असे होणार नाही, तर मी दु:खी होईन– आपण अशी अपेक्षा का करायची? आपण चूपचापपणे हा खेळ बघून निघून जाऊ. साक्षीदारासारखे निघून जाऊ. अनोळखी माणसासारखे निघून जाऊ. 'बस अब गुजरेंगे राहे जिंदगीसे बेनिया जाना।'

इथे ना घर बनवायची ना घर सोडण्याची कल्पना करायची. मूळच कापून टाकायचे.

भोगी पानांमध्ये अडकलेला असतो, तसाच त्यागीसुद्धा पानांमध्ये अडकलेला असतो. भोगी पानांवर पाणी शिंपडतो — पाने अजून मोठी व्हावीत म्हणून. आणि त्यागी पानांना कापतो — पाने अजून वाढू नयेत म्हणून. परंतु मुळांची कुणालाच काही खबरबात नाही. ज्ञानी मुळांनाच कापून टाकतो. मूळ कुठे आहे? 'तुझे-माझे'च्या भावामध्ये मूळ आहे. मालकीपणात मूळ आहे.

'चारी पहर निसि भोरा', ही चार प्रहराची रात्र आहे, पुन्हा उजाडेल. ही थोड्या वेळाची रात्र आहे – हा संसार, पुन्हा सकाळ होईल आणि प्रवासी चालू लागतील.

खूप छान शब्द आहेत. मृत्यूला कबीर 'सकाळ' म्हणतात आणि जीवनाला 'रात्र' म्हणतात.

'चार पहर निसि भोरा...।' हे आयुष्य म्हणजे एक रात्र आहे, घालवायची आहे. या आयुष्याच्या रात्री, झोपेमध्ये जी स्वप्ने चालू आहेत ती बघायला हवीत. साक्षी बनून बघत रहा.

तुम्ही आयुष्याकडे तटस्थ बनून कसे बघाल? तुम्ही तर स्वप्नेसुद्धा तटस्थपणे बघू शकत नाही. स्वप्नांमध्येसुद्धा तुम्ही लीन होऊन जाता. स्वप्नातही तुम्ही असे मानता की हे होत आहे, हे खरे आहे.

एका सम्राटाचा मुलगा मृत्यूला टेकला होता. एकच मुलगा होता – म्हातारपणाचा एकच आधार होता. साऱ्या संपत्तीचा तोच एक वारस होता. सम्राट खूपच अस्वस्थ होता. काही इलाजच होत नव्हता. वैद्य-डॉक्टर हताश झाले होते. वाचण्याची कोणतीही शक्यता नव्हती. शेवटची रात्रही जवळ आली

होती. डॉक्टरांनी सांगितले सकाळ उजाडली तरी दु:खात सुखाची गोष्ट! रात्रीच संपण्याची शक्यता आहे. सम्राट रात्रभर आपल्या मुलाजवळ जागत बसून राहिला.

साधारण चार वाजण्याच्या सुमारास एक डुलकी लागली. सकाळची थंड हवा, रात्रभरचा थकलेला-भागलेला, एक डुलकी लागून गेली. डुलकी लागली, तेव्हा एक स्वप्न बघितले. स्वप्नामध्ये बघितले, की एक मोठा महाल आहे. जागेपणी जो महाल बघितला होता तो काहीच नव्हता, सोन्याचा बनवलेला महाल. महालाच्या पायऱ्यांना हिरे-जवाहीर लावलेले आहेत आणि त्याची बारा मुले आहेत — खूप सुंदर, अत्यंत निरोगी, अतिशय बुद्धिमान, खूप अनोखे! इतके सुंदर आणि मोहक, इतके बुद्धिमान ना कधी बघितले होते, ना कधी त्यांच्याबद्दल ऐकले होते. कदाचित हे स्वप्न त्या परिस्थितीमुळे पडले असेल.

एकच मुलगा आणि तोही मृत्यूच्या वाटेवर! एक होता आणि तोसुद्धा आता चालला आहे. ही सगळी घरे, हे सारे महाल, हे राज्य तसेच पडून राहील. आयुष्यभर कष्ट करून मिळवले, स्वत: वर जाईलच आता, परंतु कमीत कमी हा तरी दिलासा होता की मुलगा सारे भोगेल, पण तोसुद्धा चालला आहे. हे सारे लुटले जाईल. आयुष्यभराची मेहनत अनोळखी माणसाच्या हातात पडेल, परक्यांच्या हातात जाईल. ज्यांच्याकडून हिसकावून घेतली होती, त्यांच्याकडे ती परत जाईल. हे सारे महाल भग्न होऊन जातील. अशा वासनांचे, अशा इच्छांचे जाळे मनामध्ये पसरले असेल म्हणून हे असे स्वप्न पडले असेल.

तृप्तीसाठी स्वप्नांची निर्मिती होते. जे आयुष्यामध्ये तृप्त होत नाही, त्याला आपण स्वप्नांद्वारे पूर्ण करतो. दिवसा उपास केला, रात्री तुम्ही स्वप्नामध्ये भोजन कराल. दिवसा एक सुंदर स्त्री रस्त्यावरून चालताना बघितली. नजर चुकवून निघून गेलात, भयाने, घाबरून! कदाचित ही सुंदर स्त्री ओढून तर घेणार नाही, आकर्षित तर करून घेणार नाही. कोणताही अडथळा निर्माण व्हायला नको. तुम्ही चारित्र्यवान, घर-दार असलेले, प्रतिष्ठा असलेले गृहस्थ! नजर चुकवून निघून गेलात; परंतु असे निघून जाण्याने काय होणार? रात्री स्वप्नामध्ये ती स्त्री येईल. रात्री ती अजून सुंदर बनून येईल. तुमच्या स्वप्नांना ती चारी बाजूंनी वेढून टाकेल.

जे तुम्ही दिवसा अतृप्त सोडून देता किंवा दाबून टाकता, ते रात्री उभे राहते. ते स्वप्न तर.....! स्वप्ने अगदी दिलदार असतात, कंजूष नसतात. एक मुलगा काय द्यायचा, स्वप्नामध्ये बारा देऊन टाकले. स्वप्नाची बाब आहे, तेव्हा देणे-घेणे काय? जेव्हा घर द्यायचे आहे, तेव्हा लहान – सर्वसाधारण घर का द्यायचे? सोन्याचे देऊन टाकले.

हिरे-जवाहर पायऱ्यांना लावले आहेत. मोठे साम्राज्य आहे – दूरपर्यंत साऱ्या

पृथ्वीवर....! चक्रवर्ती सम्राट आहे. राजा खुष आहे. जेवढा दुःखी होता, तेवढाच खुष झाला. हे स्वप्न आहे, हेही विसरला, वाटले, की हे खरे आहे.

हसू नका. तुम्हीसुद्धा स्वप्नामध्ये रोज असे विसरता. सम्राट हे तुमचे प्रतीक आहे.

आणि त्याच वेळेस खरा मुलगा मृत्यू पावला. जेव्हा तो स्वप्नातल्या मुलांबरोबर मजा करत होता, आनंदी झाला होता, तेव्हा खऱ्या मुलाचा मृत्यू झाला. पत्नी किंकाळी मारून ओरडली. तिच्या आवाजाने सम्राटाला जाग आली. जाग येताच सोन्याचा महाल गायब, बारा मुले गायब, सारे राज्य गायब! सम्राट एक क्षणभर थक्क झाला. थबकला.

असे कधी कधी तुमच्या बाबतीतही होत असेल, कोणी लवकर उठवले, जबरदस्तीने जागे केले, अर्ध्या रात्री कुणी हिसका मारून उठवले, तर एक क्षण तुमच्याही लक्षामध्ये येत नाही की खरे काय आणि खोटे काय? एक क्षण काही कळतच नाही की तुम्ही कुठे आहात, कोण आहात; कारण आत्ता आत्ता काही वेगळेच होते आणि एकदम काही वेगळे होऊन गेले. स्वप्नामधून जागे होण्यास आणि जागेपणातून स्वप्नामध्ये जाण्यासाठी काही पायऱ्या चढाव्या लागतात, त्यासाठी थोडा वेळ पाहिजे.

पत्नी किंचाळून जोरात ओरडली, त्यामुळे सम्राटाची झोप अचानक मोडली. एकदम काही लक्षात आले नाही. समोर मृत्यू पावलेला मुलगा, त्याचाही विचार आणि आत्ता ते बघितलेले बारा मुलगे त्यांचाही मनामध्ये विचार! दोन्हीच्या मध्यभागी उभा राहिलेला सम्राट रडला नाही. उलट हसायला लागला.

पत्नीला वाटले की वेड लागले. कारण तिला त्याचेच भय होते, की मुलावर इतके प्रेम आहे आणि मुलगा मरतो आहे.

सम्राट जेव्हा जोरजोरात हसायला लागला तेव्हा पत्नीला वाटले वेड लागले. ती म्हणाली, ‘‘मला ज्याचे भय होते, तेच घडले. तुम्ही वेडे तर नाही झालात? मुलगा मेला आहे, आणि तुम्ही हसता आहात?’’ तो म्हणाला, ‘‘मी म्हणून हसतो आहे की कशासाठी रडू? – त्या बारा मुलांसाठी रडू जे आत्ता आत्ता होते आणि तेही खरे होते? की या एकासाठी रडू जो आता होता – खरंच होता – आणि आता नाहिये. दोन्ही स्वप्ने भंग पावली. कशासाठी रडू? त्या महालांसाठी रडू, जे सोन्याचे होते!’

पत्नीने विचारले, ‘‘तुम्ही कशाविषयी बोलत आहात. कोणते सोन्याचे महाल? कोणती बारा मुले?’’ सम्राटाने तेव्हा आपले स्वप्न सांगितले, की ‘‘मी या स्वप्नामध्ये हरवलो होतो. खूप छान होते. असेच हेही एक स्वप्न आहे. जेव्हा मी स्वप्नामध्ये होतो तेव्हा मी या मुलाला एकदम विसरून गेलो होतो; पण

आता मात्र मी या मरण पावलेल्या मुलाला बघून त्या स्वप्नातल्या मुलांना अगदी विसरून गेलो आहे.''

तुम्ही दररोज झोपता, झोपेमध्ये रोज स्वप्ने बघता, सकाळी उठल्यावर समजते खोटे होते. परंतु रात्री जेव्हा पुन्हा झोपता तेव्हा ते पुन्हा खरे होते. मनुष्याची भ्रांती खूप गहन आहे. गुरजिएफ आपल्या शिष्यांना सांगत असे, की तुम्ही या दुनियेमध्ये तोपर्यंत जागे होणार नाही, जोपर्यंत तुम्हाला स्वप्नामध्ये जाग येणार नाही. स्वप्नामध्ये जागण्याचे त्यांनी अद्भुत आणि अनोखे मार्ग शोधले होते. मला तुम्हालाही सांगावेसे वाटते, की ते मार्ग खरे आणि खूप कामाचे आहेत.

समजा तुम्ही स्वप्नामध्ये जागणे शिकाल, तर एके दिवशी तुमच्या असे लक्षात येईल, की जगणे हेसुद्धा दुसरे काही नसून एक मोठे स्वप्न आहे. जोपर्यंत स्वप्नामधील तादात्म्य तुटत नाही, तोपर्यंत या मोठ्या स्वप्नामध्ये तरी कसे तुटेल? खूप अवघड आहे. म्हणून हिंदू याला माया म्हणतात.

माया म्हणजे स्वप्न! दिसते; पण तसे नसते! जसे दिसते, कमीत कमी तसे तर नसते आणि जसे असते तसे तुम्हाला दिसत नाही. फक्त बुद्ध पुरुषांना दिसते. तुम्हाला जी दिसते ती वासनेच्या झिरमिरीत पडद्यामधून येते, छन् छन् आवाज करत येते. तुमच्या इच्छा-आकांक्षांचे रूपच तुम्हाला बघायला मिळते.

हा संसार म्हणजे तुमच्यासाठी एक मोठा पडदा आहे, त्यावर तुम्ही तुमची स्वप्ने समोर बघता. चल-चित्रासारखी ती स्वप्ने तुम्ही धावताना बघता. ज्या दिवशी तुमचा पडदा रिकामा राहतो, त्या रिकाम्या पडद्याचे नाव ब्रह्मभाव आहे. तेव्हा वृक्षामध्ये वृक्ष दिसत नाही, स्त्रीमध्ये स्त्री दिसत नाही, दगडामध्ये दगड दिसत नाही – सगळीकडे परमेश्वरच दिसू लागतो. तेव्हा सगळ्या प्रतिमा हरवतात, पडदा कोरा राहून जातो, त्या रिकाम्या पडद्याचे नाव आहे ब्रह्म!

परंतु आता कसे जागणार? हे स्वप्न तर खूप मजबूत आहे. रात्री जे स्वप्न बघता – विरविरीत, खूप कमजोर असते, त्या स्वप्नांनीसुद्धा जाग येत नाही.

गुरजिएफ सांगत, पहिल्या रात्रीच्या स्वप्नापासून जागणे सुरू करा. रोज रात्री झोपते वेळी हे आठवणीत ठेवून झोपा की जेव्हा स्वप्न येईल, तेव्हा माझ्या लक्षात राहील, की हे स्वप्न आहे. एक दोन दिवस आठवण राहणार नाही, कमीत कमी तीन ते सहा महिने तरी लागतील. सातत्याने रात्री झोपण्याच्या वेळी एकच गोष्ट लक्षात ठेवून झोपाल, की जेव्हा मला स्वप्न पडेल तेव्हा मी फक्त बघणारा असेन, कोणत्यातरी दिवशी ही घटना घडते. तीन ते सहा महिन्यांमध्ये जर सातत्याने प्रयत्न केला, रोज झोपताना हा विचार करून झोपा, की स्वप्ने बघीन आणि ओळखीन की हे स्वप्न आहे. स्वप्नामध्ये ओळखीन, की हे स्वप्न आहे.

जागे झाल्यावर तर सगळे ओळखतात. सकाळी उठल्यावर तर सगळेच ओळखतात. त्यामध्ये काही मजा नाही. ही तर खूप साधारण गोष्ट आहे. रात्री जेव्हा झोपेमध्ये स्वप्ने चालू असतात. तेव्हा मध्येच स्वत:ला हलवून आठवण करून द्यायला हवी, की हे स्वप्न आहे. ज्या दिवशी ही घटना घडेल, त्या दिवशी तुम्ही आश्चर्यचकित व्हाल, एक क्रांती होईल.

असे घडते. रोज रात्री झोपताना हे स्मरण केल्याने हळूहळू ते स्मरण तुमच्या झोपेमध्ये प्रविष्ट होऊन जाते. जेव्हा तुम्ही अगदी झोपण्याच्या अवस्थेत असता, झोपेच्या जवळ असता तेव्हा विचार करा, स्मरण करा. राम नामाचा जप करण्यापेक्षा हे चांगले आहे. जपमाळ ओढण्यापेक्षा हे अधिक चांगले कारण जपमाळ ओढण्याने काय होणार आहे, माळ ओढण्याने ज्ञानामध्ये कोणतीही भर पडणार नाही.

परंतु रात्री झोपताना हे स्मरण कराल की मला जे रात्री दिसेल, ते स्वप्न आहे हे मी ओळखेन, मी साक्षी बनेन. या भावनेने तुम्ही गाढ झोपलात, तर तुम्ही सकाळी उठताना एका वेगळ्याच प्रकारे उठाल. असे तुम्ही पूर्वी कधी उठलाच नव्हतात. एका रात्री तुम्ही ओळखाल की हे स्वप्न होते. तुम्हाला ते दिसते की हे स्वप्न आहे. तेव्हा खूप मजेदार घटना घडते —

दिसल्यामुळे स्वप्न हरवते. जेव्हा दिसते की हे स्वप्न आहे, तेव्हा स्वप्न विरून जाते.

जेव्हा तुम्ही त्रयस्थासारखे बघता तेव्हा स्वप्नं नसतातच. एक तर स्वप्न होऊ शकते किंवा साक्षी होऊ शकते, दोन्ही एकाच वेळी होऊ शकत नाही. त्यामुळे साक्षीभावामध्ये जे दिसते ते सत्य असते. कारण स्वप्न आणि साक्षी बरोबर राहू शकत नाही. जोपर्यंत साक्षीभाव निर्माण होत नाही तोपर्यंत तुम्ही जे बघता ती सगळी स्वप्ने आहेत, त्यामध्ये काहीही सत्य नाही. सत्य होण्याची परीक्षा साक्षीभाव आहे.

या साक्षीभावाकडे जायचे असेल तर एक एक पाऊल उचलावे लागेल. कबीर म्हणतात,

'रे यामैं क्या मेरा क्या तेरा।
लाज न मरहिं कहत घर मेरा।।'

तुझे-माझे हा भ्रम संपवून टाका.

'चारि पहर निसि भोरा, जैसे तरवर पंखि बसेरा।' रात्री पक्षी येतात, संध्याकाळ होता होता झाडांवर बसतात, झोपतात, सकाळी उडून जातात.

'जैसे तरवर पंखि बसेरा'.... अगदी बरोबर तशीच बाब आहे. या पृथ्वीवर आपण रात्रभरासाठी मुक्काम केला आहे. सकाळी कोणास ठाऊक कोणत्या ग्रहावर

उडून जाऊ?

तुम्हाला माहिती आहे, शास्त्रज्ञ म्हणतात; कमीत कमी पन्नास हजार पृथ्वींवर जीवन आहे. ही एकच पृथ्वी नाही जेथे जीवन आहे. कमीत कमी पन्नास हजार पृथ्वी आहेत. हे कमीत कमी सांगितले. जास्तीत जास्त किती असतील याचा हिशेब अजून केला नाही. गणिताच्या हिशेबानुसार इतक्या तर असायलाच पाहिजेत.

पन्नास हजार अजून पृथ्वी आहेत, त्यांच्यावरही जीवन आहे. या पृथ्वीवर आपण रात्रभरासाठी बसलो आहोत. रात्र सत्तर वर्षांसाठी असेल, त्याने काय फरक पडतो? किंवा सात तासांची असेल, काय फरक पडतो? आणि जीवनाच्या या अनंत प्रवासामध्ये सत्तर वर्षेसुद्धा सात क्षणांपेक्षा अधिक नाहीत.

'चारि पहर निसि भोरा...।' सकाळ लवकर उजाडेल. सकाळ म्हणजे मृत्यू! मृत्यूला कबीर सकाळ म्हणतात कारण मृत्यूमध्ये जागण्याने समजेल की ते जे बघत आहेत ते सारे स्वप्न होते.

'चारि पहर निसि भोरा, जैसे तरवर पंखि बसेरा।

जैसे बनिये हाट पसारा, सब जग कासो सिरजनहारा।।'

परमेश्वराने हे सारे विश्व असे पसरवून टाकले आहे, जसे एखादा वाणी मेळाव्यामध्ये जातो आणि आपले दुकान मांडून बसतो. मग संध्याकाळ होते, दुकान आवरतो आणि चालू लागतो. परतीच्या वाटेवर! परमेश्वर रोज असाच पसारा मांडून ठेवतो आणि आवरून टाकतो. हा परमेश्वराचा पसारा आहे. हा सगळा खेळ त्याचाच आहे. यामध्ये तुझे-माझे करू नका. परंतु 'तुझे-माझे' ची चूक होऊन जाते.

मी ऐकले आहे; एका गावामध्ये रामलीला चालू होती. त्यामध्ये जी सीता बनली होती आणि जो रावण बनला होता, तो खरंच तिच्या प्रेमामध्ये पडला. आणि एक कटकट निर्माण झाली, कारण लीला अडचणीत पडली.

जेव्हा सीतेचे स्वयंवर रचले गेले, तेव्हा रावणसुद्धा गेला होता, रामही गेले आणि इतर राजे महाराजेही गेले, ते सगळे बसले.

नाटक चालण्यासाठी हे जरुरीचे होते, की रावण लंकेकडे धाव घेईल. लंकेवरून बातमी येते, दूत धावत येतात; सांगतात, की तुझ्या लंकेला आग लागली आहे आणि रावण लंकेकडे निघून जातो आणि एवढ्यात राम धनुष्यबाण तोडतो.

परंतु हा जो रावण होता, तो खऱ्या प्रेमामध्ये पडला होता. तो म्हणाला, ''लागू दे आग लागली तर; आज सीतेला घेऊनच जाणार,'' सगळीकडे घाबरगुंडी उडाली. बघायला जे लोक आले होते, त्यांनाही काही समजले नाही की मामला काय आहे? असे तर कधी झाले नव्हते.

नाटकाचा जो मॅनेजर होता तो छाती बडवू लागला. मोठी अडचण निर्माण

झाली आणि तो माणूस खूप दांडगट होता म्हणून त्याला रावण बनवले होते. तो रामचंद्राला आणि लक्ष्मणाला सहजरीत्या फेकून देत होता. प्रत्यक्षात फेकत होता. रामचंद्रजी आणि लक्ष्मणजी – छोटी मुले होती ती! आणि रावण तर त्या गावाचा पहिलवान होता. कितीतरी राजेमहाराजे आले होते, ते एकत्र झाले असते तरी त्याच्याशी जिंकू शकले नसते.

जनकजीपण घाबरले. सिंहासनावर बसले होते. त्यांचे सिंहासनही हलू लागले. म्हणाले, की मेलो आता! आता इथे काय होणार? ही कथा पुढे कशी जाणार! पुन्हा पुन्हा राजदूत पाठवला की लंकेला आग लागली आहे. तो म्हणाला, ''एकदा सांगितले ना की लागू देत आग.'' इतकेच नाही तर तो उठला आणि त्याने उठून धनुष्यबाणही तोडून टाकले. तो रामलीलामधील धनुष्यबाण कसा असणार! असाच बांबूचा होता त्याने तोडून फेकून दिला. आणि तो म्हणाला, कुठे आहे सीता? बाहेर ये! तो सीतेचा हात पकडून बाहेर घेऊन जाऊ लागला. त्याने तर ही लीलाच संपवून टाकली.

जनक म्हातारा माणूस होता. खूप वर्षांपासून आयुष्यभर त्याने जनकाची भूमिका केली होती त्याला एकदम सुचले. त्याने लगेच ओरडून आपल्या नोकरांना सांगितले की, 'तुमच्याकडून काही तरी चूक झाली आहे असे मला वाटते. तुम्ही हे माझ्या मुलांच्या खेळण्याचे धनुष्यबाण घेऊन आलात. शंकरजींचे धनुष्य घेऊन या.

पडदा पाडून कसे तरी धक्काबुक्की करून रावणाला बाहेर केले आणि दुसऱ्या रावणाला तयार केले, तेव्हा रामलीला पुढे सुरू झाली.

या जगामध्ये तुम्हाला धर्माचे रहस्य जाणून घ्यायचे असेल तर 'लीला' शब्द समजून घ्या. हे जग म्हणजे काही नसून एक खेळ आहे. यामध्ये खूप गंभीर होण्याचे कारण नाही. इथे ना काही माझे आहे ना तुझे आहे. ना कोणता पराजय आहे ना विजय आहे. ना काही सफलता आहे, ना कोणती असफलता आहे. सारे मनाचे खेळ आहेत.

'चारि पहर निसि भोरा, जैसे तरवर पंखि बसेरा।
जैसे बनिये हाट पसारा, सब जग का सो सिरजनहारा।।
ये ले जारे, वे ले गाड़े, इन दुखिइनि दोऊ घर छाड़े
कहत कबीर सुनहु रे लोई, हम तुम बिनसी रहेगा सोई।'

हे आपली पत्नी लोईला संबोधून केलेले वचन आहे. बायकांना माझे-तुझे करण्यामध्ये खूप रस असतो – पुरुषांपेक्षा जास्त. बायकांना माझे-तुझे करण्यामध्ये खूप ईर्ष्याही असते. हा फरक थोडा समजून घ्या.

पुरुषांना रस असतो 'मी' पणामध्ये! आणि पत्नी, स्त्रिया यांना 'माझे' मध्ये

रस असतो. पुरुषांना घमेंड असते 'मी' ची! स्त्रियांना घमेंड असते 'माझे' ची! स्त्री जेव्हा कुणावर प्रेम करते, तेव्हा प्रथम ती बघते की काय आहे याच्याजवळ! किती आहे याच्याजवळ?

मुल्ला नसरुद्दिन आपल्या मुलाला सांगत होता, "तू ज्या मुलीबरोबर फिरत आहेस, ती मुलगी या गावातील सगळ्यांत कुरूप मुलगी आहे. तिच्यापासून तू जपून राहा. तुला दुसरे कुणी मिळत नाही का?" त्याच्या मुलाने सांगितले, "बाबा, आपल्याजवळ जी रद्दी फोर्ड गाडी आहे ना, जी एकोणतीस-तीस वर्षे जुनी आहे, तिच्याकडे बघून या मुलीशिवाय दुसरी कोणतीही मुलगी माझ्यावर प्रेम करायला तयार होऊ शकणार नाही."

स्त्रिया बघतात; तुमच्याजवळ काय आहे? बँकेत शिल्लक किती आहे? किती प्रतिष्ठा आहे? धन-दौलत किती आहे?

स्त्रीला 'माझे' मध्ये रस आहे. पुरुषाचा रस 'मी' मध्ये आहे. पुरुष बघतो, स्त्री किती सुंदर आहे. बरोबर घेऊन फिरलो तर सगळ्या लोकांना मत्सर वाटेल की नाही? लोक बघतील तर जळून खाक होतील की नाही? म्हणतील, की हां, कोणी स्त्री आहे, तेव्हा त्याच्याजवळ काही आहे.

लोक आपल्या स्त्रियांना घेऊन असेच प्रदर्शन करत असतात. पुरुषांना काही नाही घातले तरी चालते... सर्वसाधारणपणे नाही घालत! ना हिऱ्याची अंगठी, ना साखळी, ना काही; पण आपल्या बायकोला मात्र सजवतात. ते आपल्या स्त्रीला दाखवत फिरत असतात की बघा माझ्या पत्नीकडे किती आहे. त्याच्या पत्नीजवळ आहे कारण त्याला त्याच्या 'मी' मध्ये रस आहे. 'मी' दिले आहे. 'मी' ची मजा आहे.

'स्त्री' ला 'मी' मध्ये इतका रस नाहीये जितका 'माझे' मध्ये आहे. तिच्याजवळ किती साड्या आहेत, किती दागिने आहेत, हा तिचा हिशोब चालू असतो.

स्त्री-पुरुषाच्या मनामध्ये इतका फरक आहे. खरं तर दोन्हीही एकाच नाण्याच्या दोन बाजू आहेत. 'माझे' मुळे 'मी' तयार होतो आणि 'मी' मुळे 'माझे' तयार होते; परंतु कबीरांनी हे वचन आपल्या पत्नीला संबोधून म्हटले आहे, ही गोष्ट प्रासंगिक रूपाने लक्षात ठेवणे जरुरीचे आहे.

'कहत कबीर सुनो रे लोई...।' लोई हे त्यांच्या पत्नीचे नाव होते. 'हम तुम विनसि रहेगा सोई।' जेव्हा आम्ही आणि तुम्ही दोघेही नष्ट होऊन जाऊ, तेव्हा जे काही शिल्लक राहील, तेच सत्य आहे. जेव्हा मी आणि तू वेगळे होऊन जातो, तेव्हा जे शिल्लक राहते, तेच सत्य आहे – 'हम तुम विनसि रहेगा सोई।'

मृत्यू येईल मलाही बुडवेल, तुलासुद्धा बुडवेल. आपल्यामध्ये न बुडणारा

उरेल... सारे हिसकावून घेईल तरीही आपल्यामध्ये काहीतरी उरेल. आपल्यामध्ये काही तरी अविनाशी तत्त्व आहे. आपल्यामध्ये काही अनंत तत्त्व आहे, तेच उरेल. बाकी सारे निघून जाईल.

काही सूर्याची किरणे आमच्यामध्ये आहेत ती राहतील, बाकी सगळे गळून पडतील. उरलेले गळून गेले तर तुम्ही काय कराल – काही फरक पडत नाही.

'ये ले जारे, वे ले गाड़े.' हिंदू नेऊन जाळतात, मुसलमान गाडून टाकतात. बाकी सगळा फरक बेकार पडतो! कारण जे खरे होते, ते गेले. आता तर फक्त लाश पडली आहे, माती उरली आहे.

'ये ले जारे, वे ले गाड़े.' निरर्थक कटकट कशाला करता. कोणी जाळते तर कोणी गाडून टाकते. काय फरक पडतो?

'इन दुखिइनि दोऊ घर छाड़े.' परंतु जो मेला तोसुद्धा घर सोडून उडून गेला. ज्यांना गाडले जाते, जाळले जाते, तू सुद्धा आज नाही तर उद्या घर सोडून उडून जातील. हे घर, घर नाहीये.

'जैसे तरवर पंखि बसेरा, चारि पहर निसि भोरा.' इथे फक्त थोड्या वेळासाठी विश्रांती घेण्यासाठी आपण थांबलो आहोत. थकलो म्हणून थांबलो. ही मुक्कामाची जागा आहे, पोहोचायचे ठिकाण नाही.

'इनमें खिज़ां का रंग भी शामिल जरूर है
गहरी नजर से नक्शो निगारे बहार देख'

सगळ्या संतांनी हेच सांगितले आहे. समजा तुम्ही बाहेरचेसुद्धा बारकाईने बघितले, खोल नजरेने बघितले तर त्याच्यामध्ये पडझड दडलेली आहे असे लक्षात येईल.

तुम्ही आयुष्याकडेही गहन नजरेने बघितले तर त्यामध्ये तुम्हाला मृत्यू दडलेला दिसेल. समजा सुखाकडे तुम्ही बारकाईने बघितले तर तुम्हाला असे दिसेल की सुखाच्या मागे दु:ख सावलीसारखे येते आहे. सफलतेकडे तुम्ही बारकाईने बघितले तर तुम्हाला दिसेल त्याची दुसरी बाजू असफलता! यशाच्या मागे अपयश लपलेले आहेच! नावाच्या मागे बदनामी लागली आहे. या जगामध्ये साऱ्या गोष्टी द्वंद्वाने भरल्या आहेत.

तेव्हा आनंदामध्ये बेहोष होऊन जाऊ नका. बारकाईने बघा. आनंदाच्या मागे दु:ख येतेच! येते आणि आले आहे. आनंद त्याचाच रस्ता साफ करते आहे मग कशाला इथे 'तुझे' आणि 'माझे'?

सौंदर्य दोन क्षणांचे आहे. जीवन दोन क्षणांचे आहे. हा आनंद, उल्हास दोन क्षणांचा आहे. मग पुन्हा शांतता पसरते. हे जे दोन क्षणांचे जगणे आहे, हे जे पाण्याच्या बुडबुड्यासारखे क्षणभंगुर जग आहे, त्यामध्ये अधिक रस घेऊ नका. या क्षणभंगुराशी नाते जोडू नका. तुटले तर दु:ख होईल. म्हणून ज्ञानी

शांततेने मरू शकतो.

अज्ञानी शांततेने जगूही शकत नाही, मरण्याची तर गोष्टच दूर! ज्ञानी शांततेने मरू शकतो कारण त्याने जीवनामध्ये बघितलेला असतो दडलेला मृत्यू आणि ज्याने जीवन आणि मृत्यू दोन्हीही बघितले आहे, तो दोन्हीच्या पलीकडे गेला आहे, तो स्थितप्रज्ञ बनला. तोच बाकी उरतो. 'हम तुम विनसि रहेगा सोई।'

'मन तू पार उतर कहं जैहौं।' आणि मन आपले धावत असते. मन म्हणते, चल इथे, चल तेथे. हे मिळवू, ते मिळवू. मन किती उत्तेजित करते! मन उत्साह निर्माण करते. एक इच्छा पूर्ण होते न होते तोच आणखी दहा निर्माण करून ठेवते. तुम्हाला धावायला लावते. तुम्ही थोडा वेळ विश्रांती घ्यावी, किंवा थोडा वेळ आराम करायला मिळावा असे क्षण येऊच देत नाही. मन म्हणते, ही काय विश्रांतीची वेळ आहे? अजून तर बरेच मिळवायचे आहे. थोडा वेळ अजून धावा.

'मन तू पार उतर कहं जैहौं।' – कबीर म्हणतात; मना तुला कुठे जायचे आहे? आणि जाणार तरी कुठे?

मनाच्या संबंधामध्ये मजेची गोष्ट ही आहे, की संसारामध्ये तर मन धावतच असते, पण एक दिवस ते थकते आणि परमेश्वरासाठी धावते. पण धावणे अखंड चालू राहते.

काही लोक संपत्ती कमावतात. जेव्हा त्याचा उबग येतो तेव्हा...! उबग तर येणारच ना? थोडी जरी बुद्धी असेल तरी उबगणारच ना! फक्त निर्बुद्धच आयुष्यभर धन कमावू शकतात. ज्यांना थोडीशी जरी अक्कल आहे, त्यांच्या एक ना एक दिवस लक्षात येईल, की या चांदीच्या तुकड्यांमध्ये काय आहे? आता तर चांदीचेही नसतात.

तेव्हा मन नव्याने धावणे सुरू करते. मन म्हणते; ठीक आहे, यामध्ये नाही, काही हरकत नाही. आता दुकान बनवले, यापुढे धर्मशाळा बनवा, मंदिरे बनवा. आता यापुढे पुण्य कमवा. आता परमेश्वराच्या त्या दुनियेमध्ये जायचे आहे, तेथे जाण्याची तयारी करा. स्वर्गामध्ये चांगली जागा मिळो, परमेश्वराच्या घराच्या जवळचीच जागा मिळावी, म्हणून यापुढे काहीतरी करायला हवे. या ठिकाणचे तर बघितले – सगळे व्यर्थ आहे, आता त्या ठिकाणचे सांभाळा.

तथाकथित साधुसंन्यासीसुद्धा हेच सांगतात, की आता इथे काही ठेवलेले नाही. यापुढे तिकडचे सांभाळा.

कबीर म्हणतात, ना इथे ठेवले आहे ना तेथे ठेवले आहे. हा तर धावण्याचाच ढंग आहे, ना इथे मिळाले, ना तेथे मिळणार! या तर मनातील वासनांच्या युक्त्या आहेत. ते नवीन वासना निर्माण करतात; जुनी थकून गेली, ते म्हणते, काही हरकत नाही, ही नवीन घ्या. ते इच्छांचे नवीन संस्कार काढून टाकते.

'मन तू पार उतर कहं जैहौं...।' कबीर म्हणतात; ना इथे ना तेथे! मना, तू कुठे जाणार? पलीकडे उतरून कुठे जायचे आहे? हे धावणे कशासाठी?'

'आगे पंथी पंथ न कोई।' ना कोणी पंथी आहे, ना कोणता पंथ आहे. 'कूच-मुकाम न पैहो।' ना कोणत्या प्रवासाची सुरुवात आहे, ना कोणत्या प्रवासाचा अंत आहे. धावत रहा, धावत रहा, धावत रहा.

'नहिं तहं नीर नाव नहिं खेवट....।' ना तेथे पाणी आहे, ना एखादी नाव आहे, ना कोणी नावाडी आहे.

'ना गुन खैंचनहारा।' आणि ना नावेला दोरी बांधून खेचणारा कुणी आहे.

'धरनी-गगन-कल्प कछु नाही.....।' ना तेथे धरती आहे, ना आकाश आहे, ना वेळ आहे. ना काळ आहे, ना क्षेत्र आहे.

'धरनी–गगन–कल्प कछु नाही, ना कछु वार न पारा।' आणि या अस्तित्वाचे कोणतेही आरपार नाही. तू जाणार कुठे? तुला कुठे जाण्याची इच्छा आहे? दुसरा किनारा तर नाही! कारण जगाला कोणत्याही सीमा नाहीत. तू चालत राहशील, चालत राहशील; आणि पुढे नेहमीच तुला आकाश दिसेल. कारण अंत इथे येतच नाही.

कोणत्याही गोष्टीचा अंत झालेला तुम्ही बघितला आहे? रुपये कमवा, हजार असतील, लाखो-करोडो असतील, शेवट झालेला पाहिला आहे? करोडो रुपये होतात, पण शेवट होत नाही. आकड्यांचा पसारा पुढे हजर आहेच!

या पदावर असो, त्या पदावर असो; शेवट येतो? कोणत्याही पदावर जा, शेवट होत नाही. पुढे काहीतरी कायम आहेच.

आणि पुन्हा एकच इच्छा असती तर ठीक होते; अनेक आकांक्षा आहेत. तुम्ही एका गोष्टीमध्ये पुढे जाता, तर दुसऱ्या गोष्टीमध्ये मागे पडता.

नेपोलियनची उंची कमी होती. त्यामुळे त्याला खूप अडचणी येत असत. सम्राट झाला. दुनियेमध्ये त्याच्या तुलनेत फक्त पाच-दहा नावेच पुढे येऊ शकत होती; परंतु रस्त्यावरून जाताना सहा फूट माणसाला बघत असे, तेव्हा तो नजर चोरत असे. मी फक्त पाच फूट दोन इंच उंचीचा आहे याचे त्याला खूप दुःख होत असे.

पाच फूट दोन इंच! कोणीही त्याला झाकून टाकत असे. त्याचे शिपाई उंच होते, त्याचे पहारेकरी उंच होते. एके दिवशी तो जागेवर घड्याळ लावत होता. पण त्याचा हात पोहोचत नव्हता. जेथे लावायचे होते ती भिंत उंच होती. तेव्हा त्याचा अंगरक्षक म्हणाला, 'मालक, आपण थांबा; मी आपल्यापेक्षा उंच आहे, मी लावून देतो.' तो म्हणाला, 'गप्प बैस, मूर्ख! पुन्हा या शब्दांचा वापर करू नकोस. माझ्यापेक्षा उंच? माझ्यापेक्षा 'लांब' असेल, उंच नाही.

आणि लांबी व उंची यामध्ये फरक आहे.'

अहंकार खूप दुःख देतो. मन खूप दुःख देते. तुमच्याजवळ धन येते, सारे काही येते; परंतु धन कमावण्यामध्ये स्वास्थ्य हरवून जाते आणि एक दिवस तुम्ही एका मस्त फकिराला बघता. आपल्याच मस्तीमध्ये बासरी वाजवत चालला आहे. हृदय जाळून राख करून टाकते.

तुम्ही प्रधानमंत्री बनलात पण सारे आयुष्य धावत धावत त्यामध्ये घालवले. एक दिवस तुम्ही एका माणसाला बघता, त्याच्या आवाजामध्ये गोडवा आहे, त्याच्या काव्यामध्ये जीवन आहे आणि तुम्ही उदास होऊन गेलात. किंवा एखाद्या माणसाच्या डोळ्यांमध्ये बघता तेथे शांततेची खोल दरी आहे. आणि तुमच्या आतमध्ये वेडेपणाशिवाय काहीही नाही. वेडेपण नसते तर तुम्ही राजकारणामध्ये कशाला असता? कशाला धावता? तुमच्या डोळ्यांमध्ये फक्त विक्षिप्तपणा आहे आणि कोणा एखाद्याच्या डोळ्यात शांततेची खोल दरी तुम्ही बघता. मन एकदम तृप्त होते. आनंदाने भरून जाते.

कोणी तुमच्यापेक्षा अधिक सुंदर आहे. कोणी तुमच्यापेक्षा अधिक ज्ञानी आहे. कोणाजवळ तुमच्यापेक्षा अधिक धन आहे. तुमच्यापेक्षा कोणी अधिक निरोगी आहे. कोणाच्या जवळ काय तर कोणाच्या जवळ काय. काय काय कराल? कुठे कुठे धावाल? शेवटचे टोक कसे मिळवणार?

'मन तू पार उतर कहं जैहौं!' कोणी न कोणी पुढे असणार. कोणत्या न कोणत्या दिशेला पुढे असणार. दुःख होत राहणार. मन सगळ्या दिशांमध्ये पुढे जाण्यास तयार असते. हे अशक्य आहे, कारण दिशा एकमेकींच्या उलट बाजूला आहेत.

समजा, तुम्ही सगळ्यांत श्रेष्ठ राजकारणी होणे पसंत करत असाल, तर तुम्ही सगळ्यांत श्रेष्ठ संन्यासी होऊ शकत नाही. ते विरुद्ध आहे. एक पूर्ण होईल, तर दुसरे होऊ शकणार नाही. जो पूर्वेला जाऊ इच्छित आहे तो त्याच वेळेस पश्चिमेला जाऊ शकत नाही. दोन घोड्यांवर कोण स्वार होऊ शकेल? आणि इथे दोन घोडे नाहीत, इथे हजार घोडे आहेत आणि हजार घोड्यांवर एकाच वेळी स्वार व्हावेसे वाटते.

तुम्हाला एकालाच निवडावे लागेल. जीवनामध्ये विकल्प आहे. समजा तुम्ही राजकारण निवडले तर धर्म तुमच्यापासून सुटेल. कारण धर्म आणि राजकारण दोन्ही विपरीत आहेत. राजनीतीमध्ये दुसऱ्याला जिंकायचे असते, धर्मामध्ये स्वतःला जिंकायचे असते. राजकारणामध्ये धोकेबाजपणा आहे. बेइमानी आहे. बेइमानीशिवाय, धोकेबाजीशिवाय तेथे कोणी जिंकत नाही. तेथे फसवणूक व कूटनीती आहे.

धर्मामध्ये धोकेबाजाचा कधीही विजय होत नाही. परमेश्वराच्या बरोबर कसला

धोकेबाजपणा? तेथे सरळ मनाचे साधेसुधे लोक जिंकतात. तेथे ज्यांच्याजवळ बालमन आहे, ते जिंकतात. तेथे निष्कलंक लोक जिंकतात. तेथे ध्यानस्थ लोक जिंकतात.

राजकारणामध्ये तर ध्यानस्थ लोक हरतात. कारण राजकारणामध्ये मोठे विचार पाहिजेत. दूरचा विचार पाहिजेत, राजनीती तर बुद्धिबळाचा खेळ आहे. असे म्हणतात; की बुद्धिबळ खेळणारा खेळाडू तेव्हाच जिंकू शकतो, जेव्हा त्याच्याजवळ पाच चाली कशा घ्यायच्या याचे नियोजन असते, कमीत कमी पाच चाली! मी ही चाल खेळली, तर दुसरा काय खेळेल. मग त्यानंतर मी कोणती चाल खेळेन. दुसरा काय खेळेल, मी काय खेळेन, असे पाच चाली कशा खेळायच्या याचा ज्याच्याजवळ विचार असतो, तोच बुद्धिबळामध्ये जिंकू शकतो. नाहीतर बुद्धिबळ वेडेच करून टाकते.

मी ऐकले आहे; इजिप्तमध्ये असे झाले; एक सम्राट बुद्धिबळाचा खूप प्रेमी होता. पक्का खेळाडू होता, वेडा झाला तो! तो बुद्धिबळ खेळत खेळतच वेडा झाला. बुद्धिबळसुद्धा राजनीतीचाच खेळ आहे. राजा, हत्ती, घोडे हे सगळे त्याचेच प्रतीक आहे. बुद्धिबळ म्हणजे दिल्ली, याला पाडा, त्याला उचला, याला चालवा, याला विसरा. सगळे तसेच चालते. राम आले, राम गेले. हे चालतच राहणार. इकडे आले, तिकडे गेले, या पार्टीमधून त्या पार्टीत गेले. हे सगळे चालत राहते. आपला घोडा दुसऱ्याचा झाला, तो दुसरा त्याच्यावर स्वार झाला. हा असा उठण्या-बसण्याचा खेळ आहे.

सम्राट खूप शौकिन होता. आयुष्यभर युद्ध खेळत आला होता. आता म्हातारा झाला होता, युद्धामध्ये जाण्याचे सामर्थ्य नव्हते, त्यामुळे तो बुद्धिबळ खेळायचा. नंतर वेडा झाला. मानसोपचारतज्ज्ञांनी सांगितले, "याच्यावर कोणताही उपाय नाही, एकच उपाय आहे — याच्याबरोबर बुद्धिबळ खेळत राहायचे. अशा वेड्या माणसाबरोबर कोण बुद्धिबळ खेळणार? एक तर सम्राट आणि त्यातून वेडा! तसेही तर लोक त्याच्याबरोबर खेळायला घाबरतच होते. कारण तो कधीही तलवार काढेल आणि फासावर लटकवेल आणि नाही जिंकला तर संकटात टाकेल आणि आता तर काय वेडाच झाला आहे, कोण खेळणार त्याच्याबरोबर?

परंतु खूप पैसे देण्याच्या बोलीवर एक खेळाडू तयार झाला. सांगतात की वर्षभर तो खेळाडू त्याच्याबरोबर खेळत होता. सम्राट चांगला झाला, आणि खेळाडू वेडा झाला.

समजा वेड्याबरोबर बुद्धिबळ खेळाल, तर किती दिवस तुमची हुशारी टिकेल? फार दिवस हुशारी टिकू शकत नाही. वेड्याच्या चालीला समजून घेणार, वेड्याचा

हिशोब ठेवणार, वेडा काय चाल खेळतो आहे, काय करतो आहे, तुम्हाला या सगळ्यांची उत्तरे शोधून काढावी लागतील. हळूहळू तुम्हीही वेडे बनून जाल. म्हणूनच नेहमी असे होते, की दोन राजकीय पार्ट्या भांडता भांडता, एकसारख्या होऊन जातात. त्यांच्यामध्ये काहीही फरक राहत नाही.

तुम्ही बघता आहात जनता पार्टीमध्ये आणि कॉंग्रेसमध्ये काहीही फरक नाहीये. काही फरक होऊच शकत नाही. एकमेकांशी लढता लढता, एकमेकांच्या चाली शिकता शिकता एक दुसऱ्यासारखे होऊन जातात. तीच परिस्थिती अमेरिकेत आहे. तीच परिस्थिती इंग्लंडमध्ये आहे. दोन विरोधी पार्ट्या असतात, पण त्यांच्या मध्ये कोणताही फरक उरत नाही. कोणत्याही नीतीमध्ये फरक नसतो, कोणत्याही उद्दिष्टांमध्ये फरक नसतो. इतकाच फरक असतो, की आम्ही शक्तिवान आहोत की तुम्ही शक्तिवान आहात. बस इतकाच फरक असतो. त्यामुळे जनतेला फसवणे सोपे जाते.

दोन पार्ट्या असल्याने लोकांना सुविधा राहते इतकेच! एकाच माणसाला पाच वर्षे खांद्यावर बसवून बसवून थकून गेले. म्हणतात की: 'देवीला उतरवा, आता भाईला बसवू.' पाच वर्षे पुन्हा भाईबरोबर वैतागतात, भाईला उतरवून टाकतात. यामुळे जनतेला मूर्ख बनवणे सहज शक्य होते.

दोन पार्ट्यांची राजनैतिक व्यवस्था म्हणजे जनतेला मूर्ख बनवण्याचा मार्ग आहे. यामध्ये ते पाच वर्षं थकून जातात.

आणि जनतेची स्मृती खूप कमजोर असते. समजा पाच वर्षे जनता पार्टी सत्तेमध्ये राहिली तर जिंकू शकणार नाही. आत्ता जरी निवडणूक लढले तरी एवढा मोठा विजय मिळणार नाही, जितका पाच महिन्यांपूर्वी मिळाला होता. लोक आता थकले आहेत. पाच वर्षांमध्ये थकून जातील. जनता पार्टीच्या सगळ्या वाईट गोष्टी दिसू लागतील आणि या पाच वर्षांमध्ये कॉंग्रेसच्या सगळ्या वाईट गोष्टी विसरून जातील. लोकांची स्मृती खूप कमजोर असते. कॉंग्रेसचा पुन्हा विजय होईल. हे राजकारणी लोकांचे साटे-लोटे आहे. हे एक षड्यंत्र आहे.

हे एकमेकांचे शत्रू नसतात; हे दोन्ही मिळून जनतेचे शत्रू होतात. या दोघांचे काम जनतेचे शोषण करणे आहे.

ज्याच्याशी तुम्ही लढता, तुम्ही त्याच्यासारखेच बनता. हळूहळू तुमचे रंग-ढंग, तुमची व्यवस्था, तुमची जीवनशैली त्यांच्यासारखीच होऊन जाते.

जो माणूस पैशासाठी सारखा धावतो आणि एकसारखा धन कमावण्याच्या मोहिमेवर असतो, त्या माणसाला कधी बघितले आहे? त्याच्या चेहऱ्यावर घासून सपाट झालेल्या रुपयासारखा भाव आलेला असतो. घाणेरड्या नोटेसारखा त्याचा चेहरा झालेला असतो. हातामध्ये नोट ठेवून ठेवून ती घाणेरडी होऊनच जाते.

डाग पडतात तसाच त्याचा चेहरा दिसायला लागतो. रुपयाला जशी किळसवाणी चमक येते ना, तशीच त्याच्या चेहऱ्याला येते.

जो माणूस जसे करतो तसाच तो बनतो.

कामुक माणसाच्या डोळ्यांमध्ये वासनेची घाणेरडी नजर बघायला मिळते, प्रार्थना करणाऱ्याच्या डोळ्यांमध्ये परमेश्वराची झलक बघायला मिळते.

आणि इथे मिळविण्यासाठी हजार गोष्टी आहेत, मनुष्य इकडे धावायला लागतो. विचार करतो, तिकडे जातो, पुन्हा विचार करतो; इकडेच प्रथम जातो. इथे हजार रस्ते आहेत. हा चौक हजार रस्त्यांचा चौक आहे. इथे इकडे जावे की तिकडे जावे यामध्ये मनुष्य वेडा होऊन जातो.

कबीर म्हणतात; 'मन तू पार उतर कहं जैहौं।' तू कुठे जाणार? कुठे जायचे आहे? ध्येय काय आहे?

'आगे पंथी पंथ न कोई, कूच मुकाम न पैहो।' पुढे कोणताही मुक्काम नाहीये. चालत राहील, चालत राहील, थकेल, भागेल, नवीन नवीन आकांक्षा शोधून काढेल. परंतु कधीही कोणत्या मुक्कामापर्यंत पोहोचला नाही. मनाचे ऐकून-मानून कोणी कधीही सफल झालेला नाही. त्या जागी अजून पोहोचला नाही, जेथे खूप आनंद होईल. या ठिकाणी अजून पोहोचला नाही जेथून पुढे जाण्यासाठी कोणताही मार्ग राहणार नाही.

मुक्कामाचा अर्थ आहे; जिथून पुढे जाण्यासाठी, कोणतीही जागा उरली नसेल. आलात आपल्या घरी! पोहोचलात जेथे पोहोचायचे तेथे! मग विश्राम आहे. त्यालाच आपण मोक्ष म्हणतो.

आणि मन धावत राहते, पण मन तर बदलत नाही. मन तेथल्या तेथेच आहे. इथे जा तेथे जा, मन तेच आहे.

'नगमे से अगर महरूम है दिल, माहौल को मत बदनाम करो।
कितना ही जुनूजा हो मौसम, कब काग गजल ख्वां होते हैं।'

समजा वसंत ऋतू आला तरी कावळे गझल तर गाऊ शकत नाहीत. 'नगमे से अगर महरूम है दिल, माहौल को मत बदनाम करो।' समजा गीत तुमच्या हृदयामध्ये नसेल, तर वातावरणाला दोष देऊ नका.

'कितना ही जुनूजा हो मौसम।' परमेश्वराने मदिरालय उघडले आहे. सगळीकडे वसंत ऋतू बहरला आहे, फुले उमलली आहेत. वातावरणात सगळीकडे मस्ती आहे, आनंद आहे. तरीसुद्धा 'कितना ही जुनूजा हो मौसम, कब काग गजल ख्वां होते है।' कावळे कुठे गोड गीते गाऊ शकतात?

तुम्ही इसापाची गोष्ट ऐकली असेल; एक कावळा उडत होता; कोकिळेने त्याला विचारले, ''चाचा, आपण कुठे चालला आहात?'' कावळा म्हणाला,

"पूर्वेकडे चाललो आहे, कारण इथल्या लोकांना माझे गाणे आवडत नाही."

कोकिळा म्हणाली, "चाचा, पूर्वेकडच्या लोकांनापण तुमचे गाणे आवडणार नाही. पूर्व आणि पश्चिम दिशांमध्ये खराबी नसून, आपले गाणेच असे काही अनोखे आहे."

हे जे मन आहे, ते इथेही दु:खी आहे, तेथेही दु:खी राहणार! या मनाचा ढंगच दु:खी आहे.

हे मन दु:ख निर्माण करते. तुमच्याजवळ हजार रुपये आहेत, तुम्ही दु:खी आहात. दहा हजार असतील तर दहा हजारपट दु:खी व्हाल. बस, अजून काही होणार नाही. तुमच्या दु:खाची क्षमता दहा हजारपट अजून वाढेल. मन तर तेच राहणार आहे. कोटी रुपये झाले, तर अजून दु:खी व्हाल.

अमेरिकेमध्ये सर्वाधिक दु:ख आहे. हे काही अचानक घडलेले नाही आणि जेवढे धन अधिक वाढत जाईल तेवढी दु:खे अजून वाढत जातील. खरे तर असे व्हायला नको, गणिताच्या नियमानुसार असे व्हायला नको. तर्काच्या विरुद्ध आहे हे. संपत्तीबरोबर सुख वाढायला हवे; परंतु संपत्तीबरोबर दु:ख वाढत जाते कारण मन तर तेच आहे ना!

मन तेच आहे आणि धन मिळाल्यामुळे मनाला शक्ती मिळते. मनाचा आधार तोच आहे.

असे समजा, की कावळ्याला लाऊडस्पीकर मिळाला; पण गाणे तेच आहे ना, परंतु आता ते दहापट अधिक पसरेल.

एका माणसाला लॉटरी लागली. गरीब माणूस होता; शिंपी होता. रुसी कथा आहे – एक लाख रुपयांची लॉटरी लागली. विश्वासच बसला नाही त्याचा! तो तर नेहमी सवयीप्रमाणे दर महिन्याला एक रुपयाचे लॉटरीचे तिकीट खरेदी करत होता. वीस वर्षांपासून तो असे करत होता. ना कधी मिळाली होती, ना कधी अपेक्षा केली होती. सवय लागली होती. एक छंद लागला होता आणि एक रुपयामुळे काही बिघडत नव्हते. लागली तर लागली, नाही तर नाही... आता तर त्याने आशाच सोडली होती परंतु लागली.

लॉटरी लागली तर त्याचा विश्वास बसला नाही. एकदम वेडा झाला. दुकानाला कुलूप लावून किल्ली विहिरीमध्ये फेकून दिली. आता काय करायचे? एक लाख रुपये जवळ आहेत. जगण्यासाठी खूप आहेत. आपल्या आयुष्यासाठी नाही तर मुलांच्या आयुष्यासाठीसुद्धा खूप आहेत. तो काळ स्वस्त होता. तेव्हा एक लाख रुपयांची किंमत खूप होती.

परंतु एका वर्षामध्ये ते एक लाख रुपये उडून गेले. फक्त एक लाख रुपयेच उडाले असे नाही तर त्याबरोबर स्वास्थ्यही उडाले. कारण खूप दारू प्यायली; वेश्यांकडे गेला, जुगार खेळला. रात्र रात्र जागला. इतके दु:ख भोगले

की यापूर्वी कधीही एवढे दु:ख भोगले नव्हते.

तो खूप विचार करत होता की असं का झालं? लोक तर म्हणतात, की संपत्ती असली की सुख मिळते. मी तर यापूर्वीच सुखी होतो. आपले दिवसभर काम करायचो. रुपये-दोन रुपये कमवत होतो, सगळी मजा होती. रात्री आपल्या घरी जाऊन शांतपणे झोपत होतो. रुपयेच नसते तर दारूच्या दुकानात कसा गेलो असतो? रुपयेच नसते तर, वेश्यांचे घर कशाला शोधले असते? रुपयेच नसते तर जुगार कसा खेळलो असतो?

या गोष्टी त्याला माहितीसुद्धा नव्हत्या की जुगारी अड्डे असतात, गावामध्ये वेश्याही आहेत, दारूही मिळते, त्याची त्याला काही माहिती नव्हती. हे कसे माहिती असणार? कारण काही सुविधाच नव्हती.

परंतु जेव्हा एक लाख रुपये मिळाले, तेव्हा याला फक्त सुविधाच मिळाल्या असे नाही, ज्या लोकांची याच्या एक लाख रुपयांवर नजर होती, ते लोकही येऊ लागले. कोणी त्याला जुगाराच्या अड्ड्यावर घेऊन गेले, की ही संधी दवडू नको. लाखापेक्षा अधिक कमावू शकशील. कोणी त्याला वेश्यांकडे घेऊन गेले की तुझ्याकडे आहे ना, तर भोग! चार दिवसांचे तर आयुष्य आहे, मग आहे पुन्हा अंधेरी रात्र!

बघा! भोगी म्हणतो : चार दिवसाचे आयुष्य आहे, नंतर अंधारी रात्र आहे. कबीर म्हणतात : चार पहर निसि भोरा' – ही चार दिवसाची अंधारी रात्र आहे, मग उजाडेल.

भोगले. वर्षभरात मृतवत होऊन गेला. रुपयेही संपले. उलट उधारीच झाली. यापूर्वी आयुष्यात कधी उधारी झाली नव्हती. उधार करण्याची कधी हिंमतच झाली नव्हती. सामर्थ्यच नव्हते. नेहमीच ताठ मानेने चालला होता. आता लोकांना चुकवून जावे लागत होते.

वर्षभरानंतर जेव्हा आपल्या दुकानामध्ये आला, तेव्हा असे वाटले, की जणू वीस वर्षे आयुष्य वाईट गेले आहे, जणू वीस वर्षे आजारी होता, अंथरुणावर खितपत पडला होता. अगदी हाडन्हाड मोकळे झाले होते. डोळे खोल गेले होते — विहिरीमध्ये उतरून कशीतरी किल्ली शोधून काढली, पुन्हा आपले दुकान चालवू लागला आणि परमेश्वराला म्हणाला, की आता दुसऱ्यांदा चुकूनसुद्धा ही लॉटरी मला देऊ नको.

परंतु जुनी सवय गेली नाही, तो एक रुपयाचे तिकीट घेतच राहिला. वर्षभरानंतर पुन्हा लॉटरी लागली जेव्हा दाराशी लॉटरीचे पैसे घेऊन तो माणूस उभा राहिला, तेव्हा त्याने छातीवर मारले आणि तो म्हणाला; हे परमेश्वरा! पुन्हा...! खरंतर त्याला नको होते, पण सोडूही शकत नव्हता. मन म्हणत

होते वेडा आहे, आता पुन्हा एकदा संधी मिळाली आहे. आणि पहिली संधी मिळाली तेव्हा फक्त दुःख मिळाले, खूप हाड-हाड झाली, खूप रडवले, हृदयाचे तुकडे तुकडे केले, खूप घाव मारले. पती-पत्नीमध्ये कधी भांडण झाले नव्हते. परंतु ते सगळे वर्ष भांडणामध्ये गेले. मुलांनी कधी शिव्या दिल्या नव्हत्या, पण त्या वर्षामध्ये मारले. शेजाऱ्यांनी कधी अनादर केला नव्हता, पण आता जेथे जाईल तेथे अनादर होत गेला. रस्त्यावर पडून राहिलो. गल्ल्यांमध्ये नाल्यामध्ये रात्रभर पिऊन पडलो. सगळ्या बाजूने सारे वाईट झाले. परंतु आता समजलो आहे. पुन्हा उठून उभा राहिलो.

मनुष्य इतका बेहोश असतो. मन ही असे आहे, दरवाजा पुन्हा बंद करून टाकला. पहिल्या इतक्या उत्साहाने नाही, पण तरीही कुलूप लावून टाकले. यावेळेस विचार केला की किल्ली फेकायला नको, पुन्हा शोधत बसावी लागेल. परंतु काही जुन्या सवयी, की आता पुढे काय करायचे? असा विचार करता करताच किल्ली विहिरीमध्ये फेकून दिली. परंतु या वर्षी तो वाचला नाही, मेला! म्हणून ही कथा इथेच संपली.

माणसाचे मन असे आहे!

कबीर म्हणतात :–

'मन तू पार उतर कहं जैंहौं।
धरती-गगन-कल्प कछु नाहीं, ना कछु वार ना पारा।।
नहिं तहं नीर नाव नहिं खेवट, ना गुन खैंचनहारा।
आगे पंथी न पंथ कोई, कूच-मुकाम न पैहो।।'

कदाचित मन म्हणते की बरोबर आहे, कबीर, या जगामध्ये जायचं नाहीये नको जाऊ. परलोक तर शोध! परमात्म्याला तर शोध? तेव्हा कबीर त्यालाही सावध करतात: 'नहिं तन, नहिं मन, नहिं अपनपौं, सुन्न में सुद्धा न पैहौ।' शरीर, मन, आपलेपण सगळेच हरवले तर मनाची जी अवस्था होईल ती रिक्त शून्याची असेल. त्यामध्ये पूर्णत्व नसेल.

मन शून्यापलीकडे घेऊन जाऊ शकत नाही आणि कबीरांचे पूर्णत्वावर प्रेम आहे.

'बलीवान होय पैठो घट में, वाही ठौरें होईहौ।' कबीर म्हणतात: अरे वेड्या, कुठेही जाण्याची गरज नाहीये. आपल्याच घरामध्ये बैस. आपल्या स्वत:मध्ये बस. 'बलीवान होय पैठो घट में' – हाच ध्यानाचा अर्थ आहे. दृढतापूर्वक आपल्या आतमध्ये बसा, हलू नका. भयमुक्त होऊन जा.

'बलीवान होय पैठो घट में, वाही ठौरें होई हैं।' आणि तेथूनच तुला राहण्याचे ठिकाण मिळेल, तेथूनच मुक्कामाची जागा मिळेल. तुमचे ध्येय बाहेर नसून ते तुमच्या

आतमध्ये आहे. ज्या हिऱ्याचा तुम्ही शोध घेत आहात तो बाहेर पडलेला नाहीये. त्याला तुम्ही घेऊनच आला आहात. तो जन्माच्या आधीपासून तुमच्याबरोबर आहे. तो तुमचे स्वरूप आहे. तुम्ही सच्चिदानंदरूप आहात. म्हणून उपनिषदे म्हणतातः 'तत्त्वमसि' ज्याला तुम्ही शोधता आहात, ते तुम्हीच आहात. शोधण्यामध्ये शोधण्याचा सारा अर्थ दडला आहे. 'बलीवान होय पैठो घट में, वाही ठौरें होइहौं।' आपल्याच शरीरामध्ये बसा आणि तेथूनच तुमचे उद्दिष्ट तुम्हाला मिळेल.

'बार ही बार विचार देख मन, अंत कहू मत जैहौ।' कबीर म्हणतातः तुम्ही खूप विचार कराल, कितीही विचार करा, परंतु एका गोष्टीचा अंतिम निर्णय घ्यावाच लागेल, कुठे जाण्याने काहीही होणार नाही. जाण्याने काहीही होणार नाही. यायचे आहे – जायचे नाही. आतमध्ये यायचे आहे, बाहेर जायचे नाही. आपल्यापासून तसे आम्ही खूपच दूर आहोत, माहिती नाही काय काय शोधतो आहे. आता यापुढे आम्हाला घरी परतायचे आहे.

'कहै कबीर सब छाड़ि कल्पना...।' या सगळ्या कल्पना आहेत. धन, पद, प्रतिष्ठा, पुण्य, स्वर्ग या सगळ्या कल्पना आहेत.

'कहै कबीर सब छाड़ि कल्पना, ज्यों के त्यों ठहरै हौ।' आणि समजा या सगळ्या कल्पना सुटून गेल्या, तर तुम्ही जे आहात तेच होऊन जाल, याच क्षणी व्हाल. कल्पनांमुळे अडचण येत आहे.

'ज्यों के त्यौं ठहरैहौ।' आणि तेव्हा तुम्ही आपल्या स्वरूपामध्ये थांबून जाल. ती स्वरूपस्थितीच मुक्ती आहे. तो पूर्णत्वाचा आनंद आहे आणि त्या अनुभवाशिवाय दुसरा कोणताही आनंद नाही. कोणतीही शांतता नाही, कोणताही उत्सव नाही.

'ज्यूं मन मेरा तुज्झ सौं, यों जे तेरा होइ।' कबीर म्हणतात; जसे माझे मन परमेश्वराशी एकरूप झाले आहे, तसाच तो परमात्माही माझ्याशी एकरूप होऊ देत. 'ज्यों मन मेरा तुज्झ सौं।' – जसे माझे मन तुझ्याकडे धाव घेते, आणि जेव्हा तुझी कृपा होईल आणि तू माझ्याकडे धाव घेशील, तुझ्या कृपेचा वर्षाव माझ्यावर होईल – 'यों जो तेरा होई...।' 'ताता लोहा यौ मिलै, संधि न लखई कोई।' मला तर तू हवा आहेस, मी तुला हाका मारतो आहे. तू मला मिळावास ही एकच प्रार्थना मी करतो. तुझ्याशिवाय तुझा प्रसाद कसा मिळणार! माझे प्रयत्न आणि शिवाय तुझा प्रसाद, हे दोन्ही जेव्हा एकमेकाला मिळतील, तेव्हाच मिलन होईल.

'ताता लोंहा यौं मिलै।'— मी तर तप्त व्हायला लागलो आहे, मी तर हाका मारून मारून उत्तेजित होत आहे, विरहामुळे अतृप्त आहे. माझे हृदय विरहामुळे आतल्या आत जळते आहे. आणि जेव्हा दोन गरम लोखंडं एकमेकाला

चिकटतात तेव्हा मध्ये कोणताही भेद उरत नाही.

कबीर म्हणतात: मी ज्या उत्कंठेने उत्तेजित झालो आहे. तितक्याच उत्कंठेने तुझ्या कृपेचा वर्षाव माझ्यावर झाला, तरच मिलन होईल.

भक्तांचा हाच मोठा समज आहे, की माणसाच्या प्रयत्नाने अर्धेच काम होते. अर्धे काम तर त्याच्या अनुकंपेमुळे, त्याच्या कृपेमुळे होते. या समजुतीमुळेच भक्ताच्या मनामध्ये कधी अहंकार निर्माण होत नाही. नाहीतर माझ्याच प्रयत्नांमुळे मी परमेश्वराला प्राप्त केले आहे याचा अहंकार त्याच्यामध्ये निर्माण होतो.

मी परमेश्वराला मिळवले आहे असे भक्त कधीही म्हणू शकत नाही. भक्त एवढेच म्हणतो की; परमेश्वर मला पावला. मी त्याचा धावा केला, मी शोध घेतला, परंतु माझ्यामुळे काय होणार? माझे छोटेसे हात या विराटाचा शोध कसा घेणार?

'कबीर जाको खोजते पायो सोई ठौर।

सोई फिरिकै तूं भया, जाको कहता और ॥'

कबीर जाको खोजते।'... परमेश्वराला शोधता शोधता, एक दिवस मुक्कामाची जागा मिळून जाते. स्वतःमध्येच शोधायचे आहे, कुठेही बाहेर जायचे नाही. ही आंतरिक भावना आहे.

'कबीर जाको खोजते पायो सोई ठौर।' आणि ज्या दिवशी तो मिळतो, त्या दिवशी मुक्कामाची जागा मिळते. 'सोई फिरि कै तूं भया' – आणि अशा वेळेस आपण जे आहोत तेच बनतो. आणि आपण पुन्हा तसेच होतो, जसे आपण खरे असायला हवे.

आता तर परमेश्वराला दुसरे काही म्हणणेही शक्य नाही. भक्त त्या क्षणाला परमेश्वर होऊन जातो, त्या क्षणी थेंब सागरामध्ये मिसळून जातो. थेंब समुद्र होतो.

'मारे बहुत पुकारिया, पीर पुकारे और।

लागी चोट मरम्म की, रह्यो कबीरा ठौर॥'

कबीर म्हणतात; काही लोक दुःखामुळे परमेश्वराचा धावा करतात, वेदनांमुळे धावा करतात, कारण आयुष्यभर त्यांना खूप यातना सोसाव्या लागलेल्या असतात.

'मारे बहुत पुकारिया...।' एखादा आयुष्यामध्ये हरला, परमेश्वराची आठवण करतो. कोणाचे दिवाळे निघाले, परमेश्वराचा धावा करतो. कुणाची पत्नी मेली, कुणाचा पती मेला, परमेश्वराची आठवण करतो. ही आठवण अशीच आहे, जसे की 'मारे बहुत पुकारिया' – जसे एखाद्याला मार मिळेल, त्या क्षणी तो परमेश्वराची आठवण करेल. ते आठवणे खरे नसेल. कारण जेव्हा दुःख संपेल तेव्हा तो विसरून जाईल.

दु:खामध्ये तर सगळेच परमेश्वराची आराधना करतात, परंतु दु:खामध्ये आठवलेला परमेश्वर जास्त काळ प्रसन्न राहत नाही; सुख आले की संपले. सुखामध्ये कोण आठवण करते? सुखामध्ये तर सगळे विसरून जातात. सगळे जेव्हा सुरळीत चाललेले असते. तेव्हा परमेश्वराची आठवण कशाला? जेव्हा काहीतरी चुकीचे घडते, संकटामध्ये असता, तेव्हा तुम्ही आठवण करता. तुम्ही स्वार्थापोटी त्याची आठवण करता. म्हणूनच ज्यांनी संकटामध्ये परमेश्वराला आळवले असते, त्यांना परमेश्वर कधीच प्रसन्न होत नाही; ज्याने सुखातही परमेश्वराची आठवण केलेली असते, त्यांना तो पावतो.

'मारे बहुत पुकारिया, पीर पुकारे और.' जे ओरडून ओरडून परमेश्वराचा धावा करतात, ती एक गोष्ट आणि जे दु:खाने धावा करतात, ती दुसरी गोष्ट! 'पीर' म्हणजे प्रेमाचे दु:ख!

'मारे पुकारिया' – ही एक बाब आहे. तुम्हाला मारपीट झाली, आणि तुम्ही वाकलात, हे झुकणे खरे नाही. प्रेमाने वाकणे काही वेगळेच आहे.

'पीर पुकारे और'...। पीर म्हणजे – गोड दु:ख; जेथे गोडवा आहे, तृष्णा आहे, प्रेम आहे. त्यामुळे आम्ही दु:खामध्ये आहोत. आमचे दुकान चांगले चालत नाही, पत्नी आजारी आहे, तिचे आजारपण बरे कर. किंवा मुलाची नोकरी गेली आहे, त्याला पुन्हा नोकरी मिळू देत. यासाठी तुला हाका मारत नसून सगळे चांगले चालले असले तरी तुझ्याशिवाय सारे व्यर्थ आहे – तुला मिळवण्यासाठी तुझा धावा करतो आहे.

लक्षात ठेवा. परमेश्वराजवळ अजून काही मागितले तर तुम्ही परमेश्वराचाच अपमान करत आहात. परमेश्वराजवळ फक्त परमेश्वरालाच मागा. त्याच्याशिवाय इतर काही मागणे खूप अपमानास्पद आहे. नाहीतर मागण्याचा दुसरा अर्थ आहे, तुम्ही परमेश्वरापेक्षा अधिक मौल्यवान कोणती गोष्ट मागता आहात.

एक सम्राट युद्धावर गेला होता. जेव्हा परत येत होता, तेव्हा त्याने आपल्या बायकांना (पत्नींना) निरोप पाठवला, की तुमच्यासाठी काय घेऊन येऊ. त्याच्या शंभर बायका होत्या. नव्याण्णव जणींनी खूप लांब लांब यादी करून पाठवली. कुणाला हिरे पाहिजे होते. कुणाला मोती हवे होते. कुणाला काही तर कुणाला काही. फक्त एका पत्नीने लिहिले होते. फक्त तुम्ही या, मग सारे येईल.

नव्याण्णव जणींच्या सगळ्या गोष्टी आल्या. आणि सम्राट फक्त त्या शंभराव्या पत्नीसाठी आला आणि तो म्हणाला, माझ्यावर फक्त तुझेच प्रेम आहे. बाकी कुणालाही माझी काळजी नाही. मी येवो अथवा न येवो, हिरे हवेत, दागदागिने हवेत. फक्त तूच माझी आठवण काढलीस. तुझ्यासाठी मी माझे हृदय – प्रेम आणले आहे.

परमेश्वरसुद्धा अशाच भक्तांच्या हृदयामध्ये वास करेल, ज्यांनी काही कारण नसताना प्रेमाने धावा केला आहे – काहीही मागण्यासाठी नाही. धन मागू नका, पद मागू नका. हे मागण्यामुळेच तुमची प्रार्थना भ्रष्ट होते आहे; प्रार्थनेचे पंखच कापले जातात. जमिनीवर पडून जाते. परमेश्वरापर्यंत पोहोचतच नाही.

'मारे बहुत पुकारिया, पीर पुकारे और।

लागी चोट मरम्म की, रह्यो कबीरा ठौर।।

आणि कबीर म्हणतात, ज्यांनी प्रेमाने धावा केलेला असतो, ते आज नाही उद्या कधीतरी सद्गुरूचा शोध घेतातच! कारण ज्याने प्रेमाने धावा केलेला असतो त्याने धनासाठी आळवले नसते, पदासाठी आळवले नसते. दुःखाने, प्रेमाने आळवले असते, तो आज नाही उद्या सद्गुरूला शोधण्यासाठी समर्थ होईल.

परमेश्वर सहज प्राप्त होत नाही. जसे तुम्ही पोहायला शिकता, तेव्हा प्रथम उथळ पाण्यामध्ये शिकता, मग नंतर खोल पाण्यामध्ये जाता. तसेच जेव्हा तुम्ही परमेश्वराला भेटता तेव्हा प्रथम पडद्याआडच भेटता.

परमेश्वराचा प्रकाश खूप असेल, तो तुम्ही सहन करू शकणार नाही. प्रथम एखाद्या बुद्धाचा, कृष्णाचा प्रकाश, एखाद्या येशूचा प्रकाश सहन करा. प्रथम येशूच्या नजरेत नजर मिळवा, मग तुम्ही हळूहळू यासाठी योग्य व्हाल. येशूच्या डोळ्यांमध्ये तरता तरता तुम्ही परमेश्वराच्या खोल सागरामध्ये उतरून जाण्याची योग्यता मिळवाल.

'लागी चोट मरम्म की...।' सद्गुरूच्या वाणीनेच जखम होते, तेव्हाच मारण्याचीही जखम होते. प्रथम तर दुःख हवे. धन नको, पद नको, दुसरे मागणे नसेल, परमेश्वराचेच मागणे असेल. ज्यांनी परमेश्वराला मागितले, त्यांना सद्गुरूही मिळतो – परमेश्वरच पाठवतो. अंधारामध्ये तुमचा हात पकडतो.

तुम्ही सूर्य मागितला, सूर्य एकदम येत नाही, प्रथम किरण येतात. किरण म्हणजे सद्गुरू! किरणांना पचवणे सोपे होईल. सूर्याला तुम्ही अजून पचवू शकणार नाही. सूर्य एकदम आला तर कदाचित तुम्ही आंधळे होऊन जाल. कदाचित जळून खाक व्हाल.

आणि जेव्हा सद्गुरूची वाणी तुमच्या प्रेमाला, तुमच्या दुःखाला, तुमच्या आनंदाला उत्तेजित करू लागते...! सद्गुरू जेव्हा तुमच्या दुःखाबरोबर आपल्या बोटांचा खेळ खेळू लागतो, सद्गुरू जेव्हा तुम्हाला अजून उत्तेजित करू लागतो, 'लागी चोट मरम्म की', जेव्हा सद्गुरू तुम्हाला सुधारण्याची गोष्ट करू लागतो, तेव्हा बीज पेरले जाते. जेव्हा सद्गुरू मर्माच्या गोष्टी करू लागतात, तेव्हा तुमची तृष्णा अधिकाधिक प्रज्वलित होते. तुम्ही अधिक तहानलेले होता.

एकटेपणामध्ये तुमची ही जी तृष्णा असते ती सद्गुरूच्या जवळ येऊन अधिक प्रज्वलित होते. तिच्या ज्वाला पेटून उठतात.

'लागी चोट मरम्म की, रह्यो कबीरा ठौर।' आणि जखमच अशी खोल पोहोचते की आरपार होऊन जाते. हृदयाला भेदून जाते, तुमच्या केंद्राला – आत्म्याला – एकदम बाण मारते, तुम्ही तेथेच थबकता.

जेव्हा सद्गुरूमुळे हृदय भेदून जाते, तेव्हा तुम्ही तेथेच थबकून राहता. 'रह्यो कबीरा ठौर...।' तेव्हा कबीर जिथल्या तिथे राहिले. त्या तेथेच तसे राहण्यामुळे परमेश्वराची झलक मिळते, मन थबकते.

सद्गुरूच्या जवळही मन अवाक होऊन जाते, थबकते. एक क्षण का होईना तुम्ही थांबता, त्या स्पर्शामध्ये, त्या संपर्कामध्ये, त्या सत्संगामध्ये, एक क्षणभर जरी तुम्ही थबकलात, तरी त्याच क्षणी तुम्हाला जाणवते : अरे मी कुठे शोधायला चाललो होतो, परमेश्वर तर माझ्या आतमध्येच आहे. मी कुठले मंदिर मशिदीचे दरवाजे ठोठवायला चाललो होतो – मीच त्याचे मंदिर आहे. हे सारे अस्तित्व त्याच्या अस्तित्वाने भरले आहे. मीसुद्धा त्याच्यानेच भरलो आहे.

त्यामुळे सगळ्यांत जवळ आपल्यामध्येच त्याला मिळवायचे आहे. आणि ज्याने त्याला आपल्यामध्ये मिळवले : 'रह्यो कबीरा ठौर'... ज्याने आपल्यामध्ये त्याला प्राप्त केले आहे, तो जेव्हा डोळे उघडून बघतो, तेव्हा सगळ्यांमध्ये त्याला परमेश्वरच दिसतो. तेव्हा हे सारे विश्व तेच आहे. हे विश्व मोठे होते, फक्त परमेश्वरच अनंत अनंत रंगांमध्ये, रूपांमध्ये, अनंत इंद्रधनुष्यांमध्ये, अनंत अनंत फुलांमध्ये प्रकट होताना दिसतो. तेव्हा एकच अनेकामध्ये दडला आहे.

परंतु पहिली ओळख आपल्या आतमध्ये,

आपल्या हृदयामध्ये...

'कबीर जाको खोजते, पायो सोई ठौर।
सोई फिरी कै तू भया, जाको कहता और॥
मारे बहुत पुकारिया, पीर पुकारे और।
लागी चोट मरम्म की, रह्यो कबीरा ठौर।'

समजा तहान लागली असेल, तर आपले हृदय उघडा आणि मर्माचे दु:ख अनुभवा. तुम्हीसुद्धा थांबून जाल.

मनाच्या धावण्यामध्ये संसार आहे – मनाच्या थांबण्यामध्ये परमेश्वर आहे.

आज एवढेच!

■

'कहें कबीर मैं पूरा पाया।'मधून

प्रश्न

(१) कबीरांच्या या दोन विरोधाभासी वचनांवर आपले काय म्हणणे आहे?
     रामच केवळ मुक्तीचा दाता आहे, सद्गुरू तर फक्त परमेश्वराचे
     स्मरण देतात.

(२) मी आपला दुःखाने भरलेला भूतकाळ का विसरू शकत नाही?

(३) ममता आणि 'माझे'पणाच्या भावाशिवाय प्रेम शक्य आहे?

(४) संतांनी जीवनाचे निरुपण दुःखी स्वरूपात का केले आहे? हा दुःखवाद
     योग्य आहे?

(५) तुम्ही हा आश्रम दुसरीकडे नेत आहात, तेव्हा मी पुणे सोडून
     आपल्याबरोबर येऊ की इथेच राहून काम करू?

प्रवचन तीन
सद्गुरूचे श्रेष्ठत्व

पहिला प्रश्न : *कबीर साहेबांचे एक पद याप्रकारे होते, 'मेरो संगी दोई जन, एक वैष्णो एक राम। यो है दाता मुक्ति का, वो सुमिरावै नाम॥' 'माझे संगीसाथी दोघेच आहेत. एक विष्णू, एक राम. एक आहे दाता मुक्तीचा दुसरा आठवण देणारा! परंतु शब्दकोश उलटल्यावर दुसरी साखी मिळाली. ती काही वेगळेच सांगते : 'हरि सुमिरै सो वार है गुरू सुमिरै सो पार।'*

आपले काय म्हणणे आहे?

स्मरण करण्यामध्ये फरक आहे. एक ते स्मरण आहे जे केले जाते. आणि एक स्मरण आहे जे होते. हा भेद जर लक्षात घेतला तर या दोन्ही सूत्रांमधील विरोधाभासही संपुष्टात येईल.

साधक जेव्हा सुरू करतो तेव्हा तो खूप प्रयत्नाने सुरू करतो. जप करतो. जप केला नाही तर होणारच नाही. जप हे एक कृत्य होते. प्रयत्न करावे लागतात, स्मरणात ठेवावे लागते, तरच होते.

नंतर हळूहळू जेव्हा आतमधील तारा जुळू लागतात तेव्हा साधकाला जप करावा लागत नाही. नानकांनी या अवस्थेला 'अजपाजप' म्हटले आहे. त्यानंतर जप आपणहून होतो. साधक तेव्हा स्थितप्रज्ञ बनतो, फक्त बघतो, मस्त होतो, डोलतो. आता वीणा तो स्वत: वाजवत नाही. वीणा आपोआप वाजते. म्हणून त्या नादाला अनाहत नाद म्हटले आहे. आपणहून होतो. तेथे ना कोणतीही वीणा आहे, ना तेथे कोणताही मृदंग आहे, ना तेथे कोणी वाजवणारा आहे, परंतु नाद आहे. अपरंपार नाद आहे. असा नाद आहे ज्याचा पारावार नाही.

खूप वर्षांच्या शोधाने हा अनुभव आला आहे, की तो नाद थोडासा 'ओम्' सारखा आहे. परंतु असे होते ही तर आमची व्याख्या आहे. हे म्हणजे – जसे कोणी सूर्याला उगवताना बघते आणि कोऱ्या कागदावर त्याचे चित्र काढते. कागदावर सूर्य उगवतो आहे आणि तुम्हाला तो कागद आणून देत म्हणेल, की सकाळ खूप सुंदर होती म्हणून मी विचार केला की एखादे चित्र काढावे, म्हणजे तुम्हालाही समजेल की सकाळ कशी होती.

ते कागदावरचे जे चित्र आहे त्यामध्ये ना सूर्याची गर्मी आहे, ना सूर्याची किरणे आहेत, ना सूर्याचे सौंदर्य आहे. ते फक्त प्रतीक आहे. असे समजा, की तुम्हाला कोणीतरी हिमालयाचा नकाशा दिला आहे त्यामध्ये ना हिमालयाची शांती आहे, ना हिमालयाची नि:स्तब्धता आहे, ना हिमालयाची उत्तुंग शिखरे आहेत, ना उत्तुंग शिखरावर गोळा झालेला बर्फ आहे. काहीही नाही. नकाशा आहे. परंतु नकाशा प्रतीक आहे.

असेच 'ओम्'ही प्रतीक आहे. कागदावर बनवलेला अजपा-जपचा नकाशा आहे, जो आपल्या आतमध्ये कधी प्रकट होतो. जो नाद–ध्वनी आपल्या आतमध्ये तयार होतो त्याला कबीर 'शब्द' म्हणतात.

तुम्ही जेव्हा सुरू कराल, तेव्हा तर तुम्ही ओम्, ओम्, ओम् च्या जपाने सुरू कराल. हा जप तुमचा असेल. हा जप तुम्ही एकसारखा करत राहिलात आणि हा जप अधिक खोल होत गेला... खोलाचा अर्थ आहे : प्रथम ओठाने होईल; मग वाणीने होईल. परंतु ओठावर येणार नाही – कंठामध्येच राहील. मनामध्येच गुंजत राहील. नंतर अशी वेळ येईल, की मनामध्येसुद्धा गुंजणार नाही, कंठामध्येही येणार नाही. तुम्हाला आपल्या आतमध्येच कुठेतरी खोल जाताना जाणवेल.

एक तर तो जप होता जो तुम्ही केला होता आणि एक जप आहे, ज्याला तुम्ही अलिप्तपणे बघाल. हे दोन संस्मरण आहे. या दोन स्मरणांमुळे या दोन वचनांमध्ये भेद आहे असे वाटते.

पहिले वचन आहे : 'मेरो संगी दोई जन, एक वैष्णो एक राम.' कबीर म्हणतात : माझे दोन साथी आहेत, दोन मित्र आहेत. एक राम आहे – आणि एक रामाचा भक्त आहे. एक राम आहे – आणि एक रामाकडे जाणारा सद्गुरू आहे. एक राम – एक 'रामा' ने आकंठ, पुरेपूर भरलेली व्यक्ती आहे.

विष्णूने जो भरला आहे तो वैष्णव. विष्णू ज्याच्या रोमारोमात – कणाकणात भिनला आहे तो वैष्णव. तेव्हा एक तर विष्णू; राम म्हणजेच विष्णूचे एक रूप आहे आणि एक वैष्णवजन, हे माझे दोन मित्र आहेत.

'यो है दाता मुक्तिका...।' राम तर मुक्तीचा, मोक्षाचा दाता आहे. त्याच्याकडून तर परमप्रसाद मिळेल. 'वो सुमिरावै नाम' – आणि ते जे वैष्णवजन आहेत, ज्यांच्या आतमध्ये स्मरण आले आहे, त्यांच्याबरोबर बसून, त्यांच्या संगतीत त्यांच्या आतमधील उठणारे तरंग हळूहळू तुम्हालासुद्धा तरंगायला लावतील. त्याच्या आतमध्ये वाजणारी वीणा हळूहळू तुमच्या आतमधील निद्रिस्त वीणेलाही झंकारून टाकेल. त्याचा स्वर तुमच्यावर आघात करतो आणि तुमच्या दबलेल्या आनंदाला हळूहळू जागवू लागतो.

तेव्हा राम तर आहे मुक्तीचा दाता आणि गुरू आहे रामाचे दर्शन घडवणारा.

गुरूशिवाय राम मिळणार नाही. कारण कुणीही आठवण देणार नाही, अज्ञाताकडे कोणी इशाराही करणार नाही, तुमचा हात कोणी पकडणार नाही. अनभिज्ञतेमध्ये चाललात तर राम मिळणार नाही. गुरू मुक्ती देत नाही. तर फक्त रामाची आठवण देतो. नंतर रामाची आठवण काढत काढत एक दिवस राम अवतरतो – तुमच्या आतमध्ये अवतरतो आणि तुम्ही प्रकाशमान होता, तुम्ही प्रकाशित होता. मुक्ती फलित होते.

तेव्हा गुरू तर रामाची आठवण देतो. राम मुक्ती देतो. हा तर पहिल्या वचनाचा अर्थ आहे. दुसऱ्या वचनाचा अर्थ उलटा आहे. दुसऱ्या वचनामध्ये म्हटले आहे, 'हरि सुमिरै सो वार है' – वार म्हणजे यात्रेची सुरुवात, पहिले पाऊल.

'हरि सुमिरै सो वार, गुरू सुमिरै सौ पार.' आणि जो गुरूचे स्मरण करेल, तोच पार होतो आणि परमेश्वराची आठवण कराल, तर ती फक्त यात्रेची सुरुवात होते. गुरूला आठवल्यास यात्रेचा शेवट होतो. खरं तर ही गोष्ट उलटी भासते.

पहिल्या वचनामध्ये तर गुरू फक्त रामाची आठवण देतो, राम मुक्ती देतो. दुसऱ्या वचनामध्ये तर रामाची आठवण ही फक्त सुरुवात आहे आणि गुरूची आठवण यात्रेचा शेवट आहे. पहिल्यामध्ये वाटते गुरू सुरुवात आहे, राम – पूर्णत्व! स्मरण करण्याच्या भेदामुळे हा फरक पडतो आहे.

गुरूशिवाय तुम्ही परमेश्वराचे स्मरण करणे सुरू कराल तर – 'हरि सुमिरै सो वार है', तर तुम्ही यात्रेची सुरुवात केली. समजा तुम्ही परमेश्वराची आठवण न कराल तर गुरू कसा शोधणार? या गोष्टी एकमेकांशी अशाच जोडल्या आहेत, जसे कोंबडी आणि अंडे एकमेकाशी जोडलेले आहेत.

कोणी विचारले, की अंडे प्रथम की कोंबडी प्रथम? तर उत्तर देणे खूप अवघड जाते. हे ठरवणे शक्य होत नाही. प्रथम अंडे म्हटले तर अडचण येते, की कोंबडीशिवाय अंडे कुणी ठेवले असेल? कोंबडी प्रथम असे म्हटले तर, अडचण ही आहे, की अंड्याशिवाय कोंबडी कशी निर्माण झाली? कोंबडीच्या आधी अंडे आहे, अंड्याच्या आधी कोंबडी. प्रत्यक्षात दोन्ही गोष्टी वेगळ्या करून बघण्यामुळेच अडचण निर्माण होते.

कोंबडी आणि अंडे दोन नसून अंडे – कोंबडीची एक अवस्था आहे. आणि कोंबडी अंड्याची एक अवस्था आहे. जसे तुमचे बालपण आणि तारुण्य या दोन गोष्टी नाहीत. एकाच्याच दोन अवस्था आहेत. असेच कोंबडी की अंडे, एकाच जीवनयात्रेचे दोन भाग आहेत.

समजा रामाची आठवण नसेल तर तुम्ही प्रथम गुरूलाच का शोधाल?

परमेश्वरालाच शोधायचे नाही, तर गुरूला कशाला शोधायचे? मनुष्य आजारी असेल, तर तो डॉक्टरकडे जातो. आयुष्यामध्ये जेव्हा माणसाला परमेश्वराचा अभाव जाणवू लागतो, त्याच्याशिवाय सर्वत्र अंधार आहे, सगळे रिकामे आहे, त्याच्याशिवाय सारे बेचव, कडवट आहे, जीवन म्हणजे एक ओझे वाटायला लागते, तेव्हा परमेश्वराची आठवण यायला सुरुवात होते. तेव्हा मनुष्य विचारतो: जीवनाचा अर्थ काय आहे? कुणी बनवले? आपण कोणत्या दिशेने चाललो आहोत? हा जीवनाचा तांडा शेवटी कुठे पूर्ण होणार? कोणते ध्येय आहे? मुक्काम कुठे आहे, अशा प्रकारच्या जिज्ञासा मनामध्ये उभ्या राहतात आणि मग तुम्ही गुरूचा शोध घेता.

गुरूच्या शोधापूर्वी तुम्ही परमेश्वराचे स्मरण करता. ते स्मरण नाममात्र स्मरण आहे. कारण अजून तर परमेश्वराला ओळखत नाही, तर त्याचे स्मरण कसे करणार? ज्याला आपण ओळखतो त्याचेच स्मरण होऊ शकते. ज्याच्यावर आपण प्रेम केलेले असते, ज्याच्याशी आपल्या काही आठवणी जोडलेल्या आहेत, ज्याच्याशी आपल्या कोणत्याही अनुभवांचा संबंध आहे, त्याचीच आठवण आपण करतो. अजून परमेश्वराचाच पत्ता नाही तर त्याची आठवण कशी करणार?

ही तर नाममात्र आठवण आहे. एवढेच लक्षात येते, की आपले हे जे जीवन आहे ते व्यर्थ आहे. सार्थकतेचा शोध घेते आहे.

आतापर्यंत जसे जीवन जगलो आहे त्यावरून जीवनाचे सार समजले नाही. तेव्हा अजून दुसरी कोणतीतरी जीवनशैली मिळेल याच्या शोधामध्ये निघाले आहे. अशी कोणती जीवनशैली आहे की नाही याचीही काही नक्की खात्री नाही.

तुम्ही परमेश्वराची आठवण नाममात्रच कराल. तुम्ही म्हणाल : परमेश्वराचा शोध घेतो आहे. तुमचा परमेश्वर सार्थक नसेल. फक्त अभाव त्याची परिभाषा असेल. ज्या ज्या गोष्टींची कमतरता तुम्हाला जाणवत असेल, म्हणजे जीवनामध्ये आनंद नसेल, जीवनामध्ये रस नसेल, जीवनामध्ये प्रकाश नसेल, पण तुमच्या परमेश्वरामध्ये या साऱ्या गोष्टी असतील. प्रकाश असेल, आनंद असेल, रस असेल. म्हणूनच परमेश्वराला आपण सच्चिदानंद म्हणतो.

माणसाला सत्याची, मनाची, आनंदाची नेहमी कमतरता भासते, म्हणून या तीनही गोष्टी परमेश्वरामध्ये बघून विचार करतो, की अशी एखादी जागा असेल, एखादा तळ असेल, मुक्कामाचे ठिकाण असेल, की जेथे हे सारे मिळेल. जे मला आतापर्यंत मिळाले नाही.

तुम्ही परमेश्वराची आठवण करता, परंतु आता कशी आठवण येईल? अजून त्याला बघितलेही नाही, त्याचा चेहरा, त्याचे व्यक्तिमत्त्व, त्याचे नाक-कान

कसे आहेत हेसुद्धा माहीत नाही. कोणत्या दिशेने त्याचा शोध घेणार, हेसुद्धा अजून माहिती नाही. आहे किंवा नाही हेसुद्धा माहिती नाही.

आतापर्यंत एवढेच माहिती आहे, की आतमध्ये खोल कुठेतरी एक अनभिज्ञ तृष्णा जाणवते आहे. आतमध्ये काही तरी जाणवते आहे; पण काय जाणवते याचे निदान मात्र होत नाही. निदान करण्यासाठी गुरूच्या जवळ जावे लागेल. गुरूच्या पायावर डोके ठेवून म्हणाल, की माझे हे जीवन व्यर्थ आहे असे मला वाटते आणि सार्थ जीवन कसे असते हे मला माहिती नाही. समजा जे कोणते सार्थक जीवन असेल तर ती दिशा मला दाखवा, मार्ग दाखवा, आदेश द्या. मी त्या मार्गाने जाण्यास तयार आहे, कोणताही धोका स्वीकारण्यास, किंमत देण्यास, कोणत्याही परीक्षेस उतरण्यास मी तयार आहे.

'हरि सुमिरै सो वार है...।' या दुसऱ्या सूत्रामध्ये परमेश्वराच्या स्मरणाबाबत कबीर म्हणतात, की जो परमेश्वराच्या शोधामध्ये निघेल, परमेश्वराची आठवण करेल, ती तर यात्रेची सुरुवात होईल. 'गुरु सुमिरै सो पार...।' मग परमेश्वराचे बसून बसूनच स्मरण करा, ज्याची तुम्हाला कोणतीही ओळख नाही, माहिती नाही, साक्षात्कार नाही, अशा परमेश्वराला आळवत बसलात तर कुठेही पोहोचणार नाही. ही तर फक्त सुरुवात आहे, इथेच थांबू नका. हे तर पहिले पाऊल होते. ही तर पहिली शिडी होती.

ज्याला मिळाले आहे त्याचा शोध घ्या. ज्याला प्राप्त झाले आहे त्याच्याजवळ जा. ज्याच्या डोळ्यांमध्ये बसला आहे, त्याच्या डोळ्यांमध्ये डोकावून बघा. यापुढे त्याच्याजवळ बसा. ज्याच्याजवळ फुले उमलली आहेत, जेथे सुगंध पसरला आहे तेच यात्रेचे पूर्णत्व असेल. म्हणून कबीर म्हणतात : 'हरि सुमिरै सो वार है, गुरु सुमिरै सो पार।'

पहिले वचन चुकीचे नसून गुरूला आठवल्याने पार कसे व्हाल? कारण जर गुरूचे स्मरण कराल, आणि गुरूजवळ बसाल, गुरूशी सत्संग कराल, त्याची साथ-संगत असेल, तरच तुम्हाला मिळेल हा मुक्तीचा दाता : 'यो है दाता मुक्ती का, वो सुमिरावे नाम।' गुरूच्या जवळ बसून बसूनच परमेश्वराचे बरोबर स्मरण सुरू होईल आणि परमेश्वराचे स्मरण नीट झाले तर हाच परमेश्वर एक दिवस मुक्तीचा दाता आहे.

गुरू तुम्हाला पार करून देईल परमेश्वराचा प्रसाद मिळण्यासाठी जेथे जाणे आवश्यक आहे, तेथपर्यंत तो तुम्हाला पोहोचवेल. गुरू तुम्हाला त्यासाठी तयार करेल – पात्र बनवेल. परमेश्वराच्या कृपेचा वर्षाव झाला, की तुम्ही मोहरून जाल.

तेव्हा परमेश्वराचे दोन प्रकारचे स्मरण आहे. म्हणून ही दोन पदे आहेत.

यामध्ये कोणताही विरोध नाही. कबीरांनी वेगवेगळ्या लोकांना सांगितले असेल.

पहिले वचन त्यांना सांगितले असेल जे गुरूच्या जवळ येऊन बसले आहेत. ज्यांना गुरू मिळाला आहे. पहिले पद तर कबीरांनी आपल्या साधूंना सांगितले असेल की : 'मेरो संगी दोउ जन, एक वैष्णो एक राम। यो है दाता मुक्ति का, वो सुमरावै नाम।' हे तर साधूंना सांगितले असेल. 'सुनो भाई साधो' — आपल्या शिष्यांना सांगितले असेल, ज्यांना गुरू भेटलेला आहे. आता त्यांना हे सांगता येईल, की गुरू तर फक्त स्मरण देणारा आहे, संकेत मात्र आहे. खरी घटना तर परमेश्वराच्या प्रसादामुळे घडेल. मी तुम्हाला तेथपर्यंत घेऊन जाईन, जेथपर्यंत मनुष्याला पोहोचणे जरुरीचे आहे. त्याच्यानंतर जाण्याची जरुरी नाही, परमेश्वर नंतर घेऊन जातो.

असे समजा, की एका छतावरून तुम्हाला उडी मारायची आहे. जोपर्यंत उडी मारत नाही, तोपर्यंत छतावर आहात. एकदा उडी मारली की काय करावे लागते? पुन्हा काहीसुद्धा करावे लागत नाही. त्यानंतर जमिनीची ओढ आकर्षित करून घेते. असे थोडेच होते, की उडी मारल्यानंतर तुम्हाला पुन्हा प्रयत्न करावे लागतात– मी उडी मारली आहे आता जमिनीपर्यंत कसे पोहोचू? याची तुम्हाला काळजी करावी लागत नाही. जमीन सगळी काळजी घेते.

अशीच ही घटना आहे. गुरू तुम्हाला रामाची बरोबर आठवण करून देतो. कारण उडी मारलेली असते. तुम्ही उडी मारली आहे, राम तुम्हाला खेचून घेतो. याच्यापेक्षा अजून दुसरी ओढ कुठे आहे? यापेक्षा दुसरे आकर्षण कोणते? यापेक्षा दुसरे गुरुत्वाकर्षण कोणते? तेच तर गुरुत्वाकर्षण आहे, तेच तर ओढून घेईल; पण हेही खरे आहे; की जोपर्यंत तुम्ही अहंकारामध्ये अडकून उडी मारणार नाही, तोपर्यंत अडकून राहाल.

एका जहाजावर असे झाले. एक स्त्री खाली पडली. सगळे प्रवासी डेकवर जमा झाले आणि ती स्त्री बुडते आहे, ओरडते आहे. परंतु कुणाचीही उडी मारण्याची हिंमत झाली नाही.

एक श्रीमंत म्हातारा म्हणाला, 'जो कुणी उडी मारेल आणि त्या स्त्रीला वाचवेल त्याला एक लाख रुपये देईन.' तेव्हा साऱ्या लोकांनी बघितले, की मुल्ला नसरुद्दिनने उडी मारली आणि त्या स्त्रीला वाचवून बाहेर काढले. जेव्हा तो वरती आला तेव्हा लोकांनी त्याच्या गळ्यामध्ये फुलांच्या माळा घातल्या आणि त्या म्हाताऱ्याने एक लाख रुपयाचा चेक दिला. मुल्ला म्हणाला, 'चेक बाजूला ठेवा. प्रथम मला हे सांगा, मला धक्का कुणी दिला?'

त्याने स्वत:हून उडी मारली नव्हती. तो वाकून बघत होता आणि कुणीतरी त्याला धक्का मारला.

एकदा का धक्का लागला, की...! गुरू फक्त धक्काच देऊ शकतो. एकदा जरी धक्का लागला तरी पोहोचून जाल. मग तर खेचण्याचे काम आपोआप होईल.

हे पहिले वचन कबीरांनी साधूंना उद्देशून केले असेल; 'मेरो संगी दोउ-जन, एक वैष्णो एक राम' खूप मधाळ वचन आहे. 'यो है दाता मुक्ति का, वो सुमिरावै नाम।' मुक्ती देणारा परमेश्वरच आहे, परंतु ती मुक्ती तेव्हाच मिळेल, जेव्हा गुरूने नामाचे स्मरण दिले असेल.

दुसरे वचन कबीरांनी अशांना उद्देशून म्हटले असेल, जे गुरूशिवाय परमेश्वराचा जप करत आहेत. जो साधक नाही, साधू नाही, ज्याने आयुष्य पणाला लावले नाही. ज्याने कोणत्याही गुरूशी मैत्री केली नाही. जो खूप अहंकारी आहे. जो कुणाच्याही चरणाशी वाकण्यास तयार नाही. ज्याला शिष्य बनण्यामध्ये अडचण येते. ते म्हणतात : आम्ही आमचे स्वत:च करू. गीतावाचन करू, गुरुग्रंथ वाचून काढू, बायबल वाचू, आम्ही आमचे करून घेऊ. शास्त्र तर ठेवले आहे, आता यापुढे गुरूला कशाला शोधायचे? शास्त्र आम्ही आमचे वाचू. स्वत: बसून परमेश्वराला आळवू.

कबीरांनी त्यांना सांगितले असेल, 'हरि सुमरै सो वार है।'- परमेश्वराची आठवण करणे म्हणजे प्रवासाची सुरुवात आहे. त्यामध्ये भटकू नका. 'गुरु सुमिरै सो पार' जो गुरूची आठवण करेल तोच पार होईल.

हे दोन भिन्न पात्रांना उद्देशून केलेले वचन आहे, यामध्ये विरोधाभास नाही.

सद्‌गुरूंचे वचन जर तुम्ही वाचत असाल आणि तुम्हाला विरोधाभास जाणवला तर हे लक्षात घ्या, की तेथे विरोधाभास असूच शकणार नाही. आणि समजा तुम्हाला तो कुठे दिसला तर तुमचे कुठेतरी चुकत असेल. शोधाशोध कराल, तर तुम्हाला मार्ग नक्कीच मिळेल.

गुरूंनी जी वचने सांगितली आहेत ती वेगवेगळ्या लोकांना, वेगवेगळ्या स्थितीमध्ये सांगितली आहेत. एखाद्या माणसाला एखादा आजार आहे त्यासाठी वेगळे औषध. एखाद्या माणसाला दुसरा आजार आहे, त्यासाठी तेच औषध नाही. कारण एखाद्यासाठी जे औषध आहे, ते दुसऱ्यासाठी विष असेल आणि जे एखाद्यासाठी विष असेल ते दुसऱ्यासाठी औषध असेल.

तेव्हा गुरू म्हणजे, तुम्ही असे समजा की जसे औषध घेण्यासाठी दुकानामध्ये जात आहात, तुमची जी यादी असते त्याप्रमाणे केमिस्ट तुम्हाला औषध तयार करून देतो. दुसऱ्याला दुसरे औषध तयार करून देतो. अशा वेळेस तुम्ही भांडत बसत नाही, की हे असे कसे, मला लाल रंगाचे औषध दिले, याला हिरव्या रंगाचे औषध दिले? तुम्हाला माहिती असते, की तुमचा आजार वेगळा

आहे, याचा आजार वेगळा आहे.

सद्गुरूंची वचने अशीच आहेत, ती औषधे आहेत. पहिले औषध दिले गेले आहे शिष्यांना! शिष्यांना का दिले गेले, कारण शिष्यांकडून एक धोका आहे, की ते गरजेपेक्षा अधिक गुरूला पकडून बसू नयेत. असे होऊ नये, की गुरूला धरून ठेवतील आणि परमेश्वराला विसरून जातील. शिष्यांच्याबाबत हाही एक धोका असतो, कारण गुरूला सहज धरून ठेवता येते, परमेश्वराला पकडता येत नाही. गुरूशी जवळीक होऊन जाते. भगवान तर अदृश्य आहे, गुरू दृश्य स्वरूपात आहे. गुरू देहरूपी आहे, भगवान तर या विराटामध्ये आहे.

गुरूशी जवळीक होते, प्रेम वाटू लागते. माझे-तुझेचा भाव जोडला जातो. गुरूशी अहंकाराचा संबंध तयार होतो. माझा गुरू – तर माझ्यातील 'मी'ला मजबूत करायला लागतो.

तेव्हा कबीरांनी शिष्यांना समजावले : 'यो है दाता मुक्ती का, वो सुमिरावै नाम।' आणि सांगितले, की गुरू फक्त परमेश्वराची आठवण करून देतो. म्हणून इथेच थांबू नका. गुरूपासून शिका आणि पुढे चाला. गुरूचे ऐका आणि पुढे चला. गुरूचा उपयोग करून घ्या. गुरूला सेतू समजा आणि त्याच्या आधारे पार करून जा. परमेश्वरामध्ये जायचे आहे. मुक्ती तर तेथेच मिळणार आहे, हे शिष्यांना सांगितले.

परंतु काही असे आहेत, जे शिष्य बनलेच नाहीत; जे आपला अहंकारच धरून बसले. त्यांच्या अहंकारामुळे ते कोणत्याही गुरूच्या पुढे वाकू शकले नाहीत. असे लोक मठ्ठ गुरूंजवळ जाऊन बसतात. अशा गुरूंचा काहीही उपयोग होत नाही. अशा गुरूंमध्ये कोणताही अर्थ नसतो. समजा बुद्ध जिवंत असता, तरीही ते गेले नसते आणि जेव्हा बुद्ध मरून जातील, तेव्हा त्यांचे धम्मपद वाचतील, त्यांची पुस्तके वाचतील.

मठ्ठ गुरूच्या जवळ एक सुविधा आहे, तुमचे जसे मन आहे तशी व्याख्या करून टाका. जो अर्थ काढायचा आहे तो काढा. मठ्ठ गुरू मध्ये येऊन सांगू शकत नाही की तुम्ही हे काय करत आहात.

सिग्मंड फ्राईडच्या जीवनामध्ये एक उल्लेख आहे, की जेव्हा फ्राईड म्हातारा झाला तेव्हा मानसशास्त्रज्ञांची – त्याच्या खास शिष्यांची – एक बैठक त्याने बोलावली. दोन-चार महिने अजून जगेल किंवा एक वर्षभरसुद्धा. नक्की काही सांगता येत नाही. जाण्याचे दिवस आता लवकर येऊ लागले आहेत याची शंका त्याला येऊ लागली आहे. म्हणून त्याने आपल्या खास शिष्यांना बोलावले की एकदा शेवटचे भेटून घेऊ. साऱ्या जगामध्ये त्याचे शिष्य पसरले होते. मनोविश्लेषणाची खूप मोठी चळवळ त्याने चालवली होती.

शिष्य आलेसुद्धा! त्याने तीस खास शिष्यांना बोलावले होते, ते आले. त्यांनी संध्याकाळी फ्राईडबरोबर जेवण घेतले आणि जेवणानंतर जेव्हा ते गप्पा मारत होते तेव्हा फ्राईड बसून चुपचाप ऐकत होता. त्या सगळ्यांमध्ये एक वाद निर्माण झाला होता. वाद याच्यावर होता की फ्राईडच्या कोणत्या भाषणामध्ये असे सांगितले की तसे सांगितले आहे? ते सांगितले आहे की हे सांगितले आहे. वेगवेगळ्या व्याख्या होऊ लागल्या. तीस लोक होते, तीस व्याख्या होऊ लागल्या आणि त्यांच्यामध्ये मोठा वाद निर्माण झाला. एक तास फ्राईड ऐकत राहिला. मग त्याने जोरात टेबल वाजवले आणि म्हणाला, ''मी अजून जिवंत आहे, मला नाही विचारायचे? तुमचे आपले भांडण चालूच आहे. तुम्ही वाद करता आहात की फ्राईडचा अर्थ काय आहे? आणि फ्राईड जिवंत आहे.'' तो म्हणाला : ''इतकी घाई करू नका. मी अजून जिवंत आहे. माझ्या मृत्यूनंतर, तुम्ही वाद घालत बसा. अजून तर मी इथे हजर आहे ना, तुम्हाला कुणाला सुचले नाही, की या म्हाताऱ्याला विचारावे – की याचा अर्थ काय आहे? माझ्या मृत्यूनंतर काय परिस्थिती होईल?''

बुद्धाच्या मृत्यूनंतर काय परिस्थिती झाली. बुद्धाच्या मृत्यूनंतर त्याचे पंचवीस संप्रदाय झाले. महावीराच्या मृत्यूनंतर काय परिस्थिती झाली? किती संप्रदाय पसरले? महंमदाच्या मृत्यूनंतर, येशूच्या मृत्यूनंतर ...!

संप्रदायाचा अर्थ काय होतो? व्याख्या करण्यामध्ये लोक स्वतंत्र झाले. ज्याला जशी व्याख्या करायची, तशी व्याख्या तो करेल. महावीर मध्येच येऊन तर सांगणार नाहीत, की हे चुकीचे आहे. मी असे कधीच सांगितले नाही किंवा मी काही दुसरेच सांगितले होते.

मठ्ठ गुरूचे तुम्ही मालक होऊन जाता. जिवंत हुशार गुरू तुमचा मालक होतो आणि अहंकार कुणाला आपला मालक बनवणे पसंत करत नाही.

तेव्हा दुसरे वचन त्यांना सांगितले आहे, जे आपल्या अहंकारामध्ये अडकले आहेत. पहिले वचन त्यांना सांगितले आहे, जे गुरूमध्ये अडकू शकतात. ते अडकले नाहीत. त्यांना आठवण दिली, की गुरू मुक्ती देणार नाही. गुरू तर आठवण देईल, इशारा करेल. मग प्रवास करावा लागेल. मुक्ती तर परमेश्वरापासून मिळेल.

दुसरी आठवण त्यांनी ही दिली, की याचा अर्थ हा समजू नका. की गुरूची कोणतीही जरुरी नाहीये. गुरूशिवाय कोण इशारा करणार? म्हणून सांगितले– 'हरि सुमिरै सो वार है, गुरु सुमिरै सो पार।'

गुरूचा सारा प्रयत्न हाच आहे, की प्रथम त्याच्याजवळ या, म्हणजे संसारापासून दूर होऊन जाल आणि पुन्हा त्याचा प्रयत्न असतो आता माझ्यापासून दूर व्हा,

म्हणजे तुम्ही परमेश्वराजवळ जाल. हा फरक लक्षात घेण्याचा प्रयत्न करा.

संसारापासून दूर जाण्यासाठी गुरू अनिवार्य आहे आणि परमेश्वराकडे तुम्हाला पाठवायचे असेल तर धक्का द्यावा लागेल, की आता तुम्ही परमेश्वराकडे जा, माझ्यामध्ये गुंतून पडू नका. मी तर एक साधन होतो, ज्याचा तुम्ही उपयोग करून घेतला. आता साधनेमध्ये अडकून राहू नका. मी तर मार्ग होतो, मी ध्येय नाही. म्हणून दोन वचने आहेत.

दुसरा प्रश्न : – *मी माझा भूतकाळ का नाही विसरू शकत? खरं तर माझ्या भूतकाळामध्ये दुःखाशिवाय दुसरे काही नाही.*

कदाचित यामुळे असेल, की मनुष्य दुःखाची खोदून खोदून आठवण काढतो. कारण दुःखामध्ये एक मजा आहे. तुम्ही आश्चर्यचकित व्हाल आणि म्हणाल, की दुःखामध्ये आणि मजा! दुःखामध्ये कसली मजा!

दुःखामध्ये एक मजा आहे. दुःख अहंकारासाठी खाद्य आहे. आनंदाच्या अवस्थेमध्ये अहंकार विलीन होऊन जातो. दुःखाच्या अवस्थेमध्ये अहंकार खूप घट्ट होतो.

लोकांनी दुःख उगीच थोडेच निवडले आहे. मोठ्या हुशारीने निवडले आहे. समजूतदारपणे निवडले आहे. लोक दुःखी आहेत कारण दुःखामध्ये अहंकार सुखावतो. मी कोणी आहे, हे दुःखामध्येच जाणवते. आनंदाची लाट आली, की तुम्ही वाहून जाता. अहंकार उरत नाही.

म्हणून लोक आनंदाच्या गप्पा मारतात, परंतु आनंदित होऊ इच्छित नाहीत, घाबरतात. आनंदित झाले तर हा जो 'मी'चा भाव आहे. हा शिल्लक राहत नाही. म्हणून साऱ्या संतांनी सांगितले आहे, की आनंद मिळवायचा असेल तर 'मी'ला सोडून द्या कारण 'मी' सोडला तर आनंद होतो. आनंदित झालात तर 'मी' सुटून जातो. एकाच नाण्याच्या दोन बाजू आहेत.

परंतु तुम्ही दुःखाला अगदी जपून ठेवता, जशी काही ती संपत्ती आहे. दुःखाच्या ढिगाऱ्यावर तुम्ही आखडून बसून राहता. लोक आपले दुःखसुद्धा मोठ्ठे करून सांगतात. तुम्ही याचा कधी विचार केला आहे? तुम्ही स्वतःचेच कधी बघितले असेल तर लक्षात येईल. थोडासा जरी आजार झाला तरी तो मोठ्ठा करून सांगता, का?

मोठ्या दुःखाबरोबर अहंकारही मोठा होतो. तुम्हाला एखादा आजार असेल आणि कोणी दुसरा म्हणाला : 'अरे, हा काही फार मोठा आजार नाही.' तेव्हा खूप दुःख होते की अरे हा माणूस माझ्या आजाराला खास आजार म्हणत

नाहीये. माझे आजारपण! आणि तुम्ही म्हणता आहात की काही खास आजारपण नाही? तुम्ही समजता काय?

तुम्हाला थोडासा जरी फोड वगैरे आला तरी तुम्ही अशी चर्चा करता, की जसा काही कॅन्सर झाला आहे. थोडीशी जरी डोकेदुखी झाली तरी तुम्ही असे काही सांगता, की सगळ्या जगाची डोकेदुखी तुमच्यावर येऊन पडली आहे. जरासा काटा जरी टोचला तरी तुम्ही असे ओरडता, जसे काही सुळावर चढवले.

तुम्ही आपल्या दु:खाला खूप महत्त्व देता. तुम्ही आपल्या दु:खाला खूप मोठे करता. तुम्ही आपलेच जीवन पडताळून बघाल तर तुमच्या लक्षात येईल. उद्या तुम्ही जेव्हा आपल्या दु:खाची चर्चा कराल, तेव्हा जरा बघा, किती मोठे करून सांगता ते! तुम्ही हैराण व्हाल. दु:ख ही काय वाढवण्याची गोष्ट आहे? दु:ख तर कमी करायला पाहिजे; पण तुम्ही ते वाढवून वाढवून सांगता.

लोक दु:खाच्याच बाबत बोलतात, सुखाबाबत तर कोणी चर्चाच करत नाही. दोन व्यक्ती एकत्र येतात, दु:खाचीच चर्चा सुरू करतात. लोक दु:खामध्ये अधिक रस घेतात असे वाटते. दु:ख त्यांची संपत्ती आहे असे वाटते.

तुम्ही विचारता : 'मी माझा भूतकाळ का नाही विसरत? आणि माझा भूतकाळ म्हणजे फक्त दु:ख आहे.' – तुम्ही आपला भूतकाळ विसरू शकणार नाही, जोपर्यंत तुम्ही हे सत्य समजून घेणार नाही, की दु:ख अहंकार निर्माण करते. ज्या दिवशी तुम्ही तुमचा अहंकार सोडाल, त्या दिवशी तुम्ही तुमच्या भूतकाळापासून मुक्त व्हाल कारण भूतकाळसुद्धा अहंकार निर्माण करतो. भूतकाळाशिवाय तुमचा अहंकार काय आहे?

समजा मी एक जादूची कांडी तुमच्या डोक्यावर फिरवली आणि तुम्ही भूतकाळ विसरून जाल. जसे काही पाटीवरचे पुसल्यासारखे! मग तुमच्याजवळ काय उरले? तुम्ही कोणत्या अहंकाराने सांगू शकाल, मी इंजिनिअर आहे, डॉक्टर आहे, प्रधानमंत्री आहे? त्या भूतकाळातल्या गोष्टी होत्या. त्या सगळ्या पुसून गेल्या. तुम्ही एकदम कोरी पाटी होऊन गेलात. तुम्ही सांगू शकाल, की मी या या कुळामध्ये जन्माला आलो, खूप मोठ्या कुलीन घराण्यातून आलो आहे. अमुक महाराजांचा मुलगा आहे?

ते तर पुसून गेले. भूतकाळही पुसला गेला. तुमची पाटी कोरी झाली. त्या कोऱ्या पाटीवर तुम्ही काय लिहिणार? तुम्हाला काही सुचणार नाही. तुम्ही सांगूही शकणार नाही की मी कोण आहे? तुमचे नावही पुसले गेले. तुमची जातही पुसली गेली. तुमचे ब्राह्मण असणे, तुमचे हे असणे, ते असणे, पदव्या, पद्मभूषण, भारतरत्न इत्यादी सगळे पुसून गेले. काहीही उरले नाही. तुम्ही फक्त कोरा कागद आहात. काय सांगणार?

अचानक तुम्हाला समजेल, की त्या कोऱ्या कागदामध्ये काहीही सांगण्यासारखे नाही. 'मी' बाबत काही सांगू शकत नाही.

'मी'चे सारे रंगरूप भूतकाळाकडून येते. 'मी'चा नकाशा भूतकाळामधून येतो. 'मी'च्या रेषा, परिभाषा भूतकाळाकडून येतात. म्हणून मनुष्य आपला भूतकाळ सांभाळून ठेवतो. भूतकाळाची पुंजी जोडत जातो. अनुभव गोळा करत जातो. इतरही निरर्थक गोष्टी गोळा करतो. ढीग मोठा व्हावा असे वाटते. आपला अनुभव – ढीग – खूप मोठा असावा अशी तुमची अपेक्षा असते. या कारणामुळेच मनुष्य भूतकाळ विसरू शकत नाही. मुळामध्येच अहंकार आहे.

'तल्खी-ए-जहर अभि शामिले जां रहने दे।' आयुष्यामध्ये हा जो कडवटपणा येतो, विखार येतो, मनुष्य म्हणतो : हेसुद्धा राहू देत, हिसकावून घेऊ नको. 'तल्खी-ए-जहर अभी शामिले-जां रहने दे।' माझ्या जीवनामध्ये हे विष असेच कायम राहू देत. माझ्याकडून हिसकावून घेऊ नकोस. मी खूप कष्टाने कमावले आहे. खूप त्याग केला आहे हे विष मिळविण्यासाठी! हा घाव फुकटचा नाहीये, खूप किंमत दिली आहे.

'तल्खी-ए-जहर अभी शामिले जां रहने दे
मुझपे जो गुजरी है कुछ उसका निशां रहने दो।

तुझ्यावर जे बेतले आहे ते एक वाईट स्वप्न होते. तेथे काटेच होते. तेथे कधी फुले उमललीच नाहीत. वसंत कधी आला नाही. नेहमीच पानगळ होत राहिली. तुम्हाला रोगच माहिती आहे. जीवनाचा आनंद तुम्हाला कधी मिळालाच नाही. कितीतरी वेळा मृत्यूशीही सामना करावा लागला. जीवनाचा कधी साक्षात्कार झालाच नाही. तरीसुद्धा मन म्हणते 'माझ्यावर जे बेतले होते त्याच्या काही खुणा राहू देत.' त्याच्या खुणा राहू देत कारण त्या खुणा पुसल्या गेल्या, तर 'मी'ही संपून जाईल.

'ये बुझे जाम, ये रोई हुई शमएं न हटा
चंद घड़ियां खलिशे-ऐशे-गिरां रहने दे।' आणि जे दुःख – जी टोचणी – सुटून गेले, जीवनाच्या विविध भोगांमुळे जे काटे टोचले आहेत, जे ओझे सुटून गेले आहे – 'चंद घड़िया खलिशे–ऐशे- गिरां रहने दे।' त्याला बाजूला करू नका. ते ओझे माझ्यावरती तसेच राहू देत. काही नाही तर काही घटना तरी तशाच राहू देत.

'देख उजड़े हुए मंजर अभी दिल-शोज नहीं
और कुछ रोज युंही रंगे-खिजां रहने दे'

मनुष्य म्हणतो माझ्या भूतकाळामध्ये पतझड का असेना, पण तिचे रंग मला हवे आहेत, ते राहू देत. आता मला अजून सुंदर दृष्यांची अपेक्षाही नाही.

मला माझ्या पतझडमध्येच जगू देत!

कुछ तो रौशन हों मेरे जिस्म की तारीक रगें
मौजा-ए-खूं ये कोई शमए-रवां रहने दे
वो तेरे दर्द की गहराई कहीं देख न ले
नौहा-ए-जख्म को महरुमे-जबां रहने दे
चंद गुमनाम सी यादों की महक है दिल में
इस खराबे में ये गुलहाए-खिजां रहने दे

सारे काही व्यर्थ होऊन गेले आहे, सगळे भग्न झाले आहे. भूतकाळ म्हणजे भग्नावशेष. या भग्नावशेषामध्ये, या पडत्या काळामध्ये ही रंगीबेरंगी पानगळ तशीच राहू देत.

तुम्ही पानगळीलाही फूल समजून घेतले आहे. तुम्ही म्हणता की पानगळीमधील ही फुले, हे काटे असेच टोचणारे राहू देत. त्याची बोच अशीच उरू दे. हे ओझे बाजूला करू नकोस. हीच माझी संपत्ती आहे, हेच माझे जीवन आहे.

तुम्ही जे दुःख भोगले आहे तीच तर तुमची आत्मकथा आहे. सुखाचे किरण तर अजून आलेही नाहीत. रामाची धून अजून वाजलीच नाही, अनाहत (ओम्चा) नाद कधी ऐकलाच नाही. ऐकला तो केवळ बाजारी आरडाओरडा! आत्तापर्यंत आवाज ऐकला आहे तो वेश्यांच्या वस्तीतला, दारूच्या अड्ड्यावरचा, शिव्यागाळींचा, क्रोधाचा, ईर्ष्येचा – यामध्येच अडकून पडला आहात. ही तुमची एकत्र जमा झालेली पुंजी आहे. हा तुमचा हिशोब आहे. ही तुमची खातेवही आहे. म्हणून मनुष्य सोडू इच्छित नाही.

तुमचेच असे नाही, पण मनुष्य आपला भूतकाळ सोडू इच्छित नाही. आपले आघात मनुष्य अजून खोदत राहतो – ते भरून न येवोत. भरून गेले तर काय होईल? ही तर गोळाबेरीज आहे. बोलण्याची संपत्ती आहे. हेच जर संपले तर आमच्याजवळ बोलण्यासारखे काही उरणारच नाही.

हे समजलं तर भूतकाळ विसरण्याची काहीच गरजच राहणार नाही. तुम्हीच जपून ठेवलेले भूतकाळाचे ओझे उतरवून ठेवाल.

भूतकाळावर तुम्ही स्वार नाही. भूतकाळ तर गेला आहे. जे काही होऊन गेले आहे त्याचेच नाव भूतकाळ आहे. तुमच्या कल्पनेमध्ये भरून राहिला आहे. तुमच्या आठवणींमध्ये अडकला आहे आणि तोसुद्धा तुमच्यामुळे अडकून राहिला आहे.

तुमच्या लक्षात आले असेल, की हे व्यर्थ आहे, हे धुळीचे ओझे वाहण्याची आता गरज नाही. या भग्नावशेषामध्ये राहण्याची काहीही गरज उरली नाहीये. नवीन घर बांधा, वर्तमानकाळामध्ये जगा. वर्तमानकाळामध्ये राहिलात तर भविष्याचे

दरवाजे उघडले जातील. भूतकाळामध्ये राहिलात तर स्वत:च्या कबरीमध्ये राहाल. कोणताही दरवाजा उघडला जाणार नाही.

भूतकाळाचा काही उपयोग नाही. भूतकाळामध्ये कोणतीही शक्यता उरलेली नाहीये. ती तर वापरल्या गेलेल्या काडतुसासारखी आहे यापुढे त्याला घेऊन फिरणार! आपल्या छातीवर सांभाळून ठेवा! वापरलेल्या काडतुसांचे काय करणार? काही नवीन घेऊन जगा. आज जगा. आजमध्ये जगा, कारण आजमधून उद्या निर्माण होणार आहे. 'आज'मधून दारे उघडली जातील. त्यापासून शक्यता प्रत्यक्षात येतील, नवीन बीज अंकुरेल.

'मी आपल्या भूतकाळाला का विसरू शकत नाही?' कारण तुम्ही वर्तमानकाळामध्ये जगण्याची कला अजून शिकला नाहीत. तुम्हाला अजूनपर्यंत अज्ञातामध्ये जगण्याची हिंमतच नाही.

भूतकाळामध्ये खूप सुरक्षितता आहे, सारे नीटनेटके आहे कारण सगळे होऊन गेले आहे. भविष्य एकदम अराजक आहे. अजून काहीही झाले नाही, सारे काही होऊ शकते, परंतु अजून काही झाले नाही.

येणारा उद्याचा दिवस अराजक आहे. रिकामा कॅनव्हास आहे, तुम्हाला तो रंगवावा लागेल. तुम्हाला जसा हवा असेल तसा तो बनेल. नरक बनवायचा असेल तर नरक बनेल आणि स्वर्ग बनवायचा असेल तर स्वर्ग बनेल.

भूतकाळाचे चित्र एकदम नीटनेटके आहे, कारण घटना घडून गेल्या आहेत, चित्र काढले गेले आहे. त्यामध्ये काही करण्यासारखे उरलेले नाही. काही कष्ट सुद्धा नाहीत. आळस, सुस्ती, काम न करणे या गोष्टी भूतकाळाला चिकटलेल्या असतात. जागरूकता वर्तमानामध्ये जगते.

अजून खूप चित्रे रंगवायची आहेत. खरे चित्र तर अजून तयारच झाले नाही. कारण अजून परमेश्वराचे चित्र तयार झाले नाही. जोपर्यंत तुमच्या हृदयामध्ये परमेश्वराचे चित्र तयार होत नाही तोपर्यंत काहीही होणार नाही. खरी गोष्ट तर अजून व्हायची आहे. आता जे झाले ते व्यर्थच झाले आहे.

परमेश्वराच्या आधी तृप्त होऊ नका. परमेश्वराला प्राप्त केल्याशिवाय तयार होऊ नका. परमेश्वर अजून भेटायचा आहे, तेव्हा चिंता करण्याची काय गरज आहे, की कोणत्या शाळेत शिकावे, कोणत्या कॉलेजमध्ये जावे, कोणती पदवी घ्यावी, का न घ्यावी, कोणत्या स्त्रीने फसवले, कोणत्या पुरुषाने फसवले, कोणी पैसे हुसकावून घेतले, कोणी अपमान केला... या निरर्थक गोष्टींमध्ये तुमचा वेळ घालवू नका. शक्ती खर्च करू नका. कारण हीच शक्ती परमेश्वराची निर्मिती करणारी आहे. याच शक्तीमुळे तुमचा मोक्ष निर्माण होईल. या शक्तीचे मूल्य खूप मोठे आहे, त्याला कचऱ्यासमान समजू नका.

तेव्हा वर्तमानामध्ये जगायला शिका. भविष्यावर नजर ठेवा. नजर समोर ठेवा, मागे ठेवू नका.

ज्याची नजर मागे आहे, त्याच्या जीवनामध्ये दुर्घटना होतील. असे समजा कोणी एक मनुष्य गाडी चालवत आहे आणि त्याचे लक्ष मागे आहे. बघतो आहे मागे आणि गाडी समोरच्या दिशेने चालली आहे. अपघात झाला नाही तरच आश्चर्य. धोका आहे यामध्ये. काही खास बाब आहे! असायलाच हवी. किती वेळ हा मनुष्य धोक्याशिवाय चालवेल? हा बघतो आहे मागे. याची मान मागच्या दिशेकडे वळली आहे आणि हा पुढच्या दिशेने जात आहे. धोका पुढे आहे, दगड-धोंडे, डोंगर पुढे आहेत. रस्त्यावर पुढे वळणे आहेत. मागे तर फक्त धूळ उडते आहे. ज्या रस्त्यावरून तुम्ही आत्ता जात आहात, त्या रस्त्यावरून पुन्हा कधी जाणार नाही आहात. जे झाले ते झाले. यापुढे तुम्ही कधी लहान मूल होणार नाही, ना तुम्ही पुन्हा तरुण होणार आहात.

जे झाले ते झाले, ती तर धूळ आहे — मागे उडणारी! कुठपर्यंत ही धूळ तुम्ही तुमच्या डोळ्यांमध्ये उडवून घेणार आहात? मान वळवा.

हे काम दुसरे कोणीही जबरदस्तीने करून घेऊ शकणार नाही. तुम्ही समजून घ्याल तरच होईल.

मी ऐकले आहे : मुल्ला नसरुद्दिन एकदा रस्त्याच्या कडेला बसला होता. मोटार सायकलवर बसलेला एक मनुष्य आणि त्याच्या मागे बसलेला एक तरुण त्याच्याजवळ येऊन खाली पडले. त्याने धावत जाऊन त्या मागे बसलेल्या तरुणाला उठवण्याचा प्रयत्न केला. कारण चालवणारा तर ठीक अवस्थेमध्ये होता. पडला तर होता, त्याला लागलेही होते, परंतु मुल्लाला वाटले, की मागच्याची हालत अधिक वाईट आहे. त्याची हालत अधिक खराब झाली आहे असे वाटत होते, कारण त्याचे डोके उलटे झाले होते. तेव्हा त्याने लवकरच एक हिसका देऊन त्याचे डोके सरळ करून टाकले.

तोपर्यंत लांब पडलेला चालवणाराही उठून जवळ आला होता. त्याने विचारले : 'त्याची काय अवस्था आहे?' मुल्ला म्हणाला : 'जोपर्यंत त्याचे डोके उलटे होते तोपर्यंत काही काही बोलत होता. पण जेव्हा मी त्याचे डोके सरळ केले. तेव्हापासून तो बोलतच नाही.' तो मनुष्य म्हणाला, 'तू त्याला मारून टाकलेस. रस्त्यात हवा थंड होती, छातीला वारे लागत होते म्हणून त्याने उलटा कोट घातला होता. त्याचे डोके सरळ होते. तुम्ही त्याला मारून टाकले.'

जबरदस्तीने कुणाचेही डोके सरळ करू नका. काय माहिती उलटा कोट घातला असेल.

जबरदस्तीने तुमच्याबरोबर काहीसुद्धा केले जाऊ शकत नाही. समजून उमजून

करावे. समजून, सहजतेने. तुम्हाला स्वत:हून वाटले तरच करावे. सारखे भूतकाळामध्ये बघत राहण्याचे सार काय आहे हे शोधणे सुरू करा. सार पुढेच आहे. जेथे सार असेल तेथे बघा.

आणि मी हे सांगत नाही, की तुम्ही इतके पुढे बघा, की वर्तमानकाळ बघणेसुद्धा सोडून द्याल कारण हेसुद्धा होऊन जाते. काही लोक असे आहेत जे मागे बघतात आणि समजा त्यांना कोणत्याही प्रकारे समजले तर ते पुढे बघायला लागतात. परंतु मागे ते आहे, जे होऊन गेले आणि पुढे अजून झाले नाही. तरीही काही संभ्रम निर्माण होईल.

यूनानमध्ये एक खूप मोठा ज्योतिषी होऊन गेला. एका रात्री तो ताऱ्यांचा अभ्यास करत चालला होता. ज्योतिषी होता, ताऱ्यांचा अभ्यास करत होता, आकाशाकडे एकटक बघत चालला होता. चालता चालता विहिरीमध्ये पडला. जखम झालीच. लक्षातच आले नाही, चालता चालता रस्त्याच्या बाजूला गेला. विहिरीत पडला आणि ओरडू लागला.

जवळच्याच शेतात राहत असलेल्या एका म्हाताऱ्या बाईने कसे तरी करून त्याला बाहेर काढले. तो ज्योतिषी त्या बाईंना म्हणाला, 'आई, तुझे फार उपकार आहेत. कदाचित तुला माहिती नसेल, की तू कुणाला वाचवले आहेस. मी यूनानचा सगळ्यांत मोठा ज्योतिषी आहे. कुणाचेही भविष्य सांगण्याची माझी फी हजार रुपये आहे. मी तुझे भविष्य फुकट सांगतो.'

त्या म्हाताऱ्या बाई म्हणाल्या, 'चल राहू देत, तुला आपल्यासमोर आलेली विहीर दिसली नाही, तू माझे भविष्य काय सांगणार? तुला जमिनीवरच्या विहिरी दिसत नाहीत. तुझ्या पायाच्या पुढे असलेली विहीर तुला दिसत नाही?'

ही कहाणी मला आनंद देणारी वाटते. काही लोक आहेत, ज्यांना खूप पुढचे दिसते आणि ते विहिरीत पडतात. काही लोक, फक्त मागे बघत राहतात, आणि मग भविष्याशी सामना करतात.

योग्य दृष्टी वर्तमानामध्ये असते, तर भविष्य उन्मुख असते. बघायचे तर आता आहे, आणि भविष्य प्रत्येक क्षण वर्तमान बनतो आहे. तर भविष्य उन्मुख आहे. परंतु भविष्यावरच नजर ठेवायला नको.

भूतकाळ स्मृती आहे, भविष्य कल्पना आहे, वर्तमान खरा आहे, उचित आहे.

तिसरा प्रश्न : *ममतेच्या, माझेपणाच्या भावाशिवाय कोणतीही आई आपल्या मुलाचे पालनपोषण लाडाने करू शकेल? ममता, माझेपणाचा पर्याय कसा झाला? ममता आणि प्रेम यांचा काही सबंध नाहीये?*

'ममता' शब्द बनला आहे 'मम'पासून! 'मम' म्हणजे माझे, 'ममता' म्हणजे आपलेपणाचा भाव!

लक्षात घ्या खूप लोक ममताचा अर्थ प्रेम करतात. प्रेम आणि ममता हे विरुद्ध शब्द आहेत. प्रेमामध्ये आपलेपणाचा भावच नसतो. कारण माझेपणाचा भाव तर फक्त वस्तूशी असू शकतो. व्यक्तींशी कसा असेल?

तुम्ही म्हणू शकता की हे घर माझे आहे. असे म्हटल्यावर कबीर तर म्हणतात, की शरम वाटू देत, संकोच होऊ देत, लाज बाळगा. घराला माझे म्हणता आहात. हे तर परमेश्वराचे आहे. तुमचे यामध्ये काय आहे? तुझे-माझे काय आहे?

पण ठीक आहे, मनुष्याला माफ करून टाका. ठीक आहे, म्हणू देत. घर माझे आहे; परंतु पत्नीला माझे म्हणणे ही तर जबरदस्ती झाली. हे तर माफ केले जाऊ शकत नाही, कारण पत्नीजवळ आत्मा आहे. पत्नी वस्तू नाही. एखादी खुर्ची नाही, किंवा घर नाही. पत्नीच्या जवळ व्यक्तित्व आहे. माझे कसे म्हणू शकाल? माझे म्हणण्याने व्यक्तित्व नष्ट होते आणि वस्तू होऊन जाते.

आपल्या मुलाला–मुलीलासुद्धा माझे कसे म्हणू शकता? कारण इतके जिवंत परमेश्वराच्या घरून आताच ताजे ताजे आले आहे, त्यावर तुम्ही 'माझे' चा अधिकार दाखवाल?

ठीक आहे, वीट, दगड, वाळू आणून तुम्ही घर बनवले असेल. कदाचित फर्निचरसुद्धा तुम्ही बनवले असेल. लाकडे कापली आणि हत्यारे उचलली. परंतु मुलांना तर तुम्ही नाही ना बनवले? जास्तीत जास्त काय तर तुम्ही परमेश्वराच्या हातामध्ये निमित्तमात्र होतात. मुलगा आपल्यापासून निर्माण झाला की परमेश्वराने घडवला! बनवणारे तुम्ही कोण?

मुलांना तर 'माझे' म्हणूच शकत नाही. हे खूप मोठे अपमानास्पद आहे.

आणि मानसशास्त्रज्ञांना विचारले तर तेसुद्धा या गोष्टीशी सहमत होतील. मुलांच्या प्रती सन्मान हवा. ममतेचा भाव नसून सन्मानाचा भाव पाहिजे. मुलगा परमेश्वराकडून येतो. ही परमेश्वराची भेट आहे, त्याच्याविषयी आदर पाहिजे. खूप आदर पाहिजे. तोच आदर पत्नीविषयी, तोच आदर पतीविषयी पाहिजे.

व्यक्ती-व्यक्तींमध्ये एकमेकांबद्दल आदर पाहिजे आणि जेथे आदर आहे तेथे प्रेम आहे. जेथे प्रेम आहे, तेथे आदर आहे. जेथे आदर आहे तेथे स्वतंत्रता आहे, जेथे स्वतंत्रता आहे तेथे प्रेम आहे. आणि जेथे प्रेम आहे तेथे स्वतंत्रता आहे.

जेथे तुम्ही 'माझेपणा'विषयी बोलता तेथे स्वतंत्रता नष्ट होते. तुम्ही म्हणालात,

हा मुलगा माझा आहे : लोक म्हणतात, 'हा माझा मुलगा आहे, जे हवे ते मी करेन'. तुम्ही मुलाचा जीव घेत आहात. तुम्ही मुलाच्या चारी बाजूंनी फास आवळत आहात.

तुम्ही म्हणता : मी हिंदू आहे म्हणून मी यालासुद्धा हिंदू बनवणार! मी मुसलमान आहे, म्हणून यालाही मी मुसलमान बनवणार. हे अपमानास्पद आहे. निर्णय घेणारे तुम्ही कोण? तुम्हाला कुणी हक्क दिला की तुम्ही याला हिंदू बनवा किंवा मुसलमान बनवा? यांच्यासंबधी निर्णय घेण्याचा हक्क तुम्हाला कुणी दिला? तुम्ही अधिकाधिक प्रेम द्या आणि स्वातंत्र्य द्या. त्याची कुंडली निर्णय घेईल.

तुम्ही त्याला मंदिरामध्ये घेऊन जा आणि मशिदीमध्येही घेऊन जा. गुरुद्वारामध्येही घेऊन जा. त्याला सगळ्या प्रकारची ओळख करून द्या, आणि मग त्याला निवडीचे स्वातंत्र्य द्या. गुरुद्वार आवडले, तर गुरुद्वार, चर्च आवडले तर चर्च, आणि मंदिर आवडले तर मंदिर! परंतु त्याच्या स्वातंत्र्यामध्ये अडथळा बनू नका.

त्याचा धर्म निवडणारे तुम्ही कोण? धर्म निवडण्याचा अर्थ तर हा होतो की तुम्ही त्याच्या ईश्वराचा निर्णय घेऊन टाकला. त्याच्या पूजेचाही निर्णय घेऊन टाकला.

तुम्ही कोण आहात त्याची प्रेयसी निवडणारे? तुम्ही म्हणता माझा मुलगा आहे, याची पत्नी मी निवडणार. तुम्ही कोण आहात? त्याच्यासाठी पत्नी तुम्ही कशी निवडणार? त्याला निवडू द्या. तुम्ही त्याला प्रेम द्या म्हणजे तोसुद्धा प्रेम करण्यामध्ये यशस्वी होईल आणि कुशल होईल.

त्यानंतर त्याच्या प्रेमाला मुक्ती द्या की तो निवडेल — कोणत्या स्त्रीबरोबर जीवन जगायचे, कोणत्या पुरुषाबरोबर जीवन जगायचे, कोण याचा मित्र असेल, कोण त्याचा सखासोबती असेल, हे निवडू द्या. तुम्ही आपली कुशलता, आपली बुद्धिमत्ता, आपला अनुभव मध्ये आणू नका. कारण हा मुलगा आपले जीवन जगेल, तुमच्या जीवनाची पुनरावृत्ती करणार नाही आणि तुम्ही ज्या जगामध्ये जगला होतात, ती दुनिया आता नाहिये. हा कोणत्यातरी दुसऱ्याच दुनियेमध्ये राहील, जी पुढे येणारी आहे. तुम्ही याला स्वतंत्र करा.

'ममता'मध्ये प्रेम नसून ममतेमध्ये मालकी हक्क आहे. आणि मालकी हक्कामध्ये कुठे प्रेम असते?

मालक तर वस्तूंचा असतो, व्यक्तींचा कसा असेल? कबीर तर म्हणतात : वस्तूंचेसुद्धा मालक होऊ नका. हीसुद्धा परमेश्वराबरोबर जबरदस्ती होईल. हा अन्याय आहे, अनैतिक आहे. थोडा तरी संकोच करा, ते म्हणतात इथे आपले

काय आहे? सगळे त्याचे आहे.

या बागेमध्ये जी काही झाडे उगवली आहेत, ती तुमची आहेत असे तुम्ही म्हणाल? तुम्ही यामध्ये काय केले? एक पान तर तुम्ही निर्माण करू शकत नाही. जे आहे ते त्याचे आहे – परमेश्वराचे आहे. पण तुम्ही थोडीशी सेवा केली आहे. पाणी घातले आहे, खत घातले आहे. तुम्ही निमित्तमात्र झाला आहात. तुमचे थोडेसे सहकार्य मिळाले आहे. परमेश्वराने तुमचा उपयोग करून घेतला आहे. त्याचे आभार माना, की तुम्ही मला या वृक्षांची सेवा करण्यामध्ये तुझीही सेवा करण्याची संधी दिली. परंतु हे वृक्ष तुमचे नाहीत. ना ही मुले तुमची आहेत.

जीवनावर हक्क होऊच शकत नाही. जीवनावर ममतेच्या भावनेचा घाव घालणे घातक आहे. या ममतेच्या भावनेमुळे जगामध्ये खूप अडचणी निर्माण झाल्या आहेत. तुम्ही कोणत्याही मानसोपचारतज्ज्ञाकडे जाऊन विचाराल तर शंभर वर्षांचा अनुभव हाच आहे, की जी मुले मानसिक आजारांची रुग्ण आहेत, त्याची सगळी कारणे त्यांच्या आईमध्ये नाहीतर वडिलांमध्ये आहेत. अधिकाधिक आईमध्ये आहेत, कारण वडील तर बहुतेक घरात नसतातच! मुलांशी त्यांचा संबंध अधिक नसतो. परंतु आईशी चोवीस तास असतो.

कालच रात्री एका तरुणीने मला सांगितले, की माझा मुलगा वारंवार दम्याने आजारी पडतो. पूर्वी तर असे होत नव्हते. जेव्हापासून मी माझ्या पतीपासून वेगळी राहायला लागले तेव्हापासून मुलाला अस्थमा लागला आहे. हा मुलगा कमजोर होऊ लागला आहे. जेवणसुद्धा नीट जेवत नाही. आणि ती रडू लागली.

दिसत होते की ती मुलाची खूप काळजी करत होती. मुलगाही समोर बसला आहे. लहानसा मुलगा, तोसुद्धा ऐकतो आहे. जेव्हा मला तिचे म्हणणे पुरेपूर समजले तेव्हा माझ्या असे लक्षात आले, की ती 'आई' मुलाकडे जरुरीपेक्षा अधिक लक्ष देते आहे. अस्थमा त्यामुळेच निर्माण झाला आहे.

पतीपासून वेगळी राहते. आपल्या मुलाचा पिता दुरावला आहे, ही अपराधीपणाची भावना आहे. त्यामुळे पित्याची भूमिकाही करते आहे, आईची भूमिकासुद्धा करते आहे. मुलावर दुहेरी दबाव टाकते आहे. याला चांगले करण्यासाठी, चांगले बनवून दाखवीन म्हणून चोवीस तास त्याच्या मागे लागलेली असते. कदाचित पतीने हेही सांगितले असेल, की वेगळे राहण्याने मुलाचे आयुष्य बरबाद होईल. त्यामुळे हे सगळे अहंकाराला आव्हान आहे – की ती बनवून दाखवेल.

अगदी वाईट पद्धतीने मुलाच्या मागे लागली आहे. त्यामुळे त्या मुलाला असे वाटते, की जसे कुणीतरी त्याचा गळा दाबत आहे. म्हणून अस्थमा निर्माण

झाला. ते गळा दाबणे मानसिक आहे. कुणीतरी माझा गळा दाबतो आहे, ही मानसिक भावना त्या मुलामध्ये आहे. त्यामुळे त्याला अस्थमा लागला.

मुलाने खाणे-पिणे बंद करून टाकले. कारण ती माता रात्रंदिवस चिंतेत आहे. मुलाला असे वाटते, की माझ्यामुळे आई एवढी काळजीमध्ये आहे त्यामुळे त्या मुलामध्ये मरणाची भावना उत्पन्न झाली. *त्याला मरायचे आहे कारण 'माझ्यामुळे माझी आई एवढी काळजीत आहे. हा दिखावा नाही.'*

जेव्हा मी हे त्याच्या आईशी बोलत होतो, तेव्हा हे तो मुलगा ऐकत होता आणि ऐकता ऐकता त्याचे डोळे एकदम चमकले. त्याच्या चेहऱ्यामध्ये एकदम फरक जाणवला. तो प्रथम आला होता तेव्हा तो मुलगा एकदम अस्वस्थ जाणवत होता. मी तर त्याच्या आईशी बोलत होतो, परंतु डोळ्यांच्या एका कोपऱ्यातून मी त्याच्याकडेही बघत होतो, की त्याच्यामध्ये काय फरक पडतो आहे. तो शांत होऊन बसला. ही गोष्ट त्याला जाणवली. खरंतर अजून छोटा होता, परंतु ही गोष्ट त्याच्याही लक्षामध्ये आली, की काही असे घडते आहे.

आईच्यासुद्धा लक्षात आले, की मी खूपच प्रेम करते आहे. अतिशय प्रेम म्हणजे अति ममता!

हे प्रेम नाही. हे आपल्या अहंकाराचेच रोप लावण्यासारखे आहे. 'हा माझा मुलगा आहे, हा मुलगा जगामध्ये सगळ्यांत श्रेष्ठ मुलगा व्हायला पाहिजे' हे काहीतरीच वेडेपण झाले. तुमचा असण्यामध्ये याने काही अपराध केला. 'हा माझा मुलगा आहे, याने वर्गामध्ये पहिले आलेच पाहिजे.' का? दुसरी मुलेपण आहेत, तुमच्या मुलाचाच काय हट्ट की तो पहिला यावा? आणि तुम्हाला असे वाटते का, की मुलगा पहिला आल्याने तुमचे मुलावर खूप प्रेम आहे? तर तुम्ही चुकता आहात. हा फक्त तुमचा अहंकार आहे. कदाचित तुम्ही शाळेमध्ये पहिल्या क्रमांकावर येऊ शकला नसाल. म्हणून तुम्ही मुलाच्या जोरावर पहिले येऊ बघता. म्हणजे तुम्ही तुमच्या सोसायटीत जाऊन लोकांना सांगू शकाल, 'बघा माझा मुलगा पहिला आला आहे.' हे मुलाच्या मागे, मुलाच्या खांद्यावर बंदूक ठेवून गोळी चालवण्यासारखे आहे. बघा, माझा मुलगा असा, माझा मुलगा तसा!

आपण बघतो ना, आई-वडील मुलांची कशी चर्चा करत असतात – माझा मुलगा असा आहे, माझा मुलगा तसा आहे. ही चर्चा तुम्ही काळजीपूर्वक ऐका. तुम्हाला त्यांच्या अहंकाराचे गीत ऐकायला मिळेल. हा त्यांचा अहंकार आहे की माझा मुलगा आहे. मी याच्या आतमध्ये दडलो आहे, हे माझेच रक्त आहे, माझेच मांस आहे, हा माझाच प्रतिनिधी आहे. मी तर उद्या या दुनियेतून निघून जाईन, पण हा मी जगाला दान देऊन जाईन. हा माझा मुलगा आहे. हा

माझी आठवण कायम ठेवेल.

हा अहंकार आहे. तुम्ही नाही पूर्ण करू शकलात, आता मुलाच्या माध्यमातून पूर्ण करू बघत आहात. या अहंकारामुळेच तुम्ही तुमच्या मुलाचा गळा दाबत आहात.

शंभरामध्ये नव्याण्णव मुलांना आई-बापच मारतात. त्यांना जिवंतच राहू देत नाही. म्हणून तर जग इतके मृतवत भासते. इथे प्रकाश नाही, जीवन नाही, तरंग नाही, उत्सव नाही. मारून टाकतात, सगळ्या प्रकारे मारून टाकतात.

ना मुलांना आपल्या अनुभवाने वागू देतात, ना त्यांना अनुभव निवडू देतात. एवढेच नाही तर धर्मसुद्धा त्यांच्यावर लादतात, प्रेमसुद्धा त्यांच्यावर लादले जाते. म्हणतात, मी अनुभवी आहे. मी ही पत्नी तुझ्यासाठी शोधून आणली आहे. अनुभवाचा आणि प्रेमाचा काय संबंध? समजा अनुभवाशी प्रेमाचा काही संबंध असेल तर लोकांनी म्हातारपणीच लग्न करायला हवे.

प्रेमाचे तरंग अनुभवाने उमटत नाहीत. अनुभवहीन मनामध्ये उमटतात. प्रेमाचा विस्तार तर अनुभवहीनतेमध्ये आहे. प्रेम तर एक प्रकारचे वेडेपण आहे. जेव्हा तुम्ही खूप अनुभवी होता तेव्हा प्रेमाचे तरंग उमटत नाहीत. अनुभव या तरंगांना मारून टाकतो.

आणि जेव्हा तुम्ही अनुभवाच्या द्वारे विचार करता, तेव्हा तुम्ही काही दुसराच विचार करता. अनुभवी पिता विचार करतो की मुलीचा परिवार कसा आहे, मुलाचा परिवार कसा आहे? धन, दौलत, प्रतिष्ठा या सगळ्या गोष्टींचा विचार केला जातो. याचे प्रेमाशी काहीही देणे घेणे नसते.

तुम्ही असे कधी ऐकले आहे, की कोणताही मनुष्य एखाद्याच्या एम.ए. पदवीच्या प्रेमामध्ये पडला आहे? किंवा एखादा मुलगा किंवा मुलगी कुणाच्या एम.ए.च्या पदवीच्या प्रेमामध्ये पडला आहे...! सुवर्णपदक मिळाले म्हणून? सुवर्णपदक आणि प्रेम!

प्रेम जेव्हा होते, तेव्हा ते एकदम अचानक होते. कारणाशिवाय प्रेम होते. प्रेम होण्याचे कारणही सांगता येणे शक्य नसते परंतु तुम्ही प्रेमसुद्धा लादता, ज्ञानही लादता, जीवनाच्या साऱ्या गोष्टी लादता आणि तरीही तुम्ही अपेक्षा करता, की लोकांनी आनंदित राहावे. तुम्ही अपेक्षा करता, की मुलांनी आई-वडिलांविषयी आदर ठेवावा. अशक्य आहे. मुलांनी तुमचा आदर ठेवावा असे तुम्ही काहीही केले नाही.

ममता प्रेम नाहीये. तुम्ही ममता जरूर दाखवली आहे. परंतु तुम्ही प्रेम दाखवले नाही.

मला तुम्हाला सांगावेसे वाटते...! तुम्ही विचारले : ममता आणि माझेपणाचा भाव याशिवाय आई आपल्या मुलाचे संगोपन प्रेमाने करू शकेल?

शक्य आहे, जोपर्यंत ममता आहे, तोपर्यंत प्रेम कुठे राहणार?

आणि म्हणून जर तुम्ही मुलाची काळजी करत असाल, की हा तुमचा आहे, तर तुम्ही मुलाची चिंता करत नसून तुम्ही तुमची काळजी करत आहात.

मुलगा तुमचा आहे म्हणून तुम्ही काळजी करता आहात, पण मुलाची कुठे काळजी केली? मुलगा परमेश्वराचा आहे! तुमचे काय? त्याची भेट आहे. त्याने तुमच्यावर अनुग्रह केला आहे, प्रसाद दिला आहे. तुम्ही त्यासाठी त्याचे आभार माना. तुम्ही मुलाची काळजी करता आहात; पण परमेश्वराने तुम्हाला ही सेवेची संधी दिली आहे. तुम्हाला या मुलाविषयी प्रेम आहे, आस्था आहे, तुम्हाला वाटते, की मुलाने आनंदित राहावे.

तुम्ही या मुलाला वरून उपदेश देणार नाही, कारण पोकळ उपदेश, लादलेला उपदेश त्याला निराश करून टाकेल. तुम्ही या मुलाला हिंमत धरण्याचे साहस द्याल. शोध घे. आम्हीही शोधत आहोत, तूही शोध!

तुम्ही या मुलाला खोट्या गोष्टी देणार नाही. तुम्ही या मुलाला खोटे सांगणार नाही की ईश्वर आहे. तुम्हालाच माहिती नाही तर तुम्ही कसे सांगणार? प्रेम खोटे बोलत नाही. ममता नेहमी खोटे बोलते.

तुम्हाला समजत नाही, तुम्ही मुलांना सांगता, की परमेश्वर आहे. आणि समजा मुलाने काही प्रश्न विचारला तर लगेच मुलाचे तोंड तुम्ही बंद करून टाकता. तुम्ही सांगता: 'या गोष्टी जरा अवघड आहेत. तुझ्या आता लक्षात येणार नाहीत. मोठा झालास की तुला समजतील.' जणू तुम्हाला सगळंच समजलंय! या गोष्टी ना तुमच्या लक्षात आल्या आहेत ना तुमच्या वडिलांच्या लक्षात आल्या होत्या. मोठे तर तुम्ही झालात, तुम्हाला काय समजले?

जीवनाचे रहस्य मुलांना जितके चांगले समजते, तितके मोठ्यांच्या लक्षात येत नाही. म्हणून येशूने सांगितले आहे, की जे मुलांसारखे सरळ-साधे आहेत, ते परमेश्वराला समजू शकतील.

सगळ्या जगातल्या संतांनी सांगितले आहे, की मुलांसारखे सरळ-साधे व्हा, तर परमेश्वर जवळ येतो. अनुभवींजवळ परमेश्वर येत नाही. अनुभवींना परमेश्वर घाबरतो अनुभवींपासून परमेश्वर स्वतःचे रक्षण करतो, चला अनुभवी येत आहे, धावा!

ज्ञानीला परमेश्वर घाबरतो, पंडितांना परमेश्वर घाबरतो. पंडितांमुळे परमेश्वर भयभीत होतो. शांत, निर्दोष चित्त पाहिजे.

लहान मुले परमेश्वराच्या अधिक जवळ असतात. त्यांना जर स्वातंत्र्य दिले आणि चारी बाजूने प्रेम मिळत गेले, ममतेचा फास नसेल, कोणताही अहंकार त्यांच्यावर स्वार झाला नसेल, तर मुले एक वेगळेच जग बनवतील. मुले

एका वेगळ्याच प्रकारच्या जगामध्ये मोठी होतील. तेच खरे प्रेम असेल.

प्रेमाची कसोटी काय आहे? म्हणतात की वृक्षाची कसोटी फळ ही आहे. तुम्ही खूप वृक्ष लावले आणि फुले कधी आलीच नाहीत, तेव्हा काही तरी चुकतंय असे तुम्ही मानणार की नाही? तुम्ही खूप झाडे लावली आणि आंबे कधी आलेच नाहीत. तेव्हा काहीतरी कुठेतरी चुकतंय. समजा आंबे आले; पण ते कडू व्हावेत, नक्कीच काही तरी चुकतंय!

जग इतके प्रेम करते आहे पण तरीसुद्धा जग उदास आहे. फुले तर उमलत नाहीत, मधुर आणि गोड फळे तर लागत नाहीत. विषच विष आहे. तेव्हा प्रेमामध्ये जरूर काहीतरी खोट आहे. प्रेमाच्या नावावर कुणीतरी धोका देत आहे. ममता प्रेमाला धोका देत आहे आणि अहंकार प्रेमाचा बुरखा ओढून चालत आहे.

ममतेपासून मुक्त होऊन जा, म्हणजे प्रेम प्रकट होऊ शकेल. आदर ठेवा, कारण या पृथ्वीवर जे काही आहे, ते परमेश्वराचे आहे. झाडे, मुले, चंद्र-तारे!... ही सारी पृथ्वी त्याचे मंदिर आहे.

आणि जेव्हा तुम्ही एखाद्याचा आदर करता तेव्हा आरोपण करत नाही. तुमच्या मनामध्ये प्रतिष्ठा निर्माण होते. समजा मुलाने एखादा प्रश्न विचारला, माहिती असल्यास तुम्ही त्याला उत्तर द्याल. समजा मुलाबाबत आदर असेल तर जेवढे माहिती असेल तेवढे उत्तर नक्कीच द्या. तू मोठा झाल्यावर तुला सगळे समजेलच असे उत्तर देऊन त्याला कधीही धोका देऊ नका.

तुम्ही मुलाला हे सांगाल, की मी सुद्धा शोध घेतो आहे. अजूनपर्यंत मलाही परमेश्वराचा पत्ता लागलेला नाही. तू सुद्धा शोध. कदाचित तू परमेश्वराच्या अधिक जवळ आहेस. माझ्या आणि परमेश्वराच्या मध्ये खूप वर्षांचे अंतर पडले आहे. तू आताच परमेश्वराच्या घरून आला आहेस. तूही ध्यान कर, प्रार्थना कर आणि शोध घे. समजा तुला माझ्या आधी समजले तर मला सांग! कारण तू अजून ताजा आहेस, तू अजून निर्दोष आहेस. तुझ्या मनामध्ये अजून कपट भरलेले नाही, अजून तू तर्कांने भरला नाहीस. तुझी श्रद्धा अजून अखंडित आहे. तू अजून साधा-सरळ आहेस, संत आहेस, मला तर संत व्हावे लागेल. तू आहेस; तू शोध घे.

हा आदर होईल, हे प्रेम होईल आणि समजा पिता असे करू शकेल, आई असे करू शकेल, तर तुम्हाला काय वाटते, त्यांची मुले त्यांचा कधी अपमान करू शकतील? अशक्य आहे.

आज जगामध्ये खूप लोकांचे हे दुःख आहे, की त्यांची मुले त्यांचा अपमान करतात. का? तुम्ही त्यांचा खूप अपमान केला आहे; हा त्याचा सूड आहे.

तुम्ही अपमान केला; पण तुम्ही कधी विचारही केला नाही की तुम्ही अपमान करता आहात. तुमचा अपमान इतका स्वीकारला गेलेला आहे, की तो अपमान आहे, हेही तुमच्या लक्षात येत नाही.

मी एका घरी पाहुणा म्हणून गेलो होतो. जगभर प्रवास करत होतो, त्यामुळे खूप लोकांच्या घरी अतिथी बनत असे. तेव्हा खूप घरांमध्ये असे होत असे, की बाप आपल्या मुलांना घेऊन येई आणि 'याला जरा समजवा' असे म्हणत असे. 'या बुद्दूला काही...!' (त्याच्याच समोर त्याला बुद्दू म्हणत) 'याला काही अक्कल नाहीये.

मी बिचकायचो. मी त्यांना सांगायचो: ही आश्चर्याची गोष्ट आहे, की हा बुद्दू अजून तुमची पिटाई करत नाही, तो तुमचे डोके अजून फोडत नाही. हा पूर्ण बुद्दू नाहीये. तुम्ही एका अपरिचित, अनोळखी माणसासमोर त्याला उभे करून बुद्दू म्हणता आहात? तो ते सहन करतो आहे. सज्जन दिसतोय. माझ्या लेखी तुम्ही दुर्जन आहात. हा अपमान आहे. तो अपमानाचे घोट गिळतो आहे कारण तो कमजोर आहे, कारण अजून तो उदरनिर्वाहासाठी तुमच्यावर अवलंबून आहे; परंतु तो बदला घेईल. हे सगळे विष एकत्र जमा होत राहील आणि एक दिवस तुम्ही कमजोर व्हाल.

एक दिवस बाप कमजोर होईल. मुलगा तेव्हा तरुण होईल, नोकरी करत असेल, प्रतिष्ठा असेल आणि हा बदला घेईल. त्यालाही कळणार नाही, की बदला का घेत आहे; परंतु बदला घेणार. ज्या प्रकारे तुम्ही त्याचा अपमान केला, त्याचप्रकारे तो तुमचा अपमान करत राहील. म्हणेल, थेरड्या, खडूस इत्यादी प्रकारच्या शब्दांचा वापर करेल. म्हणेल, तुझं तोंड बंद ठेव, तुला मध्ये बोलण्याची काही गरज नाही, जा खोलीमध्ये जाऊन बसा. किंवा वृद्धाश्रमामध्ये पाठवेल – की निघून जा. तेथे भरती व्हा, घरामध्ये मला अजून संघर्ष नको आहे. तेव्हा तुम्ही म्हणाल की मुला तू माझा अपमान का करतो आहेस? आणि तुम्ही त्याचा किती अपमान केला होता याची तुम्हाला आठवणसुद्धा नाही.

फळांमुळे परीक्षा होते. समजा मुले मोठी झाल्यावर आई-वडिलांचा अपमान करत असतील तर त्यातून एकच प्रतीत होते, की लहानपणी आईवडिलांनी मुलांचा असाच अपमान केला असेल.

प्रेमाच्या नावावर खूप खोट्या गोष्टी चालतात. समजा तुम्ही प्रेम दिले असेल तर प्रेमाचा पुरस्कार जरूर मिळतो. प्रेमाचा पुरस्कार प्रेमच आहे. प्रेम द्या. प्रेम मिळवा! तुम्ही काही दुसरे दिले असेल. तेसुद्धा काही दुसरेच देतील.

म्हणून ममतेपासून मुक्त व्हा. प्रेमाला जगू द्या. प्रेम द्या, आदर द्या. इथे

सगळ्यावर परमेश्वराचे हस्ताक्षर आहे.

चौथा प्रश्न : *संत पुरुषांनी नेहमी जीवनाला दु:खामध्येच का निरुपित केले आहे? हा दु:खवाद योग्य आहे?*

संतांनी जीवनाला दु:खामध्ये वर्णन केले नाही. संतांनी जीवन बघितले आणि ते दु:खी झाले. हे निरुपण नाहीये. हे दु:ख आहे असे सिद्ध करण्याचे प्रयत्न संतांनी केले नाहीत. त्यांनी बघितले – हे दु:ख आहे.

समजा तुमच्या पायामध्ये काटा गेला आहे आणि तुम्ही म्हणाल की मला खूप वेदना होताहेत, तर तुम्हाला कोणी असे म्हणेल का, की तुम्ही असे वर्णन का करता आहात? की पायामध्ये वेदना होत आहेत. हा तर दु:खवाद आहे.

कुणाला खोल जखम झाली आहे बरी न होणारी आणि खूप दुखते आहे, तो म्हणेल की मला खूप वेदना होत आहेत आणि तुम्ही म्हणाल की वर्णन करू नको. हा तर दु:खवाद आहे. मनुष्याला सुखवादी व्हायला पाहिजे. म्हणा की या खोल जखमेमुळे मला खूप आनंद होतो आहे. पण नुसते म्हणण्याने काय होणार आहे?

संतांनी जीवन बघितले आणि ते जसेच्या तसे वर्णन केले. संतांनी जीवन दु:खरूप आहे हे बघितले नाही, पण त्यांनी अनुभवले आहे, की जीवन दु:खरूप आहे.

संतांचे सोडा, तुमचा अनुभव काय आहे? तुम्ही जरा आपल्या अनुभवाने पारखून बघा. काय सुख मिळाले आहे? सुख मिळण्याची आशा आहे, पण कधी मिळाले आहे? दु:खच मिळाले आहे. किती तरी प्रकारचे दु:ख मिळाले आहे. ऐका : –

'पांव के काटे रूह के नश्तर जीवन-जीवन बिखरे हैं
मेरे अहद के इन्शां हैं या जख्म के खिरमन बिखरे हैं।
हिम्मत हो तो झांक के देखो हस्ती की महराबों से
वक्त है वो दीवार कि जिसमें दर्द के रोजन बिखरे हैं।
नग्मो पर सर धुननेवाले, साज की सीना चीर के देख
गीत का चंचल रूप बदल कर रूह के शेवन बिखरे हैं।
जब भी तेरी याद का मौसम दिलको छूकर गुजरा है
मेरी प्यासी आंखोंसे जलते हुऐ सावन बिखरे हैं।
लुट जाएगी जिस्म की चांदी, सीमबरो हुशियार रहो

शहर की ख्वाबीदा गलियों में जागते रहजन बिखरे हैं।
लोग तुम्हारे आरिज-ओ-लब से कर लेंगे ताबीर उन्हें
कुछ अनदेखे जल्वे हैं जो चिलमन-चिलमन बिखरे हैं।
मोती जैसे जगमग करते, पत्थर जैसे भारी लोग
राहों में कंकर की तरह हालात के कारण बिखरे हैं।
मुझसे मेरे दौरे-जुनूं के नागुफ्ता हालात न पूछ
जलते आंसू, भीगे शोले, दामन-दामन बिखरे हैं।

थोडे डोळे उघडून बघा. 'पांव के काटे रूह के नश्तर जीवन-जीवन बिखरे हैं' तुमचे पाय काट्यांनी भरले आहेत – आणि तुमचे हृदयसुद्धा! तुमच्या पायावर फोड आले आहेत आणि तुमच्या हृदयावरसुद्धा, तुमच्या पायावर जखम झाली आहे आणि तुमच्या आत्म्यावरसुद्धा!

आपल्यालाच बघा. जरा स्वत:कडेच निरखून बघा. जरा आपल्यासंबंधीच सरळ-साधा साक्षात्कार करा. तेव्हा तुमच्या असे लक्षात येईल, की संत यथार्थवादी आहेत. जसे आहे तसेच ते सांगतात. खोटे सांगत नाहीत. भ्रम निर्माण करत नाहीत. दु:खाला दु:खच म्हणतात.

तुम्ही? तुम्ही बेइमान आहात. तुम्ही दु:खालासुद्धा सुख म्हणता. तुम्ही औपचारिकपणा शिकला आहात. तुम्ही हळूहळू शिष्टाचारही शिकला आहात. कुणाला विचारा कसे आहात? तो म्हणतो : खूप सुखी आहे. तुम्हीसुद्धा संभ्रमात पडता.

तुम्हाला कोणी विचारते, बोला, तुम्ही कसे आहात? तुम्ही म्हणता : खूप आनंदात आहे. मजेत आहे. ना तुम्ही खरे बोलत आहात ना ते खरे बोलत आहेत आणि दोघेही एक दुसऱ्यासाठी धोका तयार करत आहेत.

तुम्ही जे सांगता की सारे व्यवस्थित आहे ते खरे आहे? सगळे जर ठीक असेल तर तुम्ही बुद्धत्वासाठी तयार व्हा. सगळे ठीक असेल तर मग उरलेच काय? मग तर परमेश्वर प्रसन्न आहे. परमेश्वर प्रसन्न झाल्यावर सगळे व्यवस्थित होते.

आणि तुम्ही जेव्हा म्हणता, की खूप मजेत आहे, सगळा आनंद आहे, मौज-मजा आहे, तुम्ही काय म्हणता आहात? खरे न बोलण्याची शपथ तुम्ही घेतली आहे का? मी हे समजू शकतो, की दुसऱ्यासमोर आपले दु:खाचे रडगाणे गाण्यात काय अर्थ आहे? त्यामुळे सांगून टाकले, की सारे ठीक आहे आणि असा कोणताही गंभीर प्रश्न नव्हता. आणि तसे त्याने विचारलेही नव्हते. हे मला माहिती आहे.

रस्त्यामध्ये कोणी भेटले. जय रामजी म्हटले. त्याने विचारले : बोला,

कसे आहात? एक तासभर तुमचे दुःखाचे रडगाणे ऐकण्यासाठी तर त्याने विचारले नव्हते.

त्याने काही कारणासाठी विचारले नव्हते. ते तर फक्त औपचारिक होते. आणि तुम्ही औपचारिक उत्तर देऊन टाकले. त्यावर माझे काहीही म्हणणे नव्हते; परंतु या भ्रमामध्ये राहू नका, कारण एकसारखा पुनरुच्चार केल्यास असे वाटते, की हेच खरे आहे.

रोज रोज पुनरुच्चार करता. जो भेटतो, तो तेच विचारतो. तुम्ही म्हणता : खूप मजेत आहे. हळूहळू तुम्हाला स्वतःलाही वाटायला लागते, आणि मग एक प्रकारचे संमोहन होऊन जाते.

कधी तरी आपलं हृदय उघडून बघा 'पांव के काटे रूह के नश्तर जीवन-जीवन बिखरै हैं, मेरे अहद के इन्शां है या जख्म के खिरमन बिखरे हैं.'

इथे तर जखमांचे ढीगच्या ढीग लागले आहेत. चारी बाजूला जखमांचे ढीग पसरले आहेत. 'हिंमत हो तो झांक के देखो हस्ती की महराबो से.' हिंमत असेल तरच हे बघणे होऊ शकते.

'वक्त है वह दीवार कि जिसमें दर्द के रोजन बिखरे हैं.' इथे काळाच्या भिंतीमध्ये वेदनेच्या भेगा आहेत. बारकाईने बघा. हिंमत असेल तर कुणीही बघू शकते. हिंमत नसलेला तर पळूनच जाईल. तो उभाच राहू शकत नाही. उभा राहिला तर कदाचित त्याला पहावं लागेल. तो तर काही काही कामांमध्ये व्यस्त असतो – काही नजरेसही पडू नये.

आतमध्ये साप-विंचू आहेत आणि तुम्ही चंद्र-ताऱ्यांच्या गप्पा मारता. आतमध्ये विषच विष आहे, आणि तुम्ही अमृताचे गाणे गात आहात. हळूहळू तुम्ही गाण्यामध्येच विचार करू लागता, की सगळे मिळते आहे. प्रेम काय आहे हे माहितीच नाही आणि प्रेमाच्या कथा वाचता आहात. कथांमध्येच हरवून जाता.

'नग्मों पर सर धुननेवाले, साज का सीना चीर के देख
गीत का चंचल रूप बदल कर रूह के शेवन बिखरे हैं.'

इथे गीतांच्या नावावर जे काही चालले आहे, समजा त्या गीतांचा मथितार्थ समजून घेतला तर असे लक्षात येईल, की प्रत्येक गीतामध्ये रडण्याचा सूर दडला आहे. प्रत्येक गीताच्या मागे अश्रू लपले आहेत. हे अश्रू लपवण्याची युक्ती म्हणजे हे गीत, तुमचे उत्सव आणि हे सजलेले समारंभ आहेत.

'मुझसे मेरे दौरे-जुनूं के नागुफ्ता हालात न पूछ
जलते आंसू, भीगे शोले, दामन-दामन बिखरे हैं.'

जीवन दुःखी आहे याचे कोणतेही वर्णन संत प्रस्थापित करत नाहीत. त्यांची जीवनाची अशी व्याख्याही नाही. त्यांच्या जीवनाचा असा अनुभव आहे.

तुम्ही विचारता: 'संत पुरुषांनी नेहमी जीवन दु:खी आहे असे का वर्णन केले आहे?' कारण जीवन दु:ख आहे. संत तरी त्याला काय करणार?

म्हणून तर संतांचे म्हणणे तुम्ही ऐकत नाही. तुम्ही कवींचे ऐकणे पसंत करता. कवी उलटे काम करतात. ते आयुष्यात स्वप्ने उभी करतात. संत स्वप्ने तोडतात, सत्याचे दर्शन घडवतात. कवी प्रेमाचे गीत गातात, प्रेमाच्या कथा लिहितात.

तुम्ही कधी या कवींमध्ये सामील होऊ नका. ना तुम्हाला त्यांच्या जीवनात प्रेम मिळेल ना कोणतेही गीत मिळेल. बऱ्याचदा कवींना भेटल्यावर निराशाच पदरी येते. याचे गीत ऐका, त्याचे गीत वाचा, खूप छान वाटतात. आकाशाइतकी उंची असलेल्या या कविता खूप छान वाटतात. आणि असे होऊ शकते, कधी हे कविराज घाणेरड्या गटारीमध्ये दारू पिऊन पडलेले दिसतील, किंवा कुठे तरी बसून बिडी पिताना दिसतील आणि त्यांच्या चेहऱ्यावर माश्या बसलेल्या दिसतील. स्मशानवत छाया असेल. आणि तुम्हाला विश्वासही वाटणार नाही की हा माणूस इतके उच्च गीत कसे गाऊ शकतो?

प्रत्यक्षात हे गीत स्वत:ला विसरण्यासाठी एक उपाय असतो. असे झालेले नसते. प्रेम झालेले नसते, म्हणून प्रेमाचे गाणे गाऊन गाऊन स्वत:ला दिलासा देत असतात. प्रेमापासून वंचित झाले आहेत म्हणून प्रेमाचे गीत गाऊन मनाची फसवणूक करत आहेत. या स्वत:ला विसावा देण्याच्या गप्पा आहेत.

कवी लोकांना कल्पनेमध्ये रममाण करतात, लोकांच्या आशा पल्लवित करून टाकतात. लोकांना सारखी आठवण देत राहतात, की काही होऊ शकते. थोडासा प्रयत्न करा तर होऊन जाईल. थोडेसे कष्ट करा, होऊन जाईल. लोकांच्या आशा जाग्या ठेवण्याचे काम करत असतात.

संत लोकांना जे आहे तेच सांगतात. समजा मृत्यू येणार असेल तर संत मृत्यू येत आहे असेच सांगतात. संत तुम्हाला स्मशानभूमीमध्ये घेऊन जातात. दाखवतात की जीवनाची सच्चाई काय आहे, हाच जीवनाचा अंत आहे.

त्यामुळे तुम्ही संतांवर नाराज होता. कारण ते तुमच्या आशा तोडून टाकतात. आणि तुमच्या आशा तोडून तुम्हाला बदलवण्याचा प्रयत्न करतात.

कवींवर तुम्ही नाराज होत नाही. कवींचा तुम्ही सत्कार करता. कुठल्याही कवीला कधी सुळावर चढवले गेले नाही. कवींचा लोक सत्कार करतात. त्यांना नोबेल पुरस्कार देतात.

एकाही संताला आतापर्यंत नोबेल पुरस्कार मिळाला नाही. संतांना सुळावर चढवले जाते. जीझस, मन्सूर, सुकरात यांच्यावर लोकांनी दगड फेकले होते. कवींना आदर मिळतो आणि कवी फक्त खोटेपणाचा धंदा करतात. त्यांचा

व्यवसाय खोटा आहे. ते खोटेपणासुद्धा खूप सौंदर्यदृष्टीने प्रदर्शित करतात. ते खोटेपणाला खूप शृंगारित करतात. खोट्या गोष्टींना हुशारीने रंग-रूप चढवतात. ते खोट्या गोष्टींना असे काही जिवंत रूप देतात, की त्या खऱ्या आहेत असे वाटायला लागते.

संतांचे सारे ध्येय तुमच्यासमोर सत्य उघडे करणे हेच आहे आणि जेव्हा सत्य नग्न करून दाखवले जाते तेव्हा खूप अडचण निर्माण होते.

तुम्ही कधी हॉस्पिटलमध्ये गेला आहात, हाडांचे अस्थिपंजर उभे असलेले बघितले आहे? तेव्हा तुम्हाला आठवले नाही, की आपल्या आतमध्येही असेच आहे? घाबरून गेला नाहीत? घाबरायला होते. थोडीशी भीतीही वाटू लागते की उद्या आपली अशीच हालत होणार आहे. आणि प्रत्यक्षामध्ये हीच परिस्थिती आहे. कातडीच्या आतमध्ये हेच लपले आहे – हेच अस्थिपंजर!

संत तुमची कातडी उघडून तुमच्या आतमधील सच्चाई उघडी करून दाखवतात. ते म्हणतात : हे आहे खरे रूप! आणि कवी तुमच्याशी बोलतात, तुमचा संगमरवरी देह, तुमचे सोन्याचे शरीर...! पटतात का या गोष्टी? बरोबर आहे हे? कोणता संगमरवरी देह? कोणत्या गोष्टी करता तुम्ही? कोणत्या स्वप्नांमध्ये हरवला आहात तुम्ही? इथे मल-मूत्र भरले आहे.

मल-मूत्राच्या गोष्टी तुम्हाला आवडत नाहीत कारण त्या खऱ्या आहेत. त्या खोट्या ठरवू शकत नाही. हेच सत्य आहे. समजा तुमचा देह तुमच्या समोर उघडा करून ठेवला तर खूप किळसवाणा वाटेल. घाबरून जाल. कातडीच्या मागे हे आहे म्हणून लक्षात येत नाही.

जेव्हा तुम्ही एखाद्या स्त्रीच्या प्रेमामध्ये पडता तेव्हा तुम्ही कवीचे म्हणणे अधिक पसंत कराल. संतांचे म्हणणे ऐकले तर अडचणीत पडाल.

संत तुम्हाला 'एक्स-रे' असणारी दृष्टी देतात. ते तर तुम्हाला अशी दृष्टी देतात, की तुम्ही कुठेही बघितले तरी तुम्हाला 'अस्थिपंजर' दिसायला लागेल. आपल्याकडे जरा बारकाईने बघा; अस्थिपंजर दिसेल.

हाडे, मज्जा, मांस, मल-मूत्र हेच दिसेल. सच्चाई तर हीच आहे. यथार्थ तर हेच आहे. जे खरे आहे तेच समजून चालले तर कोणताही मनुष्य परमेश्वरापर्यंत पोहोचतो. कवितांमुळे शिडी बनत नाही. कविता वगैरे दिलासा देणाऱ्या गोष्टी आहेत.

तुम्ही विचारता: 'संत पुरुषांनी नेहमीच जीवनाबद्दल दुःखी चित्र का वर्णन केले आहे? कारण त्यांना दुःखी वाटले.

तुम्ही हेही विचारता, की दुःखवाद उचित आहे का? हा तर दुःखवाद नसून यथार्थवाद आहे आणि जसा आहे तसा जाणून घ्यावा लागेल. तसे जाणून

घेऊनच तुम्ही पुढे जाल.

समजा तुम्हाला हे शरीर व्यर्थ जाणवू लागले तरच तुम्ही आत्म्याचा शोध घ्याल. समजा हा संसार तुम्हाला व्यर्थ वाटू लागला तरच तुम्ही परमेश्वराचे स्मरण कराल.

संतांची इच्छा हीच आहे, की तुम्ही या व्यर्थ आणि वाया गेलेल्या गोष्टींमध्ये अडकून बसू नका, इथे हिरे-जवाहरातही दडलेले आहेत. परंतु तुम्ही या कचरा पट्टीलाच जर हिरे जवाहर समजत असाल तर कधी शोधणार? हिरे कधी शोधणार? समुद्रकिनारी दगड-गोटेच शोधत राहिलात तर मोती कधी शोधणार? परंतु मोती शोधायचे असतील तर दगड-गोटे सोडावे लागतील. हे रंगीत दगड कामी येणार नाहीत, त्यासाठी सागरामध्ये डुबकी मारावी लागेल.

जो खोल जातो, तोच मिळवतो. परंतु प्रथम किनारा सोडणे जरुरीचे आहे. व्यर्थ व्यर्थासारखे जाणून घेणे हे सार्थकतेच्या दिशेकडे जाणारे पहिले पाऊल आहे.

शेवटचा प्रश्न : *भगवान, आश्रम दुसरीकडे हलणार आहे हे मी जेव्हापासून ऐकले, तेव्हापासून माझ्या मनात एक प्रश्न उभा राहिला आहे, की मी पुणे सोडून बरोबर येऊ? की इथेच राहून काम करू? हा प्रश्न लिहून आज पाठवणार होतोच, पण आज सकाळच्या प्रवचनामध्ये उत्तर ऐकायला मिळाले – 'मुक्कामाबाबत विचार करता आहात. आता थांबायचे कुठे? सगळी जागा तुमचीच आहे. कोणत्याही एखाद्या ठिकाणी घर थाटायचे नाही. आता तर भगवान जेथे पाठवतील, तेथे जायचे, तेथे राहायचे. गाठ आमची निःस्तब्धतेत आणि अनहद् (ओम्) मध्ये विश्राम!' हे इतके स्पष्टपणे आले, की मी थबकून गेलो. का हे बरोबर उत्तर आहे? का माझे मन धोका देत आहे, भगवान, कृपया मला सावध करा. जागे करा.*

स्वामी अजित सरस्वतीने विचारले आहे.

नाही, मन धोका देत नाहीये. यापुढे मन धोका देऊ शकणार नाही. तुम्ही आता अशा ठिकाणी आला आहात, की तेथून धोके स्पष्ट दिसू लागतात. हा आवाज मनाचा नक्कीच नाही! गाठ आमची निःस्तब्धतेशी, अनहद् (ओम्) मध्ये विश्राम! हा आवाज मनाचा असूच शकणार नाही.

मन तर शून्याला खूप घाबरते आणि अनहद्ने भयभीत होते. मनाला वाटते– प्रत्येक गोष्टीला हद्द, सीमा, परिभाषा असली पाहिजे. मन क्षुद्राचे मालक होऊ शकते ज्याला मर्यादा आहे. असीमतेमध्ये मन हरवून जाते. मन तर नदी-

नाल्याशी खेळते, सागराशी कधीही लढत नाही. हा तर खूप मोठा मामला आहे. तेथे गेलात तर बुडलात. तेथे गेलात तर संपून जाल.

हा आवाज मनाचा नाहीये. बरोबर ऐकू आले आहे. हेच उत्तर आहे.

आता जे माझ्याबरोबर आले आहेत त्यांचे घर यापुढे 'शून्या'मध्ये असणार आहे. संन्यासीचा अर्थच हा आहे, की त्याचे घर 'शून्यात' आहे. कुठे असेलही पण त्याचे खरे घर 'शून्य' आहे. काहीही करू देत; परंतु खरी गोष्ट विश्राम आहे. खरी बाब अकर्ताभाव, साक्षीभाव आहे.

तेव्हा अजितला मी सांगतो, की तू बरोबर ऐकले आहेस. तू आता माझ्याशी जोडला गेला आहेस, तेव्हा अजित, जेथे मी तेथे तू असशील! यापुढे स्वत:ला इतकाही शिल्लक ठेवू नकोस की वेगळा वेगळा विचार करावास. तेवढे अंतरही नष्ट होऊ देत.

बरे झाले तू प्रश्न विचारला नाहीस, आपणहून तुला उत्तर मिळाले. ते अधिक मौल्यवान आहे.

जो माझ्याशी बांधला गेला, तो या जन्मीही बांधला गेला आणि त्या जन्मीही बांधला गेला. हा जोड आता तुटणार नाही. एकदा कोणी जोडले गेले, की पुन्हा ते कधीच तुटणार नाही. या जोडामध्ये सगळ्या प्रकारे समर्पित होऊन जा. त्यापुढे परमेश्वराची मर्जी! जसे होईल तसे होऊ देत.

आता नाव वल्हवायची नाहीये, तिचे शीड फक्त उघडायचे आहे. जेथे हवा घेऊन जाईल, जे करेल त्यासाठी तयार राहायचे. तिच्या संमतीमध्ये संमती!

आज एवढेच!

■

'कहें कबीर मैं पूरा पाया।'मधून

सूत्र

साईं से लगन कठिन है भाई।
जैसे पपीहा प्यासा बूंद का, पिया पिया रट लाईं।।
प्यासे प्राण तरफै दिनराती, और नीर ना भाई।
जैसे मिरगा सब्द-सनेही, सब्द सुनन को जाई।।
सब्द सुनै और सत-प्राणदान दे, तनिको नाहिं डराई।।
जैसे सती चढ़ी सत-ऊपर, पिया की राह मन भाई।।
पावक देखि डरै वह नाहीं, हंसते बैठे सदा माई।
छोड़ो तन अपने का आसा, निर्भय हवे गुन गाई।।
कहत कबीर सुनो भाई साधो, नाहिं तो जन्म नसाई।।

लोका जानि न भूलो भाई।
खालिक खलक खलक में खालिक, सब घर रह्यो समाई।
अला एकै नूर उपजाया, ताकी कैसी निन्दा।
ता नूरै थें सब जग कीया, कौन भला कौन मंदा।
ता अला की गति नाहिं जानी, गुरि गुड़ दीवा मीठा।।
कहै कबीर मैं पुरा पाया, सब घटि साहब दीठा।

जहिया किरतम न हता, धरती हती न नीर।
उतपति परलय ना हता, तब की कहै कबीर।।

प्रवचन चार

परमेश्वराशी प्रेम अवघड आहे

'साईं से लगन कठिन है भाई.'

परमेश्वरावर प्रेम करणे अवघड आहे. कारण? आपले आपल्यावरच खूप प्रेम असते. अहंकारावर प्रेम आहे तेथे अवघड आहे. कबीरांचे हे वचन कदाचित तुम्हाला विरोधाभासी वाटेल, कारण एकीकडे ते वारंवार सहज योगाबाबत बोलतात. परमेश्वराला प्राप्त करणे सहज शक्य आहे आणि आज अचानक म्हणतात की 'साईं से लगन कठिन है भाई'. परमेश्वरावर प्रेम करणे अवघड आहे.

दोन्ही गोष्टी खऱ्या आहेत. कारण परमेश्वराला मिळवणे सहजच आहे. कारण तो आपला स्वभाव आहे. तो दूर करणे अवघड आहे. आपल्या स्वभावापासून कुणी कसा बाजूला होईल?

जो आपल्या प्राणांचा प्राण आहे त्यापासून आपण क्षणभरसुद्धा कसे दूर होऊ! भले विसरले तरी चालेल, विसरण्याने कोणतीही गोष्ट बदलत नाही. तुम्हाला आठवण राहणार नाही की तुम्ही कोण आहात, परंतु तरीसुद्धा तुम्ही तेच असता — जे तुम्ही आहात! विस्मरण होते, स्मरण होते, परंतु अस्तित्व तर आहेच. जेव्हा माहिती होते तेव्हाही तेच, जेव्हा माहिती नव्हते तेव्हाही तेच! आणि जेव्हा सारे समजेल तेव्हाही तेच असेल.

म्हणून बुद्धांनी म्हटले आहे की जेव्हा मला समजले, तेव्हा इतके समजले की समजण्यासाठी काहीही नव्हते. आणि जेव्हा मी मिळवले तेव्हा इतके मिळवले की मिळवण्यासाठी काही नव्हते. जो मी होतो, त्याच्याशी माझी पूर्ण ओळख झाली. मी नेहमी होतो तसाच होतो. परमेश्वर तुमच्या श्वासाचा श्वास आहे, तुमच्या कणाकणामध्ये सामावला आहे. तुम्ही खोटे आहात; परमेश्वर खरा आहे. त्यामुळे परमेश्वराला मिळवणे अवघड कसे होईल?

समुद्रामध्ये जसा मासा आहे, तसे आम्ही परमेश्वरामध्ये आहोत. माशाला समुद्र मिळवणे अवघड आहे? हे म्हणणेच व्यर्थ आहे. माशांनी समुद्र कधी सोडलाच नाही. माशांनी समुद्र सोडू देत, पण तुम्ही परमेश्वराला कधी सोडू शकत नाही. परमेश्वर बाहेर असता तर कदाचित सुटलाही असता पण परमेश्वर आतमध्येही आहे.

म्हणून कुणी विचारले, की परमेश्वराला कुठे शोधू? असे विचारणे चुकीचे आहे. शोधा – म्हणजे भटकाल! शोधण्याचा अर्थच हा होतो, की तुम्ही मान्य केले आहे की कुठेतरी दूर आहे. शोधाचा अर्थच हा होतो, की तुम्ही मान्य केले आहे की तुम्ही हरवला आहात. अशा भ्रमामध्ये सुरुवात कराल तर कसे मिळवाल?

परमेश्वर शोधावा लागत नाही. शोध व्यर्थ आहे. असे लक्षात येताच तो मिळून जातो.

परमेश्वराला मिळवण्यासाठी धावावे लागत नाही. दूरच्यासाठी धावावे लागते. जो अगदी जवळ आहे, त्याच्यासाठी धावत कुठे जाल? धावाल तर अजून लांब जाल. धावलात तर भटकत राहाल. थांबा! शरीर तर चालणार नाही, मनालाही थांबून ठेवा. जेथे शरीर-मन दोन्हीही थांबते तेथे मिलन होते.

हे मिलन खूप अद्‌भुत आहे. धावण्याने होता होत नाही. थांबण्याने होते. धावणे-पळापळी करणे आवश्यक नाहीये. स्थिरता हवी, आपल्यामध्ये शांत बसणे, एकचित्त होणे.

एक क्षणभरसुद्धा तुमचे चित्त कुठेही जाणार नाही. जेव्हा कोणत्याही वासनेचा स्पर्श तुमच्यावर स्वार होऊन तुम्हाला दूर दूर घेऊन जाणार नाही, तुमच्या आतमध्ये कोणतीही इच्छा पंख फडफडवणार नाही, जेव्हा सारे शांत होईल आणि स्तब्ध होईल; त्याच क्षणी तुम्हाला समजेल, की मिळवण्यासाठी काहीही नाही. ज्याला आपण शोधत होतो, ते तर आपलेच आहे. कदाचित मिळवण्याच्या धावपळीमध्ये आपण विसरून गेलो होतो. मिळवण्यासाठी इतके उत्सुक झालो होतो की आठवणही राहिली नाही.

तुम्ही कधी बघितले आहे, डोळ्यांवर चष्मा असतो. पण मनुष्य तो दुसरीकडे शोधत असतो. चष्म्यानेच चष्मा शोधत असतो. चष्मा कुठे आहे? कधी तुम्ही बघितले नाही की मनुष्य आपली पेन्सिल, आपला पेन कानावर लावून ठेवतो आणि शोधू लागतो दुसरीकडे! तुम्हीसुद्धा खूप वेळा अशा गोष्टी शोधल्या असतील, ज्या तुमच्या हातामध्येच आहेत, पण क्षणभर विसरला असाल. बस, अशीच चूक झाली आहे.

परमेश्वर आपल्यापासून हरवला नाहीये, फक्त आपण विसरलो आहोत. विस्मृती झाली आहे. म्हणून संत म्हणतात : स्मृतीशी, आठवणीशी पुन्हा मिलन व्हायला हवे.

कबीर तर एकीकडे सहज योगाचे प्रतिपादन करतात – परमेश्वरापेक्षा अधिक सरळ दुसरी कोणतीही गोष्ट नाही. परंतु आज म्हणतात, की 'साईंसे लगन कठिन है भाई।' हा त्यांचा दुसरा पैलू आहे.

परमेश्वराला मिळवणे तर सरळ आहे पण परमेश्वरावर प्रेम करणे अवघड आहे. अडचण परमेश्वर नसून अडचण आहे आमचा अहंकार.

प्रेमामध्ये तर अहंकाराला नष्ट करायचे असते, प्रेमामध्ये तर माणसाला वेडे व्हावे लागते आणि आमचा अहंकार खूप बुद्धिमान आहे. तो खूप हिशोबी आहे.

हृदयाचे तर आपण ऐकतच नाही. समजा आपण हृदयाचे ऐकले तर परमेश्वर लगेच पावेल. आपण बुद्धीचे ऐकतो. बुद्धी गणित आहे, प्रेम नाही.

परमेश्वराला प्राप्त करण्याचे द्वार प्रेम आहे, गणित नाही. गणितामुळे या संसारातील गोष्टी मिळवता येतात. तर्कामुळे संसारावर मात करता येते. परमेश्वराकडे ज्याला जायचे आहे, त्याला प्रेमानेच मिळवावे लागेल. आणि गंमत ही आहे की तर्क जिंकणे जाणतो आणि प्रेम हरणे जाणतो. प्रेम हरूनसुद्धा विजयी होते. प्रेम एक प्रकारची जादू आहे.

तेव्हा कबीर जेव्हा म्हणतात, की 'साईं से लगन कठिन है भाई।', तेव्हा ते हे सांगतात, की तुम्ही खूप कठीण आहात. तुम्ही खूप कठोर आहात. तुमचे हृदय दगड झाले आहे. तुमच्या हृदयामध्ये प्रेमाचे तरंग उमटतच नाहीत. तुमच्या आतमध्ये तृष्णा येतच नाही.

तुम्ही परमेश्वराबाबत कधी बोललात तर ते असेच वरवरचे असते. पणाला लावण्याची थोडीशीपण तयारी नसते. छोट्याशा गोष्टीसाठीसुद्धा पणाला लावण्याची वेळ आली तर तुम्ही मागे-पुढे बघता.

लोक माझ्याकडे येतात आणि विचारतात, की आम्ही भगवे वस्त्र ल्यायले नाही तर संन्यासी होऊ शकत नाही का? वस्त्रेच तर बदलत आहात, काही श्वास तर बदलत नाही. परंतु तेसुद्धा बदलावे लागू नये, अशी अपेक्षा असते.

वस्त्रे बदलण्यामध्ये काय अडचण येणार आहे? चार दिवस लोक हसतील. चेष्टा करतील. समजतील वेडा झाला आहे. चार दिवस लोक हसतील, या अहंकाराला जखम होईल.

एक सम्राट एका सुफी फकिराजवळ गेला. त्याला संन्यस्त व्हायचे होते. त्याचा दरबार भरलेला होता. त्याचे शिष्य बसले होते. त्याचे म्हणणे ऐकत होते.

जेव्हा सम्राटाने आपले म्हणणे निवेदन केले, की मला संन्यस्त व्हायचे आहे, मलापण दीक्षा द्या. तेव्हा त्या फकिराने सांगितले, की 'अट पुरी करू शकशील?' सम्राट सम्राटच होता. तो म्हणाला, 'विचारण्याची गरज नाही. मी जर संन्यस्तच व्हायला आलेलो आहे, तर कोणतीही अट पूर्ण करणारच! कोणत्याही अटीशिवाय माझे समर्पण आहे. जे म्हणाल ते पूर्ण करेन. परमेश्वराला

मिळवायचे असे जर ठरवलेच असेल तर काहीही पणाला लावायची तयारी आहे. सर्व पणाला लावण्याच्या तयारीनेच आलो आहे. विचारायची जरूरच नाही. आज्ञा करा.'

फकीर म्हणाला, 'तर असे कर, कपडे काढून टाक आणि नग्न होऊन माझे जोडे हातामध्ये घेऊन भर बाजारामध्ये जा. आपल्या डोक्यावर जोडे मारत जा आणि हसत रहा. पूर्ण गावाला चक्कर मारून ये.'

नग्न – जोडे मारत – सम्राट आपल्या राजधानीमध्ये! परंतु सम्राटाने आपले वस्त्र उतरवले; जोडे उचलले.

फकिराच्या शिष्यांना दया आली. एक वृद्ध शिष्य म्हणाला, की 'आपण हे काय सांगता आहात? आम्ही आपल्याकडून कधीच अशी अपेक्षा केली नव्हती. आज आपण इतके कठोर का झालात? आम्ही आपल्यामध्ये नेहमी दया बघितली आहे, करुणा बघितली आहे. आज आपण इतके दगडासारखे कठोर का बनलात? हा बिचारा सम्राट आहे. ही राजधानी त्याची आहे. ते सगळ्यांना चांगले परिचित आहेत. त्यांना नंगे करणार. गर्दी त्यांच्या मागे जाईल. लोक दगड मारतील, शिव्या देतील, म्हणतील, 'सम्राट वेडा झाला आहे.'

फकीर म्हणाले, 'कठोर आहे. कारण की तुम्ही जेव्हा आला होतात तेव्हा तुमचा अहंकार खूप छोटा होता. इतके कठोर होण्याची गरजच नव्हती. हा माणूस सम्राट आहे. त्याचा अहंकार सुसंस्कारित, शृंगारित आहे. त्याने खूप सुशिक्षितपणे, खूप जाणीवपूर्वक, खूप व्यवस्थितपणे आपला अहंकार जोपासला आहे आणि वाढवलेला आहे. म्हणून मला त्याच्याबरोबर कठोर व्हावेच लागले.'

परंतु सम्राट तर निघूनही गेला होता, त्याने या गोष्टी ऐकल्याच नव्हत्या. त्याने तर जोडे उचलले होते, तो ते डोक्यावर मारत होता. सारे गाव हसले.

लक्षात घ्या : एखादा साधारण फकीर जोडे मारत निघून गेला तर कदाचित लोक अधिक हसणार नाहीत. परंतु सम्राट आपल्यालाच जोडे मारत जात असेल आणि तोही नग्न अवस्थेत!

सगळी राजधानी एकत्र जमा झाली, लोकांनी दुकाने बंद केली. काम-धाम सगळे बंद झाले. खूप गर्दी एकदम एकत्र जमा झाली. तो जेव्हा राजमहालाजवळ पोहोचला, तेव्हा त्याच्या बायका रडत होत्या, हे असे काय झाले म्हणून त्याची मुले रडत होती.

परंतु सम्राट जेव्हा परत आला तेव्हा तो दुसराच मनुष्य होऊन परत आला होता. तासा दोन तासाचाच फरक होता. एक-दोन तासच शहरात फिरला होता. परंतु परत आला तर तो दुसराच माणूस होता.

तो फकिराच्या चरणाशी जाऊन पडला. फकीर म्हणाला : आता मला

काहीही करावे लागणार नाही. तू शेवटची गोष्ट पहिल्या घटकेतच करून टाकलीस. तू खरंच हिंमतवान आहेस. तू खरंच सम्राट होण्याच्या योग्यतेचा आहेस. खरंच सम्राट आहेस.

तुम्ही कधी मला येऊन विचारता, कपडे नाही बदलले तर? तुम्ही काय विचारता आहात? तुम्ही हे विचारत आहात की काही पणाला तर लावायचे नाही ना? कुणाला काही कळता कामा नये की मी असे काही करतो आहे, जे बुद्धिमान लोक करत नाहीत. तुम्ही आपली प्रतिष्ठा जरासुद्धा गमावू इच्छित नाही. तुम्ही अहंकार वाचवायचा प्रयत्न करता – आणि परमेश्वराला मिळवायचाही प्रयत्न करता. असे होणार नाही. म्हणून कबीर म्हणतात, 'साईं से लगन कठिन है भाई।'

साई स्वामींचे रूप आहे. साईचा अर्थ होतो प्रिय! प्रियशी जवळीक साधायची असेल तर प्रेमानेच साधेल. प्रियला मिळवण्याची पद्धत प्रेम आहे. कसे प्रेम?

'जैसे पपीहा प्यासा बूंद का, पिया पिया रट लाई।'

जसा चातक पक्षी ओरडतो – रडतो, पाण्याच्या थेंबासाठी तडफडतो. 'पिया पिया रट लाई' असाच प्रेमी धावा करून करून भरून जातो. (पूर्ण होतो), जेव्हा परमेश्वराशिवाय त्याला काहीसुद्धा सुचत नाही, काहीही समजत नाही, डोळ्यांसमोर फक्त त्याचीच मूर्ती येते, रात्री त्याचीच स्वप्ने येतात, उठता, बसता त्याचीच धून सामावलेली असते.

चारी बाजूला कुठेही बघितले तरी त्याचीच आठवण येते. फूल उमलताना बघितले, तर तोच उमलतो आहे असे वाटते. सूर्य उगवताना पाहिले तरी तोच उगवतो आहे असा भास होतो. ताऱ्यांनी भरलेले रात्रीचे आकाश बघितले तर त्याचेच दर्शन, त्याचाच चमत्कार!

जेथे कुठे नजर पोहोचते तेथे तो आपल्या प्रिय व्यक्तीलाच बघतो. प्रेमी दुसरे काहीही बघत नाही. प्रेम आंधळे होऊन जाते. त्याला एकच गोष्ट दिसते. अनेक गोष्टी हरवून जातात.

हर एक दुख का मदावा भी मुहब्बत
मुहब्बत मुस्तकिल आजार भी है।
मेरी मस्ती पे इतना तयन क्यूं है।
कोई इस बज्म में हुशियार भी है।
न दे दाद इस कदर भी जप्ते गम की
ये गम नाकाबिले इजहार भी है।

प्रेमीला माहीत असते, की प्रत्येक दुःखाचे मूळसुद्धा प्रेम आहे आणि प्रत्येक दुःखावर इलाजही प्रेमच आहे.

लक्षात घ्या : तुमचे दुःख काय आहे? तुमच्या जीवनाचा संताप – दुःख – वेदना काय आहे? तुमची चिंता काय आहे? या जगावरचे खूप प्रेम किंवा आपल्या अहंकारावरील प्रेम! हेच तुमचे दुःख आहे. हा तुमचा रोग आहे. औषध काय आहे? उपचार काय आहे? परमेश्वरावर प्रेम!

'हर इक दुख का मदावा भी मुहब्बत।'

प्रत्येक दुःखावर प्रेमच उपचार आहे. 'मुहब्बत मुस्तकिल आजार भी है।'

परंतु सगळ्या त्रासाचे मूळ प्रेमच आहे.

प्रेमाला तुम्ही समजून घेतले, तर सारे समजून घेतले. प्रेमाला समजून घेतले तर जीवनाचे सारे रहस्य जाणून घेतले.

चुकीने प्रेम होऊन जाईल, पण अवघड आणि सत्य यांच्याशी जर प्रेम झाले तर सगळे ठीक असेल. सत्याच्या प्रेमामध्ये तुम्हीसुद्धा बरोबर होऊन जाता. चुकीच्या प्रेमामध्ये तुम्हीसुद्धा चुकता.

प्रेम तुमचे नरकसुद्धा आहे आणि स्वर्गसुद्धा! प्रेम तुमचे पारतंत्र्यही आहे आणि स्वातंत्र्यसुद्धा आहे!

'सत्याबरोबर प्रेम झाले तर तुमचे 'साई' बरोबरही प्रेम होईल. त्यानंतर जीवनामध्ये हजारो कमळं उमलतील. त्यापुढे जीवन एक उत्सव बनेल. संसाराविषयी प्रेम निर्माण झाले तर जीवनामधील दुःखे वाढत जातात. दररोज अंधार दाट होत जातो.

'मेरी मस्ती पे इतना तयन क्यूं है?' आणि प्रेमी म्हणतो : माझ्या मस्तीची एवढी निंदा, माझ्या मस्तीवर एवढी नाराजगी, माझ्या मस्तीचा एवढा अस्वीकार!

'मेरी मस्ती पे इतना तयन क्यूं है
कोई इस बज्म में हुशियार भी है।'

आणि या संसारामध्ये तुम्हाला कुणी हुशार दिसले आहे? फक्त माझ्या प्रेमावर इतकी नाखुषी? फक्त माझ्या बेहोशीवर इतकी नाराजी? फक्त माझ्या वेडेपणावर इतकी नाराजी?

इथे सगळे वेडे आहेत. कोणी पैशाच्या मागे वेडा असेल तर तुम्ही त्याला वेडे म्हणत नाही; पण कुणी 'ध्यान' करण्यासाठी वेडा झाला असेल, तर त्याला तुम्ही वेडा ठरवता. खूप गमतीशीर आहे. तुमचा तर्कही उत्तम आहे.

कोणी पदाच्या मागे वेडा झाला तर त्याला तुम्ही वेडे म्हणत नाही आणि कोणी परमेश्वराच्या मागे वेडा झाला तर तुम्ही त्याला वेडे म्हणता.

इथे सगळे वेडे आहेत. वेगवेगळ्या प्रकारचे वेडेपण आहे. वेडेपण बरोबरही आहे आणि चुकीचेपण आहे. परंतु इथे सगळे वेडे आहेत.

'मेरी मस्ती पे इतना तयन क्यूं है

कोई इस बज्म में हुशियार भी है।'

– आणि प्रेमी म्हणतो :

'न दे दाद इस कदर भी जप्ते गम की

ये गम नाकाबिले इजहार भी है।'

– आणि प्रेमी म्हणतो की मी गप्प आहे, मी आपले दुःख सांगतही नाही. माझे कौतुक करू नका. माझ्या गप्प बसण्याचे, माझ्या मौनाचे कौतुक करू नका. माझा नाइलाज आहे. हे दुःख असे आहे, की कुठे सांगितले जाऊ शकत नाही. ही जखम अशी आहे, की कुठे दाखवताही येत नाही. ज्याला होते त्यालाच समजते.

'साईं से लगन कठिन है भाई।

जैसे पपीहा प्यासा बूंद का, पिया पिया रट लाई।

प्यासे प्राण तरफै दिनराती, और नीर ना भाई।'

आता काही झाले तरी चालेल त्याला दुसरे काहीही नको आहे. त्याची आता फक्त एकच इच्छा आहे.

मनुष्याच्या हजार इच्छा असतात. भक्ताची एकच इच्छा असते.

मनुष्याला वाटते : हेही हवे, तेही हवे. धनसुद्धा, पदसुद्धा, प्रतिष्ठा, मान, सन्मान हजार गोष्टी हव्या असतात. म्हणून मनुष्य हजार तुकड्यांमध्ये वाटला गेला आहे. भक्ताची एकच इच्छा आहे की परमेश्वर असू देत. म्हणून भक्त अविभाजित राहतो. एक होऊन जातो.

जेव्हा एकच इच्छा असते, तेव्हा तुम्ही एकत्र होऊन जाता. जेव्हा एकच आस असते – तेव्हा सगळे तुकडे एक-दुसऱ्यामध्ये मिसळून एकत्र होऊन जातात. तुमच्या जीवनामध्ये एकच केंद्र तयार होते. तुमच्या आतमध्ये आत्मा असतो.

जेव्हा तुमच्या हजार इच्छा असतात तेव्हा तुम्ही हजार भागांमध्ये वाटले जाता. हजार इच्छा पूर्ण करायच्या असतील तर हजार तुकड्यांमध्ये वाटले जाणारच! एका हाताने पद शोधाल, एका हाताने धन शोधाल, एका पायाने दुसरे काही शोधाल. एक भाग या दिशेकडे पाठवाल, एक भाग त्या दिशेकडे पाठवाल! अस्ताव्यस्त होऊन जाल. तुकडे तुकडे होऊन जातील. तुटून जाल.

म्हणून तर या दुनियेमध्ये तुटलेले लोक बघायला मिळतात – ज्यांच्या जीवनामध्ये कोणतीही एकजूट नाही. एकजूट होणार तरी कशी? इच्छा एक नाही.

भक्तांमध्ये एकजूट असते कारण त्यांची इच्छा एक असते – ती म्हणजे परमेश्वर! म्हणून त्यांना हजार दिशांना जावे लागत नाही.

आणि परमेश्वरप्राप्तीची इच्छाही अशी आहे, की त्याला कुठे जावेच लागत

नाही. बाहेर जाण्याची जरूरच पडत नाही. डोळे बंद करून तो आतमध्ये बुडून जाऊ लागतो. भक्तामध्येच आत्म्याचा जन्म होतो.

परंतु अवघड आहे कारण हे जे मन आहे, ते म्हणते : भोगून घे, चार दिवसाची चांदणी रात्र आहे त्यानंतर अंधारी रात्र आहेच! हेही भोगून घे, तेही भोगून घे. हे मन म्हणते, की थोडेसे प्रयत्न केलेस तर सगळे मिळून जाईल. प्रयत्न करायला हवेत. थोडा पुरुषार्थ दाखव.

हा अहंकार सांगतो की इथून काहीही न भोगता जाणार? काही नाव कमव. या दुनियेमध्ये आला होतास हे दाखवण्यासाठी काहीतरी करून दाखव. लोकांच्या लक्षामध्ये राहील असे काहीतरी करून दाखव. असेच शून्यासारखे आलात आणि शून्यासारखे गेलात तर, पण नाही, असे जाऊ नका. काहीतरी खुणा मागे सोडून जा. दगडांवर आपले हस्ताक्षर कोरून जा. तुम्ही तर जाल; पण तुमची आठवण राहील. तुम्ही वैशिष्ट्यपूर्ण आहात, तुम्ही खास आहात. तुम्ही आपले खासपण सिद्ध करा. अहंकार अशाप्रकारे उत्तेजित करतो, मनाला भुरळ घालतो.

आणि हळूहळू तुम्ही इतक्या भागांमध्ये वाटले जाता, की तुम्ही एकच व्यक्ती आहात हे सांगणेसुद्धा बरोबर वाटत नाही. तुम्हीच एक गर्दी होऊन जाता. मग गर्दीचा आरडाओरडा आहे. गर्दीची खेचाखेच आहे.

जसा एकच मनुष्य अनेक घोड्यांवर स्वार झाला आहे. किंवा एकच मनुष्य अनेक नावांवर स्वार झाला आहे. ज्या नावा वेगवेगळ्या दिशांना चालल्या आहेत. त्यांच्या जीवनामध्ये तणाव नसेल तर दुसरे काय असणार? काय शांतता असेल?

परंतु आपण हा तणाव झेलायलासुद्धा तयार झालो आहोत. या तणावाच्या दबावाखाली आपण दबून गेलो आहोत, उठूही शकत नाही. आम्ही यासाठी तयार आहोत. परंतु परमेश्वराचा शोध सुरू होत नाही. कारण हा सारा तणाव एकाच आशेवर टिकून आहे, की आज नाही तर उद्या मी श्रीमंत होईन, उच्च पदावर पोहोचेन. ही थोड्या दिवसांचीच गोष्ट आहे, उद्दिष्ट जवळ येऊ लागले आहे. पोहोचून जाईन. अजून थोडे श्रम, थोडा अजून त्रास! कोणी कधी पोहोचला नाही. कोणी कधी पोहोचतही नाही. कोणी कधी पोहोचूही शकत नाही.

आयुष्य खूप छोटे आहे आणि इच्छा खूप आहेत. या इच्छा अशा आहेत, की त्या कधी मरत नाहीत. वासनांचे स्वरूपच पूर्ण न होणे आहे. कितीही पूर्ण करा, तितकीच ती वाढते. जसे कोणी आग विझविण्यासाठी तूप टाकते आहे. जितके तूप घालाल तितकी आग विझण्यापेक्षा भडकून उठते.

जे काही तुम्ही वासनेला देता, ते वासनेचे खाद्य बनते. वासना अजून

भक्कम होते.

धनाची इच्छा असते. जितके धन द्याल, तितकी धनाची आकांक्षा अजून वाढत जाईल. पदाची इच्छा असते, जेवढे पद मिळत जाईल तेवढीच पदाची इच्छा अजून वाढत जाते.

तुम्ही आपल्याच जीवनाकडे बारकाईने बघा, हा कोणताही सिद्धान्त नसून जीवनामधील सहज सत्य आहे.

तुम्ही आतापर्यंत काही तरी पूर्ण करण्यासाठी प्रयत्न केले असतील ना? ते पूर्ण झाले? तुम्ही काही पूर्ण करण्याचे प्रयत्न केले आहेत, जितके तुम्ही प्रयत्न केले, तितकीच तुमची भूक वाढत गेली आणि तहान वाढत गेली. हे कोणते पाणी आहे की त्याने गळा जळतो आहे? पाण्याने तृप्ती तर होत नाही, पण गळ्याची आग अजून भडकते आहे. हाच सारा संसार आहे.

म्हणूनच बुद्धांनी म्हटले आहे, की हा सारा संसार ज्वालांनी लपेटला आहे. तुम्ही जागे व्हा आणि यामध्ये वाटून जाऊ नका, इकडेतिकडे विखरून जाऊ नका. आपल्याला समेटून घ्या. समेटून घेण्याचे नावच योग आहे.

योगाचा अर्थ आहे : जो स्वत:ला स्वत:मध्ये ओढून घेईल (समेटून घेईल). योग शब्दाचा अर्थ आहे : जो आपल्याला जोडून घेईल. जो एक बनून जाईल. ज्याच्या जीवनामध्ये योग घडून येतो, त्याच्या जीवनामध्ये आत्मा फलित होतो.

भोगाचा अर्थ आहे : तुकडे तुकडे होऊन जाणे. योगाचा अर्थ आहे एक होऊन जाणे.

'साईं से लगन कठिन है भाई।'

कोणी जुगारी पाहिजे.

परमेश्वराच्या प्रेमामध्ये असे खूप पडाव येतील, तेव्हा मन म्हणेल : परत फीर! खूप झाले, माहीत नाही परमेश्वर आहे की नाही.

खूप गाढ श्रद्धा पाहिजे. परमेश्वर असो वा नसो, पण शोधण्यासारखा आहे असा विश्वास पाहिजे. आणि संसार आहे तो शोधण्यासारखा नाहीये. हाच श्रद्धेचा अर्थ आहे.

संसार नजरेस पडतो – तो शोधण्यासारखा नाही आणि परमेश्वर दिसत नाही तरीसुद्धा शोधण्यासारखा आहे... कदाचित म्हणूनच शोधण्यासारखा आहे.

जे दिसत नाही ते बघण्यामध्ये खरी मजा आहे. जे हाती लागत नाही, ते मिळवण्यामध्ये खरा आनंद आहे.

जे दडलेले आहे ते उघडण्यामध्ये आनंद आहे. हे विश्व तर उघडे आहे, तुमच्यासमोर नग्न उभे आहे. परमेश्वरच बुरख्यामध्ये आहे. इथे बुरखा उतरवावा लागेल. परंतु हा बुरखा उतरविण्यासाठी काही किंमत मोजावी लागेल.

'दिल जलाने से कहां दूर अंधेरा होगा
रात ये वो है कि मुश्किलसे सबेरा होगा।
क्यूं न अब बज-ए-जुनूं तर्क करें, लौट चलें
इससे आगे है जो जंगल वो घनेरा होगा
ये जरूरी तो नहीं, इतना भी खुशफह्म न बन
वो जमाना जो न मेरा रहा, तेरा होगा
खिदमते-राजमहल पर उन्हें देखा मामूर
जो ये कहते थे सरे-दार बसेरा होगा
राहे-पुरपेज को सहल इतना बतानेवाला
राहबर हो नहीं सकता है, लुटेरा होगा
वो भी इन्सान है ऐ दिल उसे इल्ज़ाम न दे
जाने उसको भी किन आफात ने घेरा होगा
दिल जलाने से कहां दूर अंधेरा होगा
रात ये वो है कि मुश्किल से सबेरा होगा।'

नाही, मोठ्या मुष्कीलीने नाही. सकाळ होतच नाही. इथे फक्त रात्रच होते, सकाळ होतच नाही.

संसार अशी एक रात्र आहे, तेथे कधी उजाडतच नाही आणि परमेश्वर अशी सकाळ आहे जेथे कधी संध्याकाळ होत नाही. परमेश्वर प्रकाश आहे आणि संसार तर दाट अंधकार आहे. मग तुम्ही त्यामध्ये कितीही हृदय जाळा.

'दिल जलाने से कहां दूर अंधेरा होगा
रात ये वो है कि मुश्किल से सबेरा होगा।'

आणि खूप वेळा तुम्हाला वाटेल, वारंवार वाटेल, रोज वाटत असेल. असा माणूस शोधणे कठीण आहे, की ज्याला खूप वेळा असे वाटते की या संसारामध्ये काही सार नाहीये.

इतका बुद्धिहीन माणूस नसेलच, की ज्याला या संसारामध्ये काही अर्थ नाहिये हे कळणारच नाही; परंतु तरीसुद्धा तुम्ही चिकटून राहता ते जुन्या सवयीमुळे. पूर्वसंस्कारांमुळे. चिकटून नाही राहिलात तर काय करणार?

या दुनियेत गेला नाहीत, तर कुठे जाणार? अजून दुसरे काही सुचत नाही.

सगळे लोक या दुनियेमध्ये जात आहेत. सारी गर्दी तिकडे चालली आहे. गर्दीच्या धक्का-बुक्कीमध्ये तुम्ही चालत (वाहत) जाता. खूप वेळा तुम्हाला समजते, की आता काय फायदा आहे? कुठे चाललो आहे. परंतु जाणार तरी कुठे?

'क्यूं न अब बज-ए-जुनूं तक करें, लौट चलें?' खूप वेळा असा विचार येतो की मी हा काय वेडेपणा करतो आहे. हा वेडेपणा सोड आणि परत फीर. 'इससे आगे जो जंगल है वो घनेरा होगा।' कारण साऱ्या संसाराच्या प्रवासाचा शेवट मृत्यूमध्ये होतो. तुमचे जीवन दुसरीकडे कुठे घेऊन जाते? मृत्यूकडे घेऊन जाते.

समजा जीवनाचा उपयोग तुम्ही नीट केला नाही तर जीवन तुम्हाला फक्त मृत्यू देईल. स्मशानामध्ये आणून सोडेल.

पुढे जे जंगल येणार आहे ते नक्कीच अधिक घनदाट आहे आणि जो अंधार पसरणार आहे तो तर अधिक भयंकर असेल.

जीवनातील अंधार खूप दाट आहे; पण त्यापेक्षा मृत्यूचा अंधार निश्चितपणे अजून भयंकर असेल.

परंतु आपले मन नेहमी असे सांगत राहते, की सिकंदरचे असे नाही झाले, नेपोलियन नाही जिंकला, मोठे मोठे श्रीमंत धनिकसुद्धा रिकाम्या हातांनी गेले. परंतु काय माहीत, मी जिंकेनसुद्धा! कुणाला माहीत मी अपवाद असेन!

तुम्ही स्वत:ला नेहमी अपवाद समजत रहा. एखादा कुणी मरतो तेव्हा तुम्ही विचार करता की बिचारा! तुम्ही हा विचार करत नाही, की अरे माझीही वेळ जवळ आली आहे. तुम्ही दोन अश्रू वाहून येता. दोन सहानुभूतीच्या गोष्टी बोलून येता. तुम्ही असे काही समजवता, की बिचाऱ्यावर काही तरी संकट येऊन कोसळले आहे. याच्यावर जे संकट आले आहे ते तुमच्यावरही येणार आहे. त्याच्यावर आल्यामुळे तुमचे संकट आता अजून जवळ आले आहे. हा सुद्धा रांगेत उभा होता. एक मनुष्य कमी झाला. तुमची रांग अजून पुढे सरकली. मृत्यूच्या अजून थोडेसे अधिक जवळ तुम्ही येऊन पोहोचलात.

प्रत्येक माणसाच्या मृत्यूमध्ये तुमचा मृत्यू असतो; परंतु मन म्हणते, की मी मरणार नाही. मृत्यू नेहमी कोणा दुसऱ्याचा असतो. नेहमी कोणी दुसराच मरत असतो.

'ये जरूरी तो नहीं, इतना भी खुशफह्‌म न बन
वो जमाना जो न मेरा रहा, तेरा होगा?'

परंतु ज्यांना माहिती आहे त्यांना विचारा. ते म्हणतात : जग (काळ) आमचे झाले नाही ते तुमचे कसे होईल? 'इतना भी खुशफह्‌म न बन' तुझ्या सौभाग्यावर इतकाही विश्वास ठेवू नकोस. हे जग कधीच कुणाचे झाले नाही.

'राहे-पुरपेज को सहल इतना बताने वाला
राहबर हो नहीं सकता है, लुटेरा होगा।'

आणि जो या न उलगडल्या जाणाऱ्या रस्त्याला इतका सहज-सरळ आहे

असे म्हणतो, तो मार्गदर्शक होऊ शकत नाही. रस्ता दाखवणारा होऊ शकत नाही – तो लुटारू असेल. तो गल्ली-बोळात अंधारामध्ये नेऊन लुटून नेणार. म्हणून कबीर म्हणतात : 'साईं से लगन कठिन है भाई।'

जो म्हणतो, की रोज सकाळी दहा मिनिटे मंत्र म्हटल्याने किंवा एका वहीमध्ये दररोज राम-राम लिहिण्याने किंवा कोणत्याही दगडाच्या मूर्तीसमोर दिवा लावल्याने सारे काही होऊन जाईल, शेजारच्या बागेतली चोरून आणलेली चार फुले देवाला वाहिल्याने सारे काही होऊन जाईल. हे जो इतक्या सरळपणे सारे म्हणतो तो मार्गदर्शक, रस्ता दाखवणारा नसून लुटारू आहे.

तुमचे मन ते ओळखून आहेत. तुम्हाला स्वस्त गोष्टी हव्यात. ते तुम्हाला स्वस्त परमेश्वर देतात. स्वस्तामध्ये परमेश्वर मिळवण्याच्या आशेपोटी तुम्ही लुटले जाता.

इतके हिंदू, इतके मुसलमान, इतके जैन, हे मंदिरामध्ये, मशिदीमध्ये लुटले जातात. ते काही उगीच लुटले जात नाही. त्याच्या मागे एक तर्क आहे. स्वस्तामध्ये परमेश्वर मिळवू बघतात. फुकटात मिळाला तर बरे!

ही कशी गंमत आहे बघा, कोणी विचार करते, की गंध लावल्याने, एक जानवे गळ्यामध्ये घातल्याने किंवा कोणी विचार करते की मंदिरामध्ये जाऊन दररोज डोके आपटल्याने किंवा सकाळी गीता किंवा कुराण वाचल्याने सारे व्यवस्थित होईल. परंतु गोष्ट इतकी सोपी नाहीये. चातकाला विचारा.

'जैसे पपीहा प्यासा बूंद का, पिया पिया रट लाई
प्यासे प्राण तरफै दिन राती, और नीर ना भाई।'

तुम्ही दुसरे पाणी घेऊन गेलात तर चालणार नाही. तो तयारच नाही. चातकाला तर स्वाती नक्षत्राचेच थेंब लागतात. तो पाणी घेतच नाही. स्वाती नक्षत्रांचे थेंब जेव्हा पडतील तेव्हाच त्याचा कंठ ओला होतो.

सिंह गवत खात नाही आणि मानसरोवरातल्या हंसाला तुम्ही नाल्यातल्या कचऱ्यामध्ये बसवू शकणार नाही. 'हंसा तो मोती चुगै।'

जेव्हा तुमच्या आतमध्ये परमेश्वराची तृष्णा जागृत होईल, तेव्हा तुम्ही फक्त मोतीच वेचाल. तुम्ही फक्त परमेश्वरालाच मिळवण्याची आस धराल. दुसरी कोणतीही गोष्ट तुम्हाला तृप्त करू शकणार नाही. या दुनियेतील कोणतीही खेळणी तुम्हाला भुरळ घालू शकणार नाहीत.

'दीये भी हों तो पुजारी सूरज के, सांस क्या लेंगे तीरंगी में
कहो पंतगों से रक्स करलें, चिराग की धीमी रौशनी में।
मुआफ ऐ नाजे-रहानुमाई, पहुंच के मंजिल पे भी न पाई
वो लज्जते-ख्वाब जो मयस्सर हुई हो सरे-राहे-खस्तगी में

बफा को थोडी सी बेनियाजी कम इल्तफाती ने तेरी दे दी
अब और क्या चाहिए खुदी को मेरी मुहब्बत की बेखुदी में।
छुपी न जब खाके-आस्तां मे छुपेगी क्या चश्मे-चुक्तदां से
वो इक शिकन जो जरा सी उभरी जबीने-मजबूरे बंदगी में।
इधर अंधेरे की लानते हैं, उधर उजाले की जहमतें है
तेरे मुसाफिर लगाएं बिस्तर, कहां पे सहरा-ए-जिंदगी में।
'जमील' हम उठ के गिर पड़े और गुजर गया कारवां हमारा
गुबारा की बात तक न पूछी मुसाफिरोंने रवारवी में।'

जेव्हा तुम्ही खाली पडाल... ! हा तांडा ज्याच्याबरोबर तुम्ही चालला आहात, ज्याच्यावर खूप विश्वास टाकला होता, ही गर्दी तुमची विचारपूसही करणार नाही. तुम्ही जरी पडलात तरी हा कारवां चालतच राहणार आहे. तो मागे वळून बघणारसुद्धा नाही, की कोण पडले आहे.

'जमील हम उठ के गिर पड़े और गुजर गया कारवां हमारा
गुबारा की बात तक न पूछी मुसाफिरोंने रवारवी में।'

लोक इतक्या घाईगर्दीत असतात, की कोणी एखादा खाली मातीमध्ये पडला तरी कोण चिंता करेल, की कोणी मागे राहून गेला. या गर्दीच्या पायाखाली चिरडून मरून जाईल.

जी गर्दी तुम्हाला तुमच्यासोबत आहे असे वाटते, ती गर्दी तुमच्यासोबत नाहीये. हे धावणारे लोक असेच धावत राहतील. तुम्ही खाली पडलात तर कोणी हाताचा आधारही देणार नाही. आणि त्यांच्यापैकी कुणीही तुमच्याबरोबर येण्यास तयार होणार नाही.

'दीये भी हो तो पुजारी सूरज के, सांस क्या लेंगे तीरंगी में।' तुम्ही अंधाऱ्या रात्री दिवा जरी लावला तरी जो सूर्याचा प्रेमी आहे त्याला काहीही आनंद होणार नाही. ज्याला सूर्य आवडतो तो दिव्यांनी तृप्त होणार नाही.

या जीवनामध्ये जे काही थोडेसे सुखाचे क्षण येतात ते इतके क्षणभंगुर आहेत, की जसे पाण्यावरचे बुडबुडे! ज्यांनी शाश्वताची अपेक्षा केली आहे, त्यांची यामुळे तृप्ती होणार नाही.

इथे कधी कधी प्रेमाची एखादी झलक बघायला मिळते, परंतु ज्यांना प्रार्थनेची ओळख आहे, त्यांची या प्रेमामुळे कोणतीही तृप्ती होणार नाही. त्या प्रेमामध्ये खूप दुर्गंधी आहे. त्या प्रेमामध्ये सुवास नाहीये. त्यामध्ये वासनेचा दुर्गंध येतो.

अंधाऱ्या रात्री सूर्याचा पुजारी तर रडतच राहील. दिवा जरी लावला तरी सुद्धा रडतच राहील.

'कहो पतंगोसे रक्स कर लें, चिराग की धीमी रौशनी में।' कोणी एखादा

पतंग ज्योतीच्या त्या मंद प्रकाशामध्ये नाचेलही, पण सूर्याचा पुजारी...?

या दुनियेतील लोक पतंगासारखे आहेत, जे मिणमिणत्या प्रकाशामध्ये जो आता विझेल की थोड्या वेळात विझून जाईल, कधी ना कधी तरी विझेलच अशा प्रकाशामध्ये नाच करून घेतात.

शाश्वताचा शोध घ्या. कारण त्याला शोधल्यानंतर पुन्हा शोधावे लागणार नाही.

सूर्याचे पूजक बना. मातीच्या दिव्यांची पूजा कुठपर्यंत करणार? उजेडाचा शोध घ्या. अंधाऱ्या दाराची पूजा किती दिवस? शरीराचे सुख आणि त्यांचे भ्रम यामध्ये किती दिवस अडकून राहणार? आत्म्याचे सुख शोधा.

अवघड आहे. अवघड म्हणून आहे, की शरीराची हजारो सुखं माहिती आहेत, ते म्हणतील इतकी घाई कशाला? थोडे थांबा. थोडे हेही करा, थोडे तेही करा. त्यानंतर परमेश्वर आहेच! आधी करून घ्या.

म्हणून तर लोक म्हणतात : संन्यास आयुष्याच्या शेवटी घेऊ. म्हातारे होऊ तेव्हा घेऊ. यापुढे तर जीवन आहे, जीवन आता लयीमध्ये आहे. अजून तर ताजे आहे. आता तर थोडे भोगून घे, तारुण्य आहे, थोडे तारुण्य तरी उपभोगून घे.

लक्षात घ्या, तारुण्यामध्येच ऊर्जा आणि शक्ती असते. तुम्हाला हवे तर तुम्ही या विश्वाचा आनंद उपभोगा किंवा पाहिजे तर परमेश्वराचा धावा करा.

म्हातारपणामध्ये तर संसार भोगण्याची ताकदही राहत नाही. जर संसार भोगण्याची शक्ती उरत नाही तर परमेश्वराला भोगायला कसे येऊ शकाल? ते तर हरलेल्या, थकलेल्या भागलेल्या मनुष्याचे नाव आहे. ते म्हणते : आता या दुनियेमध्ये मिळवण्यासारखे काही राहिले नाही, या दुनियेत राहण्याची हिंमतच उरली नाही. त्यामुळे यापुढे आपण परमेश्वराचाच धावा करू. काही झाले तरी होऊ देत. तो तर धोका आहे, आत्म-प्रवंचना आहे.

म्हणून बुद्ध आणि महावीरांनी तरुणांना संन्यास दिला. हिंदू खूप नाराज झाले होते. कारण हिंदूंनी नेहमी असे मानले होते, की संन्यास हा म्हातारपणीच घ्यायचा असतो. चौथ्या अवस्थेत – पंचाहत्तर वर्षानंतर! पूर्वी तर पंचाहत्तर वर्षांपर्यंत खूप कमी लोक जगत असत आणि ज्या काळामध्ये ही पंचाहत्तर वर्षांची गोष्ट लिहिली गेली होती त्या दिवसांमध्ये तर इतकी वर्षे कुणीच जगत नव्हते. त्या काळामध्ये माणूस फार फार तर चाळीस वर्षे जगत असेल. कारण जगात आतापर्यंत जेवढे जुने अवशेष मिळाले आहेत त्यांचा शोध घेता –असे एकही हाड मिळाले नाही, जे चाळीसपेक्षा अधिक वर्षे वयाच्या माणसाचे असेल.

तुमचे शास्त्र काहीही सांगेल, परंतु लोक शंभर वर्षे जगत होते. याचे प्रमाण जरासुद्धा नाहीये. ही गोष्ट एकदम खोटी आहे. चाळीस वर्षांपेक्षा अधिक

वयाच्या माणसांची हाडे अजिबात मिळाली नाहीत. लोक चाळिशीच्या आसपास मरून जात होते. परंतु हे होते, की ना लोकांना आकडे येत होते, ना संख्या मोजता येत होती, ना कॅलेंडर होते, ना डायरी होती, ना घड्याळ होते. त्यामुळे चाळीस वर्षेसुद्धा कदाचित चारशे वर्षांइतकी वाटत असतील. गावामध्ये अजूनही असे होते.

खेड्यामध्ये जाऊन तुम्ही एखाद्या माणसाला विचारा : तुझे वय किती आहे? त्याला माहिती नसते. कधी जन्माला आले होते? माहिती नसते. त्यांचे सारे मोजमाप दहा बोटांवर पूर्ण होत असे. त्यांच्यापुढे मोजणे म्हणजे एकदम मुष्कील गोष्ट होती. त्याला त्याची चिंताही नसे. एका अर्थाने ते चांगलेसुद्धा होते.

जुनी पुस्तके सांगतात, की त्या काळी म्हातारपणामध्ये माणसांचे केस पांढरे होत नसत, कदाचित हेच त्याचे कारण असेल. या सगळ्या गोष्टी शक्य होऊ शकतात, जर म्हातारा माणूस पस्तिशीतच मरत असेल तर!

म्हाताऱ्या माणसांचे दात पडत नव्हते. लोकांना वाटते, की खूप मजबूत असतील. एकंदर मामलाच असा आहे, की तीस-चाळीस वर्षांच्या आतच मरत असतील तर दात कसे पडतील?

जुने शास्त्र सांगते, की त्या काळामध्ये कोणत्याही मुलाचा मृत्यू त्याच्या वडिलांच्या देखत होत नसे. तेही खरेच आहे, कारण बाप जर वयाच्या पस्तीस-चाळिसाव्या वर्षी मरत असेल तर मुलाला इतक्या लवकर मरण्याची काय गरज आहे? आता तर खूप मुलांचे मृत्यू त्यांच्या वडिलांसमोर होतात आणि वय वाढत जाते – जसे की अमेरिका किंवा स्वीडनमध्ये ऐंशी इतकेच काय पण शंभर वर्षांची माणसेसुद्धा सहज मिळतात – समजा त्यांची मुले त्यांच्यासमोर मेली तर काही आश्चर्य नाही. कधी कधी तर नातवंड-पतवंडही मरतात.

रशियामध्ये काही लोकांचे वय दीडशे वर्षे झाले आहे, तेथे तर मुलांच्या मुलांची मुलेही मरतात. दीडशे वर्षे एखादा माणूस जगला म्हणजे त्याचा जीवनप्रवास किती मोठा झाला असेल?

शास्त्रज्ञ म्हणतात, की 'पूर्वीच्या काळी म्हणजे आजपासून तीनहजार वर्षांपूर्वी चाळीस वर्षे ही शेवटाची सीमा होती.' आणि हिंदू म्हणतात, 'पंचाहत्तराव्या वर्षी संन्यास घ्यायचा. पंचवीस वर्षांपर्यंत ब्रह्मचर्य, पन्नास वर्षांपर्यंत गृहस्थाश्रम, पंचाहत्तर वर्षांपर्यंत संन्यास घेऊन टाकायचा. त्यामुळे कदाचित क्वचितच कुणीतरी संन्यासी होत असेल.

त्यामुळे या शास्त्रज्ञांनी असे मानले, की या देशामध्ये संन्याशांची संख्या जास्त नव्हती. असे एखाद-दुसरेच ऋषिमुनी होत असत, कारण इतकी वर्षे

कुणी जगतच नव्हते.

बुद्ध आणि महावीरांच्या बरोबर या देशामध्ये संन्याशांचा प्रसार झाला. कारण त्यांनी तरुणांना दीक्षा दिली. जेव्हा तरुणांना दीक्षा दिली, तेव्हा हजारो, लाखो लोक संन्यासी बनले.

परंतु तरीसुद्धा संन्यास कुठेतरी खटकतच होता. हिंदूंनी वयाची अट घातली आणि महावीरांनी संन्यासाचा अर्थ संसाराचा त्याग करणे हा सांगितला. खूप लोक संसार सोडून जाऊ शकले नाहीत, पण याचा अर्थ असा नाही, की ते लोक वाईट आहेत.

नेहमी खरे तर असे होते, की वाईट लोक लवकर संसाराचा त्याग करतात. ज्या माणसामध्ये थोडीशी दया आहे, करुणा आहे, तो सोडताना आपल्या मुलांचा विचार करेल, की अरे मी जी मुले जन्माला घातली आहेत, ती मी सोडून चाललो आहे. त्यांना सोडून मी जंगलात पळून जाणे हे कितपत योग्य आहे? ही अहिंसा आहे?

जैनांनी ही गोष्ट कधी विचारली नाही. पाणी गाळून पितात. पण एक माणूस आपल्या छोट्या मुलाला, जो आताच जन्माला आला आहे त्याला, सोडून निघून जातो, यामध्ये त्यांना हिंसा दिसत नाही?

एका स्त्रीबरोबर विवाह करून तिला घेऊन येता. आयुष्यभर बरोबर राहण्याचा विश्वास दिला होता. त्यानंतर अचानक एक दिवस तुम्ही जंगलामध्ये निघून जाता आणि तुम्ही हाही विचार करत नाही, की तुम्ही एखादी हिंसा केली आहे?

तुम्ही एका अंधाऱ्या रात्री एका स्त्रीला एकटे सोडून आलात, जी तुमच्या भरवशावर चालत होती. तुमच्यावर भरवसा ठेवून तुमच्या मुलाची आई बनली होती आणि तुम्ही पळून जात आहात!

माझ्या बघण्यानुसार वाईट लोक लवकर हा संसार सोडून निघून जातात, कारण त्यांच्यामध्ये करुणेचा कोणताही अंश नसतो. कठोर लोक, हिंसक लोक, दुष्ट प्रवृत्तीचे लोक जैन मुनी बनतात. ज्यांच्यामध्ये थोडीशी तरी सद्वृत्ती असते, ते हजार वेळा विचार करतात.

बुद्ध आणि महावीरांनी वयाची अट काढल्याने संन्याशांची संख्या वाढली. खूप संख्येमध्ये संन्यासी वाढले. बुद्धांचे लाखो आणि महावीरांचे हजारो संन्यासी झाले. ही गोष्ट चांगली झाली; पण त्यांनी दुसरी कटकट मागे लावली, की संसार सोडून जावे लागेल.

सगळे लोक संसार सोडून जाऊ शकत नाहीत आणि सगळे लोक सोडून जाऊ लागले, तर महावीरांना रोटी देणारा कोणी उरणार नाही. सगळे लोक निघून गेले तर

जे लोक सोडून गेले आहेत, त्यांचे पालनपोषण करणारे कुणी राहणार नाही.

समजा जैन मुनींचे मानले आणि सगळे त्यांच्या म्हणण्यानुसार जैन मुनी बनले तर एक दिवस तुम्हाला जैन मुनी दुकान चालवताना दिसतील. बाजारात काम शोधताना दिसतील किंवा नोकरीच्या शोधामध्ये कचेरीच्या समोर रांगेत उभे राहिलेले बघायला मिळतील. मग काय करणार?

तुम्ही संसार सोडला आहे, तुम्ही तो सोडू शकलात कारण या दुनियेत तुमचे कोणीतरी आहे, तुमची कुणीतरी देखभाल करणारे आहे, रोजची भाकरी, कपडे आणि घर देणारे कुणीतरी आहे. त्यांनीसुद्धा संसार सोडला की मग समजेल!

मला तर असे वाटते, की तुम्ही जेथे आहात तेथेच संन्यस्त व्हा. संन्यास ही मनाची भावदशा आहे. हे मनाचे जागरण आहे.

संसारामध्ये तुम्हाला रस राहू नये एवढे पुरेसे आहे. विरस होऊन जा. संसाराकडची तुमची धाव न राहता तुमची धाव परमेश्वराकडे व्हावी. मग तुम्ही जेथे आहात तेथेच राहाल. पती असाल तर पती, पत्नी असाल तर पत्नी! मुले असतील तर मुलांची चिंता करा. परमेश्वराप्रती प्रेम व्यक्त करण्याचा हा एक प्रकार आहे. हा संसार त्याचाच आहे. ही पत्नी, ही मुले त्याचीच आहेत. यामध्ये तुमचे काय आहे?

ज्या प्रकारचा संन्यास मला अपेक्षित आहे, त्याच धारणेने तो प्रचलित झाला तर या जगामध्ये खूप लोक संन्यास घेतील.

वयाची अडचण नाही आणि त्यागाचाही आग्रह नाही. त्यागी वृत्ती, वस्तूचा त्याग काहीही नाही. सगळ्या वस्तू त्याच्याच आहेत आणि त्याच्याच राहतील. म्हणून कबीर म्हणतात काय माझे काय तुझे? आणि माझे-तुझे करण्यामध्ये शरम वाटत नाही?

'जैसे पपीहा प्यासा बूंद का, पिया पिया रट लाई।
प्यासे प्राण तरपै दिनराती, और नीर ना भाई।
जैसे मिरगा सब्द-सनेही, सब्द सुनन को जाई।
सब्द सुनै और प्रानदान दे, तनिको नाहिं डराई।'

हरीण बासरीचा आवाज ऐकून धावत जवळ येते किंवा साप पुंगीचा आवाज ऐकून जवळ येतो. प्राण द्यावे लागतील याची चिंता तो करत नाही. तसेच परमेश्वराचा परमप्रिय प्रेमी, समोर मृत्यू जरी येऊन उभा राहिला तरी परमेश्वराच्या प्रेमामध्ये अडचण येऊ देत नाही. ना जीवन अडचण बनेल, ना मृत्यू अडचण बनेल.

सगळे पणाला लावण्याची तयारी व्हायला पाहिजे. इतके वेडेपण असेल,

इतके वाहून टाकणे असेल तरच कुणी मिळवू शकेल.

'जैसे मिरगा सब्द-सनेही, सब्द सुनन को जाई।
सब्द सुनै और प्रानदान दे, तनिको नाहिं डराई।
सर ये कहता है गवारा नहीं अब बारिशे संग।
दिल ये कहता है उसी कूचे में जाया जाय।'

बुद्धी म्हणते ज्या ठिकाणी डोक्यावर दगड पडले आहेत तेथे आता जाऊ नको. प्रेमीची किंवा प्रेयसीची जी गल्ली आहे, तेथे आता जाऊ नकोस– चुकूनसुद्धा जाऊ नको. तेथे दगड पडतात.

'सर ये कहता है गवारा नहीं अब बारिशे संग।'— यापुढे अजून दगड खाण्याची हिंमत नाही. 'दिल ये कहता है उसी कूचे में जाया जाय'— परंतु हृदय सांगते, तेथे चल, डोके गेले तरी चालेल, प्राण गेला तरी चालेल, पण तेथेच चल, तेथेच मंदिर आहे.

'जैसे सती चढ़ी सत-ऊपर, पिया कि राह मन भाई।
पावक देखि डरै वह नाहीं, हंसत बैठे सदा माई।'

ही सती जाण्याची अपूर्व घटना फक्त याच देशात घडते. कारण या देशाने प्रेमाचे तत्त्व जाणून घेतले आहे.

या जगामध्ये कोणताही देश इतका भाग्यवान नाही, की ज्याने प्रेमाचे तत्त्व इतके समजून घेतले आहे. स्त्रियांनी सती जाऊन पुरुषांवर मात करून टाकली. त्यांनी सिद्ध करून दाखविले, की पुरुषांची प्रेमाची पद्धत वरवरची आहे.

हजारो स्त्रिया आपल्या पतीबरोबर चितेवर चढल्या आहेत; परंतु एकही पती आतापर्यंत आपल्या प्रेयसीच्या चितेवर चढलेला नाही. सती खूप झाल्या पण सता एकसुद्धा झाला नाही. त्यामुळे हे सिद्ध होते, पुरुष हृदयाने जगत नसून बुद्धीने जगतो.

आणि गमतीची गोष्ट ही आहे, सगळी प्रेमगीते पुरुषांनीच लिहिली आहेत. प्रेमाच्या कथा पुरुषच लिहितात. प्रेमाच्या कादंबऱ्या पुरुषच लिहितात; परंतु स्त्रियांनी प्रेमाचे प्रमाण दिले आहे आणि पतीचा जर मृत्यू झाला तर स्त्रीने ठरवून टाकले आहे, की त्याच्याशिवाय जगण्यात काय अर्थ आहे? यापेक्षा अधिक कोणते प्रमाण असू शकेल? त्याच्याबरोबर राहण्यामध्ये मजा होती. त्याच्याबरोबर राहण्यामध्ये सार्थकता होती. तो प्राणांचा प्राण होता. त्याच्याशिवाय काय अर्थ? त्याच्याशिवाय जीवन म्हणजे मृत्यूपेक्षा अधिक वाईट जीवन!

ही घटना अपूर्व होती; असाधारण घटना होती. अतिमानवीय घटना होती. सोपे नाहीये, जरासा हाताला चटका बसला तरी किती त्रास होतो! जरा विस्तवाच्या जवळ हात नेऊन बघा, म्हणजे समजेल.

जळत्या आगीमध्ये जिवंतपणी जाऊन बसायचे, आपला स्वत:चा देह जळताना बघायचा. देहाच्या ताकदीपेक्षा प्रेमाची ताकद नक्कीच अधिक असेल म्हणूनच हे शक्य आहे. प्रेमाची ओढ देहाच्या ओढीपेक्षा नक्कीच अधिक असेल, तेव्हाच हे होऊ शकते.

या स्त्रीने चितेवर चढून शांतपणे बसून अग्नीला स्वत:ला समर्पित करून टाकले, ही गोष्ट वारंवार एकच घोषणा करते, की मनुष्य नुसते शरीरच नाही. मनुष्य शरीरापेक्षा अजून काही आहे. मनुष्य आत्मा आहे. नाही तर ही घटना घडलीच नसती.

समजा मनुष्य फक्त शरीरमात्र आहे असे मानले– जसे पदार्थवादी आणि नास्तिक म्हणतात – तर सतीची घटना घडणे शक्य नव्हते. नाहीतर हे कोण आहे? कारण शरीराला का जळावेसे वाटेल? शरीर तर म्हणेल : हा माणूस गेला तर गेला, दुसरा मनुष्य शोधून काढ.

म्हणून देहवादी देशामध्ये सती जाण्याचा तर प्रश्नच येत नाही. सतीची बाब तर व्यर्थच आहे. देहवादी देशामध्ये घटस्फोटाचा प्रसार वाढला आहे. कारण या माणसाकडून जोपर्यंत सुख मिळते तोपर्यंत ठीक आहे. जेव्हा मिळत नाही तेव्हा प्रश्नच येत नाही. संबंध शरीराचा आहे आणि शरीराजवळ कोणतेही उच्च मूल्य नाहीये. या माणसाबरोबर सुख मिळत असेल तर ठीक आहे, नाहीतर मामला इथेच संपतो. दूर व्हा.

ज्या स्त्रिया चितेवर चढल्या आणि ज्यांनी सहजभावाने मृत्यूचा स्वीकार केला, त्या मृत्यूच्या स्वीकारामध्येच समजते, की त्यांना अमृताच्या स्वादाचा थोडासा स्पर्श झाला आहे.

जरा विचार करा, एका स्त्रीला, एका तरुणीला, एका विधवेला आपल्या प्रिय माणसाच्या चितेवर बसल्यावर काय वाटत असेल? तिला आतमध्ये काय होत असेल? शरीर तर सांगत असेल : चल, ऊठ! या भयंकर ज्वाला, या असह्य वेदना, हा नरक! शरीर तर शुद्ध हरवून जाईल. शरीर तर ओढत असेल, चल ऊठ, पळून जा. परंतु कोण तिला थांबवत असेल? मनुष्य-शरीरापेक्षा अधिक काहीतरी आहे. त्या अधिकाचा ती अनुभव घेत असेल.

या चितेवर चढल्यानंतर, जळता जळता ती स्त्री त्या आत्म्याचा अनुभव घेत असेल. सतीचा प्रयोग हा आत्म्याला अनुभवण्याचा एक मार्ग होता.

पुरुषांनी अजून एवढी हिंमत केली नाही. पुरुषांनीच शास्त्रामध्ये लिहून ठेवले आहे, की मनुष्य शरीर नसून आत्मा आहे आणि पुरुषांनी असे लिहिले आहे, की प्रेमामुळेच सत्य सापडते. पुरुषांनीच साऱ्या गोष्टी सांगितल्या आहेत, पण अजूनपर्यंत एकाही पुरुषाने आपल्या प्रेयसीबरोबर चितेवर चढण्याची हिंमत केलेली नाही.

इकडे प्रेयसी मेली नाही, की लगेच पुरुष दुसऱ्या 'स्त्री'च्या शोधात निघतो. स्मशानभूमीमध्येच त्याच्या घरची माणसे विचार करायला लागतात, की आता याचे लग्न कुठे करावे? यामध्ये पुरुषाचा खूप मोठा अपमान आहे. यामध्ये असे प्रदर्शित होते, की पुरुष अधिक शरीरवादी आहे आणि स्त्री अधिक आत्मवादी आहे.

'जैसे सति चढ़ी सत-ऊपर, पिया की राह मन भाई।' तिने सांगितले, जीवन संपले तरी चालेल परंतु मी माझ्या प्रेमीबरोबर जाते. आता प्रेमी मरून गेला तर मीसुद्धा मरते. जीवन बरोबर जगत होतो, मृत्यूही बरोबरच होईल.

सतीची ही प्रथा हळूहळू विकृत होत गेली कारण या जगामध्ये सगळ्यात श्रेष्ठ तत्त्व विकृत होऊन जाते आणि ते पुरुषाने विकृत केले. विकृत कधी झाले?

हळूहळू पुरुषाच्या मनामध्ये हा भाव निर्माण झाला, की माझ्या मृत्यूनंतर माझ्या 'स्त्री'ने – पत्नीने माझ्या चितेवर चढायला पाहिजे. प्रतिष्ठेची बाब बनली. अमुक माणूस मेला, त्याची बायको त्याच्याबरोबर सती गेली. आता तुम्ही विचार करता, की मी मेल्यानंतर माझी बायको चितेवर चढेल की नाही? नाही चढली तर माझी बदनामी होईल. हा एक अहंकाराचा भाग बनून गेला. तेव्हा माझी पत्नीसुद्धा चढणे जरुरीचे आहे याची व्यवस्था पक्की करून जाण्याची गरज वाटू लागली. नाही तर लोक म्हणतील : अरे याची बायको चितेवर चढली नाही. तेव्हा बहुतेक यांचे प्रेम नसेल. किंवा याच्या स्त्रीचे त्याच्यावर एवढे प्रेम नसेल किंवा स्त्रीमन कुठेतरी दुसरीकडे जडलेले असेल. किंवा ही स्त्री दुराचारिणी असेल. किंवा हा पुरुष त्या स्त्रीला तृप्त करू शकला नसेल. माहीत नाही लोक काय काय विचार करत असतील. बदनामी वाटेला येईल. तेव्हा लोक तयारी करून ठेवू लागले, की त्यांची पत्नी त्यांच्या चितेवर चढलीच पाहिजे.

जी गोष्ट सहज होते तेव्हा तिच्यामध्ये सौंदर्य असते, त्यामध्ये एक अपूर्व घटना असते, चमत्कार असतो; परंतु जेव्हा जबरदस्ती व्हायला लागते, तेव्हा ती गोष्ट घृणास्पद होते. ती घृणा पुरुषाने आपल्या अहंकाराने आणली.

तेव्हा एखादा कोणी मेला तर सारे गाव त्याच्या स्त्रीला ढकलून देऊन चितेवर चढवायचे आयोजन करू लागले. स्त्रिया पळताहेत आणि त्यांना जबरदस्तीने चढवले जात आहे. जबरदस्तीने चढवण्यासाठी पूर्णपणे तयारी केली जात असे. खूप तूप टाकले जात असे, इतके तेल ओतले जाई, की पेटून अशी आग भडके की ती स्त्री एका क्षणामध्ये संपून जात असे.

आणि समजा स्त्री धावू लागली तर चारी बाजूला पुजारी हातामध्ये जळत्या

मशाली घेऊन उभे राहत असत. कारण आग आग आहे. आणि जर तुम्ही मनापासून गेला नाहीत तर पळ काढणारच ना! एखादी स्त्री अर्धवट जळलेली बाहेर आली तर तिला पुन्हा त्या मशालींनी आतमध्ये ढकलण्याची सोय केली होती.

ती रडेल, ओरडेल, किंचाळेल, म्हणून ढोल-ताशे, नगारे वाजवले जात होते. कोणी मरेल तर असे थोडेच मरेल! आपल्या स्वानुभवांनी कुणीही मरेल, स्वप्रचितीने मरेल. सहजस्फूर्तीने कुणी मेले तर गोष्ट काही वेगळी आहे. परंतु जर कुणी जबरदस्ती केली तर ओरडेलच! भयंकर ओरडेल. ती किंकाळी साऱ्या गावामध्ये घुमत राहील आणि तिची किंकाळीच सांगेल, की या स्त्रीला जबरदस्तीने चितेवर चढवले जात आहे, ती सती गेली नाही. तेव्हा मोठ्याने जोरजोरात नगारे वाजवून आणि जोरजोरात मंत्रोच्चार करून, हरे राम हरे कृष्ण करतात आणि इतके तूप फेकतात की खूप धूर होईल आणि काय होत आहे हे कुणाला दिसणार नाही.

ही तर हत्या झाली. म्हणून इंग्रजांना ही प्रथा बंद करावी लागली. इंग्रजांनी सतीची प्रथा बंद केली नाही. तर खूप पूर्वीच नष्ट झाली होती. त्यांनी बंद केली ती स्त्रीची हत्या! म्हणून मी म्हणतो, की त्यांनी काही वाईट केले नाही. त्यांनी बरोबरच केले. त्यातला खरा अर्थ तर नष्ट झाला होता. खरी फुले तर गेली होती, प्लॅस्टिकची फुले राहिली होती आणि या कारणामुळे हजारो स्त्रिया सती जात होत्या, जबरदस्तीने सती जात होत्या.

एखादी स्त्री यामधूनच वाचतही असे, सती जात नव्हती, पण आयुष्यभर अपमान सहन करावा लागे. तिचे वागणे चुकीचे आहे, असे आयुष्यभर समजत. म्हणून विधवांचा कोणताही आदर राखला जात नसे. त्यांचा अपमान होत असे. त्यांचे जीवन अवघड करून टाकत असत म्हणजे त्यांना वाटावे, की असे जगण्यापेक्षा मेलेले बरे! जगणे तर अजूनच मुष्कील होई.

एखादी स्त्री विधवा होई तेव्हा ती विचार करायची, की मी इथेच मरून जाणे अधिक चांगले होईल. कारण जगणे तर अजूनच कठीण आहे. एका क्षणात मरण येऊन जाईल. आगीचा त्रास आहे, पण दोन घटका निघून जातील. पण हे आयुष्य माहीत नाही अजून किती वर्षे असेच चालू राहील. हा अपमान खूप असेल आणि खूप वर्षे चालूच राहील. सतीची प्रथा यामुळे चांगली वाटत होती. प्रेम दाखवण्याचे एक अद्‌भुत प्रमाण होते आणि आत्मा आहे याची खूप मोठी घोषणाही यामुळे होई.

'जैसे सती चढ़ी सत-ऊपर, पिया की राह मन भाई।
पावक देखि डरै वह नाहीं, हंसत बैठे सदा माई।

तेथे चितेवर बसली आहे पण तरीही प्रसन्न आहे. आनंदी आहे कारण आपल्या

प्रियाबरोबर चालली आहे. आनंदाने पूर्ण भरली आहे कारण आपल्या प्रेमीचा हात हातामध्ये आहे. ती आपल्या प्रेमीचे डोके आपल्या मांडीवर घेऊन बसली आहे. जगणेही बरोबर होते आता मृत्यूही बरोबर आहे. मृत्यूसुद्धा अलग करू शकला नाही. प्रेमाने मृत्यूलासुद्धा हरवून टाकले.

परमेश्वरावरसुद्धा असेच कोणी प्रेम करत असेल की काहीही किंमत मोजावी लागली तरी चालेल, आगीमध्ये भाजले तरी चालेल. इतकी तयारी दाखवली, तरच काही मिळू शकते.

'साईंसे लगन कठिन है भाई।
छोडो तन अपने की आसा, निर्भय ह्वै गुन गाई।'

आणि जोपर्यंत तुमचे शरीर तुम्हाला प्रिय आहे, शरीराचा मोह जोपर्यंत सुटत नाही, तोपर्यंत तुम्ही परमेश्वराला प्रसन्न करू शकणार नाही.

परमेश्वर तुमच्या आतमध्येच बसला आहे, तुमच्या देहामध्येच लपला आहे. शरीर तुमचे मंदिर आहे, परमेश्वर तुमच्या मंदिरामधील देवता आहे; परंतु तुमची नजर भिंतीवर अडकली आहे. म्हणून मंदिरामध्ये विराजमान झालेली देवता तुम्हाला दिसत नाहीये.

शरीराची चिंता सोडा. शरीराची काळजी करणे सोडून देताच मनुष्यामध्ये अभय निर्माण होते. शरीरामुळे भय आहे कारण शरीरामध्ये मृत्यू आहे. मृत्यूमुळे भय आहे. ज्या दिवशी तुम्हाला जाणवेल, की मी शरीर नाहीये, त्या दिवशी मृत्यूही जाईल – आणि भयसुद्धा! त्यानंतर तुम्ही निर्भयपणे परमेश्वराचे गुणगान गाल, स्तुती कराल, नाचाल, त्यानंतर तुम्ही नाचू शकाल.

'कहत कबीर सुनो भाई साधो, नहीं तो जन्म नसाई।' – कबीर म्हणतात, असे केले तर ठीक आहे; नाहीतर सगळे आयुष्य वायाच गेले असे समजा.

प्रभूशी जवळीक साधणे अवघड आहे याची कल्पना आहे, परंतु तरीही प्रेम करा. नाही केले तर जीवन व्यर्थ गेले. यामुळे तुम्ही कृतार्थ होणार नाही. तुमच्या जीवनामध्ये फळे येणार नाहीत, फुले उमलणार नाहीत. तुमचे आयुष्य वांझोट्या वृक्षासारखे असेल.

'लोका जानि न भूलो भाई।' कबीर म्हणतात : प्रभूचा महिमा समजून घ्या – विसरू नका. या संसारामध्ये आपली स्मृती अधिकाधिक कोड्यामध्ये टाकू नका.

संसार आहे, बरोबर आहे. आपल्या जागी तो बरोबर आहे; पण त्यामध्ये इतकेही गुरफटून जाऊ नका, की परमेश्वरालाही विसरून जावे. त्याची आठवण तर सतत येत राहावी कारण शेवटी तेच आमचे घर आहे. शेवटी आपल्याला तेथेच जायचे आहे. आपण तेथूनच आलो आहोत, तोच आपला स्रोत आहे,

तेथेच जाणे योग्य आहे.

'खालिक खलक खलक में खालिक, सब घर रह्यो समाई।' सृष्टिकर्त्यामध्येच सृष्टी दडली आहे. सृष्टिकर्ता सृष्टीमध्ये लपला आहे आणि सृष्टी, सृष्टिकर्त्यामध्ये दडली आहे. हे म्हणणे लक्षात ठेवा.

परमेश्वर या दुनियेपेक्षा वेगळा नाही. दूर कुठे आकाशामध्ये बसलेला नाही. इथेच लपला आहे. कणाकणामध्ये दडला आहे. क्षणाक्षणांमध्ये लपला आहे. परमेश्वर या साऱ्या अस्तित्वामध्ये लपला आहे.

जसा परमेश्वर या अस्तित्वामध्ये लपला आहे, तसेच हे अस्तित्व परमेश्वरामध्ये लपले आहे. दोन्ही एक आहेत. दोन्हीही जोडले गेलेले आहे. म्हणून परमेश्वराला मिळवण्यासाठी हा संसार सोडण्याची अजिबात गरज नाहीये. आणि वस्तुस्थिती ही आहे, की तुम्ही हा संसार जर एकदम सोडून दिला, तर परमेश्वराला कसे प्रसन्न कराल? कारण तो तर या साऱ्या विश्वामध्ये सामावला आहे.

इथेच मिळवा, इथेच शोधा, इथेच खोदा. जसे की माती खोदली तर पाणी हाती लागते. तसेच संसार खोदला तर परमेश्वर हाती येतो. तुम्ही हा विचार कराल, की माती खोदण्याने काय होणार आहे, म्हणून माती सोडून निघून गेलात तर पाण्याचा जो स्रोत लपलेला आहे त्यापासून तुम्ही वंचित राहाल.

'खालिक खलक खलक में खालिक, सब घर रह्यो समाई।' सगळीकडे तेच आहे. सगळ्यांमध्ये तेच आहे.

'अला एकै नूर उपजाया, ताकि कैसी निंदा।' आणि कबीर म्हणतात, परमेश्वराने एकाच ज्योतीने, एकाच रोशनीने सारे निर्माण केले आहे. त्यामुळे या संसाराची निंदा कशी करणार?

'अला एकै नूर उपजाया, ताकि कैसा निंदा।' आपल्याच प्रकाशाने हा संसार निर्माण केला आहे. हा संसार त्याची सृष्टी आहे. जसा एखादा चित्रकार प्रेमाने चित्र काढतो. एखादा मूर्तिकार मूर्ती घडवतो आणि एखादा कवी कविता करतो, तशी परमेश्वराने ही सृष्टी बनवली आहे. हा त्याचा आनंद आहे. त्याची निंदा करता आहात?

संसाराची निंदा करू नका कारण संसाराची निंदा म्हणजे शेवटी परमेश्वराची निंदा करण्यासारखे आहे. या संसारामध्ये जागे होणे जरुरीचे आहे; पण त्यासाठी निंदा करण्याची आवश्यकता नाही.

असे समजा, कोणा एका मूर्तिकाराच्या मूर्ती बघून तुम्ही मूर्तींची निंदा केली, तर ती निंदा त्या मूर्तिकाराची आहे. मूर्तीची निंदा म्हणजे मूर्तिकाराचीच निंदा आहे हे स्पष्ट होते. मूर्तींची प्रशंसा, मूर्तींची प्रशंसा नसून मूर्तिकाराची प्रशंसा आहे. आणि हेही खरे

आहे, की त्या मूर्तीमधून जागे व्हायचे आहे, मूर्तीमध्ये हरवून जायचे नाही. नाहीतर मूर्तिकाराला कसे प्राप्त कराल? मूर्तीची निंदाही करायची नाही आणि मूर्तीमध्ये हरवूनही जायचे नाही. मूर्ती म्हणजे सारे काही नाही. मूर्ती तर फक्त एक संकेत आहे, की आजूबाजूला कुठे मूर्तिकार लपला आहे का?

असे समजा, की तुम्ही एका जंगलामधून जात आहात. घनदाट जंगल– ज्यामध्ये कोणताही रस्ता नाही. पाऊलवाटसुद्धा नाही आणि अचानक तुमच्या पायाजवळ तुम्हाला एक घड्याळ पडलेले सापडते. त्याच क्षणी तुम्हाला अंदाज येईल, की या घड्याळाचा मालक जवळपासच कुठेतरी असेल आणि घड्याळ जर चालू असेल तर मालकाच्या हातातून घड्याळ पडून फार वेळ झाला नसेल. त्याच्याशिवाय दुसरे प्रमाण काही नाहीये, ना पायांच्या काही खुणा आहेत; परंतु घड्याळ आहे – तेथे कोणीतरी असल्याची खात्री देते. कोणीतरी आसपास असणार! खूप दूरही गेला नसेल.

हे जग चालले आहे – हे घड्याळ चालले आहे आणि हे सारे इतके भव्य आहे, की मालकाशिवाय चालणे शक्यच नाही. ही व्यवस्थाच सूचक आहे. ही कोणत्या हातांची ग्वाही देते, कोणत्यातरी अनोख्या हातांची, ही त्या रचनाकाराकडे इशारा करते.

तुम्ही जेव्हा वृक्षांकडे बघता, पक्ष्यांना बघता, चंद्र ताऱ्यांकडे बघता, तेव्हा तुमच्या मनामध्ये हा प्रश्न उभा राहत नाही. इतके भव्य आयोजन! इतक्या शांततेने आणि संगीतमय चालले आहे. ही व्यवस्था एखाद्या केंद्राशिवाय होऊ शकत नाही. नाहीतर कधीच अराजकता पसरली असती, गोष्टी एकमेकांवर आपटल्या असत्या, तुटल्या असत्या, विखुरल्या असत्या, पडल्या असत्या.

आपण आयुष्यामध्ये व्यवस्था करूनही व्यवस्था नीट होत नाही आणि इथे व्यवस्था दिसत नाही तरीही सारे जागच्या जागी आहे.

आपण तर चौथऱ्यावर पोलिसाला उभे करतो तरीसुद्धा लोक चुकीचे चालत राहतात. चंद्रताऱ्यांच्या मार्गावर कोणीही पोलीस उभा नाहीये, कुठे फलकही लावलेला नाही की मार्गावर कुठे दिवेही लावलेले नाहीत – आत्ता थांबा, आत्ता जा, आत्ता चालू नका. आत्ता दुसरे निघाले आहे.

किती चंद्र तारे आहेत! कोणीही एकमेकांना जाऊन धडकत नाहीत. सारे काही एका अपूर्व शांततेने चालले आहे. अनोखी व्यवस्था आहे; पण व्यवस्थापक दिसत नाही.

इतके भव्य आयोजन आणि कुठे कोणी साधे– सरळ– प्रत्यक्ष दिसतही नाही. यामुळे एक सिद्ध होते, की जो व्यवस्थापक आहे तो बाहेर उभा नसून तो आतमध्ये कुठेतरी लपला आहे. बाहेर उभा असता तर आम्हाला नक्कीच

दिसला असता. तो कोणतीही आज्ञा करत नाहीये, की – ए चंद्र-ताऱ्यांनो, डावीकडून चला, आत्ता थांबा, दुसरे तारे आत्ता बाहेर येत आहेत. आता जाणे-येणे बंद आहे. यापुढे दुसऱ्यांना बाहेर पडू द्या.

कोणीही कुठलीही आज्ञा करत नाहीये आणि तरीही सारे काही इतके सुरळीत चालले आहे, की कुणाच्या आज्ञेनेही असे चालणे शक्य नाही. हा व्यवस्थापक कोणत्यातरी व्यवस्थेमध्येच लपला आहे. हात वेगळे नाहीत. वृक्षांमध्ये पसरला आहे. पर्वतांमध्ये लपला आहे. चंद्र-ताऱ्यांमध्ये लपला आहे. तुमच्यामध्ये, माझ्यामध्ये लपला आहे.

'खालिक खलक खलक में खालिक, सब घर रह्यो समाई।

अला एकै नूर उपजाया, ताकी कैसी निंदा।

ता नूरै थे सब जग कीया, कौन भला, कौन मंदा'

आणि कबीर म्हणतात, त्या एकानेच सारे निर्माण केले आहे, मग कोण चांगले, कोण वाईट? हिंदू चांगले की मुसलमान, ब्राह्मण चांगले की शूद्र? सगळे न समजण्यासारखे आहे.

कोण चांगले कोण वाईट? सारे एकाच परमेश्वराकडून आले आहेत. म्हणून सगळे परमेश्वराचेच रूप आहे. चांगले-वाईट या साऱ्या गोष्टी व्यर्थ आहेत.

'ता अला की गति नहीं जानी, गुरि गुड दीवा मीठा।

कहै कबीर मैं पूरा पाया, सब घटि साहब दीठा।'

सद्गुरू इतक्या गोड-मिठास गोष्टी सांगतात, की जसा काही गोड गूळच आहे, परंतु तरीसुद्धा तुम्ही त्याचा आस्वाद घेऊ शकत नाही.

सद्गुरूचा स्वाद काय आहे? सद्गुरूचा एकच स्वाद आहे तो म्हणजे परमेश्वराच्या गतीची माहिती मिळेल. परमेश्वराच्या रहस्याची माहिती समजेल.

'ता अला की गति नही जानी, गुरि गुड दीवा मीठा।'

सद्गुरू तर एकच मिठाई वाटतात.

एकदा असे झाले, की काशीच्या एका छोट्या गल्लीमध्ये– काशीच्या गल्ल्या अशा छोट्याच आहेत– दोन दुकानदारांमध्ये भांडण झाले. दोघेही मिठाईचे दुकानदार होते. जेव्हा भांडण सुरू झाले, तेव्हा ते दोघेही एकमेकांवर लाडू फेकू लागले. फेकायला काही नव्हते म्हणून लाडवांनी मारामारी करू लागले. गर्दी जमा झाली. गर्दीने खूप मजा लुटली, कारण लाडू मिळाले. इकडचेही लाडू मिळाले, तिकडचेही लाडू मिळाले. एक फकीर तेथे उभा होता तो खूप हसायला लागला. तो म्हणाला : समजा गुरूंच्या मध्ये असा कधी वाद-विवाद झाला तर लाडूच फेकले जातात.

बुद्ध आणि महावीर यांच्यामध्ये जो वाद आहे, त्यामुळे बघणाऱ्यांसाठी

दोन्ही बाजूंनी लाडू फेकले जात आहेत. शंकराचार्य आणि बुद्ध यांच्यामध्ये जो वाद आहे त्यात दोन्ही बाजूंनीही लाडू फेकले जात आहेत. समजा तुमच्याजवळ दृष्टी असेल, तर तुम्ही मजा लुटून घ्या; परंतु तुम्ही आंधळे आहात. तुम्हाला लाडू तर दिसत नाहीत. तुम्ही दगड उचलता. तुमच्याजवळ फक्त दगडच आहेत.

शंकराचार्यांचा अनुयायी बुद्धाच्या विरोधात जातो आणि म्हणतो, हिंदुस्थानामधून हा धर्म उखडून टाका; हा बुद्ध भिक्षूंना अग्नीमध्ये जाळून टाकतो. कठिणतेमध्ये ढकलून देतो. तुमच्याजवळ हेच आहे.

संत जेव्हा वाद घालतात तेव्हासुद्धा मिठाईचा वर्षाव होतो असे वाटते आणि तुम्ही साधा संवाद जरी केला तरी शिवीगाळ केली असे वाटावे! त्याच्याशिवाय तुमच्याजवळ दुसरे काय आहे?

'ता अला की गति नाही जानी, गुरि गुड दीवा मीठा।' कबीर म्हणतात, गुरू तर एकच गोष्ट सांगतो. हजार प्रकारे एकच गोष्ट सांगतो. नवीन-नवीन पद्धतीने नवनवीन रंगांमध्ये एकच गीत गातो. त्याचा आग्रह एकच आहे आणि तो आग्रह हा आहे, की कोणत्याही पद्धतीने तुम्हाला परमेश्वराची ही लपलेली छबी नजरेस पडावी.

हे सारे जग जे गतिमान होऊ लागले आहे, त्याच्यामागे त्याचाच हात आहे. तोच गती देणारा आहे. ज्या दिवशी तुमच्या हे लक्षात येईल, त्या दिवशी सगळ्या सद्गुरूंची मिठास वाणी तुम्हाला समजेल. वेद-कुराण-पुराण सगळे समजेल.

'कहै कबीर मै पूरा पाया, सब घटि साहब दीठा।' आणि जेव्हा मी गुरूंच्या वचनाचा पूर्ण आनंद घेतला तेव्हा मला सारे काही मिळाले. कबीर म्हणतात : 'कहै कबीर मैं पूरा पाया।'

पूर्णपणे मिळवण्याचे निकष काय आहेत? कोणत्या माणसाने परमेश्वराला पूर्णपणे प्राप्त केले आहे? त्याचा निकष काय आहे? कबीर सांगतात– 'सब घटि साहब दीठा।'

ज्याला सगळ्या ठिकाणी परमेश्वर दिसू लागला – मंदिर, मशीद, गुरुद्वार-चर्चमध्ये, स्त्री-पुरुषांमध्ये, ब्राह्मण-शूद्रामध्ये, हिंदू-मुसलमान-ख्रिश्चनांमध्ये, जैनांमध्ये-बुद्धांमध्ये, पक्षी-प्राण्यांमध्ये, दऱ्या-डोंगरांमध्ये, रामामध्ये-रावणामध्ये, चांगल्या-वाईटांमध्ये, साधू-असाधू या साऱ्यामध्ये ज्याला परमेश्वर दिसू लागला, प्रकाशामध्ये अंधारामध्ये, जीवन-मृत्यूमध्ये, ज्याच्यामुळे कोणतेही द्वंद्व राहता कामा नये, त्याने पूर्ण मिळवले आहे.

'ता अला की गति नहीं जानी, गुरि गुड दिवा मीठा

कहै कबीर मैं पूरा पाया, सब घटि साहब दीठा।
जहिया किरतम न हता, धरती हती न नीर
उतपती परलय ना हता, तब की कहै कबीर’

खूप अद्‌भुत वचन आहे हे! अनोख्या वचनांमधील एक वचन आहे. येशूच्या वचनांमध्ये एक वचन आहे, जे या वचनांच्या जवळपासचे आहे.

येशू एका गावामध्ये लोकांना समजावत होता. यहुदी लोकांची खूप गर्दी जमली होती. कारण तेथे फक्त यहुदीच होते, दुसरे कुणी नव्हतेच! एका यहुदीने विचारले, की महाशय, अब्राहमचे नाव कधी ऐकले आहे?

अब्राहम यहुदींचा सगळ्यात पहिला पैगंबर– यहुदींचा पिता. जसा राम हिंदूंचा लाडका, तसा अब्राहम यहुदींचा लाडका आणि काहीचे तर म्हणणे असे आहे की राम व अब्राहम ही एकाच माणसाची दोन नावे आहेत. अब्राहमचे जुने नाव – अबराम! आणि ‘अब’ चा अर्थ होतो ‘श्री’ – हिब्रूमध्ये!

शक्यता ही आहे, की खूप प्राचीन काळी दूर, रामाला मानणारे लोक दोन भागामध्ये वाटले गेले असतील आणि हेच दोन धर्म दुनियेमध्ये सर्वांत अधिक जुने आहेत–हिंदू आणि यहुदी! आणि याच दोन धर्मांपासून या जगामधले सारे धर्म निर्माण झाले आहेत. यहुदीपासून निर्माण झाला–इसाईयत आणि मुस्लीम आणि हिंदूंपासून निर्माण झाला–बौद्ध आणि जैन! या जगामध्ये एवढेच धर्म विरोध आहेत.

यहुदी आणि हिंदू हे दोन मूळ धर्म आहेत असे लक्षात येते. दोन्हीच्या मागे राम आहे.

या यहुदीने विचारले, की ‘अब्राहमचे नाव कधी ऐकले आहे?’ आणि येशूने एक अनोखी गोष्ट सांगितली. येशू म्हणाले : जेव्हा अब्राहम जन्माला आला नव्हता तेव्हाही मी होतो. मी अब्राहमपेक्षा जुना आहे.

येशू हे सांगतात की मी शाश्वत आहे. तुम्हीसुद्धा शाश्वत आहात. रूपे येतात आणि जातात. अब्राहम आला आणि गेला. येशू आला आणि गेला. तुम्ही आलात आणि गेलात ही रूपेच आहेत. येतात आणि जातात–आकृत्या असतात. परंतु आतमध्ये दडलेले जे सत्य आहे ते शाश्वत आहे.

कबीर म्हणतात : ‘जहिया किरतम न हता’ – जेव्हा करणाराच नसतो... ‘धरती हती न नीर....।’ ना पाणी होते ना पृथ्वी होती. ‘उतपति परलय ना हता...।’ – संसाराची उत्पत्तीच झाली नव्हती तर प्रलयाची गोष्टच लांब! ‘तब की कहै कबीर’ – कबीर तेव्हाचे सांगत आहेत.

कबीर त्या मूळ स्रोताबाबत सांगत आहेत, जेथून सारे आले आहे. कबीर ते बघून सांगत आहेत. अब्राहमच्या आधी येशू आहे.

आणि कबीर तर एक पाऊल पुढेच जाऊन म्हणतात, की परमेश्वराच्या आधी कबीर आहे. 'जहिया किरतम न हता।' कर्तासुद्धा नव्हता, बनवणारासुद्धा नव्हता, काहीही बनवलेले नव्हते – 'धरती हती न नीर – ।' सृष्टीसुद्धा निर्माण झाली नव्हती. सगळे शून्य होते, महाशून्य होते. 'उतपति परलय ना हता, तब की कहै कबीर' संसाराची उत्पत्तीच झाली नव्हती तर प्रलयाचे काय? कबीर तेव्हाचे सांगत आहेत.

अब्राहमच्यापूर्वी तुम्हीही होतात. पृथ्वी-पाणी काही नव्हते, तेव्हाही तुम्ही होतात. तुम्ही खूप जुने आहात, खूप पुरातन आहात, सनातन आहात. तुम्हाला आठवणही राहिली नाही, पण कबीरांना आठवण आली.

तुम्ही तेच आहात जे आधी होतात. सांगण्याचा अर्थ हा आहे, की तुम्ही परमेश्वर आहात. सगळे तुमच्या नंतर आले आहे. आणि सगळे संपून गेले तरी तुम्ही उराल. तुम्ही अजिबात मिटणार नाही, तुम्ही अमृत आहात.

'ता अला की गति नहीं जानी, गुरि गुड दीवा मीठा।
कहै कबीर मैं पूरा पाया, सब घटि साहब दीठा।
जहिया किरतम न हता, धरती हती न नीर।
उतपति परलय ना हता, तब की कहै कबीर।'

कबीरांवर पंडित-पुरोहित, मुल्ला-मौलवी खूप नाराज होते. त्यांना वाटे कबीर स्वतःला काय समजतो? कबीर विणकर आहे, स्वतःला काय समजतो? हा काय म्हणतो, की जेव्हा काहीही नव्हते, तेव्हासुद्धा मी होतो आणि मी तेव्हाची गोष्ट सांगतो आहे. कोणतीही नवीन गोष्ट सांगत नाहीये. वेदसुद्धा रचले गेले नव्हते, तेव्हाची गोष्ट मी सांगतो आहे. उपनिषदे रचणारे ऋषीही नव्हते, तेव्हाचे मी सांगत आहे. बुद्ध-महावीर यांनाही कुणी ओळखत नव्हते तेव्हाची गोष्ट मी सांगतो आहे.

कबीरांची ही हिंमत! पंडित-पुरोहित तर संतापून लाल होऊन गेले. त्या काळी पंडित-पुरोहित एकत्र येऊन त्यांनी कबीरांच्या विरुद्ध खूप रान उठवले. ते तर म्हणू लागले, की हा मनुष्य खूप अहंकारी आहे. हे असे नेहमीच होते.

सत्य समोर आले, की नेहमी असेच वाटते, की हा अहंकार आहे. परंतु सत्याची घोषणा असाच माणूस करतो, की ज्याच्यामध्ये अजिबात अहंकार शिल्लक नसतो.

समजा कबीरांमध्ये थोडा जरी अहंकार शिल्लक असता तरी ते थोडे संकोचले असते. विचार केला असता की मी हे काय करतो आहे? थोडे घाबरले असते की लोक काय म्हणतील?

अहंकारी मनुष्य विचार करून समजून उमजून वागतो. खरं तर अहंकारी

माणूस आपला अहंकार खूप आडवाटेने जाहीर करतो, प्रत्यक्ष कधी सांगत नाही. कारण तसे केले तर दुसरे सारे अहंकारी जे हजर आहेत ते मला दाबून टाकतील.

अहंकारी मनुष्य आपला अहंकार असा दाखवतो, की तुम्हाला तो समजेलही, आणि तुम्ही त्याच्याविरुद्ध काहीही करू शकणार नाही. जसा राजकीय नेता हात जोडेल तसा तो हात जोडून खाली वाकतो आणि म्हणतो: मी तर आपल्या पायाची धूळ आहे, आपला सेवक आहे.

सेवकाला सत्तेमध्ये जाण्यात इतका रस का आहे? असेच लोकांचे पाय दाबा त्यासाठी लोक तयार आहेत. कोण मनाई करते आहे? परंतु सेवकाला सत्तेमध्ये जाण्यात रस आहे. प्रत्यक्षात तर सत्तेमध्ये जाण्यासाठीच ते सेवकाचे ढोंग करतात, वाकतात. तुमच्या पायाला हात लावून नमस्कारही करतात. डोक्यावर चढण्याची आकांक्षा आहे. खूप विनम्र असल्याचे वातावरण ते तयार करतात.

तुम्ही अशाच राजकीय नेत्याला मत देत असाल, जो अधिक विनम्रतेने सांगतो. जो वाकतो, जो तुमच्या अहंकाराला फुलवतो, जो म्हणतो, 'मी तर काहीच नाही. फक्त आपला सेवक आहे. एक लहानसा सेवक आहे – आपली सेवा करण्याची संधी मला द्या.

परंतु सेवा करण्यासाठी सत्तेमध्ये जाण्याची कोणतीच गरज नाही. आणि कधी कधी तर असे होते, की लोकच सांगतात की आम्हाला तुमची सेवा नको आहे. परंतु तरीही तुम्ही म्हणता, की आम्ही करतच राहणार! आम्ही तर सेवा करणारच. तुम्हाला करायची असो वा नसो आम्ही करणारच! आम्हाला सेवा करण्यामध्येच रस आहे.

मी हे ऐकले आहे, की एका शाळेमध्ये पाद्र्यांनी मुलांना सांगितले, की काहीतरी सेवा करण्याचे काम करा. सातव्या दिवशी त्यांनी विचारले की काही सेवा केली की नाही? एका मुलाने हात वर केला. त्याला पाद्र्यांनी विचारले, 'कोणती सेवा केली?' तो म्हणाला, 'एका म्हाताऱ्या स्त्रीला रस्ता पार करून दिला.' पाद्री म्हणाले, 'खूप छान केलेस. म्हाताऱ्या माणसांची नेहमीच काळजी करत जा.'

दुसऱ्याला विचारले, 'तू काय केलेस?' तोसुद्धा हात हलवत होता, तो म्हणाला, 'मीसुद्धा एका म्हाताऱ्या स्त्रीला रस्ता पार करून दिला.'

पाद्री थोडा विचार करू लागले की यालासुद्धा म्हातारी स्त्री भेटली. पण यामध्ये आश्चर्य करण्यासारखे काही नाही. खूप म्हाताऱ्या स्त्रिया आहेत.

तिसरा हात हलत होता, त्यालाही विचारले : 'तू काय केलेस?' तो म्हणाला मीसुद्धा एका म्हाताऱ्या स्त्रीला रस्ता पार करण्यास मदत केली.' असे

होणे म्हणजे जरा जास्तच झाले नाही का? ते म्हणाले, 'तुम्हाला तिघांनाही म्हाताऱ्या स्त्रिया भेटल्या?'

ते तिघेही म्हणाले, 'तीन नव्हत्या. एकच होती.' तेव्हा पाद्र्यांनी विचारले, 'एका स्त्रीला रस्ता पार करण्यासाठी तिघांची गरज पडली?' ती मुले म्हणाली, 'तिघांनासुद्धा मोठ्या मुष्कीलीने पार करता आला. तिला तर पलीकडे जायचेच नव्हते; पण आम्हाला तर सेवा करायची होती आणि आपण तर सांगितले होते, की एखाद्या म्हाताऱ्या माणसाला रस्ता पार करून देण्यास मदत करा. आम्ही सेवेच्या संधीच्या शोधात होतो. ती स्त्री तर खूप ओरडत होती. शिव्या देत होती परंतु आम्ही तर तिला पलीकडे घेऊनच गेलो!'

अशाच प्रकारे काही राजकीय नेते सेवा करण्यास उत्सुक असतात. ते म्हणतात आम्ही तर सेवा करणारच. सेवेमध्ये एवढे काय औत्सुक्य असते? सेवेमध्ये नसते, सत्तेमध्ये औत्सुक्य असते आणि सत्ता सेवेमुळे मिळते. कामामुळे कमी, सेवा करण्याच्या ढोंगीपणामुळे मिळते.

अहंकारी मनुष्य खूप युक्त्या शोधून काढून अहंकार पूर्ण करतो.

ही घोषणा तर निरहंकारी माणसाची आहे. येशूचे हे म्हणणे आहे, की मी अब्राहमच्या आधी होतो. कृष्णाचे अर्जुनाला हे सांगणे आहे की 'सर्वधर्मान् परित्यज्य मामेकम् शरणम् व्रज' – सगळे सोडून मला शरण ये. कबीरांचे हे सांगणे आहे की :

'कहै कबीर मैं पूरा पाया, सब घटि साहब दीठा।

जहिया किरतम न हता, धरती हती न नीर।

उतपति परलय ना हता, तब की कहै कबीर।'

ही अत्यंत विनम्रतेची घोषणा आहे. निरहंकाराची घोषणा आहे. अहंकारी तर इतकी हिंमत करूच शकत नाही. अहंकारी इतकी हिंमत का नाही करू शकत? कारण अहंकारासाठी तर त्यांना लोकांवर अवलंबून राहावे लागते. ही गोष्ट समजून घ्या.

तुमचा अहंकार तर लोकांवर अवलंबून आहे. लोकांनी सत्कार केला, तरच तुमचा अहंकार जपला जातो. समजा लोकांनी तुमचा आदर-सत्कार केला नाही, तर तुमचा अहंकार कुठे राहतो?

अहंकारी व्यक्तीला दुसऱ्याचा अहंकारही जोपासावा लागतो. त्यामुळे अपरोक्ष रूपाने त्याचाही अहंकार जोपासला जातो. अहंकारीने स्वतःच सांगून टाकले तर तुम्ही सगळे बाजूला व्हाल. तुम्ही म्हणाल, हा मनुष्य खूप अहंकारी आहे.

जसे कुणी एखादा नेता समोर येईल आणि म्हणेल, की मला नमस्कार करा. तुम्ही माझ्या पायांची धूळ आहात आणि मी सत्तेसाठी उत्सुक आहे.

मला दिल्लीला जायचे आहे. मला प्रधानमंत्री बनायचे आहे. मला मत द्या. आणि दिले नाही तर बघा.

हा मनुष्य जिंकेल कधी? हा मनुष्य कधीही जिंकू शकणार नाही. याच्या जिंकण्याचा काहीही उपयोग नाही. याला एकही मत मिळणार नाही. हा काही उपाय होत नाही.

अहंकारासाठी तर दुसऱ्यावर अवलंबून राहावे लागते. दुसऱ्याला जसे हवे असेल तसे नाटक रचावे लागते.

कबीर हे जाहीर करत आहेत, याचा अर्थ असा नाही, की कबीर दुसऱ्यांवर अवलंबून आहेत. याचा अर्थ असा आहे, की यापुढे कबीरांना आपला अहंकार पोसण्याची कोणतीही इच्छा नाही. ही निरहंकाराची घोषणा आहे. खरंतर ती खूप अहंकारी आहे असे वाटते, पण या भ्रमामध्ये पडू नका.

जेव्हा येशू म्हणतो, की मी परमेश्वराचा पुत्र आहे आणि जेव्हा बुद्धाने सांगितले की मला ती समाधी मिळाली आहे, जी सर्वोत्कृष्ट आहे, जिला कधी कोटी दोन कोटीमध्ये, हजार वर्षांमध्ये एखादाच मिळवू शकतो – म्हणून असे समजू नका, की हे म्हणणे म्हणजे अहंकार दाखवण्यासारखे आहे. हे फक्त खरे सांगण्यासाठी सूचित केले एवढेच!

जेव्हा महावीरांनी सांगितले, की मी परमेश्वराचे रूप बनलो आहे, किंवा माझा आत्मा परमेश्वराचा होऊन गेला आहे, असे सांगणे म्हणजे अहंकार दाखवणे होत नाही.

अहंकार तर समाजावर अवलंबून असतो. अहंकार तर तुम्हाला दुसऱ्याकडून मागावा लागतो. अहंकार तर भिकारी आहे. अहंकार इतकी हिंमत कशी करू शकेल? भिकाऱ्याकडे इतकी हिंमत नसते. ही तर सम्राटाचीच हिंमत आहे.

'ता अला की गति नहीं जानी, गुरु गुड़ दीवा मीठा।
कहै कबीर मैं पूरा पाया, सब घटि साहब दीठा।'

कबीर म्हणतात, 'मी पूर्णपणे भरून पावलो आहे. मिळवण्यासारखे काही उरले नाही. मी सारे मिळवले आहे. मी पूर्ण परमेश्वराला मिळवले आहे. मीच परमेश्वर होऊन गेलो आहे.

'जहिया किरतम न हता, धरती हती न नीर।
उतपती परलय ना हता, तदा की कहै कबीर।'

आणि ही कबीरासंबधी केलेली घोषणा नसून तुमच्या संबधी केलेली घोषणा आहे. कृष्ण जेव्हा म्हणतात, की 'मला शरण ये,' तेव्हा कृष्ण 'आपल्या'ला शरण येण्यासंबधी सांगत नाहीत. कृष्ण म्हणतात: जो माझ्या आतमध्ये लपला आहे, मी त्याला ओळखले आहे, तू मात्र त्याला ओळखले नाहीस. ज्याने

ओळखले आहे त्याला शरण जा, म्हणजे तू सुद्धा ओळखशील.

ही माझी-तुझी बाबच नाहीये, तुझे माझे नाहीच. जेव्हा येशू सांगतात, की मी अब्राहमच्या पूर्वी होतो, तेव्हा ते तुम्हाला फक्त आठवण देतात, की तुम्ही सुद्धा पहिले होतात.

इतिहास मागे गेला. आम्ही पहिल्यापासून आहोत. आम्ही कायम आहोत. आम्ही शाश्वत आहोत. काळ ही एक छोटीशी गोष्ट आहे, स्वप्न आहे. आपण काळाच्या बाहेर आहोत.

कबीर तेच सांगत आहेत. जेव्हा कबीर म्हणतात, की मी पहिला होतो, तेव्हा ते हे सांगत नाहीत की मी पहिला होतो आणि तुम्ही पहिले नव्हतात. ते सांगतात: मी ओळखले आहे, तुम्ही अजूनपर्यंत ओळखले नाही. तुम्हीसुद्धा ओळखाल, म्हणून तर घराच्या छपरावर चढून ओरडतो आहे, की जे मी माझ्या संबंधात सांगतो, ते तुमच्याही संबंधामध्ये तेवढेच खरे आहे. का? कारण कबीरांना माहिती आहे, की मी आणि तू वेगळे कुठे आहोत? एकाचेच रहस्य आहे. एकाचाच विस्तार आहे.

जो इथे बोलतो आहे, तोच तुमच्या आतमध्ये ऐकत आहे. त्यामुळे एक गोष्ट लक्षात घ्या, जे मी माझ्या संबंधात बोलतो, ते तुमच्या संबंधातही असते. समजा मी माझ्या संबंधात बोललो आणि ते तुमच्यासंबधी नसल्याचा दावा केला तर तो अहंकार ठरेल; परंतु माझ्या घोषणेमध्ये तुम्हीसुद्धा सामील असाल तर तुमची घोषणासुद्धा सामील आहे, त्यामुळे अहंकाराचा प्रश्नच येत नाही.

परंतु हे वचन तुम्ही पहिल्यांदाच वाचले तर ते अहंकारी आहे असे वाटते. वाटेलच! कारण त्याने तुमचा अहंकार दुखावतो.

नेहमी असे होते, की जेव्हा तुमच्या अहंकाराला जखम होते तेव्हा तुम्ही आरडाओरडा करता, की हा माणूस अहंकारी आहे; परंतु तुम्ही बारकाईने बघा या माणसाने अहंकाराची कोणती भाषा केली, की फक्त तुमचा अहंकार दुखावला?

तुम्ही त्या माणसाला विनम्र म्हणता जो तुमचा अहंकार पोसतो. कोणी येऊन तुमच्या पायाला स्पर्श करते, तेव्हा तुम्ही म्हणता, 'खूप विनम्र आहे. खूप भले माणूस आहात आपण!' आणि कोणी येऊन तुम्हाला वाकवले, नमस्कार करायला लावला, तर तो तुम्हाला विनम्र बनवतो आहे. कोणतेही वाईट काम करत नाही ना? तुमचाच फायदा करून देत आहे. तुमचे तो कल्याणच करतो आहे; परंतु तेव्हा तुम्ही नाराज होऊन जाल.

अहंकार दुखावला गेला, की तुमचा संताप होतो. तुम्ही आपल्या संतापाचा बदला असा घेता आणि तुम्ही म्हणता की कबीर अहंकारी आहे.

कबीरांना मारण्याचा प्रयत्न केला गेला. कबीरांची हत्या करण्याचा प्रयत्न

केला गेला. कबीरांना विष देण्याचा प्रयत्न केला गेला. कारण ब्राह्मणांना ही गोष्ट पटली नाही, की आम्ही कोणीही नाही आणि हा विणकर म्हणतो, की जेव्हा परमेश्वरसुद्धा नव्हता, जेव्हा काहीही बनलेले नव्हते, ही पृथ्वी नव्हती पाणी नव्हते, तेव्हाची गोष्ट कबीर सांगतात. ह्या कुठल्या गप्पा कबीर करतात? हा विणकरी आपल्याच धुंदीत आहे? किंवा वेडा झाला आहे?

कबीर वेडे झाले आहेत अशी चर्चा ब्राह्मण करत राहिले आणि कबीर अहंकारी आहे अशी अफवा पसरवत राहिले म्हणून कबीरासारख्या अद्भुत पुरुषापासूनही हा देश वंचित राहिला.

कबीरांचा जितका फायदा होऊ शकला असता, कबीरांची वाणी जितकी मंगलमयी होऊ शकली असती, तेवढी यामुळे झाली नाही.

कबीरांमध्ये खूप रहस्य आहे, जादू आहे. कबीरांमध्ये अशी जादू आहे, जी तुम्हाला जागे करते. कबीरांमध्ये अशी जादू आहे, की ती तुम्हाला कबीर बनवून टाकते. कबीरांमध्ये अशी जादू आहे, की ती तुम्हाला तेथे पोहोचवते – त्या मूळ स्रोताकडे, जेथून आपण सारे आलो आहोत आणि एक दिवस जेथे सगळ्यांना लीन व्हायचे आहे.

आज एवढेच !

■

'कहें कबीर मैं पूरा पाया।'मधून

प्रश्न

(१) तुम्ही प्रेमाला सर्वपरीने महत्त्व का देता?

(२) अदृश्य आणि अश्राव्य परमेश्वर – दृश्य आणि श्राव्य कसे बनतात?

(३) कबीर आपण हुशार आहात, तरीही कसे डुबलात?

प्रवचन पाच
प्रेमाचा अंतिम आविष्कार – परमेश्वर

पहिला प्रश्न : कमीअधिक प्रमाणामध्ये सर्व संतांनी प्रेमाचा महिमा वर्णन केला आहे. परंतु आपण प्रेमाला उंच पर्वत शिखरावर नेऊन बसवले आहे. खरंच का प्रेम एवढे उच्च पदाचे अधिकारी आहे? आणि या अस्तित्वामध्ये प्रेमाचे स्थान खरंच इतके महत्त्वाचे आहे का, की जेवढे आपण त्याला देत आहात?

प्रेम परमयोग आहे, त्याच्यावर दुसरे काहीसुद्धा नाही. परंतु प्रश्न म्हणून उपस्थित होतो की प्रेम परम भ्रांतीसुद्धा आहे आणि त्याच्या खालीसुद्धा काही नाही.

प्रेम नष्ट झाले, तर नरक आहे, प्रेम सफल झाले तर स्वर्ग आहे.

प्रेम साऱ्या अस्तित्वाला घेरून टाकते. अगदी खालपासून ते वरपर्यंत! दुःख, चिंता, संताप प्रेमच घेऊन येते. ईर्ष्या, दुस्वास, वैमनस्य प्रेमच घेऊन येते. घृणा, हिंसा, क्रोध प्रेमच घेऊन येते. प्रेमच घेऊन येते वेडेपण, विक्षिप्तता. आणि प्रेम मोक्षसुद्धा आहे आणि निर्वाणसुद्धा! कारण प्रेमच घेऊन येते सुख – महासुख!

या दोन्ही गोष्टी प्रेमामुळे येतात म्हणूनच प्रेम समजणे अवघड होऊन बसते. समजा प्रेमामुळे एकच गोष्ट आली असती तर सारे स्पष्ट झाले असते. काहीही अडचण राहिली नसती; परंतु या दोन्ही गोष्टी विरुद्ध असूनही, प्रेमाशी जोडल्या गेल्या आहेत.

प्रत्यक्षामध्ये जे सत्य आहे, तेथे संघर्ष एकत्रितपणे होईल. जे काही सत्य आहे, तेथे विपरीत आणि उलट जोडले असेल कारण सत्य सेतू आहे.

एक प्रेम वासनेशी जोडले आहे आणि एक प्रेम जे प्रार्थनेशी जोडले आहे. एक प्रेम आहे जे कचराच राहते, एक प्रेम आहे जे कमळ बनते. चिखलामध्ये उगवते म्हणून कमळाला कमी लेखू नका आणि चिखलामध्ये कमळ उगवते म्हणून चिखलातच पडून राहू नका.

प्रेमाच्या मार्गावर चालताना खूप सावधानतेची गरज आहे. म्हणूनच संतांनी प्रेमाला तलवारीची धार म्हटले आहे. तलवारीच्या पातळ धारेवर चालण्यासारखे आहे. इकडे पडले तर विहीर, तिकडे पडले तर खड्डा! सांभाळून गेलात तर पोहोचाल!

प्रेमाचा मार्ग बारीक आहे, सूक्ष्म आहे आणि म्हणूनच प्रेमाच्या शब्दांमध्ये खूप अर्थ सामावला आहे. जेव्हा इच्छा असणारा माणूस प्रेम शब्दाचा वापर करतो. तेव्हा त्या प्रेमाचा अर्थ होतो फक्त इच्छा! आणि भक्त जेव्हा या शब्दाचा वापर करतो तेव्हा त्या प्रेमाचा अर्थ होतो राम! इच्छेपासून रामापर्यंत प्रेमाचा संबंध जोडलेला आहे.

तुमचा प्रश्न योग्य आहे. तुमच्या मनामध्ये चिंता निर्माण झाली असेल, की मी प्रेमाला एवढे उंच पद – महत्त्व देतो, आणि तुमच्या जीवनाचा अनुभव काहीतरी उलटाच सांगतो. तुम्हाला जे काही दुःख मिळाले आहे, संकटे झेलली आहेत, संताप मिळाला आहे, ते सारे प्रेमामुळेच आहे. म्हणून तर खूप लोकांनी प्रेम न करण्याचे ठरवून टाकले आहे. काही झाले तरी चालेल; पण प्रेम करणार नाही, प्रेमापासून बाजूला राहतील. कारण जो प्रेमापासून वाचतो, तो दुःखापासून वाचतो. परंतु लक्षात घ्या, जो दुःखापासून वाचतो, तो सुखापासूनसुद्धा वंचित राहतो.

या जगामध्ये पळपुटे संन्यासी का निर्माण झाले? प्रेमाच्या या दोन कारणांमुळे! हा सारा संसार प्रेमाने भरला आहे. दुकानावर बसलेला जो माणूस दुकानदारी करतो आहे, तोसुद्धा प्रेमामुळेच करतो आहे. दुकान खरे नाहीये, बारकाईने शोधाल, आतमध्ये शोधाल तर प्रेम मिळेल. कोणत्या स्त्रीवर प्रेम केले आहे. कोण्या लहान मुलावर प्रेम केले आहे. कोण्या कुटुंबावर, आई-वडिलांवर प्रेम केले आहे. यापुढे उत्तरदायित्व आहे, त्याला पार पाडावे लागेल. तो बाजारात धक्के खात आहे, रस्त्यामध्ये दगड फोडतो आहे, घाम गाळतो आहे, हजार प्रकारची निर्भर्त्सना सहन करतो आहे, हजार प्रकारचे अपमान झेलतो आहे.

परंतु प्रेम केले आहे, तेव्हा प्रेमाचे दायित्व आहे, त्याला निभवावे लागेल. म्हणून तो त्याग करतो, म्हणून तो सारे वाहून टाकतो. समजा हा माणूस त्या गोंधळापासून, या कटकटीपासून, या प्रेमाच्या उपद्रवापासून पळून गेला तर नक्कीच तो या दुःखापासून मुक्त होईल कारण दुःखाचे कोणतेही कारण उरणार नाही; परंतु यामुळे तो खूप सुखी होईल असे समजण्यात अर्थ नाही. कारण जेथे दुःखाचे कारणच उरणार नाही तेथे सुखाचेही कारण उरणार नाही.

तुम्ही आरडाओरडा, गोंधळ यापासून दूर जाऊन शांतता मिळवाल पण याची गरज नाहीये. या आरडाओरड्यापासून पळून जाऊन बाहेर गोंधळ थांबेल.

परंतु बऱ्याचदा असे होते, की जेव्हा बाहेरचा गोंधळ बंद होतो तेव्हा आतमधील आरडाओरडा अधिक जोरात होताना दिसतो, अधिक जोराने ऐकू येतो.

रात्रीच्या शांततेमध्ये, एकांतामध्ये, एखाद्या पर्वताच्या गुंफेमध्ये बसून कधी बघितले आहे? तेथे मनामधील विचार अधिक आक्रमक होतात जेवढे कधीच होत नाहीत. एकांतामध्ये विचार अधिक वाईट पद्धतीने घेरून टाकतात. एकांत आणि शांततेमुळे – बाहेरील शांततेमुळे – आतमध्ये थोडासा जरी कोलाहल झाला तरी तो अधिक प्रकर्षाने जाणवतो.

गर्दीमध्ये बसल्यानंतरही आतमध्ये कोलाहल होतच असतो. पण बाहेर इतका आरडाओरडा असतो की आतमधील गोंधळ कोण ऐकतो?

त्यामुळे तुमचा जो पळपुटा संन्यासी आहे, तो तर दुःखापासून पळून जातो; परंतु त्याला सुख मिळत नाही. म्हणूनच तुम्ही आपल्या साधूंच्या जीवनामध्ये दुःख तर बघणारच नाही, कारण दुःखाचे कोणते कारणच नाही. दुःखाच्या साऱ्या गोष्टींपासून ते बाजूला झाले आहेत. परंतु तुम्हाला सुख मिळाले? त्यांच्या डोळ्यांमध्ये शांततेचे कोणते झरे बघितले आहेत? आणि त्यांच्या हृदयामध्ये कोणताही उल्हास तुम्ही बघितला? तुम्ही त्यांच्यामध्ये आनंदाचे गीत बघितले? तुम्ही त्यांना नाचताना बघितले?

आणि जोपर्यंत संन्यासी नाचत नाही, तोपर्यंत संन्याशामध्ये काहीतरी कमी आहे.

संसारापासून तर दूर झाला, परंतु परमेश्वर पावला नाही. या संसारामध्ये राहणारेही कधी कधी नाचतात, परंतु तुमचे हे संन्यासी कधीच नाचत नाहीत.

संसारामध्ये राहणाऱ्यांना कधीकधी सुखाची एखादी झलक मिळते. ही समजा नसती मिळाली तर लोक या दुनियेत राहिलेच नसते. क्षणभरच मिळते हे खरे आहे, पण मिळते; परंतु तुमच्या या संन्याशांना क्षणभरसुद्धा मिळत नाही.

कधी कधी संसारीच्या मनामध्ये थोडेसे आशेचे किरण पसरतात, सकाळ होते, कोणीतरी दिवा लावते, तो थोडा वेळच टिकतो, कारण या दुनियेमध्ये कोणतीही गोष्ट जास्त वेळ टिकत नाही. काळाच्या ओघामध्ये कोणतीही गोष्ट जास्त टिकू शकत नाही.

काळ क्षणभंगुर आहे. पाण्याचा बुडबुडाच बघा, असतो तेव्हा असतो, पण म्हणून तुम्ही हे समजू नका की तो नसतोच. हे खरे आहे की जेव्हा असतो तेव्हा पूर्णपणे असतो तेवढाच असतो पर्वताएवढा! असल्यानसल्याने काय फरक पडतो? थोड्यावेळाने फुटून जाईल, पसरेल त्यामुळे आज आहे नी आत्ता आहे यामध्ये थोडाच संदेह आहे. आणि जेव्हा पाण्याचा बुडबुडा सुद्धा पाण्यावर तरंगत असतो तेव्हा त्या बुडबुड्याचीही ती अस्मिता असते, तोच अहंकार

असतो, जो तुमचा आहे.

सूर्याची किरणे पाण्याच्या बुडबुड्यावर सप्तरंगी इंद्रधनुष्य तयार करतात. हे रंग क्षणभरच टिकतील. हे असणे क्षणभंगुर असणार आहे.

परंतु या संसारामध्ये क्षणभरासाठीच सुख मिळते आणि ते मिळाले नसते तर एवढी दुःखे माणसांनी झेललीच नसती. क्षणभराच्या सुखासाठी मनुष्य एवढी दुःखे झेलतो. शंभर संधींमध्ये एकदाच संधी मिळते. नव्याण्णव वेळा चुकते; परंतु तरीसुद्धा लोक नव्याण्णव वेळा चुकवायला तयार असतात. एकदा तरी मिळते ना! समजा, वाळवंट मोठे आहे, परंतु कधी कधी तेथे हिरवळही असते. कधी कधी पाण्याचा झराही सापडतो. तहान भागते आहे असेही वाटते, पाणी असो वा नसो.

परंतु तुमच्या संन्याशांच्या जीवनामध्ये वाळवंटातील हिरवळही नाहीये. वाळवंटाच्या भीतीमुळे तो हिरवळही सोडून पळून गेला आहे.

प्रेमामुळे भानगडी-कटकट खूप आहे. या जगामध्ये जेवढे रोग आहेत ते सारे प्रेमाचे रोग आहेत. तरीसुद्धा मी तुम्हाला सांगतो, की प्रेमापासून दूर जाऊ नका. प्रेम समजून घ्या. प्रेमाचे परिवर्तन करा.

जो रस्ता खाली घेऊन जातो, तोच रस्ता वरसुद्धा नेतो. जी शिडी खाली घेऊन जाते, तीच शिडी वरही घेऊन जाते. एवढे साधे गणित आहे. फक्त दिशांमध्ये फरक आहे. खाली जाताना तुमची नजर खाली असते आणि वरती जाण्याच्या वेळेस तुमची नजर वर अडकलेली असते. खालच्या बाजूला अडकलेल्या नजरेला मी वासना म्हणतो, वरच्या बाजूला न्याहाळणाऱ्या नजरेला मी प्रार्थना म्हणतो.

वासना आणि प्रार्थना यामध्ये एवढाच फरक आहे. नाहीतर शिडी तीच आहे. खाली उतराल तर संभोग, आणि वर चढाल तर समाधी! आणि कधी कधी असेही होऊ शकते– बऱ्याचदा असे होते– की दोन माणसे एकाच ठिकाणी उभी आहेत, एक खालच्या दिशेने चालला आहे आणि दुसरा वरच्या दिशेने चालला आहे. जोपर्यंत फक्त उभे राहण्याचा संबंध आहे, तोपर्यंत एकाच जागेवर उभे आहेत.

समजा, शिडीच्या एकाच पायरीवर दोन माणसे उभी आहेत. त्यातील एक वर जाणारा आहे आणि एक खालच्या दिशेला जाणारा आहे. मला असे म्हणावेसे वाटते, की जो वरच्या दिशेने चालला आहे, तो त्या पायरीवर नाहीये, पण दिसतो मात्र त्या पायरीवर आणि जो खालच्या दिशेने जात आहे, तोही त्या पायरीवर नाहीये, पण दिसतो मात्र त्याच पायरीवर!

खाली जाणाऱ्याची पायरी तीच कशी होऊ शकते, जी वर जाणाऱ्याची

पायरी आहे? खरं तर दोघेही एकाच शिडीवर उभे आहेत. एक पाऊल अजून, आणखी फरक पडेल. जो वरती जात आहे, तो वरच्या शिडीवर असेल. जो खाली जात असेल, तो खालच्या शिडीवर असेल. दोन पावले अजून – अधिक मोठा फरक वाढेल आणि आयुष्याच्या शेवटी एकाच्या हातामध्ये नरक पडेल, एकाच्या हातामध्ये स्वर्ग येईल.

परंतु शिडीपासून दूर जाऊ नका. शिडी प्रेमाची आहे. म्हणून मी प्रेमाचा अत्युत्तम महिमा सांगितला आहे.

परंतु माझ्या सांगण्यामुळे भ्रमही होऊ शकतो. सारी सत्ये भयंकर असतात. फक्त असत्य भयंकर नसते कारण ते नपुंसक असते.

असत्यामध्ये कोणता धोका असतो? असत्य नसतेच त्यामुळे धोका कसला? परंतु सगळे सत्य भयंकर असते. या दुनियेमध्ये जेवढे धोके आहेत, ते सारे सत्यामुळे झाले आहेत. असत्यामुळे कोणताही धोका नाही. असत्य तर सहज साध्या गोष्टींची दुनिया आहे.

तुम्ही एखादी कादंबरी वाचा, कोणताही धोका होणार नाही; परंतु बुद्धाची वचने वाचा, धोका होणार. कादंबरी नीटपणे समजून घेतली तरी काहीही होणार नाही. चुकीचे समजलात तरीही काही होणार नाही. कादंबरी शेवटी कांदबरी आहे. क्षणभराचे मनोरंजन, पुन्हा विसरून जाल; परंतु बुद्धाची वचने कानावर पडली तर काहीतरी होईल. तुम्ही कशी व्याख्या कराल त्यावर सारे अवलंबून आहे. ज्यांनी चुकीची व्याख्या केली ते खूप मोठ्या घनदाट अंधारामध्ये भटकत राहिले. ज्यांनी बरोबर समजून घेतले त्यांनी स्वतःसाठी प्रकाशाचा दरवाजा उघडला.

जेव्हा केव्हा मी प्रेमाबद्दल बोलतो तेव्हा तुम्ही चुकूनही स्वतःच्या प्रेमासंबंधी आहे असे समजू नका. कारण समजून घेण्यासाठी मन असे करते.

मन म्हणते, बरोबर आहे, मी तर हेच करतो आहे. प्रेमाबद्दल आपण बोलत आहात. तुम्ही अगदी बरोबर बोलत आहात, मी तर हेच करतो ना!

परंतु मी तुमच्या प्रेमाविषयी बोलत नाही. मी माझ्या प्रेमासंबंधी बोलतो आहे आणि समजा तुम्ही तुमच्या प्रेमासंबंधीचे हे समर्थन समजत असाल तर तुम्ही वाईटरीत्या भरकटत जाल.

मी ज्या प्रेमासंबंधी बोलतो आहे ते तुमच्या प्रेमापेक्षा एकदम उलटे आहे. तुमच्या प्रेमामध्ये प्रेम कुठे आहे? तेथे प्रेमासारखे काय आहे? तुम्ही जेव्हा म्हणता, की मी कुणावर प्रेम करतो, तेव्हा तुम्ही बारकाईने बघितले? तुम्हाला दुसऱ्याशी काही घेणे आहे?

तुमचे प्रेम तर क्षणभरामध्ये घृणेमध्ये बदलून जाते. याचा काय भरवसा? ज्या स्त्रीशी तुम्ही प्रेम करत होतात आणि म्हणत होतात, की प्राणसुद्धा देईन;

आणि समजा आज तुम्हाला संशय आला, की ती दुसऱ्या कुणाच्या प्रेमात पडली आहे, तेव्हा तुम्ही तिची मान छाटू शकाल. हे कसले प्रेम? प्राण देण्यास तयार होतात, आता प्राण घ्यायला तयार झालात. क्षणाचाही विलंब नाही! जिच्यासाठी मरायला निघाला होतात, तिला मारायला तयार झालात– हे कसले प्रेम?

तुमचे प्रेम त्या स्त्रीवर नव्हते. तुमचे प्रेम आपल्या अहंकारावर होते. स्त्री तर आभूषण होते आणि समजा तिला जर कुणा दुसऱ्याचे भूषण – दागिना बनायचे असेल तर तुम्ही तोडून टाकाल, संपवून टाकाल.

उपनिषदे म्हणतात : पती पत्नीवर प्रेम करत नाही. पत्नीचा बहाणा करून पती आपल्या स्वत:वरच प्रेम करतो. बाप आपल्या मुलावर प्रेम करत नाही, तर तो स्वत:वरच प्रेम करतो.

आजपर्यंत तुम्ही तुमच्या मुलावर प्रेम केले. सगळ्या प्रकारचा त्याग केला, सगळे वाहून टाकले. आपल्या मुलाला शिकवले, मोठे केले. कदाचित तुम्ही उपाशी राहिला असाल, कदाचित तुम्ही स्वत:साठी सुंदर कपडे घेऊ शकला नसाल, परंतु मुलासाठी सारे काही केले आणि अचानक आज तुम्हाला एक पत्र घरातील कचरापट्टीमध्ये मिळाले. साफसफाई करताना एक पत्र मिळते, ज्यामुळे संशय निर्माण होतो, की तुमची पत्नी कुणा दुसऱ्याच्या प्रेमात होती आणि हा मुलगा तुमचा नाही. अशा वेळेस तुमचे प्रेम संपते.

तुमचे मुलावर प्रेम होते की 'माझ्या' मुलावर प्रेम होते– माझे असेल तर प्रेम! प्रेम माझ्याशी होते. माझा मुलगा हा तर केवळ बहाणा होता. हा तर बहाणा आहे. कुठे तरी 'माझे'पणाला चिकटून रहायला हवे म्हणून मुलावर चिकटून होते. आज हे समजले, की मुलगा माझा नसून कुणा दुसऱ्याचा आहे, तर मामलाच संपला.

या व्यक्तीवर तुमचे काय प्रेम होते? ही व्यक्ती तर अजूनसुद्धा तेथल्या तेथेच आहे. त्या व्यक्तीमध्ये काहीही फरक पडला नाही. फक्त तुमच्या एका धारणेमध्ये फरक पडला. या मुलाला तर याची काही कल्पनाही नाही. हा तर काल जसा होता तसाच आज आहे; परंतु तुम्ही बदलला आहात. यापुढे असे होऊ शकेल, की तुम्ही त्याला विष खायला द्याल किंवा असेही होऊ शकते की आजपासून तुम्ही त्याचा आधारही होणार नाही, बाधक बनाल.

हे कसले प्रेम आहे, जे घृणा बनू शकते? आणि तुमचे प्रेम प्रत्येक क्षणाला घृणा बनण्यास तयार आहे. आणि तुमच्या प्रेमामध्ये घृणा बनण्याची जी शक्यता आहे, ती ईर्ष्या निर्माण करते.

तुमचे प्रेम ईर्ष्येच्या धुराने भरले आहे. या धुरामध्ये प्रेमाची ज्योत शोधणे

खूप अवघड आहे. धूरच धूर आहे.

प्रेमामुळे केवढी ईर्ष्या आहे. तुमच्या पत्नीने कुणाकडे बघून हसायचे नाही. तुमच्या पतीने कुणाजवळ बसून आनंदीसुद्धा राहायचे नाही.

प्रेमी काय आहे, एक दुसऱ्याचे वैरी आहेत. आणि एकमेकांवर नजर ठेवत आहेत. एक दुसऱ्याची हेरगिरी करत आहेत. चोवीस तास कडी नजर ठेवत आहेत.

हे काय प्रेम झाले? ज्याच्यामध्ये एवढासुद्धा भरवसा नाही, ज्यामध्ये एवढीसुद्धा श्रद्धा नाही. दुसऱ्याबद्दल जरासुद्धा आदर नाही आणि दुसऱ्याच्या स्वातंत्र्याबाबत थोडासुद्धा सद्भाव नाही– हे प्रेम आहे?

मी या प्रेमाबद्दल बोलत नाही. हे प्रेम तर विष आहे. यामुळे तर तुम्ही या संसाराशी बांधलेले आहात. यापुढे हे तुम्ही समजून घ्या.

जे प्रेम घृणा बनू शकते, जे प्रेम नेहमी ईर्ष्येने भरले आहे, जे प्रेम परिग्रहाचेच एक दुसरे अंग आहे, आणि अहंकाराचेच प्रदर्शन आहे, अशा प्रेमाबद्दल मी बोलत नाही.

मी अशा प्रेमाबद्दल बोलतो आहे, ज्यामध्ये परिग्रहाचा भाव नाही. माझे-तुझे न जाणणारे प्रेम, माझे-तुझे शब्द अपुरे आहेत, क्षुद्र आहेत. कबीरांनी म्हटले आहे, माझे-तुझे म्हणण्यात लाज नाही वाटत? शरम नाही वाटत? इथे काय माझे आहे? काय तुझे आहे?– सारे परमेश्वराचे आहे!

जे प्रेम तिरस्कारामध्ये बदलते, ते प्रेम प्रेम होऊच शकत नाही. तो फक्त प्रेमाचा भास आहे, कल्पना आहे, त्यापासून सावध व्हा आणि ज्या प्रेमामध्ये ईर्ष्येने घर केले आहे, तेथे सावध रहा, प्रेम नसण्याचा तो एक संकेत आहे.

जे घरामध्ये बसले आहेत ते सगळे प्रेमाचे दुश्मन आहेत. दरवाजावर लिहून ठेवले आहे, 'प्रेम' आणि आतमध्ये 'या' सगळ्या देवता विराजमान आहेत. हे मंदिर फसवे आहे. यामध्ये देवता तर नाहीच पण हे फक्त नावाला मंदिर आहे. आतमध्ये जाल तर साप आणि विंचू सापडतील.

याच सापाला आणि विंचवाला घाबरून अनेक लोकांनी प्रेम सोडून दिले आहे. अनेक लोकांनी संसार नाही सोडला, पण आपले हृदय थोपवून ठेवले आहे, की कधी कुणाच्या प्रेमामध्ये पडणार नाही. म्हणून तर या दुनियेमध्ये इतके कमी प्रेम बघायला मिळते.

जे प्रेमामध्ये आहेत, ते वैतागलेले दिसतात. जे प्रेमामध्ये नाहीत ते कमी त्रस्त आहेत. त्यांनी काही दुसरे मार्ग शोधून काढले आहेत. ते प्रेमामध्ये पडत नाहीत. ते कटकटीमध्ये पडत नाहीत. म्हणूनच लोकांनी विवाहाचा आविष्कार केला आहे.

विवाह प्रेमापासून वाचवण्याचा उपाय आहे. प्रेमाच्या भानगडीत पडायलाच नको. ते कुठे घेऊन जाईल सांगता येत नाही. विवाह अधिक व्यवस्थित, सुरक्षित आणि सुविधापूर्ण आहे.

म्हणून पूर्वीच्या काळी आपण बालविवाह करत होतो, अजूनही होतात. बालविवाहाचा अर्थच हा होतो की प्रेम काय आहे हे समजण्यापूर्वीच लग्न करून टाकणे. त्यामुळे प्रेम कुठेही धोका निर्माण करणार नाही. प्रेमाची तहान लागण्यापूर्वीच पाण्याची सोय करून ठेवण्यासारखे आहे. तहान लागो वा न लागो, त्यापूर्वीच पाणी पाजून टाकायचे. त्यामुळे ना पाण्याची समस्या येईल ना तहान लागेल.

बालविवाहाचा अर्थ आहे : तहान तर अजून लागलेली नाही, पण पाणी मात्र पाजून टाकले. अजून भूक तर लागली नाही पण जेवण दिले. त्यामुळे यापुढे भूक तर लागणारसुद्धा नाही, कारण आधीच जेवण देऊन टाकले आहे. ना भूक लागेल, ना धोका निर्माण होईल.

तेव्हा काही जणांनी विवाह करून प्रेमापासून स्वत:ला वाचवले. काहींनी संसारापासून पळून जाऊन प्रेमापासून स्वत:ला वाचवले. आणि जे अधिक संख्येने या संसारामध्ये राहिले, त्यांनी आपले हृदय कठोर करून टाकले, हृदयावर दगड ठेवला. हृदय कठोर राहिले, तर प्रेमाची वगैरे भानगडच निर्माण होणार नाही आणि ना प्रेम करतील, ना कोणत्या कटकटीमध्ये अडकतील! असे लोक पैसे कमावतात, पद मिळवतात, प्रतिष्ठा मिळवतात, पण प्रेमापासून पूर्णत: वाचतात. असे लोक देशावर प्रेम करतात. माणुसकीवर प्रेम करतात. परंतु प्रेम कधीही करत नाहीत.

आता देशावर काय मोठे प्रेम करणार? देशप्रेमाचा अर्थ काय होऊ शकतो? देशाला कुठे मिळवले आहे? देश भेटला आहे? लोक भारतमातेची मूर्ती घेऊन बसले आहेत.

खऱ्या आईपासून सुटका मिळवण्यासाठी भारतमातेचे चित्र पुरेसे उपयोगी पडते. खरी आई आहे; तिच्यावर प्रेम करण्यामध्ये धोका आहे आणि कटकट आहे. भारतमाता अगदी बरोबर आहे. ती कॅलेंडरमध्येच असते. तिच्याशी काही देणे घेणे नसते.

माणसाला खऱ्या गोष्टीवर प्रेम करणे खूप अवघड आहे. माणुसकीवर प्रेम करणे सरळ आहे. माणुसकीशी कुठे तरी गाठ पडते? माणुसकीशी कधी ओळख झाली आहे? कधी असे झाले आहे, माणुसकीशी कधी जय रामजी झाले आहे?

तुम्ही तर माणुसकीवर प्रेम करता, तेव्हा मनुष्यावर प्रेम करण्याची काय

गरज आहे? परंतु माणुसकीसाठी जरूर पडेल तर मनुष्याचा त्याग करण्याची तयारी ठेवायला हवी. भारतमातेसाठी जरूर पडेल तर लाखो लोकांना छाटण्याची तयारी दाखवायला हवी. हे कसले प्रेम झाले?

ही भारतमाता कोण आहे? ही माणुसकी काय आहे? इस्लामप्रती लोकांना प्रेम आहे. हिंदू-धर्माबाबत प्रेम आहे. हिंदू धर्म संकटात असेल तर प्राण देण्यास तयार आहात?

स्वतःच्या प्रेमाच्या त्रासापासून वाचण्यासाठी या युक्त्या आहेत; परंतु जो वादळापासून वाचतो तो आव्हानांपासूनही वाचतो.

मी तुम्हाला सांगतो : स्वतःला वाचवून पळून जाण्याची काहीही गरज नाही आणि हृदयाला कठोर बनवण्याचीही गरज नाही; प्रेमाच्या अपूर्व रहस्याला समजून घेण्याची गरज आहे, की प्रेम काय आहे? आम्ही प्रेमाच्या माध्यमातून काय शोधतो आहे?

जेव्हा तुम्ही एखाद्या स्त्रीमध्ये किंवा एखाद्या पुरुषामध्ये, खूप सौंदर्य बघता तेव्हा तुम्हाला काय नजरेस पडते? जेव्हा तुम्हाला एखाद्या गुलाबाच्या फुलामध्ये सौंदर्य दिसते, तेव्हा तुमच्या नजरेस काय दिसते? समजा शांत मनाने बसून, ध्यानपूर्वक नीटपणे समजून घ्याल, तर तुमच्या असे लक्षात येईल, की गुलाबाच्या फुलामध्ये जे सौंदर्य दिसते ते कोणत्याही निर्जीव वस्तूंचे (पदार्थांचे) सौंदर्य नसते. त्यात परमेश्वराची काहीशी झलक दिसते.

म्हणून तर तुम्ही गुलाबाचे फूल एखाद्या शास्त्रज्ञाकडे घेऊन गेलात तर तो त्याचे विश्लेषण करून सांगेल, की यामध्ये सुंदर वाटावे असे काहीही नाही. पण काही रासायनिक द्रव्ये आहेत, खनिजे आहेत, पाणी आहे, माती आहे. सगळे काढून वेगवेगळ्या बाटल्यांमध्ये ठेवून देईल. लेबल लावून टाकेल. तुम्ही त्याला विचाराल, सौंदर्य कोणत्या बाटलीमध्ये आहे? तो म्हणेल : सौंदर्य तर मिळाले नाही. या गोष्टी मिळाल्या आणि यांचे एकत्र येणे म्हणजे फूल होते.

आणि त्याला खोटे ठरविण्यासाठी कोणताही तर्कशुद्ध मार्ग नाही; परंतु तुम्हालाही माहिती आहे, मलाही माहिती आहे, त्यालासुद्धा माहिती आहे, की सौंदर्य होते. कदाचित स्वप्नही असेल; पण ते होते. दिसत तर होते. त्याला एकदम खोटे ठरवता येत नाही. मग कोठे हरवले? निर्जीव वस्तूंच्या विश्लेषणामध्ये कुठे हरवले?

असाच एक छोटा मुलगा नाचतो आहे, खिदळतो आहे, हसतो आहे. आणि तुम्ही त्या मुलाला शास्त्रज्ञाकडे घेऊन गेलात, तो त्या मुलाची काट-छाट करून त्याच्या आतमध्ये शोधाशोध करेल, की कुठे आहे खिदळणे, कुठे

आहे हास्य? ह्या ज्या आनंदाच्या लहरी त्या मुलामध्ये होत्या, त्या कुठे आहेत? हाड, मांस मिळेल, सारे काही मिळेल, परंतु हे खिदळणे-हसणे मिळणार नाही. त्या मुलामध्ये जो जिवंतपणा होता तो मिळणार नाही.

हे असेच आहे. एखादी सुंदर कविता घेऊन तुम्ही गणितज्ञ किंवा तर्कवादीच्या जवळ घेऊन जा. ते कवितेच्या साऱ्या शब्दांचे विश्लेषण करून सांगतील. त्याचे मूळ धातू शोधून सांगतील. व्याकरणाचे सारे नियम समजावून सांगतील. छंद, गद्य, पद्य जे काही सारे पूर्ण शास्त्र आहे, ते सगळे तुमच्यासमोर उघडून ठेवतील. तरीसुद्धा काहीतरी हरवल्यासारखे जाणवेल. कवितेचे ते जे काही सौंदर्य होते, तेच हरवलेले असेल.

कविता काही छंद नाही आणि कविता म्हणजे मात्रा जुळवणेही नाही. खरं तर हे आहे, की कविता शब्दांमध्ये नसतेच! शब्दांमध्ये झळकते, पण शब्दांपासून येत नाही.

असे समजा, की दोन लाकडे एकमेकांना घासल्याने जाळ निर्माण होतो. लाकडे एकमेकांना घासल्याने जाळ होतो, परंतु लाकूड काही अग्नी नाही. लाकडापासून येते, पण लाकूड आग नाही. आणि समजा आग जळतच राहिली तर ती लाकडांना खाक करून टाकते. आग लाकडांना खाऊन टाकते, पचवून टाकते.

लाकडाशिवाय आग होत नाही, पण तरीसुद्धा आग वेगळी आहे. असेच शब्दांशिवाय काव्य होत नाही, पण तरीही काव्य वेगळे आहे. काव्य अग्नीसारखे आहे.

समजा व्याकरण, गणित हे तर्काच्या नियमांनी शोधले, तर शब्द तुमच्या हातात येतील, काव्य हरवून जाईल.

काव्य भाषेचा हिस्सा नाही. तसेच सौंदर्य वस्तूंचा हिस्सा नाही, तसेच सौंदर्य शरीराचा भाग नाही.

त्यामुळे समजा तुम्ही एखाद्या सुंदर स्त्रीला बघितले, ते सौंदर्य बघून तुमचे डोळे दिपले, समजा तुमच्या आतमध्ये काही संवेदनांची ज्योत पेटली तर तुमच्या असे लक्षात येईल, की ही परमेश्वराचीच मूर्ती समोर झळकत आहे. त्यामुळे तुम्ही त्या स्त्रीच्या प्रेमात पडणार नाही, पण त्या स्त्रीद्वारे परमेश्वराच्या प्रेमात पडाल.

जेव्हा प्रेम करावेसे वाटेल तेव्हा परमेश्वराला शोधा. वस्तूमध्येच अडकून पडू नका. वस्तूंमध्येच अडकलात तर ती वासना असेल. परमेश्वराला समजून घ्याल तर ती प्रार्थना असेल. वस्तूंमध्येच अडकलात तर खाली खाली जात राहाल, कचरापट्टीकडे आणि समजा त्याच वेळेस परमेश्वराची आठवण आली

तर वरच्या दिशेकडे जाल. तुम्हाला पंख फुटतील, आकाशामध्ये उडायला लागाल. अनंत प्रवासाच्या दिशेने चालू लागाल.

मी ज्या प्रेमासंबंधी बोलतो आहे, ते याच दृष्टीचे नाव आहे.

वस्तूमध्ये काय सौंदर्य असू शकेल? शब्दामध्ये काय अर्थ असू शकेल? शब्दांच्या पलीकडून सार येते. हो, ते शब्दांमध्ये झळकते– जसे आरशामध्ये प्रतिबिंब उमटते– जसे रात्री आकाशामध्ये चंद्र-तारे असतात आणि तळ्यामध्ये त्यांचे प्रतिबिंब पडते; परंतु चंद्र-तारे शोधण्यासाठी तळ्यामध्ये डुबकी मारू नका. आता चंद्रावर जे प्रवासी गेले ते आपले रॉकेट घेऊन गेले, तळ्यामध्ये उतरले नाहीत. तळ्यामध्ये उतरले असते तर काहीच मिळाले नसते. तेथे चंद्र नसून तेथे फक्त चंद्राचे झळकणे आहे.

म्हणून विद्वानांनी या संसाराला माया म्हटले आहे. इथे खरे काहीच नाही, फक्त आहे नुसते झळकणे. इथे खरे स्वप्नासारखे आहे. इथे खऱ्याची सावली पडते, प्रतिबिंब बनते. इथे खऱ्याचा प्रतिध्वनी ऐकायला येतो.

या जगामध्ये जे काही संगीत आहे, वीणेमुळे जे काही संगीत झंकारते, बासरी वाजवणारा जे संगीत निर्माण करतो, ते संगीत या खऱ्या संगीताचा प्रतिध्वनी आहे.

याच खऱ्या संगीताला संतांनी अनाहत नाद – ओम्‌चा नाद म्हटले आहे. चीनमध्ये एक जुनी म्हण आहे, की जेव्हा कुणी खरा संगीतकार असतो तो वीणा तोडून टाकतो. वीणेचे पुन्हा काय करणार? त्यानंतर आतमध्ये स्वर निर्माण होतात. आतमध्ये संगीत जागे होते. त्यामुळे वीणेची गरजच उरत नाही. ना वीणेची ना वीणावादकाची गरज उरते. वाद्याशिवायच संगीत निर्माण होते.

असे म्हणतात, की एखादा चित्रकार जेव्हा चित्रकलेमध्ये खूप पारंगत होतो तेव्हा तो ब्रश फेकून देतो. कारण त्यानंतर त्याची काय गरज? आता तर परम सौंदर्याचा अनुभव त्याला आतमध्ये येऊ लागतो– क्षणोक्षणी त्याला अनुभव येतो.

हे जग सावली (छाया) आहे, माया आहे. या जगामध्ये तुमचे जे प्रेम आहे तेसुद्धा छाया आहे, माया आहे.

मी त्या प्रेमाबद्दल बोलतो आहे, जे आकाशातल्या चंद्रासारखे आहे, तळ्यात पडलेल्या चंद्राच्या प्रतिबिंबासारखे नाही.

माझ्या प्रेमाला तुम्ही आपले प्रेम समजू नका आणि जेव्हा मी हे सांगतो, तेव्हा मी तुमच्या प्रेमाची निंदा करत नाही. मी सांगतोय की प्रेम बरोबर आहे, पण प्रेमाचा मार्ग चुकीचा आहे. या प्रेमाला बरोबर दिशा दाखवा.

तुम्ही विचारले, सगळ्या संतांनी कमी-अधिक प्रमाणामध्ये प्रेमाचा महिमा सांगितला आहे. परंतु तुम्ही तर प्रेमाला उंच पर्वतशिखरावर नेऊन बसवले आहे.

संतांनी जे प्रेमाबद्दल सांगितले आहे त्यामध्ये फरक आहे. माझ्या आणि त्यांच्या सांगण्यामध्ये मूलभूत फरक आहे.

संतांनी खूप घाबरत घाबरत सांगितले आहे, खूप भयभीत होऊन सांगितले आहे. सत्याचा अनुभव आल्याने त्यांना सांगावे तर लागलेच; परंतु तुमच्याकडे बघितले आणि तुमच्या प्रेमाचा लळा-लोंबा बघून त्यांनी खूप सावधगिरीने, सांभाळून सांगितले, खूप घाबरून सांगितले.

सांगावे तर लागलेच, कारण सत्य आहे आणि तुम्हाला बघितले, तुमच्या प्रेमाला ओळखले. तुमचे हे प्रेम तुम्हाला दररोज नरकामध्ये घेऊन जाते आणि म्हणून खूप खूप जपून, खूप कटाक्षाने वक्तव्य केले आहे. का? कारण हे भय होते, की तुम्ही चुकीचे समजून घ्याल.

पण मी जे सांगतो आहे, ते सांगताना मला अजिबात भय नाही की तुम्हाला माझे सांगणे चुकीचे वाटेल. जसे मी बघतो त्यानुसार मला माझे म्हणणे तुम्हाला सांगून टाकायचे आहे. ते चुकीचे समजा, नाहीतर बरोबर समजा ते तुमच्यावर अवलंबून आहे. ते तुमचे स्वातंत्र्य!

मी तुम्हाला औषध देतो आहे, तुम्ही त्याचा वापर आजार घालवण्यासाठी कराल की तेच औषध खाऊन खाऊन नवीन आजार लावून घ्याल, हे तुम्ही ठरवायचे, त्याचे पूर्ण स्वातंत्र्य तुम्हाला आहे.

इतका विचार करून करून तुम्हाला दिलेल्या वक्तव्याचा कोणताही परिणाम झाला नाही. ज्यांना चुकीचे समजायचे होते त्यांनी चुकीचेच समजून घेतले. त्यामुळे कशाला चिंता करायची? जे चुकीचा विचार करतात त्यांची चिंता कशाला करायची?

आणि समजा माझे म्हणणे चुकीचे समजला नाहीत तर दुसऱ्या कुणाचे तरी चुकीचे समजाल. कारण चुकीचेच समजून घेण्याचे ठरवले असेल, तर त्यांना कोणीही बरोबरच्या मार्गावर आणू शकत नाही. अशा लोकांच्यामुळे मी, जे लोक समजून घेतात किंवा ज्यांना बरोबर समजते, त्यांच्यासाठी मी अर्धवट गोष्टी कशाला सांगू?

शंभरामध्ये एकाला जरी समजले तरी कष्टाचे सार्थक झाले. तोच मनुष्य कामाचा होता. माझे ऐको वा न ऐको उरलेले नव्याण्णव चुकीचेच राहतील. दुसऱ्या कुणाचे ऐकतात की नाही ऐकत, पण ते जे काही ऐकतात त्यातून चुकीचे फक्त घेतात.

मनुष्य जेव्हा ऐकतो, तेव्हा तो आपल्या अंदाजाने ऐकतो.

समजा मी जर घाबरत घाबरत सांगितले, तर भीती ही आहे, की समजून घेणारा जो एक मनुष्य आहे तोसुद्धा समजू शकणार नाही. कारण माझे वक्तव्य अर्धवट असेल.

भाषण देताना समजा मी संकोचून गेलो, काही बंधने घातली, सगळ्या प्रकारची काळजी घेतली, की कुणी चुकीचे न समजून घेवो, परंतु ज्याला चुकीचे समजून घ्यायचे आहे तो तर चुकीचे घेईलच पण ज्याला बरोबर समजत होते, तोसुद्धा एवढ्या अटी असलेले समजू शकणार नाही.

पूर्वीच्या संतांनी कोणी चुकीचे समजून घेऊ नये म्हणून खूप काळजी घेतली. माझी चिंता ही आहे, की ज्यांना बरोबर समजते ते लोक बरोबर समजून घेतील. उरलेल्यांची मला चिंता नाही. ज्यांनी चुकीचे समजून घेण्याचे ठरवले आहे, ते तसे समजून घेतीलही. त्यांची मर्जी. त्यांचे आयुष्य आहे. त्यांना जसा उपयोग करायचा तसा ते करतील.

म्हणून तर मी प्रेमाला उच्च पदावर बसवतो. माझ्यासाठी तर प्रेमच परमेश्वर आहे.

येशूने सांगितले आहे; परमेश्वर प्रेम आहे. मी म्हणतो : प्रेम परमेश्वर आहे. परमेश्वराला हवे तर सोडून द्या; चालेल. प्रेमाला सोडू नका, कारण प्रेमाशिवाय परमेश्वर मिळत नाही आणि ज्यांनी प्रेम मिळवले आहे, त्यांना परमेश्वर मिळेलच!

म्हणूनच परमेश्वर सोडून जाऊ शकतो, पण प्रार्थना, प्रेम सोडू शकत नाही.

परमेश्वर समस्त प्रेमाच्या अनुभवांची अंतिम बेरीज आहे. आणि मला तुम्हाला हेही सांगावेसे वाटते, की ज्या दिवशी तुम्हाला परमेश्वर पावेल, त्याच दिवशी तुमच्या हेसुद्धा लक्षात येईल, की तुम्ही जे चूक-बरोबर, खाली जाणारे, वर नेणारे, अनंत काळामध्ये अनंत प्रेम केले होते, त्या सगळ्याची बेरीज परमेश्वर आहे. तुमच्या चुकीच्या प्रेमाची बेरीजसुद्धा परमेश्वरच आहे.

प्रेम कितीही चुकीचे असो, परंतु त्यामध्ये थोडेसे किरण तरी खऱ्या प्रेमाचे असतीलच ना! सोने कितीही मातीमध्ये मिसळले तरी त्यामध्ये थोडासा तरी अंश सोन्याचा असतोच ना? नव्याण्णव टक्के मातीमध्ये एक टक्का सोने असणारच आहे.

नव्याण्णव टक्के ईर्ष्येमध्ये जे प्रेम आहे, तेसुद्धा सोनेच आहे. नव्याण्णव टक्के हळूहळू कमी करा, सोन्याला हळूहळू वाढवा.

प्रेमाचे मी बिनशर्त स्वागत करतो.

हे जग चालते ते प्रेमामुळेच! हे चंद्र तारे सारे प्रेमामुळेच बांधलेले आहेत.

दुसरा प्रश्न : उपनिषदे परम तत्त्वाला अदृश्य, अश्राव्य आणि अचिंत्य मानतात. मध्ययुगीन संत शब्द, नाद आणि रूपाचे गीत गातात. जे अश्राव्य आहे, त्याला शब्द किंवा श्राव्य नाव देणे म्हणजे विभ्रम वाढवण्यासारखे नाही का?

प्रश्न तर्कसंगत आहे. मनामध्ये असा संशय येणे स्वाभाविक आहे, कारण एकीकडे उपनिषदे म्हणतात, की ते अदृश्य आहे, पाहता येत नाही आणि भक्त नेहमी म्हणतात, की तुझ्या दर्शनाची इच्छा आहे; तुला बघायचे आहे.

उपनिषदे म्हणतात : ते अश्राव्य आहे, ऐकले जाऊ शकत नाही आणि भक्त म्हणतात, त्याला ऐकायचे आहे, त्याचा नाद ऐकायचा आहे.

उपनिषदे एक सांगतात, भक्त दुसरी गोष्ट सांगतात, त्यामुळे मनामध्ये शंका निर्माण होणे स्वाभाविक आहे. यामध्ये थोडासा विभ्रम होण्याची शक्यता आहे, हा विरोधाभास आहे. परंतु थोडासाही विरोधाभास नाही.

खरे तर हे आहे की विरोधाभासाशिवाय परमेश्वराच्या संबंधी कोणतेही वक्तव्य दिले जाऊ शकत नाही. उपनिषदेही देऊ शकत नाहीत. उपनिषदेही म्हणतात, की परमेश्वर दूर राहूनही दूर आहे आणि जवळ राहूनही जवळ आहे. याचा अर्थ काय झाला? आम्ही म्हणू : जवळ आहे तर जवळ आहे किंवा लांब आहे तर लांब आहे. ही काय निरर्थक बडबड आहे लांबपेक्षाही लांब आहे आणि जवळपेक्षाही जवळ आहे.

रस्त्यावर तुम्ही कुणाला विचारलं की स्टेशन कुठे आहे? जर ते म्हणाले, फारसे दूर नाही आणि फारसे जवळसुद्धा नाही तर तुम्ही म्हणाल काय वेडा माणूस भेटला आहे. आम्ही विचारतो कुठे आहे? तुम्ही काहीतरी कोड्यात सांगता, जवळ असेल किंवा लांब असेल. दोन्ही कसे होऊ शकेल?

या जगाच्या संबंधी आम्ही जे काही म्हणतो ते वक्तव्य विरोधाभासी होत नाही. परंतु परमेश्वराच्या संबंधी आम्ही जे काही सांगू, ते वक्तव्य विरोधाभासी असेल, त्याला कारणही आहे.

कारण असे आहे, तुम्ही कठोर असाल, तर परमेश्वर दूरापेक्षाही दूर — खूप दूर आहे आणि तुम्ही मृदू, संवेदनशील असाल, तर परमेश्वर जवळपेक्षाही जवळ – खूप जवळ आहे. तुमच्यावर अवलंबून आहे, म्हणून वक्तव्य दिले गेले आहे.

परमेश्वर लांबहून लांब आहे – समजा तुमचा अहंकार दगडासारखा कठीण असेल, दणकट असेल तर परमेश्वर खूप लांब आहे. तुम्ही सगळ्या विश्वामध्ये शोधत फिराल, पण मिळणार नाही. तुमचा अहंकारच सगळ्या ठिकाणी अडचण

होऊन बसेल.

आणि जवळहून जवळ आहे – समजा अहंकार नसेल, तर तुमच्या नजरेसमोर जे आहे तोच परमेश्वर आहे. तुमच्या हाताजवळ जे आहे तो परमेश्वर आहे. समजा अहंकार नसेल तर परमेश्वराशिवाय दुसरे काहीही नाही आणि समजा अहंकार असेल, अहंकाराशिवाय काहीही नसेल, तर परमेश्वर वगैरे कोणीही नसेल. म्हणून लांबहून लांब आणि जवळहून जवळ आहे.

जेव्हा उपनिषदे म्हणतात, की परमेश्वराचे दर्शन होऊ शकत नाही, तेव्हा ते हेच सांगतात, की परमेश्वराचे दर्शन वस्तुरूपात होऊ शकत नाही जसे तुम्ही मला बघितले, मी तुम्हाला बघतो, तसे परमेश्वराचे दर्शन होऊ शकत नाही. तुम्ही वृक्ष बघता, तुम्ही पर्वत बघता, चंद्र-तारे-सूर्य बघता तसे परमेश्वराचे दर्शन तुम्हाला होऊ शकत नाही.

परमेश्वर तुमच्यापेक्षा वेगळा असता तर अशा प्रकारचे दर्शन होऊ शकले असते. जसे तुम्ही या वृक्षांना सहज बघू शकता आहात. परंतु परमेश्वर तर तुमच्या आतमध्ये लपला आहे. तुमच्या प्राणांचा प्राण आहे. तुमच्या आतमध्येही तो आहे, तुमच्या बाहेरही तोच आहे. तुम्ही त्याला वस्तू बनवू शकत नाही.

परमेश्वराकडे वस्तूसारखे बघू शकत नाही. उपनिषदे एवढेच सांगतात, की परमेश्वर अदृश्य आहे. त्याला दृश्य बनवू शकत नाही.

याचा अर्थ असा होत नाही, की संत चुकीचे सांगतात. संत सांगतात; तुझ्या दर्शनाची खूप इच्छा आहे, तुझ्या दर्शनाची खूप आस आहे. ते हे सांगतात, की परमेश्वराला ओळखले जाऊ शकते, जेव्हा सारी दृश्ये विसर्जित होतात, निघून जातात, नजरेमध्ये कोणतेही विषय राहत नाही, जेव्हा मन पूर्णपणे शून्यामध्ये विराजमान होते, बघण्यासाठी काहीही उरत नाही, तेव्हा बघणारा स्वत:ला बघतो, तेव्हा द्रष्टा स्वत:ला बघतो.

जोपर्यंत बघायला काही आहे, तोपर्यंत आपले मन तेथे घोटाळत राहते. जेव्हा बघायला काहीच नसेल, तेव्हा आपण कुठे जाणार? आपले मन स्वत:कडेच परत येईल. हे जे परत येणे आहे, त्याला पतंजलींनी प्रत्याहार म्हटले आहे. ते जे आपल्याकडे परत येणे आहे त्याला महावीरांनी प्रतिक्रमण म्हटले आहे. स्वत:कडे परत येण्याचा जो अनुभव आहे त्या अनुभवालाच ते दर्शन म्हणतात.

उपनिषदे म्हणतात : परमेश्वर अश्राव्य आहे, त्याला ऐकवले जाऊ शकत नाही. याचा अर्थ काय आहे? याचा अर्थ हा आहे की कुणाच्या सांगण्यावरून तुम्ही त्याला समजू शकत नाही. बोलण्यामध्ये ते येणार नाही. अश्राव्य आहे. मी तुम्हाला सांगतो की परमेश्वर काय आहे. मी लाख सांगेन की असे सांगू, तसे सांगू, अशा प्रकारे सांगू, तशा प्रकारे सांगू, तरीसुद्धा तुम्ही फक्त माझ्या

सांगण्यामुळे त्याला समजू शकणार नाही. तो श्राव्य नाही.

मी काहीही सांगेन, माझ्या सांगण्याने तुम्ही समजू शकणार नाही. तुम्ही ज्या दिवशी समजाल, जेव्हा तुम्हाला स्वतःला अनुभव होईल, ऐकून ऐकून समजणार नाही, जाणून घेऊन, डुबकी माराल तरच समजेल. म्हणून तर परमेश्वर अश्राव्य आहे.

शास्त्र वाचले तरीसुद्धा समजले नाही. संतांचे वचन ऐकले तरीही समजले नाही. परंतु याचा अर्थ असा नाही, की परमेश्वरामध्ये कोणताही नाद नाही. परमेश्वर परम नाद आहे. ते शेवटचे संगीत आहे, ती अंतिम अवस्थेची लय आहे. त्याचे माधुर्य आहे, त्याच्या स्वरलहरी आहेत. त्याची मस्ती आहे.

जेव्हा तुमचे कान सगळ्या शब्दांनी शून्य होऊन जातील आणि तुम्ही बाहेरचे अजिबात ऐकणार नाही, जेव्हा तुमचे कान बाहेरचे ऐकणार नाहीत, हा बाहेरचा आरडाओरडा – कोलाहल तुमच्या जीवनासाठी शांत आणि शून्य होऊन जाईल, तेव्हा तुम्ही अगदी गर्दीमध्ये बसला असलात तरी तुम्हाला दुसरे काहीही ऐकू येणार नाही. जेव्हा तुम्हाला काहीही ऐकू येणार नाही, तेव्हा तुम्हाला तुमच्या आतमध्ये काहीतरी ऐकू येऊ लागेल, तुमच्या आतमध्ये एक स्वरलहरी निर्माण होईल, एक नाद उमटेल. तुमच्या अंतर्मनामध्ये एक फूल उमलेल, हे फूल कानाद्वारे आत जाणार नाही. परमेश्वर बाहेर नाही, की तो तुमच्या आतमध्ये जाईल. ना डोळ्यांतून आतमध्ये जाईल, ना कानातून आतमध्ये जाईल. डोळे आणि कान जर बाहेरच्या गोष्टीत अडकले असतील, तर जे आतमध्ये आहे त्याची तुम्हाला काही कल्पनाच येणार नाही. परमेश्वर आतमध्ये आहे.

जर तुम्ही कानाचे आणि नजरेचे सगळे दरवाजे बंद करून बसाल तर...! म्हणून फकीर, संत, भक्त म्हणतात, की जेव्हा तुम्ही तुमचे सगळे दरवाजे बंद कराल, जेव्हा डोळे उलटे होतील. कान उलटे होऊन जातील, इंद्रिये निष्क्रिय होऊन जातील, सक्रिय राहणार नाहीत, तेव्हा तुमच्या आतमध्ये प्रथमच – बाहेरचा आवाज बंद झाल्याने– तो हळुवार स्वर तुमच्या कानावर पडेल.

परमेश्वर एक गीत आहे, जे तुमचा प्राण सातत्याने गात आहे.

'मेरी तारीकियों के दामन में एक माहे तमाम होता है
मेरी खामोशियों के परदों में एक शोरे कलाम होता है।
मेरी अक्लो खिर्द के हाथों में एक भरपूर जाम होता है
दिल की बेताबियों में छुप-छुप कर कोई मस्ते-खराम होता है।
बंद होती है जब मेरी आंखें तेरा दीदार आम होता है
मैं बजाहिर खामोश होता हूं लब पे तेरा ही नाम होता है।
खिलवतों में जो गुनगुनाता हूं बस तुझी से कलाम होता है

देखना है मगर अभी बाकी कब तेरा जलवा आम होता है।'

समजून घ्या : 'मेरी तारीकियों के दामन में एक माहे तमाम होता है' माझ्या जीवनामध्ये जो दाट अंधकार आहे, तो केवळ अंधकार नसून त्यामध्ये एक पूर्ण चंद्रही आहे. 'मेरी तारीकियों के दामन मे एक माहे तमाम होता है' अंधाराहून अंधेरी रात्र आहे, अमावस्या आहे. सगळीकडे अंधार आहे. तरीसुद्धा आतमध्ये एक दिवा तेवत राहतो. एक रोशनी तेथे तेवते आहेच. ती रोशनी तर तुमचे अस्तित्व आहे. रोशनी तुमचा श्वास आहे. ती रोशनी तर तुमचा प्राण आहे. तेथे एक पूर्ण चंद्र नेहमी असतोच! आणि संतांनी नेहमी त्याला चंद्र म्हटले आहे – सूर्य नाही, कारण चंद्र शीतल आहे.

वासना उत्तेजित करते. प्रार्थना शीतल आहे. वासनेमध्ये एक उत्तेजन आहे. प्रार्थनेमध्ये एक शांतता आहे. तर चंद्र शीतल आहे.

'मेरी तारीकियों के दामन में एक माहे तमाम होता है.' हे म्हणणे उलटे वाटते, अमावस्येची रात्र, अंधारी रात्र – कुठे चंद्र? परंतु ज्यांनी आतमध्ये जाऊन पाहिले, त्यांना सगळीकडे अंधारच दिसला; परंतु आतमध्ये चंद्र आहे.

प्रत्यक्षामध्ये अंधाऱ्या रात्री चंद्राचे बरोबर दर्शन होते. म्हणून तर दिवसा चंद्र लपून जातो, कारण सगळीकडे प्रकाश असतो. चंद्र तर आकाशामध्ये अजूनही दिसतो.

जेव्हा एखादी व्यक्ती आपले डोळे, आपले कान, आपल्या इंद्रियांचे दरवाजे बंद करून घेते, तेव्हा सर्वत्र अंधार पसरतो. त्या अंधारामध्ये आतमध्ये ती जी रोशनी आहे, तो जो शांत दिवा तेवतो आहे, तो प्रगट होतो.

'मेरी खामोशियों के परदों में एक शोरे कलाम होता है.' आणि जेव्हा कोणी गप्प बसते, तेव्हा आतमध्ये एका काव्याचा जन्म होतो. तुम्ही ते निर्माण करत नाही. तुम्ही फक्त तो उगवताना बघता.

जसे तुम्ही कमळाला उमलताना बघता किंवा पक्ष्याला आकाशामध्ये उडताना बघता. तुम्ही काही करत नाही. असाच तुमच्या आतमध्ये एका गीताचा जन्म होतो, फक्त एक लेखणी असते. तुमच्या आतमध्ये एक धून वाजू लागते, जी तुम्ही निर्माण केलेली नसते. तुम्ही बसून रामनामाचा जप करता आहात. तुम्ही जप करता आहात तोपर्यंत तुमचा राम राम दोन कवडीचा आहे.

जेव्हा तुमच्या आतमध्ये जप होत राहील...! नानकांनी त्याला अजपा-जप म्हटले आहे. कबीरांनीसुद्धा अजपा-जप म्हटले आहे. जप न करताही तुमच्या आतमध्ये काही जागे झाले, तर ते आपोआप होईल, तेव्हाच काही होईल. तेव्हा तुमचा मूळ प्रवाहाशी संबंध जोडला जाईल.

'मेरी खामोशियों के परसें में एक शोरे कलाम होता है

मेरी अक्लो खिर्द के हाथों में एक भरपूर जाम होता है।'

जेव्हा तुम्ही जाल – तुमच्या आतमध्ये तेव्हा तुम्हाला मिळेल खरी मदिरा. बाहेर तर फक्त पडछाया आहे.

श्री. मोरारजी देसाई बाहेरची मदिरालये बंद करू इच्छितात आणि मी तर आतमधील मदिरालय उघडण्याबाबत बोलतो. प्रत्यक्षामध्ये बाहेरची मदिरालये तोपर्यंत चालतील जोपर्यंत आतमधील मदिरालये उघडणार नाहीत. जेव्हा आतमध्येच मस्ती अनुभवायला मिळते तेव्हा बाहेर कोण भीक मागेल? जर आत्म्याची दारू घेऊ शकलो तर द्राक्षाची दारू पिण्याच्या कटकटीत कोण पडेल?

आणि बाहेरची दारू बेहोश करते तर आतील दारू शुद्धीवर आणते. बाहेरची दारू तर हळूहळू आयुष्य नष्ट करून टाकते; आतमधील दारू तुमचे जीवन अधिक जिवंत बनवून टाकते. एक दिवस तुमच्या आतमधील परमेश्वराला प्रकाशित करून टाकते.

आणि आजपर्यंत या जगामधील बाहेरची दारू बंद होऊ शकली नाही. कारण मनुष्य दारूचा शोध घेतो आहे– परमेश्वराच्या दारूचा. परंतु त्याचा अजून काहीच पत्ता लागत नाही. त्यामुळे बंद बाटलीमध्ये जो परमेश्वर मिळतो, तोच खरेदी करतात.

ही फसगत आहे. लक्षात घ्या, जेव्हा तुम्ही खऱ्या नाण्याच्या शोधात असता तेव्हाच खोट्या नाण्याच्या धोक्यात तुम्ही येता. नाही तर का याल? ज्या माणसाला नाण्याशी काहीही देणेघेणे नाही...!

तुम्ही रस्त्याने चालला आहात आणि एक चांदीचे नाणे पडलेले आहे. तुम्हाला त्या नाण्याशी काहीही घेणे नाही. त्यामुळे ना तर तुम्ही खरे नाणे उचलाल, ना खोटे नाणे उचलाल; परंतु जो माणूस खऱ्या नाण्याच्या शोधामध्ये आहे तो पटकन ते उचलून खिशामध्ये टाकेल. असो वा नसो, कोण जाणे खरे असेलही?

या जगामध्ये खूप पूर्वीपासून दारूचा जो प्रभाव आहे त्याचे कारण हेच आहे, की आपण परमेश्वराचा शोध घेत आहोत.

दारूमध्ये परमेश्वर नाही. परंतु धुंदीची काही चमक मिळते, स्वत:ला विसरण्याची एक झलक मिळते आणि हा 'मी' इतका भारी आहे, इतका काट्याकुट्यांनी भरला आहे, इतका विषारी आहे, की थोडा वेळ जरी माणूस त्याला विसरला तरी त्यासाठी मोजलेली किंमत फार वाटत नाही.

दारूमुळे शरीराचे आरोग्य नष्ट होते, आयुष्य कमी होते, आजार जडतो. पण तरीसुद्धा मनुष्य...! सगळे माहिती असते, जे दारू पितात त्यांना सगळे माहिती असते. असे काही नाही, की तुम्हाला माहिती होण्यासाठी थांबले आहे,

मोरारजी देसाई त्यांना समजावतीलही की यामध्ये काय वाईट आहे. पण हे सगळे त्यांना माहिती आहे. परंतु एवढ्या सगळ्या वाईट गोष्टी माहिती असूनसुद्धा कोणती गोष्ट आकर्षित करते? जे आकर्षित करते ते काय आहे?

मनुष्याजवळ आपल्या अहंकाराचे ओझे आहे. थोड्या वेळासाठी उतरून ठेवावेसे वाटते. थोडासा आराम मिळतो, सुख मिळते. थोड्या वेळासाठी सगळ्या चिंता, काळज्या विसरायला बघतो. तुम्ही त्याच्यापासून तेसुद्धा हिसकावून घेऊ इच्छिता!

मी त्याला खरे नाणे देऊ इच्छितो. खरे नाणे हातात मिळाले, तर खोटे नाणे हातातून आपोआप गळून पडेल. ते बरोबर घेऊन कोणीही फिरत नाही.

ज्या दिवशी तुम्हाला समजेल, की हे खरे आहे, आणि खरे ओळखताच नकली, नकली होऊन जाते आणि खऱ्याला जाणून घेतल्याशिवाय नकली, नकली होऊ शकत नाही. तुम्ही कोण्या माणसापासून नकली हिसकावून घेत आहात. अजून खरे तर त्याने ओळखले नाही आणि तुम्ही नकली हिसकावून घेत आहात.

कालच मोरारजी देसाई म्हणाले, की एक तर दारू राहील किंवा मी जाईन. मला त्यांना सांगावेसे वाटते की या जगामध्ये अनेक मोरारजी देसाई आले आणि गेले. दारू राहिली आणि राहणारच आहे.

अनंत काळापासून लोक दारूबंदीसाठी प्रयत्न करत आहेत. राजकारणी त्याच्या विरुद्ध आहेत, धर्मगुरू त्याच्या विरुद्ध, समाजसुधारक त्याच्या विरुद्ध, सगळे चांगले लोक त्याच्या विरुद्ध आहेत पण तरीसुद्धा बंद होत नाही. आणि गंमत ही आहे, की जो भला माणूस त्याच्या विरुद्ध आहे, तोसुद्धा आपल्या स्वतःच्या जीवनामध्ये त्याच्या विरोधात नाही फक्त सार्वजनिक जीवनामध्ये विरोध!

आणि दुसरा एक गहन मामला असा आहे, की जे सार्वजनिक जीवनामध्ये त्याच्याविरुद्ध आहे आणि स्वतःच्या जीवनामध्येसुद्धा त्याच्या विरुद्ध आहे, त्यांच्याकडे तुम्ही बारकाईने बघितले तर त्यांना कोणत्यातरी दुसऱ्या दारूने घेरले आहे. जशी मोरारजी देसाईंना एका वेगळ्याच दारूने आयुष्यभर बेहोश केले होते, ते म्हणजे पदाची नशा! कोणत्याही प्रकारे पदावर राहायचे. ती दारू आहे. ती नशा आहे. म्हणून आम्ही त्यांना 'पदमस्त' म्हटले आहे.

कोणाला धनाची नशा असते, त्याला 'धनमस्त' म्हणतात, या साऱ्या नशा आहेत. एक नशीला दुसऱ्या नशील्याला सुधारण्याचा प्रयत्न करतो. ही पदाची नशा आहे.

आणि मी तुम्हाला सांगतो, दारुड्यांनी या जगाचे जेवढे नुकसान केले नाही तेवढे नुकसान या पदाची नशा असणाऱ्यांनी केले आहे. इतकी युद्धं,

इतकी हिंसा, इतके उपद्रव, इतकी फसवेगिरी त्यांनीच केली.

दारुडा बिचारा या संकोचामुळे निर्दोष आहे. कधी कधी रस्त्यातील नाल्यामध्ये पडतो, थोडासा आरडा-ओरडा करतो, लोकांच्या झोपा मोडतो. बस! एवढ्याच त्याच्या चुका आहेत. कधी कधी शिवीगाळही करतो, कधी मारपीट करतो, परंतु त्याच्यावर फार मोठे गुन्हे दाखल नसतात. त्याने या जगामध्ये कोणतेही महायुद्ध केलेले नसते आणि त्याने जगामध्ये माणसांची कोणत्याही प्रकारे फसवेगिरी केलेली नसते. त्याने लोकांची छाती तुडवलेली नाही. राजकीय पुढारी हेच करतात आणि दारूच्या विरोधात बोलतात. त्यांच्याजवळ एक दारू आहे, ज्याची त्यांना आठवण नाही. त्यांना एक मस्ती चढली आहे. त्या मस्तीमध्येच ते जगत आहेत. त्यांची दारू जास्त महागडी आहे.

मी कोणत्याही दारूच्या विरोधात नाही. मलाही असे वाटते, या जगातून दारू नष्ट व्हावी. परंतु राजकीय नेते त्याला रोखू शकत नाहीत. धर्मगुरूही त्याला रोखू शकले नाहीत. फक्त संतच त्याला रोखू शकतील पण जेव्हा आतमधील 'मधुशाला'चे दरवाजे उघडले जातील तेव्हाच संत रोखू शकतील.

ज्या दिवशी तुम्हाला आतमधील मस्तीचा स्पर्श व्हायला लागेल, तुम्ही जेव्हा त्या मस्तीमध्ये डुबकी घ्यायला लागाल त्या दिवशी मग काय करायचे? त्या दिवशी सगळ्या चिंता जातील – नेहमीसाठी जातील आणि अहंकार उतरेल– कायमचा उतरेल– पुन्हा कधीही चढणार नाही.

आणि आतमधील नशेचा जो गुण आहे तो हाच आहे, की तो तुमची शुद्ध वाढवतो.

'मेरी अक्लो खिर्द के हाथों में एक भरपूर जाम होता है
दिल की बेताबियों में छुप-छुप कर कोई मस्ते-खराम होता है
बंद होती हैं जब मेरी आंखें तेरा दीदार आम होता है'
बंद होती हैं जब मेरी आंखे...

परमेश्वराला बघणे हे डोळ्यांचे बघणे नाही. ती नजरेची ओळख नाही. ते बंद डोळ्यांचे बघणे आहे.

जेव्हा तुम्ही डोळे बंद करता, तेव्हा संसारावर पडदा पडतो. जेव्हा तुम्ही डोळे उघडता तेव्हा पडदा उघडतो. जेव्हा तुम्ही डोळे उघडता तेव्हा तुमची नजर संसारावर पडते, तुमच्या स्वतःवर नाही. जेव्हा तुम्ही डोळे बंद करता तेव्हा नजर स्वतःवर पडते.

परंतु मी हे म्हणत नाही, की तुम्ही जेव्हा डोळे बंद करता तेव्हा हे अनिवार्य असते की तुमची नजर स्वतःवरच असते. डोळे बंद करूनसुद्धा कितीतरी लोक संसाराकडे बघत राहतात. त्याच समस्या, त्याच चिंता, तीच बेचैनी,

त्याच वासना, त्याच इच्छा, तीच धावपळ. डोळे बंद करूनसुद्धा तुम्ही आपल्याच दुकानामध्ये असता. डोळे बंद करूनसुद्धा त्याच नातेवाइकांमध्ये राहता. डोळे बंद करूनसुद्धा बाहेरचा संसारच आतमध्ये चालत असतो.

डोळे बंद करण्याचा अर्थ फक्त पापण्या बंद करणे नाही. डोळे बंद करण्याचा अर्थ आहे, बाहेरच्या दुनियेकडे अजिबात लक्ष न देणे. त्यालाच तर ध्यान म्हणतात. बाहेर कोणतीही नजर राहता कामा नये.

बाहेरच्या सर्व बाजूंपासून स्वत:ला आकुंचित करून घेणे, जसे कासव स्वत:ला आकुंचित करून घेते. तसाच ध्यानीसुद्धा स्वत:ला आकुंचित करून घेतो. तो स्वत:मध्ये गुरफटून जातो. बाहेर जातच नाही. विचारांमध्येसुद्धा जात नाही. मनामध्ये एकसुद्धा तरंग सोडत नाही. कारण सारे तरंग बाहेर घेऊन जातात. निस्तरंग होऊन जातो. अशा घडीचे नाव आहे – डोळे बंद होऊन जाणे.

'बंद होती हैं जब मेरी आंखें तेरा दीदार आम होता है।' आणि तेव्हा तर तू दिसायला लागतोस. बंद डोळ्यांनी परमेश्वर दिसू लागतो. उघड्या डोळ्यांनी हा संसार दिसतो.

'मै बजाहिर खामोश होता हूं लब पे तेरा ही नाम होता है।' आणि जेव्हा मी एकदम गप्प बसतो, मूक होऊन जातो, तेव्हा प्रथमच तुझे नाव माझ्या आतमध्ये घेतले जाते आणि माझ्या हृदयावर, प्राणावर पसरते, जसा एखादा प्रकाश पसरतो, जशी सकाळी सूर्याची प्रभा पसरते.

परंतु ती तुम्ही सांगण्याची गोष्ट नाही. तुम्ही पोपट होऊ नका. अनेक लोक पोपट बनतात. तीर्थस्थानी तुम्हाला पोपटांची अशी जमात बघायला मिळेल. कोणी राम राम जपत असेल, कोणी कृष्ण-कृष्ण जपत असेल, कोणी कशाचा जप करत असेल. कोणी अल्ला अल्ला म्हणत असेल. लोक धोसरा लावायला लागले आहेत. हा धोसरा लावल्याने काहीही होणार नाही. हे धोसरा लावणे व्यर्थ आहे.

या व अशा प्रयत्नाने केलेली घोकंपट्टी खोलवर घेऊन जात नाही. ती खोटी आहे आणि अशा घोकण्याकडे नीट बारकाईने बघितले, तर त्यामागे कोणतीतरी वासना दडलेली दिसेल.

प्रार्थनेमध्येसुद्धा कधी कधी वासना असते. तुम्ही प्रार्थनेलासुद्धा कचऱ्यामध्ये टाकले आहे. जीवनामध्ये एखादी तरी गोष्ट निष्कलंक राहू द्यात.

चोवीस तास तुमची वासना चिखलाने भरली आहे. मी तुम्हाला असे म्हणत नाही, की आज तुम्ही पूर्णपणे सारे बदलून टाका. मी एवढेच सांगतो, की काही असे क्षण काढा, की ते चिखलामध्ये नसतील. काही क्षण तरी निर्दोष आणि रिकामे ठेवा. काही क्षण तरी असे ठेवा, की तुम्ही काहीही मागत नाही,

फक्त सम्राट आहात.

प्रार्थना तेव्हाच शुद्ध असते, जेव्हा ती आपल्याशी होते. विनाकारण होते, काहीही मागणे नसताना होते. प्रार्थनेचा एकच उपाय आहे – मौन! तुम्ही शांत बसा, म्हणजे तुमच्या आतमध्ये जो नाद उत्पन्न होईल तो तुम्हाला ऐकू यायला लागेल.

'मै बजाहिर खामोश होता हूं लब पें तेरा ही नाम होता है
खिलवतों में जो गुनगुनाता हूं बस तुझी से कलाम होता है'

एकांतामध्ये जे गुणगुणणे होईल ते परमेश्वराचे वक्तव्य असेल. ते काव्य त्याच्याकडूनच येत असेल. म्हणून तर आपण वेदांना अपौरुषेय म्हणतो. कारण ज्या ऋषींनी वेद गायले आहेत, ते त्यांनी स्वत: गायले नाहीत. ते तर मौनात बसले होते, ते तर आपल्या एकटेपणात मग्न होते. डोळे, दारे-दरवाजे, सगळे बंद करून ते आपल्या आतमधील गुहेमध्ये बसले होते. तेव्हा काव्य उतरले. ईश्वरवाणी झाली. तेव्हा हा नाद झाला, तेव्हा हे अपूर्व वचन लिहिले गेले.

म्हणूनच वेदांच्या ऋचांमध्ये जे सौंदर्य आहे, ते कधी कधी असे प्रकट होताना दिसते. उपनिषदांमध्ये जो निर्दोषपणा, जो सरळपणा आहे तोही खूप वेळा प्रकट होताना दिसतो किंवा कुराणामध्ये जे गीत आहे तेही असाच अनुभव देते. तुम्ही कधी कुणाला सुरामध्ये, लयीमध्ये कुराण वाचताना ऐकले आहे? त्यातील अरबी शब्द तुम्हाला समजणारही नाहीत, पण तरीसुद्धा तुम्ही डोलायला लागाल. त्यातील अर्थ काय आहे हेसुद्धा तुम्हाला समजणार नाही, परंतु कुराणातील वाक्ये ऐकून तुमचे हृदय डोलायला लागेल. तुम्ही मग्न होऊन नाचू लागाल.

जेव्हा महंमदाने ही कुराणातील गीते, वाक्ये लिहिली तेव्हा त्याला कल्पनाही नव्हती, की हे गीत असे लिहिले जाऊ शकते. ते तर पर्वताच्या गुहेमध्ये बसून ध्यान करत होते आणि हे अचानक झाले. एकदम ही गीते लिहिली गेली. ईश्वरवाणी होऊ लागली. जे त्यांचे स्वत:चे नव्हते. अशी काही वचने (गीते) त्यांच्या चेतनेमध्ये निर्माण झाली. जे त्यांनी कधी ऐकले नव्हते, जे त्यांनी कधी वाचले नव्हते. शिकलेले तर ते अजिबात नव्हते. विद्वत्तेशी तर त्यांचा काही संबंधच नव्हता. समजा असता तर कदाचित ही ईश्वरवाणी झालीही नसती. अशी ईश्वरवाणी महंमदासारख्या सरळ माणसाबरोबरच होऊ शकते.

बुद्धी जर शास्त्राने भरलेली असती तर बुद्धीमध्ये शब्दांची इतकी गर्दी झाली असती, की हे जे परमेश्वराचे शब्द लिहिले गेले आहेत ते इतके विकृत झाले असते किंवा त्यांची व्याख्या बदलली असती, त्यांचे रंग-रूप बदलले असते, वाकडे-तिकडे झाले असते, काहीही झाले असते. आणि त्यांचे सौंदर्य, त्यांचे संगीत नक्कीच हरवले असते.

परंतु महंमद साधे सरळ गृहस्थ होते. घाबरून गेले. हे काय होते आहे? म्हणून घाबरले. थरथरायला लागले. ताप चढला. घराच्या दिशेने धावायला लागले आणि गीते सुचतच राहिली. ती अशी सुचत होती, की जसा काही जोरात पाऊसच पडतो आहे. आकाशातून, शून्य आकाशातून काही तरी खाली येत होते.

घरी येऊन पांघरूण घेऊन झोपले. पत्नीला सांगितले, 'जेवढी पांघरुणे असतील तेवढी सगळी माझ्यावर घालून टाक. हे थरथरणे असे काही आहे की ते कमीच होत नाही. शरीराचा कणन्कण कंप पावतो आहे.' पत्नीने विचारले, 'काय झाले तरी काय? चांगले तर गेला होतात.' ते म्हणाले, 'आत्ता तू मला दाबून ठेव, मी आत्ता शुद्धीत नाहीये. स्वत:ला जरा सावरले, की तुला सारे सांगतो.'

नंतर महंमदाने सांगितले की 'मला खूप भीती वाटते आहे' आणि आपल्या पत्नीला एक विचित्र गोष्ट सांगितली 'एक तर मी वेडा झालो आहे किंवा मी कवी बनलो आहे.'

हे खूप अद्भुत वचन आहे – एक तर मी वेडा झालो आहे किंवा मी कवी झालो आहे. 'वेडा होण्याची शक्यताच अधिक आहे.' महंमद म्हणाले, कारण कविता काय असते हे तर मला माहितीच नाही. परंतु अपूर्व असे काही तरी निर्माण होते आहे. संगीताशी संबंधित असे काहीतरी निर्माण होते आहे. सगळे तयार असे निर्माण होते आहे. आणि बरोबर एक आवाजही येतो आहे की जा, गा, गुणगुणत जा, लोकांना सांग आणि मी खूप घाबरलो आहे.'

पत्नीने समजावले, सावरले, धीर दिला. 'मी ऐकले आहे की परमेश्वर जेव्हा प्रसन्न होतो, समोर येतो, तो असाच येतो. तुम्ही थोडे धैर्य दाखवा. तुम्ही भाग्यवान आहात.'

महंमदाची पत्नी त्याची पहिली शिष्या होती. पहिली मुस्लीम! तिने महंमदाला सांभाळले. तीन दिवस महंमदाला समजावले, सावरले, तेव्हा कुठे महंमद थोडे शांत झाले. ही गोष्ट इतकी पसरली, आणि या गोष्टीचे नगारे वाजू लागले.

'खिलवतों में जो गुनगुनाता हूं बस तुझी से कलाम होता है
देखना है मगर अभी बाकी कब तेरा जल्वा आम होता है.'

परमेश्वर अदृश्य आहे, तरीसुद्धा दृश्य होतो. अश्राव्य आहे तरीसुद्धा ऐकू येतो. लांब आहे, तरीही जवळ आहे. हरवला आहे, पण तरी तुम्ही अजूनही त्याला गमावले नाही. त्याला कसे हरवू शकाल? विसरलात! परमेश्वरापाशी सगळे विरोधाभास लीन होऊन जातात.

तिसरा प्रश्न : *कबीर हुशार आहेत, आपण हुशार आहात, तरी कसे बुडलात? कृपा करून समजून सांगा.*

अज्ञातामध्येच बुडता येते. ज्याला तुम्ही जाणून घ्याल, त्याच्यामध्ये कसे बुडणार? जो ओळखला गेला तो तर चिमूटभर पाणी होऊन गेला, त्यामध्ये काय बुडणार?

ज्याला तुम्ही ओळखले, तो तुमच्यापेक्षा छोटा झाला. ज्याला तुम्ही समजून घेतले, तो तुमच्यापेक्षा मोठा राहिला नाही. समजून घेणाराच तुमच्यापेक्षा मोठा आहे. मोठा आहे म्हणून हुशार आहे. तुम्ही मूठ बंद करू बघत आहात, पण बंद होत नाहीये. जसे समुद्राला कोणी आपल्या बाहूंमध्ये गोळा करू बघतो आहे किंवा कोणी आकाशाला आपल्या अंगणात आणू बघतो आहे.

कबीराला ऐकले तर असेच वाटेल. मोठे आहे, भव्य आहे, अगम्य आहे, बुद्धिवान आहे. निश्चितच हुशार आहे. हुशारीचा अर्थ काय आहे? हुशारीचा अर्थ हा आहे, की तुमची ओळखण्याची क्षमता छोटी आहे — कमी आहे आणि कबीर जे दाखवत आहेत, दर्शवत आहेत, ते खूप मोठे आहे.

तुमची समजून घेण्याची क्षमता चमच्याएवढी आहे — चहाच्या चमच्या एवढी! आणि कबीर तुमच्यासमोर जे घेऊन आले आहेत ते सागराएवढे आहे. आणि समजा तुमच्या चमच्यामध्ये मावले तर तुम्हाला वाटेल — जाणून घेतले. तुम्ही प्रसन्नसुद्धा व्हाल, कारण जेव्हा तुम्ही जाणून घेतलेले असते तेव्हा ते तुमच्या मालकीचे होऊन जाते. जेव्हा तुम्ही ते जाणून घेता, तेव्हा ते तुमच्या बुद्धीचा भाग बनून जाते. तो तुमचा शृंगार — दिखावा बनून जातो. त्याला तुम्ही बदलवत नाही. तुमच्या ज्ञानाची संपदा अजून थोडी वाढते. घमेंड अजून थोडी वाढते.

जे तुम्ही समजून घेतले, त्यामुळे तुमचा अहंकार अजून थोडा घट्ट होतो. ओळखणारा घाबरतो. ओळखणारा तुम्हाला तोडून टाकतो. ओळखणाऱ्यांचा विचारच हा आहे, की माझा अहंकार खूप कमी पडला.

हुशारीमध्येच बुडाल आणि त्यातच बुडू शकता.

हे निमंत्रण बुडण्यासाठी नाही. कबीर जे सांगत आहेत, किंवा वेगवेगळ्या ज्ञानींनी जे सांगितले आहे ते सगळे न समजणारे आहे — मनुष्याच्या बुद्धीमध्ये बसत नाही. म्हणूनच जे अहंकारी आहेत ते तर सांगूनच टाकतात, की हे चुकीचेच आहे. ते तर पहिल्यापासूनच सांगतात, की चुकीचे आहे. ईश्वर असूच शकत नाही कारण त्यांना ते अगम्य वाटते. आत्मा असूच शकत नाही कारण तेसुद्धा त्यांना अतर्क्य वाटते. मोक्ष असूच शकत नाही कारण तेसुद्धा त्यांना

अतर्क्य वाटते.

ज्याचा त्यांना बोध होत नाही, त्याबद्दल ते सांगून टाकतात, असे होऊ शकते हे आम्ही मानत नाही. या जगामध्ये असेही काही आहे की जे मी समजू शकत नाही? कारण त्यामुळे त्यांचा अहंकार दुखावला जातो. (हे माझ्या लक्षामध्ये येत नाही असे होण्याचे धाडस कोणी कसे करू शकते?) मला सारे काही समजते. माझा समज हा शेवटचा आहे. म्हणून तर अहंकारी नास्तिक होतो.

नास्तिक इतकेच सांगतो, की मी अशी कोणतीही गोष्ट स्वीकार करण्यास तयार नाही, की जी माझ्यापेक्षा मोठी आहे, माझ्यापेक्षा भव्य आहे, माझ्यापेक्षा विस्तीर्ण आहे. जे माझ्या मुठीमध्ये मावेल आणि माझ्या तिजोरीमध्ये बंद होऊ शकेल, त्याचाच मी स्वीकार करतो. त्यापेक्षा अधिकाचा मी स्वीकार करत नाही.

आस्तिकाचा अर्थच हा आहे, की जे मला समजेल, जे मला समजले, ते तर दोन कवडीचे होऊन गेले. जे मला समजले, त्याची किंमत तरी काय होऊ शकते? मी अशा दिशेकडे जाईन जेथे कधीच न समजणाऱ्या गोष्टींचा वास असेल.

अहंकारी ज्ञातामध्ये थांबून जातो. निरंहकारी अज्ञाताच्या यात्रेला निघून जातो. म्हणून मी आस्तिकाला साहसी म्हणतो. नास्तिक तर दुबळा आहे.

सर्वसामान्य लोक असे समजतात, की नास्तिक खूप साहसी आहे, आस्तिक खूप घाबरट आहे. परंतु सर्वसामान्यत: जे समजले जाते, त्यालाही काही कारणे आहेत.

शंभरामधील नव्याण्णव आस्तिक, आस्तिकच नाहीत ते छुपे नास्तिक आहेत. वरवर म्हणतात, की आम्ही परमेश्वराला मानतो; परंतु ते जे काही वागतात त्यावरून ते असे दाखवतात, की ईश्वर वगैरे काहीसुद्धा नाही. सांगतात की आम्ही मंदिरामध्ये जातो, पूजा प्रार्थना करतो, परंतु हे सारे औपचारिक आहे, दिखावा आहे, ढोंग आहे.

शंभरातले नव्याण्णव आस्तिक आतमधून नास्तिक आहेत आणि शंभरातले नव्याण्णव नास्तिक आतमधून आस्तिक आहेत.

जो माणूस परमेश्वर नाही असे म्हणतो– अगदी ठामपणे नाही म्हणतो– तेव्हा तो माणूस हेच सांगतो, की मला परमेश्वराची भीती वाटते. मला थरथर कापायला होते. मला भय वाटते. मी हे बघू इच्छित नाही. मला या दिशेकडे बघायची इच्छाच नाही.

तुम्ही कधी बघितले? तुम्ही उंच पर्वतावर चढून उभे राहून कधी खोल बघितले तर थरथर कापायला होते, प्राण थरारतात आणि परमेश्वर अनंत खोल

आहे आणि आपण सगळे उंच पर्वतावर उभे आहोत. त्या खोलीच्या– गहनतेच्या– किनाऱ्यावर उभे आहोत. तेव्हा त्या बाजूला पाठ करायची आम्ही युक्ती काढली. त्यामुळे काही दिसणार नाही व अडचणही होणार नाही.

तेव्हा अधिक नास्तिक लोक ईश्वर आहे याचा इन्कार करतात, फक्त एवढ्याचसाठी की त्यांना असे वाटते, की परमेश्वर खूप जवळ आहे आणि त्यांना त्याचे भय वाटते! आणि अधिक आस्तिक मंदिरामध्ये जाऊन पूजा-अर्चा करून येतात, कारण त्यांना तर परमेश्वराची गहराई दिसत नाही. त्यांनी तर ईश्वरालाही आपल्या सामाजिक व्यवस्थेचा एक भाग बनवून टाकले आहे.

चांगले आहे, एखादा माणूस मंदिरामध्ये जाऊन पूजा-प्रार्थना करून येतो तेव्हा त्याचे दुकान चांगले चालते. लोक म्हणतात धार्मिक माणूस आहे, बेइमानी करणार नाही; पण बेइमानी करण्यासाठी अजून सुविधा मिळून जाते. लोक समजतात रामनामाचा जप करणारा माणूस आहे, चांगला माणूस आहे. खिसा कापणार नाही; पण तोंडामध्ये रामनाम आणि काखेत सुरी! ते रामनामाच्या चादरीमध्ये सुरी घेऊन बसले आहेत. त्यामुळे तर अजूनच सुविधा! यामुळे दुसरा (समोरचा) माणूस तर अजूनच बेसावध राहतो आणि शुद्ध हरवून बसतो.

म्हणूनच सर्वसामान्य लोक जे म्हणतात ते बरोबरच आहे, की नास्तिक लोकांमध्ये अधिक हिंमत असते. कमीत कमी ते परमेश्वराला मानत तर नाहीत. आस्तिक तर अधिकच नपुंसक वाटतात. त्यांनी परमेश्वराला अमान्य केलेले नसते आणि ज्यांनी अमान्य केले नाही, ते मान्य तरी काय करणार?

माझ्या बघण्यानुसार एखादा नास्तिक आस्तिक बनला, तर या जगामध्ये आस्तिकाचा जन्म होतो. जो कधी नास्तिकच बनला नाही, तो आस्तिक कसा होऊ शकेल? ज्याने 'नाही' कधी म्हटले नाही. त्याच्या 'हो'ची किंमत काय असू शकेल? त्याचा हो नपुंसक असेल.

तुमच्या घरामध्ये मुलगा आहे. तुम्ही जे सांगता त्याला तो 'हो' म्हणतो. त्याने कधी 'नाही' म्हटलेच नाही. त्याच्या 'हो'मध्ये काही ताकद असेल? त्याच्या 'हो'मध्ये काही कणखरपणा होऊ शकणार नाही. प्राणहीन, लाचार असेल. तो म्हणतो हो, कारण तो कमजोर आहे.

येशूने एक गोष्ट सांगितली आहे. एका बापाला दोन मुले होती. बापाने पहिल्या मुलाला बोलावले आणि सांगितले, की आज तू बागेमध्ये जा, आज कामाची खूप गरज आहे, मजूरही कमी आहेत आणि फळे तोडायची आहेत, नाहीतर ती सडून जातील. तो म्हणाला, 'नाही, मी जाणार नाही, मला दुसरे काम आहे.' असे म्हणून तो निघून गेला. परंतु नंतर त्याला पश्चाताप झाला. आणि पश्चाताप झाल्याने तो शेतामध्ये निघून गेला, बागेत निघून गेला. दिवसभर

काम केले.

दुसरा मुलगा होता. जेव्हा पहिल्या मुलाने नकार दिला तेव्हा वडिलांनी दुसऱ्या मुलाला बोलावले, आणि सांगितले, 'तू बागेत जा, खूप जरुरीचे काम आहे.' तो म्हणाला, 'आता जातो.' पण तो गेलाच नाही. त्याने इतक्या पटकन हो म्हणून टाकले, की त्याला पश्चाताप वाटण्यासाठी काही कारणच राहिले नाही. मामला इथेच संपला.

येशूने आपल्या शिष्यांना विचारले, की आपल्या वडिलांची आज्ञा कोणी पाळली? ज्याने 'हो' म्हटले त्याने? प्रत्यक्षात वडीलही खुष झाले होते. त्याने लगेच 'हो' म्हटले म्हणून! का ज्याने 'नाही' म्हटले होते पण त्याला पश्चात्ताप झाला आणि तो गेला त्याने? खरंतर वडील त्याच्यावर नाराज होते.

तुमच्या हो किंवा नाही म्हणण्याचा प्रश्नच येत नाही. तुमच्या आतमध्ये काय आहे? आतमध्ये नाही आणि वरून 'हो' आहे, हीच अवस्था तुमच्या आस्तिकांची आहे. त्यांनी 'नाही' म्हणणे कधी शिकलेच नाही. तेव्हा सामान्य भावामध्येही काही रहस्य आहे. परंतु तरीसुद्धा मी तुम्हाला सांगतो की शेवटच्या विश्लेषणामध्ये खरा आस्तिक साहसी असतो आणि खरा नास्तिक घाबरट असतो.

नास्तिकाचा अर्थच हा असतो, की तो अज्ञाताला घाबरला आहे. घाबरल्यामुळे इन्कार करतो आहे.

एका सज्जन माणसाला माझ्याकडे आणले गेले, त्याची बायको घेऊन आली. त्याची पत्नी म्हणाली 'हे कदाचित आपले ऐकतील, आमचे तर काहीच ऐकत नाहीत.' हे आजारी आहेत आणि डॉक्टरकडे जात नाहीत. हे म्हणतात की मी आजारीच नाही तर डॉक्टरकडे कशाला जाऊ?'

मी त्या सज्जन माणसाकडे पाहिले. त्या माणसाचा चेहरा घामाने भरला आहे, भय आहे. मी त्याला म्हटले, की 'तुम्ही जात का नाही? या बिचारीला दिलासा मिळेल. हिच्यासाठी तरी जा. तुम्ही तर एकदम निरोगी-चांगले आहात. तुम्ही जा. या बिचारीवर दया करा. हिला काळजी वाटते. एकदा तपासणी होईल. एक्स-रे वगैरे सारे तिला देऊन टाका. ती ते सारे सांभाळून ठेवेल. तिची खात्री करून द्या. तिच्यावर दया करा.'

त्यांना हे म्हणणे पटले. दुसरे जे लोक त्यांना समजवत होते, ते सगळे हेच सांगत होते. 'तुम्ही आजारी आहात. जात का नाही?'

ते आजारी होते. रक्तदाब होता, हृदय कमजोर होते. आणि कॅन्सरचीही शक्यता निघाली. सर्व बाजूंनी ते आजारी होते. परंतु मी त्यांना ज्या दिवसापासून बघतो; तेव्हापासून माझ्या लक्षात आले, की ते जात का नाहीत. तर ते घाबरतात, की खरंच काही आजार निघेल का? आजाराची जाणीव आहे. ते त्यांना माहिती

होते. जो माणूस आजारी आहे, त्याला जाणीव नसेल का?

चार पावले चालले तरी ते दमत होते. जिने चढू शकत नव्हते. झोप लागणे बंद झाले होते. शरीर कृश होऊ लागले होते. वजन दररोज घटत चालले होते. चेहऱ्याची सारी रया गेली होती. चेहरा पिवळा पडला होता. एका पिवळ्या पानासारखे झाले होते. कोणीही बघितले असते तरी सांगितले असते की आजारी आहे; परंतु हे ते मानायला तयार नव्हते. ते म्हणत होते, मी एकदम चांगला आहे. डॉक्टरकडे कशाला जाऊ?

मी त्यांच्याच तर्काचा उपयोग केला. मी म्हणलो की : 'तुम्ही इतके व्यवस्थित दिसता आहात, की तुम्हाला बघून डॉक्टर स्वत: आश्चर्यचकित होतील की तुम्ही कशाला आलात म्हणून! तुम्ही जाच! घाबरायचे काय? काही निघणारही नाही. तुम्ही तर इतके निरोगी आहात.'

त्यांचा माझ्या म्हणण्यावर विश्वास बसला नाही; कसा विश्वास बसेल? खरं तर मीच त्यांच्याशी राजी होत होतो, कोणी त्यांच्याशी राजी झाले नव्हते. परंतु ते मला नाही म्हणू शकले नाहीत.

मी म्हणालो : 'जर तुम्ही आजारीच नाही तर एवढे घाबरता कशाला? आजारी मनुष्य जायला घाबरतो. तुम्ही जा.'

गेले आणि सर्व प्रकारचे आजार निघाले.

मी नंतर त्यांना विचारले, की 'प्रामाणिकपणे सांगा, तुम्हाला या रोगांची शंका कुशंकाही येत नव्हती?' ते म्हणाले, 'येत होती, आपणच फसवले. जाणीव होत होती, म्हणूनच डॉक्टरकडे जात नव्हतो. मला तर वाटत होते की गडबड आहे, पण जितके दिवस चालेल तितके दिवस ठीक आहे. आता बघा. हॉस्पिटलमध्ये पडून आहे.'

परंतु मी म्हणालो, 'आता इलाज होईल. हॉस्पिटल का होईना, पण इलाज होऊ शकतो. काही काळ अधिक जगू शकाल. ते तर तुम्ही मृत्यूला आपल्या हातांनी बोलवत होता.'

अशीच अवस्था नास्तिकाची आहे. तो म्हणतो ईश्वर नाही. तो जितक्या जोराने सांगेल ईश्वर नाहीये, तेव्हा समजून घ्या, की त्याला परमेश्वराच्या अस्तित्वाची जाणीव आहे. ती अनंत शून्यता त्याला जाणवतीय. समजा तो थोडासा जरी त्या दिशेकडे बघण्यास राजी झाला तरी त्याला ती गहनता – अज्ञाताची पोकळी – दिसायला लागेल आणि मग सगळी व्यवस्था जोडणे पुन्हा अवघड होऊन जाईल. कोणत्या तरी प्रकारे त्याने आपल्या जीवनाची घडी नीट बसवली आहे. सारे नीटनेटके केले आहे.

जशी आपण एखादी बाग तयार करतो. साफसूफ-स्वच्छ! हिरवळ लावतो.

सारे छाटलेले, नीटनेटके आयोजित केलेले आणि त्याच्या पलीकडे मोठे जंगल आहे. असेच मनुष्यही आपल्या तर्काचे जाळे टाकून थोडीशी बाग लावतो. आणि त्या तर्काच्या जवळच परमेश्वराचे विराट जंगल आहे. त्या जंगलामध्ये जाण्याची हिंमत दाखवण्याचे नावच आस्तिकता आहे.

कबीर तुमच्या हिमतीला आव्हान देतात. मीसुद्धा तुमच्या हिमतीला आवाज देतो. तुमच्या साहसाला हे आव्हान आहे, की या आणि या अज्ञाताला जाणून घेण्याचा प्रयत्न करा.

मी असे म्हणू शकत नाही, की तुम्ही या अथांगतेला समजू शकाल. परंतु ही अगम्यता समजून घ्यायला जाल, तर स्वतः हरवून जाल, बुडून जाल आणि या बुडण्यामध्येच परमानंद आहे कारण बुडून जाण्यामध्येच स्वत:ला प्राप्त करणे आहे.

येशूने म्हटले आहे, की जो स्वत:ला हरवेल, तोच मिळवेल आणि जो स्वत:ला वाचवेल, तो वाईट प्रकारे हरवून जाईल.

या गूढतेचे निमंत्रण स्वीकारा, अज्ञातामध्ये चला, अज्ञेयामध्ये चला, त्या अनंतामध्ये चला ज्याची केवळ सुरुवात आहे आणि कोणताही अंत नाही.

चौथा प्रश्न : *आपला मूळ संदेश काय आहे?*

कठीण गोष्ट आहे. कठीण म्हणून आहे, की मूळ अनुभवायचे असते. शब्दांमध्ये येत नाही आणि संदेशामध्येही सांगता येत नाही आणि जे शब्दांमध्ये किंवा संदेशामध्ये सांगितले जाते ते मूळ नसते, ती फक्त पानेच राहतात. तरीसुद्धा तुमचे म्हणणे माझ्या लक्षात आले आहे. तुम्ही थोडक्यात काही तरी संदेश मागता आहात. तुम्हाला हवी आहे, अशी एखादी गोष्ट, जी तुम्ही सांभाळून ठेवाल, असा एखादा हिरा, जो तुम्ही तुमच्या हृदयामध्ये विराजमान करून ठेवाल.

या ओळी लक्षात ठेवा –

'तू खुदी से अपनी है बेखबर, यही चीज है तेरी बेबसी
तू हो अपने आप से आशना, तेरे इख्तयार में क्या नहीं।
ये नजर का तेरी कसूर है, तू दुई के परदे को दे हटा
ये जहां तुझी में है बस रहा, कोई और तेरे सिवा नहीं।
तू है बंदा तो मैं खुदा सही, तू मेरे करीब तो आ जरा
मुझे देख अपने पे कर नजर, कोई बंदा कोई खुदा नहीं।
तू मेरे बगैर न जी सके, मैं तेरे बगैर न रह सकूं

ये फसूने इश्को जमाल है, तू वरना मुझसे जुदा नहीं।
तेरा इश्क अस्ले हयात है, तो बिनाएं जीस्त तेरी वफा
तू जो चाहे कौन से दर्द की, तेरे अपने पास दवा नहीं।
जिसे तू गुनाहो खता कहे, वो है एक लगजिशे पा फक्त
तू सम्हल गया तो गुनाह नहीं, कोई और खता नहीं।
तू मेरी ही शौके तलाश है, तू है हुस्न का मेरे आइना
कोई और तेरे सिवा नहीं, कोई और मेरे सिवा नहीं।'

समजून घ्या : 'तू खुदी से अपनी है बेखबर' हाच माझा संदेश आहे, की तुम्हाला आठवण करून द्यावी की तुम्हीच परमेश्वर आहात. 'तू खुदी से अपनी है बेखबर' — तुम्हाला माहीत नाही की तुम्ही कोण आहात? तुमच्यासमोर आरसा ठेवू का म्हणजे तुम्हाला तुमचा चेहरा दिसेल. हाच माझा मूळ संदेश आहे.

तुमच्या मौल्यवान चेहऱ्याचे तुम्हाला दर्शन होऊ देत. तुम्ही आपल्या स्वभावाला, आपल्या रूपाला ओळखा. तुम्ही कोण आहात याचे उत्तर तुम्हाला मिळेल. शब्दविरहित, अस्तित्वविरहित! शास्त्रशुद्ध नाही – अनुभवाच्या आधारे मिळेल.

'तू खुदी से अपनी है बेखबर, यही चीज है तेरी बेबसी,' आणि तुमच्या जीवनाचे एकच दुःख आहे, की तुम्हाला आपला स्वतःचाच पत्ता माहिती नाहीये. एकच वेदना आहे की तुम्ही स्वतःशी अपरिचित आहात आणि दुःख राहणारच! आणि जो स्वतःशीच परिचित नाही तो जे काही करेल ते चुकीचेच होईल. नीट करण्यासाठी पहिली गरज आहे ती स्वतःला ओळखण्याची! आत्मज्ञानाची!

'तू हो अपने से आशना, तेरे इख्तयार में क्या नहीं।' एकदा तुम्ही स्वतःला ओळखले, की तुमचा हक्क कायम आहे. कारण तुम्ही परमेश्वराचा एक भाग आहात. तुमची क्षमता अमर्याद आहे.

'ये नजर का तेरी कसूर है, तू दुई के परदे को दे हटा।'

आणि एक भ्रम असतो की आम्ही समजतो, दोन आहे. मी वेगळा, संसार वेगळा; देह वेगळा, आत्मा वेगळा; वस्तू वेगळी, परमेश्वर वेगळा. हे जे द्वैत आहे... जीवन वेगळे, मृत्यू वेगळा; दिवस वेगळा, रात्र वेगळी हे जे द्वैत आहे. ते एकदा बाजूला केले, की सगळे पडदे गळून पडतात.

'ये नजर का तेरी कसूर है, तू दुई के परदे को दे हटा
ये जहां तुझी में है बस रहा, कोई और तेरे सिवा नहीं।'

हे सारे अस्तित्व तुमच्यामध्ये सामावले आहे. तुम्ही या साऱ्या अस्तित्वामध्ये सामावून गेला आहात. इथे एकाचाच वास (अस्तित्व) आहे. इथे दुसरा कुणीही

नाही. 'कोई और तेरे सिवा नही। तू है बंदा तो मैं खुदा सही।'

'तू मेरे करीब तो आ जरा, मुझे देख अपने पे कर नजर। कोई बंदा कोई खुदा नहीं।'

हे सारे सद्‌गुरूंनी सांगितले आहे. हेच कबीर सांगत आहेत.

कबीर सांगत आहेत: 'कहै कबीर मैं पूरा पाया।' मी पूर्ण मिळवले आहे, मी सारे काही मिळवले आहे. कारण मला सर्वत्र परमेश्वर दिसतो आहे. माझ्यामध्येसुद्धा, तुझ्यामध्येसुद्धा, आकाशामध्येसुद्धा, पृथ्वीमध्येसुद्धा 'साहब सब घट दीठा' – ते जे प्रिय आहे ते साऱ्या ठिकाणी मला दिसते आहे, म्हणून मी पूर्ण भरून पावलो आहे.

'तू है बंदा तो मै खुदा सही, तू मेरे करीब तो आ जरा।' हाच मूळ संदेश आहे: माझ्या जवळ ये. 'मुझे देख अपने पे कर नजर। कोई बंदा कोई खुदा नहीं।' इथे एकच आहे. कोण सेवक, कोण ईश्वर? कोण भक्त, कोण भगवान?

'तू मेरे बगैर न जी सके, मैं तेरे बगैरे न रह सकूं
से फसूने इश्को जमाल है, तू वरना मुझसे जुदा नही।'

हा फक्त प्रेमाचा एक खेळ आहे– इकडे तू, तिकडे मी, 'तू मेरे बगैरे न जी सके, मैं तेरे बगैर न रह सकूं ...।' हा सारा प्रेमाचा एक खेळ आहे – धिक्कार करणारा! आम्ही स्वत:लाच या दोन हिश्शांमध्ये वाटून घेतले आहे. म्हणून हिंदू याला लीला म्हणतात – खेळ म्हणतात.

तुमच्याजवळ अमृत आहे याचीच तुम्हाला आठवण करून देतो, सगळ्या रोगांचे औषध तुमच्याजवळ आहे. तुम्ही कुठे भीक मागत फिरत आहात? तुम्ही कुणाच्या समोर आपले भिक्षापात्र पसरवत आहात? तुम्ही सम्राटांचे सम्राट आहात, तुम्ही शहेनशहा आहात.

'तू जो चाहे कौन से दर्द की, तेरे अपने पास दवा नहीं।
जिसे तू गुनाहो खता कहे, वो है एक लगजिशे पा फक्त
तू सम्हल गया तो गुनाह नहीं, कोई और खता नहीं।'

या जगामध्ये बेशुद्धावस्थेत जगणे याशिवाय दुसरे कोणतेही पाप नाही. तुम्ही सावरलात, तुम्ही बेशद्ध राहिला नाहीत, तुम्ही जागेपणी जीवन जगणे सुरू केले, तुम्ही शुद्धीमध्ये आहात, ध्यानाने पूर्ण आहात...! 'तू सम्हल गया तो गुनाह नहीं, कोई और खता नहीं।'

हा माझा मूळ संदेश आहे, की जागे व्हा. तुम्हाला पुण्य करायला सांगत नाही. तुमचे पाप तुम्हाला सोडायला सांगत नाही. तुम्हाला फक्त जागे राहायला सांगतो आहे. कारण जागे राहण्याने पाप सुटते आणि पुण्य आपोआप प्रकट

होते आणि जे आपणहून प्रकट होते, तेच पुण्य आहे.

'तू मेरी ही शौके तलाश है, तू है हुस्न का मेरे आइना
कोई और तेरे सिवा नहीं, कोई और मेरे सिवा नहीं।'

या साऱ्या जगामध्ये एकाचाच आविर्भाव आहे. हे अनंत सौंदर्य आहे, ही जी अनंत अनंत रूपे आहेत, या सगळ्यांमध्ये एकच अरूप सामावले आहे.

पाचवा प्रश्न : आपले प्रेम आहे की नाही याची मला जरासुद्धा चिंता नाही. मी आपल्याला जो त्रास दिला आहे त्यासाठी आभारही मानत नाही. आपण जे काही करत आहात ते माझ्या भल्यासाठीच करत आहात हे मला चांगले माहिती आहे. आपण माझा शिष्य म्हणून स्वीकार करत नाही, याचे दुःख मला आहेच; परंतु हे दुःख गोड आहे, आणि मला विचारावेसे वाटते, की आपणही याचा स्वाद घेऊ शकाल का? आणि एवढीच प्रार्थना आहे, की हा धन्यवादाचा जो भाव आहे तो इतका पक्का होऊ देत की फक्त तोच भाव उरेल.

स्वामी अच्युत बोधिसत्त्व यांनी विचारले आहे. मी त्यांचे नाव कधीच घेत नाही. म्हणून कदाचित त्यांना असा भ्रम झाला असेल, की मी त्यांचा शिष्य म्हणून स्वीकार करत नाही; पण नावाशी इतका मोह ठेवू नका. नाव तर फक्त कामचलाऊ असते.

जो कोणी माझ्याशी जोडला गेला आहे, त्याची मला आठवण असते. मग मी त्याचे नाव घेवो वा न घेवो. नाव तर औपचारिकपणा आहे. त्याला मध्ये आणू नका.

आणि तुम्ही विचारता की 'आपले प्रेम आहे की नाही याच्याशी मला काही कर्तव्य नाही.' आपल्याला त्याबद्दल वाईट वाटत असेलच आणि तसे नसते, तर विचारले नसते. स्वतःला समजावत आहात, सांत्वन करत आहात, की नाही, मला काहीही अडचण नाही. परंतु वाईट वाटेलच, अडचणही होईल. आणि व्हायलाच पाहिजे.

तुम्ही माझ्याजवळ स्वतःला समर्पित केले. तुम्ही माझा स्वीकार केला. तुम्हाला माझे प्रेम मिळवण्याचा अधिकार आहे. त्रास व्हायलाच पाहिजे आणि प्रेमाचा वर्षाव तुमच्यावर होत आहे.

परंतु नेहमी असे होते, की आपण शब्दांमध्ये सांगितले तरच प्रेम समजते. जोपर्यंत तुम्हाला कोणी सांगत नाही, की माझे तुझ्यावर प्रेम आहे तोपर्यंत समजत नाही.

माझे डोळे बघत नाहीत. तुमच्या डोळ्यांमध्ये मी वाकून बघतो – हे नाही दिसत? माझ्याजवळ तुम्हाला देण्यासाठी प्रेमाशिवाय दुसरे काहीही नाही.

यापुढे मी एकेकाचा हात पकडून सांगू लागलो की माझे तुमच्यावर प्रेम आहे, तर त्यामुळे काहीही समस्या सुटणार नाही आणि इतके दिवस माझ्याजवळ राहिला आहात तर हळूहळू नि:शब्द व्हायला शिका. सांगण्याची गरजच उरायला नको.

कुणाकुणाला सांगू आणि सांगण्याची गरज तरी काय? आणि तुम्हाला काय वाटते, सांगण्यानेच प्रेम होते? किती तरी लोक तुम्हाला सांगतात की माझे तुमच्यावर प्रेम आहे. चारी बाजूला असे म्हणणारे लोक आहेत. पत्नी म्हणते, मुलगा म्हणतो, वडील म्हणतात, आई म्हणते, मित्र म्हणतात – सगळे म्हणतात, की माझे तुझ्यावर प्रेम आहे; परंतु हे प्रेम काहीही उपयोगाचे नाही. हा सगळा स्वार्थ आहे. त्यांचा तुमच्याशी स्वार्थ आहे.

माझा तुमच्याशी कोणताही स्वार्थ नाही. तुमच्याजवळ असे काही नाही, की ते तुम्ही मला देऊ शकाल आणि माझीही अशी काही गरज नाही, की मी ते तुमच्याकडे मागावे. अशीच शक्यता प्रेमामध्ये घडू शकते जेथे काही देणे-घेणे नसते. तसे मी तुमच्याकडून काही घेण्यासाठी अजिबात उत्सुक नाही, आणि तुमच्याजवळ असे काहीही नाही, की ते तुम्ही मला देऊ शकाल.

मला जे पाहिजे, ते मला मिळाले आहे. जे मला हवे आहे, ते मला भरपूर मिळाले आहे. कबीर म्हणतात 'मी पूर्ण भरून पावलो आहे.' आणि आता याच्यापुढे मिळवण्यासारखे काहीच नाही आणि आता परमेश्वर जर देतो आहे, तर कुणाकडे अजून अधिक काय मागणार?

जेथे जेथे स्वार्थ आहे, तेथे प्रेम कुठे? पत्नी म्हणते : माझे तुमच्यावर प्रेम आहे, तिचा स्वार्थ आहे.

मुलगा म्हणतो : माझे तुमच्यावर प्रेम आहे, त्याचाही स्वार्थ आहे.

वडील म्हणतात : माझे तुमच्यावर प्रेम आहे, त्यांचाही स्वार्थ आहे. ही सारी स्वार्थी नाती आहेत.

तुम्ही वाल्या भिल्लाची कथा ऐकली आहे? त्यानंतर वाल्या भिल्लच वाल्मिकी बनला. तो लुटारू होता. नारदाला त्याने पकडले होते. लुटायला निघाला होता, तेवढ्यात नारद म्हणाले : 'एक गोष्ट तर मी तुला विचारतो. लुटलेस तरी चालेल. एक गोष्ट मी तुला विचारतो, की ही लूटमार तू कशासाठी करतोस?'

तो म्हणाला : 'कशाला करतो? माझी पत्नी आहे, मुले आहेत, म्हातारे आई-वडील आहेत, त्यांची सेवा करतो. त्यांच्यासाठी पैसे कमवतो.'

नारद म्हणाले : 'तू एक काम कर, त्यांना विचारून ये, की पापाचे

भागीदार त्यांच्यापैकी कोण कोण आहे? नरकामध्ये सडत पडलास तर तुझी पत्नी तुझ्याबरोबर येईल? तुझे वडील, आई, तुझी मुले?'

तो म्हणाला, 'मी कधी याचा विचार केला नाही!' वाल्या भोळा माणूस होता. बऱ्याचदा असे होते, की तुमच्या तथाकथित सज्जन माणसांपेक्षा, तुमची अपराधी माणसे अधिक भोळी असतात. कारण तुमचे हे तथाकथित सज्जन अधिक ढोंगी असतात.

वाल्या - साधा सरळ मनुष्य होता, तो म्हणाला, 'ही गोष्ट माझ्या मनामध्ये कधी आली नाही. हा प्रश्न तुम्हीच माझ्या मनात निर्माण केला. आता बघा, मला फसवू नका. हे कारण सांगून मला घरी पाठवाल की तू विचारून ये आणि तुम्ही पळून जाल.'

तेव्हा नारद म्हणाले, 'तू मला दोरीने या झाडाला बांधून ठेव.' तो म्हणाला, 'हां हे मला पटते आहे.'

त्यांना बांधून तो घरी गेला. त्याने पत्नीला विचारले की 'मी एवढे पाप करतो, कधी कुणाला मारूनही टाकतो. लुटण्यासाठी मला हे करावे लागते. कितीतरी लोकांना मी दुःख देतो, त्रास देतो. जेव्हा मी मरून जाईन आणि नरकामध्ये कष्ट भोगेन तेव्हा तू माझ्याबरोबर येशील?'

पत्नी म्हणाली, 'याच्याशी मला काय घेणे-देणे? तुम्ही मला पत्नी म्हणून घरी घेऊन आला होतात. त्या दिवशी तुम्ही ठरवले होते की माझा उदर-निर्वाह कराल, त्याप्रमाणे तुम्ही करता आहात. तुम्ही कसा करता याच्याशी मला काही देणे-घेणे नाही. दुकानातून आणून करता, पाप करून करता, की पुण्य करून करता, हे तुमचे तुम्ही जाणो. तुम्हाला माझा निर्वाह करायचा आहे. मी का भागीदार होऊ? मला तर काहीच माहिती नाही. तुम्ही कसे पैसे आणता याच्याशी मला काहीही घेणे नाही. ते तुम्ही तुमचे बघा.

म्हाताऱ्या वडिलांना विचारले, ते म्हणाले, 'मी तर म्हातारा आहे. तू माझी सेवा नाही करणार, तर कोण करणार? परंतु तू पैसे कसे आणतो याच्याशी मला काहीही कर्तव्य नाही. तुझे तू बघ.'

कोणीही तयार नव्हते. वाल्या परतला तो बदलूनच. त्याने नारदाला बांधलेले सोडले. त्यांच्या पायाशी लोळण घेतली आणि म्हणाला, 'मला काहीतरी मंत्र द्या.' बघून आला होता, विचार करत होता, की ज्यांचे माझ्यावर प्रेम आहे, त्यामध्ये त्या सगळ्यांचा स्वार्थ आहे.

माझा तुमच्याशी कोणताही स्वार्थ नाही. तुम्ही इथे असलात तरी तुमची मजा, तुम्ही इथे नसलात तरी तुमची मजा. मला तुमच्याशी काही घेणे-देणे नाही.

आणि तुला देण्यासाठी माझ्याजवळ प्रेमाशिवाय दुसरे काहीही नाही. तुला हवे असेल तर घे नाही तर घेऊ नकोस. तुला हवे तर स्वीकार कर नाही तर स्वीकारू नकोस. जसे एखादे फूल उमलते, त्यानंतर त्याचा सुगंध सगळीकडे पसरतो. मग हवे तर कोणी आपल्या नाकावर रुमाल ठेवूनही निघून जावे. प्रकाश येतो, सकाळी सूर्य उगवतो, तुम्हाला हवे तर डोळे बंद करून बसा, स्वीकार करू नका. हवेचे झोत येतात, तुम्हाला हवे तर दरवाजे बंद करून बसा.

असे माझे प्रेम तुझ्याकडे येते. हवेच्या झोतासारखे, फुलांच्या सुगंधासारखे, सूर्याच्या प्रकाशासारखे! पण तरीही तुमच्या हातामध्ये आहे, तुम्ही स्वीकार करा किंवा नका करू.

आणि शब्दांची चिंता करू नका. शब्दांमध्ये काय ठेवले आहे? लाख वेळा तेच तेच सांगितले. माझे तुमच्यावर प्रेम आहे – पण यामुळे काय होणार आहे?

बऱ्याचदा तर असे होते, की माझे तुमच्यावर प्रेम आहे, हे तुम्ही तेव्हाच एकसारखे म्हणता, जेव्हा प्रेम उरत नाही. जोपर्यंत प्रेम असते, तोपर्यंत प्रेमच पुरेसे असते. शब्दांची गरजच उरत नाही.

जेव्हा दोन प्रेमी नवीन नवीन एक दुसऱ्याच्या प्रेमात पडतात. तेव्हा ते सारखे सारखे म्हणत नाहीत, 'माझे तुझ्यावर प्रेम आहे.' त्यांचे व्यक्तिमत्त्व तसे सांगते, एक दुसऱ्याला बघून ते जसे आनंदाने उल्हसित होतात, उत्साहाने भरून येतात, ते सारे सांगते की त्यांचे एकमेकांवर प्रेम आहे.

त्यानंतर लग्न करतात. त्यानंतर सांगणे सुरू करतात, की माझे तुझ्यावर प्रेम आहे. कारण आता भय वाटू लागते की समजा नाही म्हटले, तर डोळे दुसरेच काही तरी सांगतात, आता मनात तरंग उठत नाही, पत्नीला बघून छातीवर दडपण येते.

पत्नी पतीला बघून उदास होते. तुम्ही कधी दोन उदास स्त्री-पुरुष एकत्र बघितले तर असे समजा की ते पती-पत्नी आहेत. सारे उदास होऊन जाते. प्रेमाचा कोणताही धागा उरत नाही. म्हणून एकसारखे म्हणावे लागते.

डेल कारनेगी – अमेरिकेतले पैगंबर म्हणायला हरकत नाही; अमेरिकन पैगंबर! – अमेरिकेत बायबलच्या खालोखाल सर्वाधिक विक्री त्यांच्याच पुस्तकांची झाली.

त्यांनी आपल्या पुस्तकामध्ये लिहिले होते, की प्रेम असो वा नसो, परंतु पतीने दररोज संधी साधून कमीत कमी चार ते सहा वेळा तरी पत्नीसमोर म्हणायला पाहिजे, माझे तुझ्यावर प्रेम आहे. आणि कधी कधी बाजारातून फुलेही

आणून द्यायला हवीत. आणि जेव्हा अजिबात प्रेम उरत नाही, तेव्हा तर हे खूप जरुरीचे आहे. कारण यापुढे त्याच्याच आधारावर चालणे शक्य आहे.

तुम्ही शब्दांची काळजी करू नका.

डेल कारनेगी ढोंगीपणा शिकवतो आहे आणि अमेरिकन कुटुंबे नष्ट झाली आहेत. याचे कारण या प्रकारच्या शिकवणीमुळे ती रसातळाला गेली आहेत.

जेव्हा असते तेव्हा ठीक आहे आणि जेव्हा नसते तेव्हा स्पष्टपणे नाही म्हणून सांगा!

परंतु माझे जे प्रेम आहे, ते न होण्याचे काहीच कारण नाही.

दोन प्रकारच्या प्रेमाच्या अवस्था आहेत. एक तर संबंधाचे प्रेम आहे. तुमचे कुणाशी तरी प्रेम होऊन जाते, हा एक संबंध! त्यानंतर अशी एक अवस्था आहे, की तुम्ही प्रेमाने भरून जाता. हा संबंध नसतो. तुम्ही फक्त प्रेमाने भरून जाता. ज्याला कुणाला भेटता ते प्रेमभराने भेटता.

जे माझ्या जवळ आहे, जे माझ्या निकट आहे, जे माझ्या प्रेमामध्ये आहे, त्यांच्याबद्दल मला प्रेम आहे. जे माझ्या जवळ नाही, जे माझ्या निकट नाही, त्यांच्याबद्दलही मला प्रेम वाटते. जे माझ्या विरोधातच आहे, जे माझ्या उलटसुद्धा आहेत त्यांच्याबद्दलसुद्धा मला प्रेम आहे. त्याच्याशिवाय दुसरा कोणताही उपाय नाही; तेच एक देण्यासारखे आहे, दुसरे काहीही नाही.

राबियाच्या संदर्भामध्ये एक कथा आहे, की त्यांनी आपल्या कुराणामध्ये सुधारणा करून घेतल्या होत्या. राबिया सूफी फकीर स्त्री होती. खूप खंबीर मनाची स्त्री होती ती! महंमदाचे जे गुण होते तेच गुण तिच्यामध्येही होते. म्हणून मला असे वाटते, की कुराणामध्ये सुधारणा करण्याचा तिला हक्क होता. प्रत्यक्षात कुराणामध्ये कोणी सुधारणा कराव्यात हे मुसलमानांना अजिबात सहन होणारे नव्हते.

कुराणामध्ये असे एक वचन आहे की हैवानाचा तिरस्कार करा. तिने ते काढून टाकले. एक फकीर तिच्या घरी पाहुणा होता. त्या फकिराने कुराण पाहिले. त्याने काही ठिकाणी केलेल्या सुधारणा पाहिल्या. तो खूप अस्वस्थ झाला.

कोणताही मोठा अंधश्रद्धा असलेला मुसलमान विचारच करू शकणार नाही – की कुराणामध्ये सुधारणा? जसे की तुम्ही गीतेमध्ये सुधारणा कराल की या ठिकाणी चुका आहेत किंवा वेदामध्ये सुधारणा कराल तर हिंदूसुद्धा सहन करणार नाहीत आणि मुसलमान तर अजिबात सहन करणार नाहीत.

तो जो फकीर होता तो तर एकदम नाराज झाला, की हे कुराण कुणी खराब केले. राबिया, हे कुराण अपवित्र झाले?

राबिया म्हणाली 'हे अपवित्र होते, मी हे पवित्र केले. यामध्ये या गोष्टी चुकीने घातल्या आहेत. कोणत्यातरी प्रकारे चुकून त्या याच्यामध्ये समाविष्ट झाल्या आहेत.' हे महंमदांनी तर सांगितले नव्हते. महंमद हे सांगूच शकत नाही. परंतु राबियाजवळ याचा कोणताही ऐतिहासिक पुरावा नव्हता. परंतु अंतरसाक्ष होती.

ती म्हणाली, की जर मी सांगू शकत नाही तर महंमदही कसे सांगतील? मला हे सांगावेसे वाटते, की जेव्हापासून माझ्या मनामध्ये ईश्वरप्रेम निर्माण झाले आहे, जेव्हापासून त्याच्या प्रेमाने मी भरून गेले आहे, तेव्हापासून कुणाचाही तिरस्कार करू शकत नाही. हैवानसुद्धा समोर उभा राहिला तरी मी प्रेम करू शकते. म्हणून मी हे वचन काढून टाकले. आता मी हे पालनच करू शकत नाही, हे वचन मी माझ्या कुराणामध्ये कसे ठेवू? त्यानंतर हे पुस्तक माझे राहणार नाही. जेथे मी आहे, तेथे सैतानाचा तिरस्कार केला जाऊ शकत नाही. तिरस्कार केलाच जाऊ शकत नाही. प्रेम हा माझा स्वभाव आहे.

शब्दांवर लक्ष देऊ नका. जे निःशब्द मी तुम्हाला देतो आहे त्यावर लक्ष केंद्रित करा.

आणि शिष्यासारखे स्वीकार करण्याचा माझा प्रश्नच येत नाही. ज्या दिवशी माझा गुरू म्हणून स्वीकार केला, त्याच दिवशी तुझाही शिष्य म्हणून स्वीकार झाला. शिष्य होणे ही तुझी भावदशा आहे. माझ्या स्वीकारण्याचा किंवा न स्वीकारण्याचा काही प्रश्नच उरत नाही.

जो माणूस इथे बसून माझ्याकडून शिकण्याची इच्छा करतो, तो शिष्य आहे. आणि तुम्ही समजा वृक्षाकडून शिकाल, तर वृक्षाचेही शिष्य व्हाल. चंद्र ताऱ्यांपासून शिकाल तर चंद्रताऱ्यांचेही शिष्य व्हाल.

सूफी फकीर हसन जेव्हा मृत्यू पावला, तेव्हा त्याला कुणी तरी विचारले की तुमचे किती गुरू होते? त्याने सांगितले होते की मी मोजून कसे सांगू? गावागावामध्ये माझे गुरू पसरले आहेत. ज्याच्याकडून मी शिकलो, ते माझे गुरू! जेथे माझे मस्तक वाकले, तेच माझे गुरू!'

तरीसुद्धा लोकांनी हट्ट केला की काही तरी सांगा. ते म्हणाले, 'तुम्हाला पटणार नाही, पण ऐका, पहिला माझा गुरू होता, एक चोर.' त्यावर लोक थबकले, ते म्हणाले 'चोर? काय सांगता! शुद्धीत आहात का? मृत्यूसमयी काही असे तर झाले नाही — मेंदूमध्ये तर काही गडबड झाली नाही! चोर आणि गुरू?'

तो म्हणाला, 'हो. चोर आणि गुरू' मी एका गावामध्ये अर्ध्या रात्री पोहोचलो. रस्ता चुकलो होतो. सगळे लोक झोपले होते. एक चोरच काय तो जागा

होता. तो आपली जाण्याची तयारी करत होता. तो घरातून निघतच होता. मी त्याला म्हणालो, 'भाई, मी आता कुठे जाऊ? अर्धी रात्र झाली आहे. सगळे दरवाजे बंद आहेत. धर्मशाळासुद्धा बंद झाल्या आहेत. झोपेतून कुणाला उठवू? तू मला रात्री इथे थांबू देशील?'

तो म्हणाला, 'आपले स्वागत आहे.' परंतु तो म्हणाला एक गोष्ट मी सांगून टाकतो, की मी चोर आहे, मी चांगल्या घरातला माणूस नाही. तुम्ही अनोळखी दिसता आहात. या गावातला कोणताही माणूस माझ्याकडे येईल का? मी दुसऱ्यांच्या घरामध्ये जातो तर लोक मला त्यांच्या घरामध्ये घुसू देत नाहीत. माझ्या घरी तरी कोण येणार? रात्री अंधारामध्ये लोक जेव्हा झोपतात तेव्हा त्यांच्या घरामध्ये मला जावे लागते. आणि लोक माझे घर चुकवून जातात. मी जगजाहीर चोर आहे. या गावाचा जो नवाब आहे, तो सुद्धा मला घाबरतो आणि कापतो. पोलीस थकून जातात. तुम्ही आपल्या पायांनी येत आहात. मी तुम्हाला वचन देत नाही. रात्री-अपरात्री लुटून घेईन, तेव्हा तुम्हीच बघा.'

हसन म्हणाले, की मी इतका खरा आणि प्रामाणिक माणूस कधी बघितला नव्हता, की जो स्वत: सांगतो, मी चोर आहे! आणि सावध करतो. हे तर साधूचे लक्षण आहे. तो थांबला. हसन म्हणाले, मी थांबतो. तू मला लुटून घेतलेस तरी चालेल; मला आनंद होईल.

सकाळी सकाळी चोर परत आला. हसनने दरवाजा उघडला. विचारले, 'काही मिळाले?' तो म्हणाला 'आज तर नाही मिळाले, परंतु रात्री परत प्रयत्न करीन' हसन म्हणाले, त्यानंतर मी एक महिना त्याच्या घरी थांबलो, आणि एक महिन्यापर्यंत त्याला कधी काही मिळाले नाही.

त्याच उत्साहाने उल्हासाने रोज संध्याकाळी तो जात असे आणि रोज सकाळी जेव्हा मी विचारत असे काही मिळाले का? तो म्हणत असे, आज तरी काही मिळाले नाही. परंतु त्यात काय आहे, मिळेल. आज नाही तर उद्या. उद्या नाही तर परवा. प्रयत्न चालू ठेवायला पाहिजे.

तेव्हा हसन म्हणाले, की 'जेव्हा मी परमेश्वराच्या शोधामध्ये गावोगावी, जंगलामध्ये भटकत होतो आणि रोज हरत होतो. रोज विचार करायचो की ईश्वर आहे की नाही, तेव्हा मला त्या चोराची आठवण येत असे, तो तर साधारण चोर होता, संपत्ती चोरायला निघाला होता आणि मी परमेश्वराला चोरायला निघालो आहे. मी परम संपत्तीचा अधिकारी बनायला निघालो आहे. त्या चोराच्या मनामध्ये कधीही निराशा आली नाही. मलाही निराश होण्याचे काही कारण नाही. मला असे वाटत राहिले. या चोराने मला वाचवले, नाहीतर मी कितीतरी वेळा हा शोध सोडून पळून गेलो असतो. तेव्हा मला ज्या दिवशी परमेश्वर

भेटला, त्या दिवशी मी पहिले आभार आपल्या त्या चोर गुरूचे मानले.'

लोक अजून उत्सुक झाले. ते म्हणाले, 'तुम्ही दूर जाण्याच्या आधीच अजून काही तरी सांगा. ही तर खूप आश्चर्यचकित करणारी गोष्ट तुम्ही सांगितली. खूप सार्थकही होती.'

ते म्हणाले : 'आणि एका दुसऱ्या गावामध्ये असे झाले, मी गावामध्ये प्रवेश केला. एक छोटा मुलगा, कोणत्यातरी समाधीवर चढण्यासाठी हातामध्ये दिवा घेऊन चालला होता. मी त्याला विचारले, 'बेटा, दिवा तूच लावलास ना?' तो म्हणाला 'हो, मीच लावला.' तेव्हा मी त्याला म्हटले 'हा प्रकाश कुठून येतो हे मला सांग. तूच दिवा लावलास, तू हा प्रकाश येताना बघितला आहेस, हा कुठून येतो?'

'मी फक्त मजा करत होतो' – असे हसन म्हणाले, 'लहान मुलगा होता, गोड मुलगा होता, मी त्याला थोडे कोड्यात टाकत होतो. परंतु त्याने कटकटच निर्माण केली. त्याने फुंकर मारून दिवा विझवून टाकला. आणि म्हणाला की 'ऐका, तुम्ही बघितले, ज्योत गेली, कुठे गेली असेल?'

मला वाकून त्याचे पाय धरावेसे वाटले. मी विचार करत होतो, तो छोटा मुलगा आहे, तो माझा अहंकार होता. मी विचार करत होतो, त्याला मला कोड्यात टाकायचे होते, तो माझा अहंकार होता. त्यानेच मला कोड्यात टाकले. त्याने माझ्यासमोर एक प्रश्नचिन्ह उभे केले.

अशाप्रकारे हसनने आपल्या गुरूंच्या कथा ऐकवल्या.

तिसऱ्याबाबत हसनने सांगितले, 'तो कुत्रा होता! मी नदीच्या किनारी बसलो होतो आणि तहानेने व्याकुळलेला एक कुत्रा तेथे आला; खूप ऊन होते, वाळवंट होते. नदीच्या किनारी आला, त्याने पाण्यामध्ये डोकावून बघितले, त्याला पाण्यामध्ये दुसरा कुत्रा दिसला, तो घाबरून गेला आणि मागे झाला. तहान पाण्याकडे खेचत होती आणि भय पाण्याच्या विरुद्ध दिशेने ओढत होते. जेव्हा नदीच्या जवळ जात असे, आपली छाया पाण्यात बघताच, घाबरून जात असे आणि मागे परत फिरे; परंतु मागे थांबूही शकत नव्हता, कारण तहानेने तडफडत होता. घामाघूम झाला होता. त्याचा गळा सुकून चाललेला दिसत होता आणि मी बसून बघत होतो.

आणि त्याने हिंमत केली आणि डोळे बंद करून एक उडी मारली. तृप्त होईपर्यंत पाणी प्यायला आणि मनसोक्त अंघोळ केली. त्याने उडी मारताच पाण्यातली त्याची प्रतिमा नष्ट झाली.'

हसन म्हणाले, 'माझी अवस्था अशीच आहे. परमेश्वरामध्ये वाकून वाकून बघत होतो, घाबरून जात होतो. माझाच अहंकार तेथे दिसत होता. मला

त्याचीच भीती होती. पुन्हा परतत होतो. परंतु तहान खूप होती. त्या कुत्र्याची आठवण करत होतो. त्याची आठवण येताच विचार करायचो. एक दिवस उडी मारली, उडीच मारली, सगळे संपले. मीसुद्धा संपलो, जो अहंकार सावली बनत होता तोही पुसला गेला. मन भरून तृप्त झालो. कबीर म्हणतात, मी पुरेपूर मिळवले.

शेवटचा प्रश्न : प्रार्थना म्हणजे काय?

खालील शब्दांकडे लक्ष द्या —
'तुझ्या तेजाने सारी सृष्टी तेजोमय झाली आहे.
आमच्या घरीही ये, खूप अंधार आहे.
तू डोक्यावर चादर ओढून घेतली आहेस.
लपू नकोस, समोर ये. खूप अंधार आहे.
तू तुझा चेहरा दाखव. खूप अंधार आहे.
हृदयाचे दिवे तू लाव, खूप अंधार आहे.
तुझ्या ज्योतीच्या प्रकाशाने किती तरी दिवे रोशन झाले.
अजून लाव, खूप अंधार आहे.'
भक्ताची प्रार्थना एवढीच आहे 'तमसो मा ज्योतिर्गमय' – मला अंधाराकडून प्रकाशाकडे घेऊन चल. 'मृत्योर्मा अमृतम्गमय' – मला मृत्यूकडून अमृताच्या दिशेने घेऊन चल, 'असतो मा सद्गमय' – मला असत्याकडून सत्याकडे घेऊन चल. प्रभू प्रकाशित कर.

'तुझ्या तेजाने सारी सृष्टी तेजोमय झाली आहे.
आमच्या घरीही ये, खूप अंधार आहे.'
प्रार्थना म्हणजे परमेश्वराला निमंत्रण आहे.
भक्त म्हणतो : माझ्या हृदयाला प्रकाशित कर.
माझ्या हृदयाची ज्योत बन. माझ्या हृदयाला तेवत ठेव.
माझ्या हृदयाचे दिवे तू लाव, खूप अंधार आहे.
तुझ्या ज्योतीने हजारो दिवे प्रकाशमान झाले आहेत.
भक्त म्हणतो : कितीतरी दिवे तुझ्या ज्योतीने प्रकाशित झाले आहेत. कोणी बुद्ध, कोणी येशू, कोणी कृष्ण, कोणी कबीर, कोणी नानक, किती किती दिवे तुझ्या ज्योतीने तेवले आहेत.
हजारो दिवे तुझ्या ज्योतीने प्रकाशित झाले आहेत.
पेटव, अजून पेटव, खूप अंधार आहे.
हा माझा छोटासा दिवासुद्धा लाव. तुझ्याच प्रकाशाने सारे अस्तित्व भरले

आहे, तर माझ्यावर का नाराज आहेस? इथे माझ्या घरामध्ये खूप अंधार आहे. तू इथेसुद्धा ये.

प्रार्थना निमंत्रण आहे. प्रार्थना पुकार आहे. प्रार्थना प्रेम आहे.

आज एवढेच!

'कहें कबीर मैं पूरा पाया।'मधून
∎

सूत्र

मन लागो मेरा यार फकीरी में।
जो सुख पायो राम भजन में, सो सुख नाहिं अमीरी में।
भला बुरा सब को सुन लीजै, कर गुजरान गरीबी में॥
प्रेम नगर में रहनि हमारी, भलि बनी आइ सबूरी में।
हाथ में कूरी बगल में सोंटा, चारो दिसि जागीरी में॥
आखिरी यह तन खाक मिलेगा, कहा फिरत मगरूरी में।
कहै कबीर सुनो भाई साधो, साहब मिले सबूरी में॥
समझ देख मन मीत पियरवा, आसिक होकर सोना क्या करे।
पाया हो तो दे ले प्यारे, पाय-पाय फिर खोना क्या रे॥
जब अंखियन में नींद घनेरी, तकिया और बिछौना क्या रे।
कहै कबीर प्रेम का मारग, सिर देना तो रोना क्या रे॥
सती को कौन सिखावता है, संग स्वामी के तन जारना जी।
प्रेम को कौन सिखावता है, त्याग मांही भोग का पावना जी।

प्रवचन सहा
मन लागो मेरा यार फकीरी में।

करिश्मे हैं बस इक हकिकत के दो
मेरी बंदगी और खुदाई तेरी
है इक दुसरे की वो शाने नजूल
गरीबी मेरी क्रिब्रयाई तेरी
जहां में जहूरे खुदी मुझसे है
मुझी में छुपी है खुदाई तेरी
उठाया है बारे अमानत तेरा
मेरे दम से है सब खुदाई तेरी
जो देखो तो दो रुख हैं तस्वीर के
फकीरी मेरी पादशाही तेरी
जरा और भी मश्के नाज
मुझे हर अदा आज भाई तेरी
जो ठुकरा दिये मैंने दोनो जहां
तो किस्मत में आई गदाई तेरी

येशूचे एक प्रसिद्ध वचन आहे, की जे गरीब आहेत ते भाग्यवान आहेत,– 'ब्लेसिड आर द पुअर इन स्पिरिट.' आजचे जे सूत्र आहे ते येशूच्या या वचनाशीच गुंफले गेले आहे, आणि ते खूप अनोखे आहे!

येशू म्हणतात : ज्यांचा आत्मा गरीब आहे, जे आतून मनाने गरीब आहेत, ते लोक खूप भाग्यवान आहेत. अर्थात जे आतून रिकामे आहेत, भरलेले नाहीत, जे आतून पूर्णत: शून्य आहेत, ज्यांच्या आतमध्ये एक मोकळे आकाश आहे, कारण अशा रिकाम्या-मोकळ्या आकाशामध्येच परमेश्वर प्रवेश करू शकतो.

गरिबीचा अर्थ समजून घ्या. येशूने म्हणूनच जो शब्दप्रयोग केला आहे – 'पुअर इन द स्पिरिट' – आतमध्ये जो दरिद्री आहे; ज्याचा अंतस्तल गरीब आहे; ज्यांच्या आतमध्ये तुझ्या-माझ्याचा कोणताही भाव नाही; ज्याच्या आतमध्ये ना धन आहे, ना पुण्य आहे, ना प्रतिष्ठा आहे, ज्याने आपल्या आतमध्ये

काहीही जमा केलेले नाही. जो एखाद्या खोल दरीसारखा आहे. स्वत:पेक्षाही रिकामा! जेव्हा पाऊस पडेल, जेव्हा पर्वत रिकामे राहतील आणि फक्त दरी भरून जाईल आणि ती दरी एक सरोवर बनेल.

पाऊस तर डोंगरावरसुद्धा पडतो पण तरीसुद्धा डोंगर रिकामेच राहतात. कोरडे कोरडेच राहतात. कारण ते खूप भरलेले आहेत. काहीही भरा. पण त्याची गरज नाही. दऱ्या भरून जातात, कारण त्या रिकाम्या असतात, जितकी मोठी दरी असते, तितकेच त्याचे मोठे सरोवर बनते. जितके मोठे शून्य असते, तेवढे सारे भरून जाते.

आतमधील गरिबीचा अर्थ हाच की आतमधून पूर्ण रिकामा, आतमध्ये काहीच नसणे, कोणताही थाटमाट नाही. कोणताही शृंगार नाही, सामग्री नाही, 'मी' चा कोणता भावही नाही, कारण 'मी' चा भाव असेल तर तुम्हाला भरून देण्यासाठी काहीच नाही. ते पुरेसे आहे. जेथे तुम्ही (मी) आहात, तेथे परमेश्वराला प्रवेश नाही. आतमध्ये काहीच नको.

म्हणून ध्यानाची परिभाषा आहे – 'शून्यता'. म्हणून बुद्धाने तर परमेश्वर शब्दसुद्धा सोडला होता आणि सांगितले, की तुम्ही 'शून्य' होऊन जा, उरलेले आपोआप भरून जाईल. बाकी दुसरे काहीच करायचे नाही. परमेश्वर तर येतोच. त्याच्याबाबत बोलणेसुद्धा व्यर्थ आहे आणि बुद्धाने तर अगदी बरोबरच केले, त्याने परमेश्वर शब्दाबाबतसुद्धा काही वाच्यता केली नाही. कारण लोक इतके वेडे असतात, की 'शून्य' होण्यास तयार होतात, शून्याच्या दिशेने जातातसुद्धा – पण या इच्छेने प्रबळ होतात की चला परमेश्वर पावेल, भेटेल. परंतु ही आकांक्षा तुम्हाला रिकामे होऊ देणार नाही, तुम्हाला 'शून्य' होऊच देणार नाही. ही इच्छा तर तुम्हाला प्रथमच भरून टाकेल.

हे सूत्र चांगले लक्षात ठेवा, की परमेश्वराची आस बाळगली तर तीसुद्धा परमेश्वराच्या मार्गावर अडथळा बनते.

सगळ्या इच्छा-आकांक्षा अडथळेच आहेत, कारण सगळ्या तुम्हाला भरून टाकतात. जेव्हा निष्कांक्षेने मन भरलेले असते – म्हणजेच रिकामे मन, जेव्हा निर्वासनेने भरलेले मन असते – अर्थात रिकामे मन, जेव्हा काहीही मिळवण्याची इच्छा नसते, जेव्हा काही मिळाले असते त्याचासुद्धा काही दावा नसतो. जेव्हा तुमच्या आतमध्ये काही भूतकाळ नसतो, ना भविष्यकाळ असतो, कारण भूतकाळसुद्धा एक संग्रह असतो आणि भविष्यकाळसुद्धा! आणि जेव्हा तुम्ही फक्त असणाऱ्या क्षणांमध्ये राहिलात, फक्त त्याच क्षणांच्या अस्तित्वामध्ये असाल – त्याच रिकाम्या-शून्य क्षणांमध्ये – तर तुम्हाला त्या अंतराळामध्ये (भागातील क्षणांमध्ये) सारे काही मिळून जाते.

या हकिकतीचे हे दोन करिश्मे आहेत.' सत्य तर एक आहे. बरोबर तर एक आहे. हकिकत तर एक आहे; पण चमत्कार दोन आहेत. 'मेरी बंदगी और खुदाई तेरी' – माझे झुकणे आणि तुझे माझ्यामध्ये उतरणे; माझे मिटणे आणि तुझे माझ्यामध्ये येणे; माझे नसणे आणि तुझे होऊन जाणे।

कबीर म्हणतात: 'हेरत हेरत हे सखि रह्या कबीर हिराई।' शोधता शोधता कबीर हरवून गेले आणि ज्या दिवशी कबीर हरवले त्याच दिवशी कबीराचे परमेश्वराशी मिलन झाले. जोपर्यंत 'कबीर' होते तोपर्यंत मिलन झाले नाही. ज्या दिवशी तुम्ही शोधता शोधता हरवून जाल...

लक्षात ठेवा – तुमचे परमेश्वराशी कधीही मिलन होणार नाही. कारण परमेश्वराच्या मिलनामध्ये तुमचाच मोठा अडथळा आहे. मिलन कसे होणार : तुमच्यासमोर परमेश्वर कधीही उभा राहणार नाही, कारण तुमच्या डोळ्यांसमोर तुमचाच मोठा पडदा आहे. तुम्हीच तर अडचण आहात, तुम्हीच तर विरोधक आहात. तुम्ही बाजूला झालात तर परमेश्वर असणार आहे.

म्हणून भक्त आणि परमेश्वराचे कधीही मिलन होत नाही. अशा अर्थाने होत नाही, की दोघेही भेटतात, वाकून नमस्कार करतात, एकमेकाला मिठ्या मारतात; पण मिलन असे असते, की भक्त तर विरघळून (मिटून) जातो. आणि भगवान बनतो. जोपर्यंत भक्त आहे तोपर्यंत परमेश्वर नाही; आणि जर परमेश्वर आहे तर भक्त कुठे!

'करिश्मे हैं बस इक हकीकत के दो
मेरी बंदगी और खुदाई तेरी
हैं इक दुसरे की वो शाने नजूल
गरीबी मेरी क्रिब्रयाई तेरी।'

माझी गरिबी, माझे काहीही नसणे आणि तुझे सारे काही असून बरसणे! माझे दारिद्र्य आणि तुझी करुणा, माझा शून्यभाव आणि तुझी प्रभूमध्ये रममाण झालेली उपस्थिती. इकडे मी मिटून जातो, तिकडे तू प्रकट व्हायला लागतोस! आणि हे सारे एकाच नाण्याच्या दोन बाजू आहेत. वेगवेगळ्या नाहीत.

'जो देखो तो दो रुख हैं तस्वीर के
फकीरी मेरी पादशाही तेरी'

जो माणूस फकीर बनण्यास तयार झाला तो बादशहा बनतो. म्हणून स्वामी राम स्वत:ला म्हणत असत : 'बादशहा राम' – बरोबर म्हणत होते. म्हणूनच तर या देशामध्ये आम्ही बादशहाची पूजा केली नाही तर फकिरांची पूजा केली. कारण आम्ही खऱ्या बादशहाला ओळखले आहे. ज्यांच्याजवळ फक्त बाहेरचीच संपत्ती आहे, त्यांचे बादशहापण नकली आहे. ते पैशावर अवलंबून आहे.

ज्यांच्याजवळ ध्यान आहे, त्यांचे बादशाहीपण खरे आहे. कारण धन तर हिसकावून घेतले जाईल; ध्यान हिसकावून घेतले जाणार नाही. धन तर लुटले जाईल, ध्यान लुटले जाणार नाही. धन तर मृत्यू घेऊन जाईल पण ध्यान तुमच्याबरोबर जाईल; आगसुद्धा त्याला जाळू शकत नाही आणि शस्त्रसुद्धा त्याला छेदून जाणार नाही. 'नैनं छिन्दंति शस्त्राणि, नैनं दहति पावकः' नाही, आगसुद्धा त्याला जाळणार नाही आणि शस्त्रसुद्धा त्याला छेदून जाणार नाही.

ध्यानच अशी एक संपत्ती आहे, की ते नेहमीच तुमचे असणार आहे. परंतु ध्यानासाठी धनाला ठोकरणे जरुरीचे आहे.

'जो देखो तो दो रुख हैं तस्वीर के
फकीरी मेरी पादशाही तेरी
जरा और भी मश्के नाज
मुझे हर अदा आज भाई तेरी।'

जेव्हा तुम्हाला समजेल, की तुमच्या गरिबीमध्ये परमेश्वर अवतरला आहे, त्या दिवशी तुम्हाला ही भावनासुद्धा आवडेल. प्रत्यक्षात तुम्ही नेहमीच याला घाबरत आला आहात. तुम्ही नेहमी घाबरत राहिलात, की माझे काही होणार तर नाही ना! माझे अस्तित्व संपणार तर नाही ना!

मनुष्य आयुष्यभर काय करतो? मी कोणीतरी आहे, हे सिद्ध करण्याचा प्रयत्न करतो. मी कुणीतरी आहे. मी कोणीतरी विशेष, काही खास आहे, साधारण नाही. सर्वसाधारण मनुष्य नाही, असा तसा नथ्थुराम नाही, कोणीतरी विशिष्ट आहे, प्रधानमंत्री आहे, राष्ट्रपती आहे, धनवान आहे, प्रसिद्ध आहे. कोणता ना कोणता तरी मार्ग मनुष्य शोधतो. समजा, बरोबर मार्ग मिळाला नाही तर चुकीचा मार्गसुद्धा शोधतो. परंतु काहीतरी विशिष्ट नाव मिळवल्याशिवाय राहत नाही. हवे तर जग म्हणू देत हा डाकू आहे, खुनी आहे – पण जग काही का म्हणेना!

म्हणून लोक म्हणतात; नाव नाही झाले तरी काही काळजी नाही, बदनामी सुद्धा चालेल पण काही तरी नाव व्हायला हवे. परंतु मनुष्याला काहीतरी विशिष्ट नावाशिवाय जगायला आवडत नाही. पाहिजे तर कोणी सैतान का म्हणेना, पण लोक तर ओळखतील ना की मी तो आहे. माझ्या अस्तित्वाची जाणीव तर केली जाईल.

सारे आयुष्य, साऱ्या लोकांचे सगळे आयुष्य, किंबहुना प्रत्येक मनुष्य मी कोणीतरी आहे हे सिद्ध करण्यात घालवतो. प्रत्येक मनुष्याला असे वाटते, की साऱ्या जगाने माझ्याकडे लक्ष द्यावे की मी इथे आहे. मी असाच मरून जाऊ नये, की जो कुणालाच माहीत नाही आणि इतिहासावर ज्याने कोणताच ठसा

उमटवून ठेवला नाही, काळाच्या प्रवाहावर ज्याने कोणतेच हस्ताक्षर कोरले नाही. मी आठवण सोडून जाईन. मी तर संपून जाईन, परंतु नाव तरी राहील, यश राहील, प्रतिष्ठा राहील, समजा यश-प्रतिष्ठा नाही राहू शकली, तर अप्रतिष्ठा राहील.

तुमचे राजकीय पुढारी आणि तुमचे गुन्हेगार, अपराधी यांच्यामध्ये काहीही फरक नसतो हे ऐकून तुम्हाला आश्चर्यचकित व्हायला होईल, पण दोघांच्या इच्छा एकच असतात. मानसशास्त्रज्ञाला विचारा. या गेल्या शंभर वर्षांमध्ये मानसशास्त्राने अशा कितीतरी गोष्टी उल्लेखित करून ठेवल्या आहेत, की त्या प्रत्येक पुरुषाने जाणून घेणे गरजेचे आहे.

मानसशास्त्रात म्हणतात, की अपराधी आणि राज-नेत्यांमध्ये काहीही फरक नाही. राजकीय नेता समजा हरला, तर तो अपराधी होऊन जाईल. तो तशी त्याची तयारी ठेवेल आणि समजा अपराधीला संधी मिळाली, तर तो स्वत:च राजकीय नेता बनणे पसंत करेल. समजा संधी नाही मिळाली तर नाही; पण दोघांची इच्छा आहे की आम्ही कुणीतरी आहे.

तुम्हाला माहिती आहे, ॲडॉल्फ हिटलरला सर्वात प्रथम चित्रकार व्हायचे होते. परंतु महाविद्यालयात प्रवेश मिळू शकला नाही. त्यामुळे कोठून चित्रकार होणार? कुठे एक सृजनात्मक कामगिरी आणि कुठे एक सगळ्या जगाचा सगळ्यांत मोठा भक्षक (हत्यारा-खुनी) बनणे. परंतु बारकाईने बघितले तर उद्दिष्ट एकच – काहीतरी करण्याची इच्छा. मी कुणीतरी आहे. समजा चित्रकार नाही होता आले; समजा चित्र बनवायला नाही मिळाले, काहीतरी बनवण्याची इच्छा होती. पण ती संधी नाही मिळाली तर काही तरी बिघडवणार... परंतु काहीतरी होऊन दाखवणार.

'जरा और भी मश्के नाज
मुझे हर अदा आज भाई तेरी।'

ज्या दिवशी तुम्हाला हे समजेल, की शून्य होण्यामध्ये एक अद्‌भुत आनंद आहे, त्या दिवशी तुम्ही म्हणाल, 'तेरी हर अदा...!' तेव्हा तर मृत्यूसुद्धा त्याची एक अदा आहे. तेव्हा तुम्ही मृत्यूमध्येसुद्धा नाचत नाचत आनंदाने सामील होऊन जाल. बासरी वाजवत वाजवत तुम्ही मृत्यूचे स्वागत कराल. तोसुद्धा त्याचा एक आविष्कार (हावभाव) आहे.

त्याने संपवले, तरी आनंद आहे; बनवले तरी आनंद आहे. त्याच्याबरोबर त्याच्या असण्यामध्ये मजा आहे. त्याच्याशिवाय कोणतीसुद्धा मजा नाही, आनंद नाही. त्याच्याशिवाय त्रासाशिवाय दुसरे काहीही नाही.

'जो ठुकरा दिये मैंने दोनों जहां

तो किस्मत में आयी गदाई तेरी'

जेव्हा मी दोन्ही जगामध्ये, या लोकांत आणि परलोकांतील दोन्हींचीही चिंता सोडून दिली.... कारण दोन प्रकारचे लोक आहेत. काही इथे संपत्ती गोळा करताहेत, तर काही लोक परलोकामध्ये जाऊन धन जमवताहेत. यामध्ये खूप फरक करू नका.

ज्यांना तुम्ही भोगी म्हणता, ते लोक इथे धन एकत्र करताहेत आणि ज्यांना तुम्ही त्यागी म्हणता, ते तेथे धन एकत्र करताहेत. त्यामुळे दोघेही धन जमवत आहेत. दोघांची नजर संपत्तीवर खिळलेली आहे. भोगी इच्छा करतो, इथे सुख भोगून घेऊ. त्यागी विचार करतो, इथे काय मिळणार? सारे क्षणभंगुर आहे तेथे भोगू, पुण्य करून घेऊ, उपास, व्रत-वैकल्य करू. बघा दोघांची नजर काय आहे? दोघांची दृष्टी काय आहे. कुठेही भोगायला मिळेल. कुठेही बलशाली बनून जाऊ. शून्य रहायला नको.

'जो ठुकरा दिये मैंने दोनो जहां!' ज्याने इथले धन आणि तेथील धन दोन्ही धनाची इच्छा सोडून दिली त्याच्या नशिबामध्ये अपूर्व घटना घडली. 'तो किस्मत में आयी गदाई तेरी।' तेव्हा पुन्हा तुझ्या हाती साधूपण येईल, निरिच्छता येईल.

साधूपण किंवा निरिच्छता मोठ्या किमतीने मिळते, फुकटची मिळत नाही. असा विचार करू नका, कुणीही साधू बनू शकते. साधूपण मोठ्या नशिबाने मिळते.

बलख आणि बुखारी यांचा इब्राहिम हा सम्राट होता. तो साधू झाला होता. जेव्हा साधू बनला आणि बाहेर पडून एका धर्मशाळेमध्ये थांबला होता, पहिलीच रात्र होती. अजून एक साधू तेथे राहिला होता. दोन्हीही साधू अनोळखी होते. तो दुसरा साधू त्याला आपल्या दुःखमयी गोष्टी सांगत होता की कुठेच काही अर्थ नाहीये. सारे सोडूनही बघितले; पण काही मिळवल्यानंतरही काही सापडत नाही आणि काही सोडल्यानंतरही काही मिळत नाही. दुःख तेथेही आहे आणि दुःख इथेही आहे. गृहस्थी (संसारी) होऊनही बघितले, संन्यासी होऊनही बघितले काहीही मिळाले नाही. कुठेच काही अर्थ नाही, सारे काही बेकार (व्यर्थ) आहे.

तो संन्यासाच्या विरुद्ध खूप काही सांगत होता. अनुभवी होता. जवळजवळ पंधरा-वीस वर्षांपासून संन्यासी होता.

इब्राहिम ऐकत राहिला, ऐकत राहिला. शेवटी इब्राहिम त्याला इतकेच म्हणाला, की 'मला असे वाटते की तुम्हाला संन्यास खूप स्वस्तामध्ये मिळालेला दिसतो.' त्या माणसाने विचारले: 'तुला काय म्हणायचे आहे? संन्याससुद्धा स्वस्त आणि महाग असतो?'

इब्राहिम त्याला म्हणाला, की 'तुम्हाला स्वस्तामध्ये सहज संन्यास मिळाला, म्हणून तुम्हाला त्याची किंमत समजत नाहीये. मला तर घर सोडून अजून काही तासच झाले आहेत, परंतु ज्या प्रकारचा आनंदवर्षाव माझ्यावर होत आहे, असा आनंद माझ्या आयुष्यात कधीच नव्हता. तुम्ही तर पंधरा-वीस वर्षांपासून संन्यासी आहात आणि म्हणता, की माझ्या आयुष्यात आत्तापर्यंत कोणताच प्रकाश उतरला नाही. तेव्हा कुठे ना कुठे तरी चुकते आहे. तुम्ही तर या जगाला सोडून दिले, पण त्या जगाला अजून पकडून ठेवले आहे.'

पण फरक काय आहे? जे मन इथे पकडते, तेच तेथे पकडते. जे मन इथे भोगू इच्छिते, ते तेथे भोगते. जे मन इथे सुंदर स्त्रिया शोधते, तेच मन तेथे अप्सरा निर्माण करते. जे मन इथे शराबखान्यात जाते, तेच स्वर्गामध्ये बाहेर दारूचे स्त्रोत निर्माण करते. काय आहे? तेच मन, जे इथे थकले-भागलेले आहे, ते पुन्हा आशादायी होत जाते, की चला इथे नाही मिळाले, तेथे मिळेल.

दोन्ही जग सोडण्याचा अर्थ हा आहे, की मनाच्या या साऱ्या सवयी सुटून जाऊ देत!

इब्राहिम म्हणतात ते बरोबर आहे, की एक संन्यास असा आहे की जो हा संसार सोडण्याने मिळत नाही. कारण हा संसार सोडण्यामागे त्या संसाराला मिळवण्याची आशा धरून ठेवली तर धोकाच झाला असे समजा. काही फरकच पडणार नाही.

तुम्ही जा आणि तुमच्या ऋषिमुनींना विचारा, साधूंना विचारा : संसार का सोडला? समजा ते म्हणाले, की काही तरी मिळवण्यासाठी; तेव्हा समजून घ्या की काही तरी बिघडले, कुठे तरी चुकले आहे आणि समजा ते म्हणाले, की काही मिळवायचे उरले नाही म्हणून सोडले तेव्हा समजून घ्या, की संन्यास खऱ्या अर्थी घडला आहे.

काही मिळवण्याची आशा सुटली तरच संन्यास! इथे मिळवणे, तेथे मिळवणे असे असले तर त्यात काहीच फरक पडणार नाही. आणि जेव्हा असा संन्यास घडेल – काही न मिळवणे – तेव्हा ते खूप मोठे भाग्य आहे.

'जो ठुकरा दिये मैंने दोनो जहां
तो किस्मत में आयी गदाई तेरी।
फिर तेरी फकीरी हाथ लगी।'

कबीरांचे वचन ऐका : 'मन लागो मेरा यार फकीरी में।'

मन तर निरिच्छतेमध्ये – साधुपणामध्ये लागतच नाही. जेव्हा मन निरिच्छतेमध्ये रममाण होते तेव्हा मन मन राहतच नाही. ही पहिली गोष्ट लक्षात ठेवा.

मन तर श्रीमंतीमध्ये रममाण होते. मनाचा अर्थच हा आहे की अजून अधिकाची इच्छा करणे. मनाचा अर्थच हा आहे, की जे आहे ते पुरेसे नाही, अजून पाहिजे. मन असे कधीही मानत नाही, की जे आहे ते पुरेसे आहे त्याची अजून हवे असल्याची इच्छा मोठी विचित्र आहे. ती तशीच कायम राहते. हजार रुपये आहेत तर अजून दहा हजार हवेत, दहा हजार आहेत तर अजून दहा लाख पाहिजेत, दहा करोड हवेत, मागणे सतत चालूच राहते.

मनाच्या कल्पनेला कोणत्याही मर्यादा नाहीत. ज्ञान आहे पण तरीही अजून पाहिजे. त्याग आहे पण अजून त्याग हवा. ध्यान आहे पण अजून ध्यान पाहिजे. अजून पाहिजे. मन म्हणजे 'अजून काही तरी!' अजून हवे असल्याच्या वासनेचे नाव म्हणजे मन!

कबीराचे हे सूत्र मोठे अद्भुत आहे.

'मन लागो मेरा यार फकीरी में'

ज्या दिवशी मन निरिच्छतेमध्ये लागेल, तेव्हा त्याचा काय अर्थ असेल? त्याचा मतलब हाच असेल, की आता मन हे मन राहिलेच नाही. मन (अ-मन) निरिच्छ झाले. मन आता काहीही मागत नाही. जे काही आहे त्यामध्ये ते तृप्त आहे. जसे आहे त्यामध्ये काडीमात्रही तक्रार नाही. निरिच्छतेचा हाच खरा अर्थ आहे. साधूपणाचा हा अर्थ होत नाही, की तुम्ही दुकान (संसार) सोडून पळून जा. कारण की दुकान सोडून जाण्यामध्येसुद्धा काही ना काही वासना नक्कीच असेल.

लक्षात घ्या, कबीरांनी कधीही दुकान सोडले नाही. कबीरांनी कधीसुद्धा आपले काम सोडले नाही, पत्नी सोडली नाही, मुले सोडली नाहीत. कबीरांना परमज्ञान प्राप्त झाले होते. ते विणकरी होते, विणकरीच राहिले. विणत होते ते विणतच राहिले. कपडे विणत होते ते कपडे विणणे चालूच ठेवले. आणि तेच कपडे विणता विणता रामाचे नावही विणत राहिले. आणि त्याच कपड्यांमध्ये स्वतःचे मन–हृदयही मोठे करू लागले. पहिल्यांदा सर्वसाधारण माणसांसाठी विणत होते आता रामासाठीही विणू लागले. त्यामुळे प्रत्येक ग्राहक हाच राम बनला. ही क्रांती तर झालीच, मग ग्राहक ग्राहकाला राम म्हणू लागला, साहेब म्हणू लागला. हा फरक तर झालाच, पण जे काम चालू होते ते तसेच चालूच राहिले.

कबीरांचे भक्त कबीरांना म्हणत असत– त्यांचे हजारो भक्त होते. 'तुम्ही आता हे कपडे विणणे बंद करा, तुम्हाला ते शोभत नाही. तुम्हाला काय कमी आहे? आम्ही आहोत ना, आम्ही तुमची सगळी काळजी घेण्यास तयार आहोत.' परंतु त्यावर कबीर हसत असत.' ते म्हणत, 'परमेश्वराने मला जो अवधी

दिला आहे आणि जे काही करण्याची आज्ञा दिली आहे, ते मी करत राहणार. जोपर्यंत हातापायांमध्ये शक्ती आहे तोपर्यंत मला जे करायचे आहे ते मी करत राहणार. त्यामुळे मला खूप आनंद मिळतो. तुम्ही बघितले नाही : बाजारामध्ये राम कधी कधी कपडे खरेदी करण्यास येतात ते किती प्रसन्न मनाने परत जातात. ही माझी पूजा आहे, माझी आराधना आहे.

गुण तर बदलले, पण काम मात्र तेच राहिले. तेव्हा कबीरांचा साधुपणाचा अर्थ घर-दार सोडणे हा नाही झाला. कबीरांची निरिच्छता खूप आंतरिक आहे. खूप स्वागतार्ह आहे. कबीरांचे साधुपण ही वैचारिक क्रांती आहे.

'मन लागो मेरा यार फकिरी में'

तेव्हा फकिरीचा अर्थ काय? फकिरीचा अर्थ हाच, की जे आहे त्यामध्ये समाधान मानणे. जे आहे त्यामध्ये तृप्तता! अधिक हव्यासाची इच्छा मरून जाणे. परिग्रहाच्या भावापासून सुटका होणे. म्हणूनच कबीर म्हणतात: काय माझे, काय तुझे? ते म्हणतात ही कोणतीही गोष्ट माझी आहे असे म्हणण्याची लाज नाही वाटत? सारे काही परमेश्वराचे आहे. सारी भूमी या प्रभूची–गोपाळाची आहे. मध्येच हे माझे आहे असे म्हणताना तुला लाज नाही वाटत? ना काही घेऊन आलात ना काही घेऊन जाणार आणि मध्येच काही तरी हक्क सांगता. खरं तर तू परमेश्वराचे आभारच मानायला हवे की तुला येथील वस्तूंचा वापर करण्याची संधी दिली; परंतु तुझे इथे काहीही नाही आणि जर तुझे काहीच नाही तर सोडण्याचा प्रश्न येतोच कुठे?

एक फकीर तर असा असतो, की तो सारे सोडून पळून (दूर) जातो; परंतु सगळे सोडून पळून जाण्यामध्येसुद्धा हे 'माझे' होते, ही भावना राहतेच ना! माझे नव्हतेच तर सोडणार कसे?

दोन भावना असतात, एक धरून ठेवण्याची भावना; एक सोडण्याची भावना. खऱ्या फकिराची कल्पना म्हणजे या भावनांपासून मुक्ती! माझे तर काहीच नाही, तर मी ते धरून कसे ठेवणार? माझे जर काहीच नाही, तर सोडू कसे? सोडणारा मी कोण? पकडणारा मी कोण? ज्याने मला पाठवले तोच हे जाणे; त्याची इच्छा! त्याला जे करायचे ते तो करेल. 'मन लागो मेरा यार फकीरी में!'

अजून एक गोष्ट लक्षात घ्या : 'यार'ची फकिरी. त्या आवडणाऱ्याबाबत प्रेम वाटू लागले, म्हणून 'फकिरी' (निरिच्छता)!

एक साधुपण असे आहे, जसे की जैन मुनीचे साधुपण आहे. त्या साधुपणात त्या निरिच्छेत गणित आहे, प्रेम नाही. त्या साधुपणामध्ये व्यवहार आहे. तेच हिशेब अजून चालू आहेत– इतके उपास केले तर किती पुण्य लागेल. इतके

व्रत ठेवले तर किती पुण्य लागेल. इतके इतके पुण्य होईल, तर मग मी कोणत्या स्वर्गामध्ये जाईन – पहिल्या, दुसऱ्या की सातव्या?... परंतु तेथे प्रेम मात्र अजिबात नाही.

अजून अशी एक फकिरी आहे, कबीर त्याविषयी बोलत आहेत. अशी फकिरी त्याच्या मैत्रीतून निर्माण होते, त्याच्या प्रेमामध्ये पडल्यामुळे निर्माण होते आणि लक्षात घ्या दोघांमध्ये जमीन अस्मानाचा फरक आहे आणि म्हणूनच जैन मुनींच्या चेहऱ्यावर तुम्हाला कधीही आनंदाची छटा दिसणार नाही. हिशेब दिसतील, गणिते सापडतील, तर्क दिसेल, परंतु आनंदाची मस्ती दिसणार नाही धुंदी दिसणार नाही. एखादा झरा फुटला आहे, असा आनंद मिळणार नाही. सगळे सुकलेले, वैराण असल्याचे जाणवेल. झाडाला आता फुले येणार नाहीत हे खरे आहे; पण आता पानेही फुटणार नाहीत हेही सत्य आहे. जसा वाळलेला बोडका वृक्ष आहे तसे जैन मुनी आहेत. आता वसंत जसा बहरणारच नाही. 'वसंता'शी संबंधच तुटून गेला आहे. पानगळीशीच जणू काही त्यांनी स्वतःचे नाते जोडले आहे.

एक सुफी फकीर आहे, त्याच्या साधुपणाचा ढंग काही वेगळाच! त्याच्या साधुपणामध्ये परमेश्वराचे प्रेम आहे. त्याने संसारामधील काहीही सोडले नाही. त्याला सोडावे लागले आहे, काही सुटून गेले आहे, तर ते त्याच्या प्रेमापासून सुटले आहे.

जशी एखादी आई आपल्या मुलासाठी कष्ट करते. तिचे प्रेम मुलावर आहे म्हणून ती सारे प्रेम त्याच्यावर अर्पण करते. आपले तन-मन-धन जे काही आहे ते सारे त्याच्यावर वाहून टाकते, स्वतः फकीर (रिकामी) होते. ही फकिरी काही वेगळीच आहे. यामध्ये प्रेमाचा एक अविरत प्रवाह आहे. ही प्रेमाची फकिरी आहे. हे प्रेम एखाद्या वाळवंटासारखे नाही. यामध्ये खूप फुले उमलतात, पक्षी गीत गातात आणि पाण्याचे झरे वाहतात.

'मन लागो मेरा यार फकीरी में'– माझे मन निरिच्छतेमध्ये लागू देत. मी परमेश्वराच्या प्रेमामध्ये असा पडलो आहे, की आता मी या संसारावर कसे प्रेम करीन? तीच तर खरी समस्या आहे. ही तर परमेश्वराची फसवणूक होणार! एक त्याच्या प्रेमात पडलो आणि त्यामुळे इतरांचे प्रेम हरवून बसलो. आता संपत्तीमध्येही रस नाही– धन सोडल्यामुळे पुण्य मिळेल म्हणून नाही. धनामध्ये रस नाही. याचे कारण सगळा रस आता परमेश्वरामध्ये निर्माण झाला आहे. त्याच्याकडे वाहू लागला आहे. आता माझ्यामध्ये कोणताच रस उरलेला नाही की जो मी धनामध्ये दाखवू, कोणताच रस उरलेला नाही जो मी कोणत्याच पदासाठी देऊ शकेन. कोणताच रस उरलेला नाही की जो मी दुसऱ्या काही

दिशांना वाटून टाकू शकेन. या सगळ्या धारा सागराकडे वाहत आहेत. त्यामुळे आता कुठे दुसरीकडे पळून जाण्याचा कोणताच मार्ग नाही.

फरक विचारांमध्ये आहे. एक फरक तर हा आहे, सांभाळत जपून चला. कोणतीही गोष्ट हरवता कामा नये. धनापासून सावध, स्त्रीपासून बचाव, मुलांपासून सावध, नजर चोरून पळून जा, जंगलामध्ये जाऊन बसा. कारण एक भय आहे, की संसाराच्या या जाळ्यामध्ये अडकलात, तर नरकामध्ये जावे लागेल. एक भय आहे. या संसाराच्या प्रेमामध्ये पडलात तर स्वर्गाला पारखे व्हावे लागेल. एक प्रलोभन आहे, जे भयावह आहे. ही फकिरी, ही निरिच्छता नकारात्मक आहे.

कबीरांची फकिरी, साधुपण विधायक आहे. ना नरकाचे भय आहे आणि ना स्वर्गाचा लोभ आहे. परंतु परमेश्वरावर नितांत श्रद्धा (प्रेम) बसली आणि अशी श्रद्धा-प्रेम बसले की हृदय कुठे जाण्यास तयारच नाही. सारखे त्याच्याकडेच धाव घेते. संसार आता उरलाच नाही. त्यामुळेच सोडायची–धरायची गोष्टच उरली नाही.

तुमचे कधी कुणावर प्रेम जडले आहे? सर्वसाधारण आयुष्यामध्येसुद्धा, एखाद्या स्त्रीवर, एखाद्या पुरुषावर प्रेम जडले तर दुसऱ्या साऱ्या गोष्टी गौण होऊन जातात. लगेच गौण होतात. आपल्या प्रियकरासाठी – प्रेमीसाठी काहीही सोडण्यामध्ये अवघड असे काहीच वाटत नाही. सारे काही सोडले जाऊ शकते. आणि तरीसुद्धा सोडण्याचा कोणताही गर्व निर्माण होत नाही. प्रेमाचे, फकिरीचे हेच महत्त्व आहे. नाही तर सोडण्याचा एक प्रकारचा गर्व निर्माण होतो. सोडण्याचा गर्व तेव्हा निर्माण होतो, जेव्हा प्रेम नसते. प्रेम असा दावा कधीच करत नाही की मी काय काय सोडले. एखाद्या आईला विचारा की तू तुझ्या मुलासाठी काय काय केले? ती काय केले हे सांगणार नाही, फक्त ती एवढेच सांगेल मी काय करू शकले नाही; मी काय केले हे ती सांगू शकणार नाही – की मी किती रात्री जागून काढल्या, किती रडले, दळण दळले, मुलाला वाढवण्यासाठी काय काय केले, किती कष्ट घेतले, किती संकटे झेलली, हे मोजमाप ती करू शकणार नाही आणि समजा ते मोजले तर मग ती आईच नाही; पण समजा एखाद्या संस्थेच्या सेक्रेटरीला विचारले तर तो न केलेल्याचेसुद्धा मोजमाप करेल. त्याला अजिबात प्रेमच नाही. तो तर मोठे दावे करण्यावरच जिवंत आहे. काय काय केले याचे मोजमापच करत बसतो.

राजकीय पुढारी जे कधीच काही करत नाही, त्याचे मोजमाप करतात – हे हे होत आहे, हे हे केले आहे. लांबच्या लांब यादी वाढतच राहते. मोठमोठे आकडे वापरत राहतात.

रूसमध्ये क्रांती झाली, तेव्हा 'रूस'च्या नेत्यांनी वर्तमानपत्रामध्ये बातमी छापली, की रूसच्या गावांमध्ये शिक्षण घेणाऱ्यांची संख्या दुप्पट झाली आहे. आणि हे खरे आहे का याचा जेव्हा शोध घेतला तेव्हा असे लक्षात आले, या सगळ्यांचा आधार – एका गावामध्ये एक शाळा होती. त्या शाळेत क्रांतीच्या पूर्वी एकच मुलगा शिकत होता आणि आता दोन मुले शिकताहेत. शिक्षण दुप्पट झाले. त्या छोट्याशा शाळेच्या आकड्यांवरून खूप आरडाओरडा झाला.

आकडे जितके खोटे बोलतात तितके दुसरे कुणीही खोटे बोलत नाही. लोक गरीब होताहेत आणि इकडे वर्तमानपत्रामध्ये देशाच्या संपत्तीविषयीचे आकडे वाढवूनच सांगितले जात आहेत. लोक मरताहेत आणि इकडे नेते लोक सांगताहेत की आम्ही किती काम केले आहे, आम्ही किती प्राणांची आहुती दिली आहे. खोटी आश्वासने देतात आणि पुन्हा खोटी वक्तव्ये करतात की आम्ही हे हे केले आहे आणि त्याच्या समर्थनार्थ आकडेवारी तर नेहमीच उपलब्ध असते. हे प्रेम नाही.

परवा मला, कलकत्त्याला कुठल्यातरी मुनींनी उपास केले आहेत, त्यासाठी उत्सव साजरा केला जाणार आहे, म्हणून त्याचे निमंत्रण आले. ते मोठे असे निमंत्रण पत्र होते. मोठ्या चार ओळींमध्ये मोठ्या, मोठ्या अक्षरांमध्ये त्यांनी जीवनभर किती व्रत केले, उपास केले, त्याचे संपूर्ण वर्णन केले होते.

हा तपशील काय सांगतो? हे व्रत-उपास काही सांगायची गोष्ट आहे? नाही; परंतु ही जैन मुनींची संपत्ती आहे. हीच त्यांची पुंजी (बँक बॅलन्स) आहे. हेच बरोबर घेऊन ते सत्याच्या समोर जाऊन उभे राहतात. हीच यादी सांगतात, की हे हे करून आलो आहे. परंतु ही फकिरी, हे साधुपण रिकामे, खाली आणि नकारात्मक आहे.

कबीर ज्या फकिरीविषयी बोलतात ती विधायक आहे, ती प्रेमाची फकिरी आहे. 'माझे मन फकिरीमध्ये रममाण होऊ देत.' ती फकिरी जी परमेश्वराच्या प्रेमभावनेतून येते. जी त्याच्या प्रेमामधून निर्माण होते. त्यासाठी संसार सोडावा लागत नाही, परमेश्वराच्या दिशेने प्रवास सुरू होतो, संसार सुटू लागतो. सोडण्याचा गर्व निर्माण होत नाही की सोडण्याचे दुःखही होत नाही. जसे पिकलेले फळ आपोआप वृक्षापासून गळून पडते, तशीच प्रेमाची फकिरी आहे आणि कच्चे फळ तोडणे म्हणजे फकिरीची जबरदस्तीच आहे. वरून तर तुटल्यासारखे दिसाल, पण आतून संसाराबद्दल विचार करत राहाल.

जेव्हा परमेश्वराच्या चरणी आपण पूर्ण वेडे होऊन जातो, समर्पित होऊन जातो, तेव्हाच खरे साधुपण घडताना दिसते.

'जो सुख पायो राम भजन में, सो सुख नाहिं अमीरी में।'— जे सुख राम नामाच्या भजनामध्ये आहे ते सुख श्रीमंतीमध्ये नाही.

श्रीमंती सोडल्यामुळे सुख मिळेल? हा प्रश्नच उरत नाही. पण गोष्ट नेमकी उलटी झाली आहे. रामाच्या भजनामुळे सुख मिळाले आहे, त्यामुळे श्रीमंतीचे सुख त्यापुढे फिक्के झाले आहे, कवडीमोल होऊन गेले आहे.

तुम्ही हातामध्ये दगड-गोटे घेऊन चालला आहात आणि कुणी तुम्हाला सांगतंय, की हे दगड-गोटे आहेत टाकून द्या. हे टाकले तर हिरा मिळेल. समजा हिरा मिळेल या लोभापायी तुम्ही ते दगड-गोटे फेकून दिले. तर ते टाकल्यानंतरही तुम्ही ओरडत बसाल, की 'मी किती दगड-गोटे टाकून दिले' कारण तुमच्यासाठी ते दगड-गोटे नव्हते. दगड-गोटे असते तर तुम्ही ते हातात घेऊन फिरला नसतात. तुम्ही तर ते हिरे आहेत असे समजत होतात. तुम्ही सांगत सुटाल की मी किती हिरे सोडले; पण खरा हिरा मला अजूनपर्यंत मिळाला नाही; अजून किती वेळ आहे? आता लवकर घाई करायला हवी. अन्याय होत आहे.

एक दुसरी अवस्था अशी आहे, की तुम्ही दगड-गोटे घेऊन जात आहात. रस्त्याच्या बाजूला हिरा पडलेला दिसला. दगड-गोटे आपोआप गळून पडतील, सोडावे लागणार नाहीत. हातातून गळून पडतील. केव्हा पडले ते तुम्हाला समजणारसुद्धा नाही. तुम्ही पटकन वाकून हिरा उचलून घ्याल आणि हीच खरी फकिरी आहे.

संसार सोडल्याने परमेश्वर भेटतो ही गोष्ट चुकीची आहे. परमेश्वर भेटल्याने संसार सुटतो ही गोष्ट खरी आहे आणि हे तुम्ही तुमच्या हृदयामध्ये कोरून ठेवा, कारण यावरच सारे काही अवलंबून आहे. नाही तर तुम्ही एक रखरखते वाळवंट बनाल. संसार सुटेल आणि परमेश्वरही भेटणार नाही.

मी हजारो साधू-संन्याशांची अशी अवस्था बघितली आहे. हातातून दगड-गोटेही सुटले, आणि काही ना काही तरी हातामध्ये असल्याची जी भ्रांती होती तीसुद्धा गेली – आणि हिरा तर मिळाला नाहीच कारण हातामधून दगड-गोटे गळून जाण्याचा आणि हिरे मिळण्याचा कोणताही संबध नाहीये. हिरा जर मिळाला, तर दगड-गोटे हातातून जरूर निसटून जातात, कारण हिरा पकडण्यासाठी हात रिकामे असणे महत्त्वाचे आहे.

'जे सुख राम भजनामध्ये आहे ते सुख श्रीमंतीमध्ये नाही.' कबीर म्हणतात आता राम-भजनामध्ये जो आनंद मिळतो आहे, हृदय जसे आनंदाने पुलकित झाले आहे, तसे आधी कधीच झाले नव्हते – ना संपत्तीमुळे, ना पदामुळे, ना प्रतिष्ठेमुळे ! ती गोष्ट होऊन गेली, ती गोष्ट व्यर्थ होऊन गेली – अनुभवामुळे व्यर्थ होऊन गेली.

ध्यान आणि धन समजून घ्या. धन म्हणजे बाहेरची धाव! ध्यान म्हणजे

अंतर्यात्रा, धन म्हणजे बहिर्यात्रा! धन म्हणजे अजून माझ्याजवळ येऊ देत, अजून जमा होऊ देत आणि ध्यान म्हणजे मी 'शून्य' होऊन जाऊ दे. माझ्या आतमध्ये काहीही रहायला नको. मी एक रिकामे – सुने मंदिर होऊन जाईन, त्या दिवशी परमेश्वराच्या मूर्तीची स्थापना होईल. प्रतिमा आणावीच लागत नाही, शून्यच पूर्णत्वाचा आवाज देतो.

शून्यत्व पुरेसे आहे. तुम्ही अट पूर्ण केली, की तुम्हाला दुसरे काही करावेच लागत नाही. मग दरवाजे उघडून दिले, की फक्त प्रतीक्षा करावी लागते. एक दिवस अचानक तुम्हाला जाणवते, परमेश्वराचे अस्तित्व; आणि तुमचा रोम न् रोम प्रकाशित झाला आहे, आणि तुमच्या कणाकणामध्ये नवीन जीवनाचा अंतर्भाव झाला आहे. वसंत आला आहे, असा वसंत जो पुन्हा कधी जाणार नाही. मधुरसाचा वर्षाव हा वर्षाव कधी बंद होत नाही. तुम्ही काळाच्या पलीकडे गेलात आणि कालातीत प्रवेश होऊन गेला.

धन म्हणजे वस्तू, ध्यान म्हणजे चेतना! धन म्हणजे दुसरा, ध्यान म्हणजे 'स्व' - स्वतः! धन म्हणजे तुमच्यापासून जे वेगळे आहे, ज्याला तुम्ही आपल्या चारी बाजूने जमा करू शकता! तुम्ही आपल्या चारी बाजूला मोठे ढीग जमा करू शकता, गोदामे भरू शकता, पण तुम्ही तुम्हीच राहता! तुमचे धन तुमच्यामध्ये कोणताही बदल घडवून आणू शकत नाही. कसा आणणार? धन बाहेर आहे आणि तुम्ही 'आत' आहात! दोघांचे कुठेच मिलन होत नाही.

रुपये संपत्ती आपल्या अंतरात्म्यामध्ये तर आपण घेऊन जाऊ शकत नाही, नाही तर लोकांनी तेही नेले असते. त्यांनी आपला अंतरात्मा रुपया-पैशांनी भरून टाकला असता. नोटांच्या गड्ड्याच लावल्या असत्या.

नोटा आतमध्ये जात नाहीत. नोटा बाहेरच पडून राहतात. मोठ्याहून मोठे साम्राज्यसुद्धा बाहेरच पडून राहते आणि तुमचा खरा प्रश्न, तुमची खरी समस्या तर आतच आहे. तेव्हा जी साधनं तुम्ही जमवू-जोडू पाहता त्याचा या समस्येशी काहीही संबंध नसतो. जे समाधान तुम्ही करू पाहता ते या समस्येवर उपाय होऊ शकत नाही.

ध्यानाचा अर्थ आहे, मी प्रथम हे तर समजून घेईन, की मी कोण आहे? मी प्रथम याची तर ओळख करून घेईन, की माझ्या आतमध्ये बोलणारा, श्वास घेणारा, डोलणारा कोण आहे? हे कोण आहे? हे काय आहे? हे कोठून आणि कुणीकडे जात आहे?

'जो सुख पायो राम भजन में...।' राम भजन हे ध्यानाच्या प्रक्रियेचे नाव आहे. 'सो सुख नाहिं अमीरी में।' 'भला बुरा सब को सुन लीजै, कर गुजरान गरीबी में।'

लोक काय म्हणतात याची चिंता करू नकोस. कारण लोक काय म्हणतील याची चिंता करूनच तुम्ही त्रस्त बनले आहात. संसारामध्ये लोकांना बघून बघून तुम्ही वेडे बनले आहात.

कोणा एखाद्याने मोठे घर बांधले म्हणून तुम्हालाही मोठे घर बांधायचे आहे. तुम्ही हे सहन करू शकत नाही. तुमच्या अहंकाराला ते मोठे आव्हान असते. कोणी मोठी गाडी खरेदी केली, म्हणून तुम्हालाही मोठी गाडी खरेदी करायची! ही गोष्ट तुमच्या सहनशक्तीच्या पलीकडे आहे, की तुम्हाला कुणीतरी अशाप्रकारे मागे ढकलत आहे.

तुमच्यावर एकच वेड स्वार झाले आहे, की माझ्याजवळ या वस्तू असतील तरच मी असेन! आणि माझ्याजवळ मोठ्या वस्तू असतील, तरच मी मोठा असेन. माझ्याजवळ संपत्तीचे भांडार असेल तरच मी खास व्यक्ती असेन. नाहीतर मी ना खास असेन ना माझे कोणतेही मूल्य असेल.

आणि दुसऱ्यावर तुम्ही लक्ष ठेवून आहात. तुम्ही जेव्हा चांगले कपडे घालून घराच्या बाहेर पडता, तेव्हा दुसरे विचारतात, छान आहेत कपडे, कोठून खरेदी केले? त्यांच्यामध्येही ईर्ष्या उत्पन्न होते. दुसरे लोक चांगले कपडे घालून बाहेर पडतात, तेव्हा तुमच्यामध्येही ईर्ष्या निर्माण होते; परंतु आपण सारखे दुसऱ्यालाच बघत असतो आणि आपली खरी गरज काय आहे याची मात्र आपल्याला अजिबात काळजी नसते.

मनोवैज्ञानिक यावर खूप अभ्यास करताहेत आणि आश्चर्यचकित होताहेत की मनुष्याला त्याची खरी गरज काय आहे याची चिंताच नाही. तो हे बघतो की दुसरे लोक काय करत आहेत.

शेजाऱ्याने गाडी खरेदी केली, म्हणजे तुम्हालासुद्धा ती घ्यावीच लागेल, मग त्यासाठी मुलाच्या शिक्षणामध्ये कपात करावी लागेल, जेवणामध्ये काटकसर करावी लागेल, पाहिजे तर कर्जही घ्यावे लागेल, पण तुम्हाला गाडी घ्यावीच लागेल. गाडी तुमची गरज नव्हती. एक दिवस आधी शेजाऱ्याने गाडी खरेदीही केली नव्हती, तोपर्यंत तुम्ही गाडीच्या खरेदीबाबत विचारसुद्धा केला नव्हता, तुम्ही तुमच्या सायकलवर अगदी मजेत फिरत होतात. आता जीवन संकटामध्ये पडले होते कारण शेजारी गाडी घेऊन आले होते. त्यामुळे तुम्हाला घ्यायलाच हवी होती. नाही तर शेजारी म्हणालाच होता, की माझ्या तुलनेत तू काहीच नाही, माझ्याकडे बघ! आता त्याच्या गाडीचा वाजणारा हॉर्न तुमचे हृदय छेदून टाकेल. तुम्ही झोपणार नाही, जागणार नाही, उठणार नाही, बसणार नाही – एकाच गोष्टीचा विचार करणार. सुकून जाल आणि गंमत ही आहे की तुम्हाला याची जरुरीही नाहीये.

पाश्चिमात्य देशामध्ये जाहिरातीची कला खूप विकसित झाली आहे. पूर्वेकडे ती येते आणि जाते. जाहिरात कलेचा सगळा भार यावर आहे, की लोकांना भ्रम देण्याचा प्रयत्न करायचा, ज्या तुमच्या खरोखरच्या गरजा नाहीत, त्या तुमच्या गरजा आहेत हे दाखवायचे, लोक याचा विचारही करत नाहीत, की ही त्यांची गरज होती का? जाहिरातच त्यांना सांगते, की ही तुमची गरज आहे.

पूर्वी अर्थशास्त्राचा नियमच होता, की जेथे जेथे मागणी असते, तेथे तेथे पुरवठा केला जातो. नवीन अर्थशास्त्राचा नियम आहे, पुरवठा करा, मागणी आपोआप निर्माण होते. प्रथम वस्तू निर्माण करा, जाहिरात करा, बातमी पसरवा, आणि त्या गोष्टीकडे आकर्षित करण्यासाठी स्वप्नं रचा, कविता तयार करा. आणि लोकांमध्ये असा भ्रम निर्माण करायचा, की या गोष्टीशिवाय त्यांचे जीवन अगदी निरर्थक–अकारण आहे–आणि ते मागे लागतील, वेडे होऊन जातील, ते जीवनाचे खरे मूल्य सोडून देतील, जगण्याच्या खऱ्या गरजा सोडून देतील आणि व्यर्थ गोष्टी जमा करण्यामध्ये दंग होतील.

कबीर म्हणतात, चांगले-वाईट सगळ्यांचे ऐका. लोक काय म्हणतील याची चिंता करू नका. याची जर चिंता तुम्ही केली तर सत्य तुम्हाला कधीच गवसणार नाही. कारण लोकांना सत्याशी काही घेणे नसते. या कारणामुळे लोक किती खोटे बोलतात याचा तर काही हिशोबच नाही. कारण दुसरे लोक काही वेगळेच दावे करत असतात, त्यामुळे तुम्हीसुद्धा दावे करू लागता.

मी हे ऐकले आहे: दोन मच्छिमार गप्पा मारत बसले होते. एक मच्छिमार म्हणाला, 'काल तर हद्द झाली–असा मासा मी पकडला की माझ्या एकट्याच्याने तो ओढला जाणे शक्य नव्हते. दहा माणसे लावावी लागली तेव्हा कुठे तो मासा मी किनाऱ्यावर आणू शकलो.'

ज्या नदीच्या किनाऱ्यावर बसून ते बोलत होते, त्या छोट्याशा नदीमध्ये एवढा मोठा मासा मिळूच शकत नाही. त्या नदीला मोठा पूर जरी आला तरी एवढा मोठा मासा तेथे मिळेल?

दुसरा म्हणाला, 'हे तर काहीच नाही. दोन दिवसांपूर्वी नदीमध्ये मी आकडा (काटा) टाकला, मासा तर काही आकड्यांमध्ये आला नाही, पण एक कंदील उसळत त्या आकड्यामध्ये आला आणि चमत्कार तर हा आहे की त्या कंदिलावर लिहिले होते, 'नेपोलियन काळाचा!' आणि अजूनपर्यंत तो कंदील जळतो आहे.'

पहिला माणूस म्हणाला, 'हे बघ, तू तुझ्या जळणाऱ्या कंदिलाचा मामला विझवून टाक, तर मीसुद्धा माझ्या माशाचा आकार व लांबी कमी करू शकतो.'

लोक एकदुसऱ्याला बघूनसुद्धा खोट्या गप्पा मारत असतात. जे त्यांच्याजवळ नसते त्याचेही दावे करत राहतात, दिखावासुद्धा करत बसतात. घरामध्ये उपाशी

असतील, पण बाहेर पडताना नटून-थटून बाहेर पडणार! सगळी दुनिया इतकी नटून-थटून बाहेर पडते आहे आणि तुम्ही तसे करून बाहेर पडला नाहीत तर खूप वाईट वाटेल. आणि प्रत्येक गोष्टीमध्ये आपण विचार करतो, की लोक काय म्हणतील.

लोक माझ्याकडे येतात. ते म्हणतात, 'संन्यास तर घ्यायचा आहे. पण लाल रंगाची वस्त्रे! लोक काय म्हणतील?'

हे लोक कोण आहेत? आणि गंमत पहा, म्हणजे असे होऊ शकते: ज्यांना तुम्ही घाबरत आहात. ते तुम्हाला घाबरतात. कारण त्यांच्यातील काही लोक मलासुद्धा विचारतात आम्हाला संन्यास घ्यायचा आहे, पण काय करणार लोक काय म्हणतील?

हे लोक कोण आहेत? कुणामुळे तुम्ही भयभीत आहात? यांच्यापैकी तुम्हाला साथ देणारे कोण आहेत? तुम्ही मेलात तर तुमची अस्थी बांधून स्मशानामध्ये जाऊन ठेवून येतील. हेच लोक तुम्हाला चितेवर जाळतील, हेच लोक! आणि त्यांची तुम्ही आयुष्यभर काळजी करत आलात. त्यांची चिंता करताना तुम्ही स्वत:साठी कधी जगला नाहीत, आपल्या स्वभावानुसार, आपल्या नैसर्गिक स्वभावानुसार, आपल्या सहजतेमध्ये, तुम्ही कधी जगला नाहीत. यांच्या भयापोटी तुम्ही नेहमी उधार राहिलात (स्वत: जगला नाहीत) जे होण्यासाठी तुमचा जन्म झाला होता ते तुम्ही कधी बनलाच नाहीत. परमेश्वराने तुम्हाला जे काही दिले होते ते तुम्ही कधी दाखवूच शकला नाहीत. कारण–लोक काय म्हणतील?

कबीरांचे हे सूत्र लक्षात ठेवा: 'चांगले-वाईट सगळ्यांचे ऐका, आणि गरीबीमध्ये रहा.'

लोक हसतील. लोक म्हणतील, धावा! महत्त्वाकांक्षी बना. रस्त्याच्या बाजूला उभे राहून तुम्ही काय बघता आहात? पद-प्रतिष्ठा लोक लुटताहेत. सामील होऊन जा. काही कमवा, जगाला काही दाखवा. काही तरी करा.

परंतु कबीर म्हणतात, तुम्ही याची चिंता करू नका. तुम्ही आपल्या गरिबीमध्ये मस्त रहा. खायला प्यायला मिळाले, कपडे मिळाले, रहायला छप्पर मिळाले, बस झाले. यापेक्षा अधिक चिंतेमध्ये पडू नका. तुमची ती जी शक्ती वाचली आहे, तिचा उपयोग तुम्ही प्रभूच्या प्रार्थनेसाठी करू शकाल त्यामुळे हरिभजन निर्माण होईल. नाही तर तुमची ही जी वाचलेली शक्ती आहे ती हा संसारच खाऊन टाकते.

लोक माझ्याकडे येतात. ते म्हणतात, 'तुम्ही सांगितल्याप्रमाणे आम्ही ध्यान करतोसुद्धा, परंतु ध्यान करायला बसलो की लगेच डुलक्या यायला लागतात, तेव्हा काय करणार?' त्यांना असे वाटते, की ध्यानामध्ये अशी कोणती तरी

गोष्ट आहे की त्यामुळे डुलक्या येतात. तुम्ही अगदी थकलेले-भागलेले आहात. पैशाच्या मागे लागून तुम्ही इतके थकून गेला आहात, की त्यामुळे तुम्ही जेव्हा ध्यानाला बसता तेव्हा झोप नाही येणार तर काय येईल? काही शिल्लकच राहिले नाही. सगळी शक्ती वाया जात आहे.

तुम्ही अशी एक बादली आहात, की तिला छिद्रेच छिद्रे आहेत. विहिरीमध्ये टाकली, तर खूप खडखडाट होतो. पाण्यामध्ये टाकली तर भरली आहे असेही दिसते आणि थोडी जरी वर ओढायला सुरुवात केली तरी पाणी गळणे सुरू व्हायला लागते आणि बादली जेव्हा तुमच्या हातात येते तेव्हा ती रिकामीच येते. आरडा-ओरडा आवाज खूप होतो, पण हाती काहीच लागत नाही.

तुम्ही खूप थकलेल्या अवस्थेत आहात. आणि अशा थकलेल्या अवस्थेत तुम्ही परमेश्वराचे नामस्मरण करण्यासाठी बसता. तुम्ही म्हणाल, कामाच्या (दुकानामध्ये) ठिकाणी मला झोप येत नाही. तुम्ही म्हणाल, निवडणूक लढायला जातो तेव्हा झोप येत नाही. तुम्ही म्हणाल, की एखाद्याशी भांडताना जेव्हा भांडणाऱ्यावर तुटून पडतो, तेव्हा झोप येत नाही. मग ध्यान करतानाच का येते?

त्याचे कारण आहे–ध्यान करताना कोणीही प्रतिस्पर्धी नसतो. ध्यान करताना तुम्ही एकटेच असता आणि आयुष्यात तुम्ही फक्त धक्के-बुक्के खातच चालत असता. ध्यान करताना तुम्ही अगदी एकटेच असता, कोणतीही धक्का-बुक्की नसते, कोणतीही गर्दी नसते, दुसरे कोणीही नसते, डोळे बंद केल्यावर तुम्ही एकटेच राहता. तुम्ही जेव्हा तुमचे दुकान उघडता, तेव्हा तुमच्याचसारखी हजारो दुकानेसुद्धा असतात. त्यामुळे वैमनस्य, स्पर्धा, हिंसा हे सारे येतेच! त्यामुळे एकप्रकारचे आव्हान निर्माण होते, दुकानामध्ये झोप लागत नाही. झोप लागली, तर सारेच हरवून बसाल.

निवडणूक लढवत असाल, तर एकटे थोडेच लढत असाल? दुसरेही कोणीतरी लढवत असेल. तो वेड्यासारखा धावत असेल. तो तुम्हाला बघूनही वेड्यासारखा धावत असेल, आणि तुम्हीही त्याला बघून वेड्यासारखे धावत असाल.

मी असे ऐकले आहे, की मुल्ला नसरुद्दिन स्मशानामध्ये एका कबरीपाशी उभा होता. आणि तिकडून एक वरात येत होती, त्याने थोडीशी जास्तच प्यायलेली होती. वरात बघितली, बँड वाजला, घोड्यावर कुणीतरी बसलेले आहे. त्याने काहीतरी म्हटले! दारूच्या नशेमध्ये त्याला असे वाटले, की शत्रू आपल्यावर हल्ला करतो आहे. आता काय होणार, कुठे जाऊ, स्वतःला कसे वाचवू, यामुळे तो चिंतित झाला.

असा विचार करता करताच वरात जवळसुद्धा येऊन ठेपली. बँड अजून

जोरजोरात वाजू लागला. आणि जो घोड्यावर बसला होता, त्याच्या हातामध्ये तलवारसुद्धा होती. तो (मनात) म्हणाला, 'बापरे आता मेलो!' तो वेगाने उडी मारून कबरस्तानाची जी भिंत होती त्या भिंतीमध्ये तो घुसला. तेथे अगदी नुकतीच एक कबर खोदलेली होती. कबर ज्यांच्यासाठी खोदली होती ते अजून आलेले नव्हते. लोक आणण्यासाठी गेले असतील. तो अगदी तत्परतेने डोळे बंद करून त्या खड्ड्यामध्ये झोपून गेला.

वरातवाल्यांनी बघितले, की एक माणूस तेथे उभा होता. एकदम अचानकपणे, भिंतीवरून उडी मारली. कोणता धोका तर नाही, काही भानगड तर नाही ना? हा माणूस इथे काय करतो आहे? कोणी शत्रू वगैरे तर नाही ना! यामुळे त्यांनी बँड वाजवण्याचे थांबवले. ते सगळेजण भिंतीच्या पलीकडे डोकावून बघू लागले, की काय भानगड आहे आणि त्यांना दिसले, की तो माणूस डोळे बंद करून खड्ड्यामध्ये पडून राहिला आहे. त्यामुळे ते अजूनच हैराण झाले. आतमध्ये घुसले. चारी बाजूंनी त्या कबरीला घेराव घातला. किती वेळ आपला श्वास रोखून धरणार, शेवटी मुल्ला म्हणाला, 'अरे बाबांनो मी श्वास घेऊ की नको? तुम्ही इथे कशासाठी येऊन उभे राहिला आहात?' त्यांनी विचारले, 'आम्हाला तुला हे विचारावेसे वाटते, की तू एवढा जिवंत माणूस या कबरीमध्ये (खड्ड्यात) काय करतो आहेस?'

तो म्हणाला, 'हे बरे आहे, मी तुमच्यामुळे इथे आहे, तुम्ही माझ्यामुळे इथे आहात. मी तुम्हाला बघून पळून आलो, तुम्ही मला बघून इथे आलात, हे बरे आहे!'

परंतु हे असेच चालले आहे.

कोणी मला विचारते: 'मी संन्यास कसा घेऊ? लोक काय म्हणतील?' आणि त्याच लोकांमधील लोकसुद्धा येऊन मला विचारतात की आम्ही संन्यास कसा घेऊ? आणि जेव्हा ते विचारतात की लोक काय म्हणतील, असे विचारणारा पहिला माणूससुद्धा त्या लोकांमध्येच सामील झालेला असतो.

एक दुसऱ्याला घाबरून लोक जगत आहेत; हे काही जगणे आहे? कोणाचे भय? कसले भय? जिथे मृत्यू येतो, तेथे भयाचा अर्थ काय आहे? जेथे सारे संपून (हिसकावले) जाते, तेथे लोकांची चिंता सोडा. जे तुम्हाला बरोबर वाटेल, जे तुम्हाला सुंदर भासेल, जे तुम्हाला सत्य जाणवेल, ज्याच्यामध्ये (बरोबर) तुमचे मन रमेल. ज्यामध्ये राहिल्याने तुम्हाला आनंद, शांती मिळेल, तेथे तुम्ही राहा.

माझे एक जुने ओळखीचे स्नेही श्री. हरि किशन दास अग्रवाल देवाघरी गेले. कितीतरी वर्षांपासून ते मला ओळखत होते, जेव्हा केव्हा ते येत, तेव्हा म्हणत असत, की संन्यास तर मला घ्यायचा आहे, पण पत्नी खूप आरडाओरड करेल. कुटुंबातील लोकपण तयार नाहीत. तुमच्याकडे आलो तर तेसुद्धा त्यांना

आवडत नाही; पण एक दिवस संन्यास घ्यायचा तर आहेच.

आणि आता मरण पावले. त्यांचा एक दिवस आलाच नाही आणि जेव्हा मृत्यू पावले, तेव्हा पत्नीने कोणताही अडथळा आणला नाही, घरातल्या लोकांनीही काही आक्षेप उभा केला नाही, शेजाऱ्या-पाजाऱ्यांनीसुद्धा कोणतीही कटकट मानली नाही, पटकन जाऊन अग्नी देऊन आले. आयुष्यभर संन्यासाला घाबरत राहिले, पण मृत्यू येतो आणि सारे काही घेऊन जातो.

संन्यासाचा एवढाच अर्थ आहे, की मृत्यू तुमच्यापासून जे काही नेतो ते वाचवू नका. प्रतिष्ठा जाईल, नाव जाईल, शरीर जाईल, धन जाईल – सारे काही जाईल.

संन्यासाचा एवढाच अर्थ आहे. मृत्यू तुमच्याकडून जे काही घेईल, ते तुम्ही पकडूच नका आणि मग तुमच्या आयुष्यात एक अशी क्रांती घडेल. त्या क्रांतीलाच कबीर म्हणताहेत; गरिबीमध्येच रहा.'

नाहीतर महत्त्वाकांक्षा सारे संपवून टाकेल. महत्त्वाकांक्षेला कोणताही अंत नाही. कोणी काही खरेदी केले, कोणी काही खरेदी करून आणले, त्या सगळ्याच्या मागे तुम्ही लागता. तुम्ही अगदी अडचणीत पडता, स्वतःचे खिसे एकसारखे चाचपता. परंतु तुम्हाला तरीही करावे लागते, कारण शेजाऱ्यांनी केले आहे.

'प्रेम-नगर में रहनि हमारी, भलि बनी आइ सबूरी में!' कबीर म्हणतात, आम्ही प्रेमनगरमध्ये प्रवेश केला आणि कटकटीपासून सुटलो.

'प्रेम नगर में रहनि हमारी...।

या जगामध्ये दोनच नगरे आहेत. एक नगर आहे, घृणेचे, हिंसेचे, प्रतिस्पर्धेचे, महत्त्वाकांक्षेचे, जेथे तुम्ही परस्परांशी स्पर्धा करत आहात.

आणि आपण लहान लहान मुलांमध्ये विष पेरण्यास सुरुवात करतो. तुमचा मुलगा शाळेत जात नाही तर लगेच तुम्ही त्याच्या मागे लागता, की तुझा पहिला नंबर आला पाहिजे. तुम्ही त्याला ताप देणे सुरू करता. तुम्ही त्याच्यामध्ये विष पेरता. त्यामुळे तो पहिला नंबर येण्याच्या मागे लागतो. तीस मुले असतील, तर पहिला एकच येऊ शकतो. उरलेली जी एकोणतीस मुले आहेत ती आयुष्यभर पहिला न येण्याचे दुःख घेऊन जगतील, त्यांच्या मनामध्ये नेहमी राग राहील की अरेरे! आपण प्रथम क्रमांकावर येऊ शकलो नाही. आणि जो पहिला आला आहे, तोसुद्धा काही सुखात नसेल. पहिला आला आहे, म्हणून तर त्याच्यासमोर खूप मोठी अडचण निर्माण झाली आहे. त्याला तर आता आयुष्यभर हा प्रथम क्रमांक टिकवून ठेवावा लागणार आहे. नाहीतर समस्या निर्माण होईल. जो पहिला येतो तो अहंकाराने भरून जातो, आणि जे पहिले येत नाहीत ते विषादाने ग्रासतात. दोन्हीही रोग आहेत.

परंतु हा आयुष्यभराचा रोग आहे. छोट्या मुलांनाच लागला आहे असे नाही, तर म्हाताऱ्यांनासुद्धा हा रोग जडला आहे. असे आहे की नाही हे तुम्ही मोरारजीभाई देसाईंना जरूर विचारा. ब्यांयशीव्या वर्षीसुद्धा हा रोग त्यांना लागला आहे. मरतेसमयी एक पाय कबरीमध्ये जातानासुद्धा हा रोग सुटलेला नाही. हा रोग सुटतच नाही. महत्त्वाकांक्षा ही खूप भारी व्याधी आहे.

'प्रेम नगर में रहनि हमारी।'

अजून एक नगर आहे, ते प्रेमाचे नगर आहे; तेथे महत्त्वाकांक्षा नाही, तेथे कोणाशी स्पर्धा नाही. मी माझ्या आनंदात राहतो, तुम्ही आपल्या आनंदात राहता. ना माझी तुमच्याशी कोणती स्पर्धा आहे, ना तुमची माझ्याशी कोणती स्पर्धा आहे, आपण एक दुसऱ्याशी तुलना करतच नाही.

जेथे तुलना आहे, तेथे घृणा आहे; जेथे तुलना नाही, तेथे प्रेम आहे. प्रेम स्वीकार करते. कोणी कवी आहे, कोणी संगीततज्ज्ञ आहे, कोणी लाकूडतोड्या आहे, कोणी काही आहे, कोणी काही आहे... प्रेम सगळ्यांचा स्वीकार करते. ते विभाजन करत नाही. ते असे म्हणत नाही, की डॉक्टर वरती आहे आणि लाकूडतोड्या खालच्या पातळीवर आहे. ते असे म्हणत नाही, की श्रीमंत उच्च आहे आणि गरीब नीच आहे. कोण वर कोण खाली? आपली-आपली जगण्याची मजा आहे. ज्याला जसे जगायचे असेल तसे तो जगेल परंतु स्पर्धेची कोणतीही गरज नाही.

दुसऱ्यांशी स्पर्धा केली तर तुम्ही संसारामध्ये असून घृणेच्या नगरीमध्ये असाल आणि तुम्ही कोणाशी स्पर्धा केली नाही, आपल्या-आपल्या आनंदात जगलात तर तुम्ही प्रेमाच्या नगरीमध्ये प्रवेश केलात असे समजा.

जो तुलना करत नाही तो कोणाचाच शत्रू नसतो. कारण त्याला शत्रू होण्याचे कोणतेच कारण नसते. जोपर्यंत तुम्ही तुलना करता तोपर्यंत तुम्ही कोणाचेच शेजारी बनू शकत नाही. कोणाचे शेजारी व्हाल तुम्ही? शेजाऱ्याशी तर संघर्ष चालू आहे. त्याला तर कमीपणा (नीचपणा) दाखवायचा आहे. त्याला तर नको नको करून सोडायचे आहे.

या साऱ्या दुनियेमध्ये आपण शत्रू निर्माण करून ठेवले आहेत, कारण आपण कारण नसताना एकमेकांशी भांडत आहोत आणि ह्या मौल्यवान जीवनाचे क्षण आपण व्यर्थ वाया घालवत आहोत. ही लढण्याची जागा नाही, ही नाचण्याची, आनंद व्यक्त करण्याची जागा आहे. ही गीत गाण्याची जागा आहे. पायामध्ये घुंगरू बांधा, हातामध्ये बासरी घ्या. स्पर्धा सोडा.

'प्रेम-नगर में रहनि हमारी, भलि बनी आइ सबूरी में।'

आणि धीर धरायला शिका. धीर धरा. क्षमाशील व्हा. प्रतीक्षा करायला शिका. जे गरजेचे आहे ते परमेश्वर तुम्हाला देईलच. जेव्हा जरूर आहे तेव्हा

नक्की देईल. जशी गरज असेल तसे देईल. ही श्रद्धा तुम्ही जपा. हिसका-हिसकी करू नका. हिसका-हिसकी केल्याने काहीसुद्धा मिळणार नाही. जे मिळत होते तेसुद्धा कदाचित मिळणार नाही; हिसका-हिसकीमध्ये तुटून जाईल. वाट बघा. धीर धरा.

प्रार्थनेची दोनच सूत्रे आहेत–प्रेम आणि प्रतीक्षा! दोन्ही सूत्रे यामध्ये आली आहेत! 'प्रेम-नगर में रहनि हमारी, भलि बनी आइ सबूरी में।'

आता तर आम्ही मस्त आहोत. आता जे होते आहे ते बरोबरच होत आहे. कारण तोच करणारा आहे. परमेश्वर सगळे बघतो आहे. तोच आपली काळजी वाहतो आहे. आता आपली चिंता करायचीच नाही. सारे काही त्याच्या हाती सोडून दिले आहे. हेच समर्पण आहे. भक्तांची अवस्था हीच आहे.

'हाथ में कूरी बगल में सोटा, चारो दिसि जागीरी में'। आणि कबीर म्हणतात, की हे सगळे विश्व आता आपलेच झाले आहे, कारण हे माझे स्वतःचे असे काही असण्याचे उरलेच नाही. 'चारो दिसि जागीरी में'–चारी दिशा आपल्याच आहेत.

खरं तर काहीच नाही, ना हातामध्ये भिक्षापात्र आहे, ना काखेत सोटा आहे, जवळ खास असे काहीच नाही पण तरीसुद्धा चारी दिशा आपल्याच वाटतात.

ज्या दिवशी तुम्ही स्वतःसाठी म्हणून तयार करण्याचे सोडाल त्या दिवशी सारे तुमचेच होऊन जाईल. ज्या दिवशी तुम्ही एका अंगणाचा, परिसराचा मोह सोडाल त्या दिवशी सारे आकाश तुमचे होऊन जाईल. तुम्ही स्वतःला उगीचच कमी (छोटे समजता) लेखता, कारण छोटेपणाला तुम्ही स्वतःला बांधून ठेवले आहे. ज्या दिवशी तुम्ही परमेश्वराचे होऊन जाता त्या दिवशी परमेश्वराचे सारे तुमचे होऊन जाते.

'आखिर यह तन खाक मिलेगा, कहा फिरत मगरूरी में।' एक दिवस हे शरीर मातीमध्ये मिसळून (विलीन होऊन) जाणार आहे, तेव्हा गर्वामध्ये कशाला फिरत बसायचे?

मग कशासाठी अहंकार बरोबर घेऊन फिरायचे? जो मातीमध्ये मिसळून जाणार आहे, त्याची तर गोष्टच सोडा. त्याची तर चिंताच सोडा. ते तर मिसळून जाईलच, किंबहुना ते मिसळलेले आहेच.

हा देह कधीही गळून पडेल, मातीमध्ये हरवून जाईल त्याचा पत्तासुद्धा लागणार नाही. (कळणारसुद्धा नाही) त्या आधी तुमच्या शरीरामध्ये चेतनेची जी अभिलाषा आहे, तिला प्रज्वलित करा (जागवा). तिला असे बनवा, की जेव्हा तुमचा देह मातीमध्ये मिळून जाईल, तेव्हा तो चेतना हरवून बसणार नाही.

चेतनेची ज्योत आकाशामध्ये उडेल.

सगळा धर्म याच गोष्टीचे शास्त्र आहे. शरीर तर संपेलच पण यामध्ये जो काही वेळ मिळाला आहे, त्यामध्ये तुम्ही दुसरा देह निर्माण करू शकता, जो मिटणार नाही; सूक्ष्म भाव शरीर! हा देह तर जाईलच! या शरीराचा उपयोग करून घ्या — तो देह बनवण्यासाठी, जो कधीही जाणार नाही; जो अमृताचा देह आहे.

आई-वडिलांपासून जो जन्म मिळतो, ते तर मातीचे शरीर असते. परंतु या मातीच्या शरीरामध्ये एक रहस्य दडले आहे. समजा तुम्ही जर त्याची किल्ली शोधून काढली, तर तुम्ही 'अमृतस्यपुत्र:' होऊन जाल, अमृताचे पुत्र होऊन जाल.

असे समजा, की द्राक्षामध्ये दारू दडलेली आहे, परंतु द्राक्षे खाल्ल्याने कोणतीही नशा येत नाही. द्राक्षामध्ये दारू दडली आहे; पण ती दारू तयार करावी लागते. लपली जरूर आहे पण ती तयार करावी लागते. काही प्रक्रियांमधून जावे लागते, एका रसायनाची प्रक्रिया करावी लागते.

द्राक्षे जेव्हा काही रासायनिक प्रक्रियेमधून बाहेर पडतात तेव्हा त्याची दारू बनते. द्राक्षे कितीही खा पण नशा चढत नाही आणि तसेच शरीरांमध्ये कितीही राहू देत, परमेश्वराचा अनुभव येत नाही. परंतु या शरीरामध्ये काही दडले आहे ते प्रकट करा. त्याचेच रसायन म्हणजे धर्म आहे.

आणि तुम्ही विचार केला, द्राक्षे जर तशीच राहिली तर सडून जातील. आणि दारू जितकी जुनी होईल तितकी अधिक चांगली होते. ही गंमत तुम्ही बघितली, हे गणित एकदम उलटे होऊन गेले.

द्राक्षे ठेवली तर ती सडून जातील, आज नाही उद्या फेकून द्यावी लागतील, पुन्हा मातीमध्ये मिसळून जातील आणि दारू तर द्राक्षापासूनच बनते; परंतु दारू जितकी जुनी व्हायला लागते, तितकी ती अधिकाधिक किमती व्हायला लागते. तितकीच भारी समजली जाते. हजारो वर्षांच्या जुन्या दारूची जी किंमत आहे, ती ताज्या दारूला नाही. ताजी दारू साधारण असते, कारण जितके दिवस टिकते, जितका काळ जातो, तेवढीच रासायनिक प्रक्रिया अधिक घट्ट होते, तितकीच दारू अधिक दारू बनायला लागते.

जवळजवळ असेच समजा, की शरीर म्हणजे द्राक्ष आहे. ते तर सडणारच! त्याआधीच दारू तयार करून घ्या. दारू तर सडणार नाही. त्या दारूलाच आत्मा म्हणतात.

जीझस जेव्हा आपल्या शिष्यापासून निरोप घेत होता, तेव्हा त्याने त्यांना भेट म्हणून दारूचे पेले (ग्लास) दिले. जायला निघाले होते आणि ते म्हणाले

की 'याला दारू समजू नका. असे समजा, की तुम्ही मला पीत आहात.'

जीझसने दारूचे प्रतीक का निवडले असेल? माझ्या दृष्टीने त्यांनी हे निवडले असेल याचे कारण असे असेल, की शरीर म्हणजे द्राक्ष आणि आत्मा दारू आहे आणि शरीरावर खूप खोल नशा चढू शकत नाही. उतरणारी नशा तयार होऊ शकते, परंतु न उतरणारी नशा तर फक्त आत्म्याबरोबरच होऊ शकते. आणि ज्याने आत्म्याची दारू प्यायली आहे तो परमेश्वराच्या स्वाधीन होऊन गेला. मग तेथे एक मस्ती चढते. तेथे एक धुंदी येते. अशी मस्ती, की ज्याने धुंदी जात नाही पण चढते.

'आखिर यह तन खाक मिलेगा, कहा फिरत मगरूरी में।
कहै कबीर सुनो भाई साधो साहब मिलै सबूरी में।'

धीर धरला तर साहेब भेटतात. शांतता, मौन, प्रतीक्षेमध्येच साहेब भेटतात. आणि ज्याने साहेबांना प्राप्त केले तेच खरे जगले. आणि ज्याने साहेबांना प्राप्त केले नाही, ते व्यर्थ जगले आणि व्यर्थ मेले. द्राक्षे तर राहिलीच, दारू बनू शकत होती पण तीसुद्धा तयार झाली नाही. त्याच्या घरामध्ये सडलेल्या द्राक्षांची दुर्गंधी मात्र भरून राहील.

'नक्शे हस्ती मिटा रहा हूं मैं
अपनी बिगड़ी बना रहा हूं मैं
आशियाना सपुर्दे बर्क किया
वुसअतों में समा रहा हूं मैं
बालो पर से मिली है आजादी
आसमानों पे छा रहा हूं मैं
नाम का तेरे आसरा लेकर
अर्श से आगे जा रहा हूं मैं
दौलते दो जहां को ठुकरा कर
तेरे कदमों में आ रहा हूं मैं
नक्शे हस्ती मिटा रहा हूं मैं

जो स्वतःला संपवणे शिकेल, जो स्वतःला झोकून देईल – तो गरीब! 'नक्शे हस्ती मिटा रहा हूं मैं!'

जगामध्ये दोन प्रकारचे लोक आहेत. जे स्वतःला काहीतरी बनवण्याच्या प्रयत्नामध्ये आहेत, जे म्हणतात, की आम्ही काही तरी होऊनच राहणार! आणि दुसरे लोक आहेत. जे म्हणतात आम्ही स्वतःला मिटवूनच राहणार (दाखवणार)!

तुम्ही स्वतःला मिटवणारे बना कारण तेथूनच परमेश्वर येतो.

जीझसचे एक वचन आहे – जो स्वतःला संपवेल, तो वाचेल आणि जो

वाचेल तो संपून जाईल.'

'नक्शे हस्ती मिटा रहा हूं मैं
अपनी बिगडी बना रहा हूं मैं'

हे वचन मोठे गमतीचे आहे! स्वत:ला संपवत आहे त्याचप्रमाणे स्वत:ला घडवतही आहे.

'आशियाना सपुर्दे बर्क किया।' आता तर आपले घरसुद्धा विजांना देऊन टाकले, भेट देऊन टाकले आहे.

'आशियाना सपुर्दे बर्क किया
कुसअतों में समा रहा हूं मैं।'

आणि जेव्हापासून आपल्या घराला– या छोट्याशा देहाला, छोट्याशा घरट्याला विजांवर सोपवून टाकले आहे, की काय करायचे असेल ते कर, तेव्हापासून मी या आकाशाच्या भव्यतेमध्ये सामावून जायला लागलो आहे. आता कोणतीही भीती नाही.

जेथे भय नाही, तेथे संकोचसुद्धा संपतो. तेथे विस्तार सुरू होतो. आणि आम्ही परमेश्वराला सगळ्यात प्रिय असे नाव दिले आहे, ते आहे ब्रह्म! ब्रह्माचा अर्थ होतो विस्तार – जो सारखा पसरतच जातो. विस्तारत जातो.

'बालो पर से मिली है आजादी
आसमानों पे छा रहा हूं मैं'

ज्या दिवशी तुम्ही देहापासून मुक्त होऊन जाता, त्या दिवशी सारे आकाश तुमचेच असते. आकाशसुद्धा तुमची सीमा नाहीये. तुम्ही आकाशापेक्षाही मोठे आहात. कारण आकाशाजवळ चेतना नाही, आणि तुमच्याजवळ चेतना आहे. चेतना साऱ्या आकाशाला आपल्यामध्ये सामावून घेऊ शकते.

'नाम का तेरे आसरा ले कर
अर्श से आगे जा रहा हूं मैं'

आकाशापेक्षाही मी पुढे जात आहे.

'नाम का तेरे आसरा ले कर
दौलते दो जहां को ठुकरा कर
तेरे कदमों मे आ रहा हूं मैं।'

दोन विश्व! इथे आणि तिथे, पृथ्वी आणि स्वर्ग या दोघांना जो सोडतो, तोच या प्रभूला आवडतो. 'मन लागो मेरा यार फकीरी में' माझे मन या फकिरीमध्ये तल्लीन होऊ देत.

'समझ देख मन मीत पियरवा।
आसिक हो कर सोना क्या रे।'

प्रेमी झोपूच शकत नाही, कारण कधी प्रेम निर्माण होईल याची कल्पनाच नसते. कोणती घटिका येईल, कोणत्या वेळेस येईल, तो भाग्याचा क्षण केव्हा येईल.

प्रेमी झोपू शकत नाही. तुम्ही कधी कोणावर प्रेम केले आहे, प्रतीक्षा केली आहे, तरच तुम्हाला ते समजेल. रस्त्यावरती वाळलेली पाने जमतात. त्याच्या आवाजाने प्रेमी उठतो, दार उघडून बघतो, कदाचित ज्याची प्रतीक्षा होती, तो आला असेल. हवेचा एक झोत येतो आणि प्रेमी जागा होतो. आकाशामध्ये ढग गरजतात आणि प्रेमी उठतो : कदाचित!

श्वासाश्वासामध्ये एकाच गोष्टीचा ध्यास आहे, प्रेमी कधी येतो आहे. सर्वसामान्य जगाच्या लोकांमध्येसुद्धा हे घडते आणि परमेश्वराच्या प्रेमामध्ये तर जास्तच घडते.

लक्षात घ्या, मनुष्यजातीने आतापर्यंत परमेश्वरापर्यंत पोहोचण्याचे दोन मार्ग शोधले आहेत – एक आहे ध्यान, एक आहे प्रेम. एकाचे नाव ज्ञानयोग, एकाचे नाव भक्तियोग!

ध्यानाचा अर्थ होतो– जगणे शिका. ज्या दिवशी तुम्ही जगणे शिकाल, त्या दिवशी प्रेमाला आपोआप भरते येईल. म्हणूनच बुद्धाने म्हटले आहे: ज्या दिवशी प्रज्ञा जागेल, त्या दिवशी करुणा आपणहून येईल. करुणा सावलीसारखी येईल. तुम्ही ध्यान करा, करुणा तुमच्या मागे येईल.

कबीर दुसऱ्या मार्गाचे प्रवासी आहेत. कबीर म्हणतात : तुम्ही प्रेम करा, जाग आपोआप येईल. कारण प्रेम निद्रिस्त कसे राहू शकेल? तुम्ही प्रेम करा, ध्यान सावलीसारखे येईल.

'समझ देख मन मीत पियरवा आसिक होकर सोना क्या रे।
पाया हो तो दे ले प्यारे पाय पाय फिर खोना क्या रे।।'

हे खूप अनोखे वचन आहे. 'पाया हो तो दे ले प्यारे।' कबीर म्हणतात: समजा परमेश्वर भेटला असेल, अगदी त्याची थोडीशी जरी झलक मिळाली असेल तरी लवकर वाटून टाक. थांबू नकोस, कारण यामध्ये गहन गोष्ट आहे. तुम्हाला मिळते, ते जर तुम्ही थोपवले तर ते मरून जाते. जीवन प्रवाहासारखे आहे. मिळाले तर द्या. मिळाले तर वाटा.

संसाराचे नियम आणि अंतर्जगाचे नियम वेगवेगळे आहेत, विरुद्ध आहेत. इथे मिळाले तर लगेचच तिजोरीमध्ये बंद करा नाहीतर कोणी घेऊन जाईल. असे उडवत फिरू नका. नाहीतर हिसकावले जाईल. काही असे करा, की कोणाला कळणारसुद्धा नाही.

जुने लोक खूप हुशार होते. अजूनही गावामध्ये एखादा श्रीमंत माणूस

असेल तर त्याच्याकडे बघून समजतही नाही, की तो श्रीमंत आहे. गरिबासारखा राहतो. याच्याजवळ पैसा आहे याचा कोणाला मागमूसही लागता कामा नये. नाही तर धोका आहे. चोर आहेत, बदमाश आहेत, लुटारू आहेत. राज्याचे लक्ष गेले तर कर (टॅक्स) आहे. आणि पुढाऱ्यांना समजले, तर देणगीची भानगड आहेच. तो या कटकटीमध्ये पडतच नाही. तो असाच राहतो, जसा गरीब मनुष्य जगत असतो, त्याच्याजवळ काय असते. तो पायी चालतो. तो सर्वसामान्य माणसासारखाच जगतो. धन लपवण्याची ही एक युक्ती आहे. जमिनीमध्ये खड्डा करून ठेवतो. त्याचा कधी उपभोगही घेत नाही, कारण उपभोगले तर कळेल आणि उपभोगणार तरी कुठे? हा काहीच गोष्टी खरेदी करणार नाही. लोकांच्या समोरून गेला तर अवघडून जाईल, त्यामुळे धनवान मनुष्यसुद्धा लपत-लपत चालतो.

धन आहे तर लपवा हा बाहेरचा नियम आहे आणि आतील नियम आहे– धन मिळाले– आतील धन म्हणजे ध्यान; परमेश्वर भेटला, तर वाटा. कारण समजा आतमध्ये काही जमवून ठेवले तर त्यावर गंज चढतो. आणि काही साठवले तर सडून जाते. प्रवाह थांबला तर घाण झालीच. वाहता राहिला तर पाणी स्वच्छ राहते.

तेव्हा हे सूत्र खूप उपयुक्त आहे: 'पाया हो तो दे ले प्यारे, पाय पाय फिर खोना क्या रे।' समजा मिळवून मिळवून वाचवत ठेवत गेलो, कंजूषपणा केला, तर तुम्ही ते पुन्हा गमावून बसाल. मिळाले तर लुटा.

'कभी नसीब हुई है भिखारियों को खुशी?
हमेशा हाथ ही फैलाये जिंदगी गुजरी
लुटाये जा जो तेरे पास है लुटाये जा
कुशादा दस्ते सखी को नहीं है कोई कमी
जो दिल में प्यार की दौलत है तो लुटाये जा।
तेरी सरिश्त में लाइन्तहा मुहब्बत है
जहाने जीस्त की वुसअत तेरी वरासत है
जो दस्तो दिल को कुशादा न रहने देगा तू
तो कुछ ना पास रहेगा ये ऐसी दौलत है
लुटाये जा, ये लुटाने से और बढ़ती है।
रवां दवां है हर इक सिम्त को जवां लहरें
कुशादा दिल को तेरे बेकिनार सागर में
उठेंगे दिल से तेरे जितने प्रेम के बादल
फलक से उतनी ही उतरेंगी मीठी बरसातें

न हो जो प्रेम तो सागर भी सूख जाते हैं।
अगर खुदा है कोई तो यही खुदा हो तेरा
तू जिस्मो जान बसद शौक कर इसी पै फिदा
सजूदे शौक तड़पते हैं गर जबीं में तेरी
तू आस्ताने मुहब्बत पै अपने सर को झुका
तू प्रेम पूजा में पा वहदते हकीकत को।
नजर से प्रेम की कसरत न देख वहदत को
खुदा के बंदों में तू देख उसकी सूरत को
वही है जल्वानुमां हर बशर के कालब में
वो तेरे सामने मौजूद है इबादत को
जिसे तू दैरो हरम में तलाश करता है।'

समजा प्रेम मिळाले तर ते वाटा. प्रेम मिळाले तर परमेश्वराचा वास चारी दिशेला आहे, त्याला समर्पित करून टाका. 'त्वदीयं वस्तु गोविंद तुभ्यमेव समर्पये।'

जे त्याच्यापासून मिळाले आहे ते त्यालाच परत करा. त्यामुळे अजून मिळेल.

असेच समजा की समुद्रापासून ढग तयार होतात, त्यानंतर ते हिमालयावर बरसतात, मग ते गंगेमध्ये वाहतात आणि गंगा पुन्हा ते घेऊन समुद्रामध्ये उधळून देते. पुन्हा सागरापासून ढग तयार होतात, पुन्हा हिमालयावर वर्षाव, मग गंगेमध्ये मिसळणे त्यानंतर पुन्हा सागरात ओतले जातात. आयुष्य म्हणजे एक गोल आहे.

समजा गंगेने असा विचार केला, की आपले पाणी समुद्रात टाकणे हा खूप वेडेपणा आहे, तर गंगेला कंजूष समजले जाईल, पुंजीवादी समजले जाईल, आणि समजा तिने असा बंद ठेवण्याचा विचार केला, तर तिचा नाश होईल, बरबाद होऊन जाईल. आणि त्याच क्षणी ही परंपरा संपून जाईल. पुन्हा कधीही ढग तयार होणार नाहीत. मग गंगेमध्ये ताजे पाणी वाहणार नाही आणि लक्षात घ्या, गंगा घाण होत राहील. आज नाही तर उद्या गंगा सडून जाईल. तिचा ताजेपणा हरवून जाईल. कारण सागर तिला शुद्ध करत असतो. सारा कचरा-बिचरा, दगड-माती, घाण, घाणीने भरलेले नाले-नद्या, माणसांचे सगळे मल-मूत्र गंगा घेऊन जाते आणि सागरामध्ये टाकून देते. पुन्हा ढग तयार झाले, वाफ बनेल. मलमूत्र आणि घाण तर सागराच्या तळापाशी पडून राहील. घाण तर वाफ बनू शकत नाही. वाफ शुद्ध झाली, पुन्हा ढग आले, गंगेला पाणी मिळाले. त्यानंतर नवीन आयुष्य सुरू झाले.

लक्षात ठेवा, प्रेमाचे वर्तुळ असेच आहे. त्याला तोडू नका. थोडे जरी प्रेम

मिळाले तरी वाटून टाका. संपण्याचे भय मनामध्ये ठेवू नका. हे भय जर मनामध्ये ठेवले तर निश्चितच संपेल.

'कभी नसीब हुई है भिखारियों को खुशी?' भीक मागणाऱ्याला आनंद मिळू शकत नाही. कारण तो मागतो आणि पकडतो. देणाऱ्याला आनंद मिळतो. सम्राटाला आनंद मिळतो. वाटणाऱ्याला आनंद मिळतो. वाटा – अजून मिळेल.

'कभी नसीब हुई है भिखारियों को खुशी?
हमेशा हाथ ही फैलाये जिंदगी गुजरी।
लुटाये जा जो तेरे पास है लुटाये जा
कुशादा दस्ते सखी को नहीं है कोई कमी
जो दिल में प्यार की दौलत है तो लुटाये जा।'

आणि घाबरू नका, कारण जेथून ही प्रेमाची छोटीशी किरणे आली आहेत तेथून अजूनही किरणे येतील. आस्था ठेवा. श्रद्धा ठेवा.

असे समजा, की एका विहिरीमध्ये पाणी आहे. ते संपेल या भयाने तुम्ही ते पिणार नाही, तुम्ही कोणाला पाणी भरूही देणार नाही. तुम्ही विहीर झाकून ठेवाल, कुलूप लावाल, साखळी बांधाल, विहिरीचा तुरुंग कराल, तुम्हाला काय वाटते, अशाने पाणी वाचेल? पाण्याला दुर्गंधी येईल, विष होऊन जाईल आणि समजा अधिक काही दिवस पाणी काढले नाही तर विहिरीला रोज जे काही नवीन छोट्या-छोट्या झऱ्यातून पाणी मिळत होते ते पाणी वाहणे बंद होऊन जाईल, त्यावर माती साचेल. त्यामुळे नवीन ताजे पाणी मिळणार नाही. आणि अशा विहिरीचे पाणी चुकूनसुद्धा पिऊ नका. त्यामुळे तुमचा शेवट (मृत्यू) तर होईलच, नवीन जीवन मिळणार नाही.

असेच झरे तुमच्या आतमध्ये आहेत. तुम्ही परमेश्वराशी जोडले गेले आहात. जशी विहीर झऱ्यांच्या माध्यमातून सागराशी जोडली गेली आहे, तसेच आपण सगळे त्याच्यामध्ये आपली मुळे रोवून उभे आहोत. तो अनंत आहे. तेथून प्रेम आले, तर कंजूषपणा करू नका. वाटून टाका.

'दोनो हाथ उलीचिये, यही संतन को काम।' जे मिळेल ते वाटा, गाणे मिळाले, गाणे वाटा, नृत्य बघितले, नृत्य वाटा, पण वाटा जरूर!

'जो दिल में प्यार की दौलत है तो लुटाये जा।
तेरी सरिश्त में लाइन्तहा मुहब्बत है।'

तुझ्या स्वभावामध्ये अमर्यादित प्रेम आहे. तू घाबरू नकोस. औदार्य शीक.

'तेरी सरिश्त में लाइन्तहा मुहब्बत है
जहाने जीस्त की वुसअत तेरी वरासत है'

तुला साऱ्या अस्तित्वाचा खजिना मिळाला आहे. या अर्थाने इथे कोणीही

गरीब नाही. गरीब कसे असू शकेल? इथे सगळ्यांच्या मागे परमेश्वर उभा आहे. सगळ्यांचा हात परमेश्वराच्या हातामध्ये आहे. तुम्ही जर स्वतःला भिकारी बनवून घेतले असेल तर ती तुमची धारणा आहे, नाहीतर तुम्ही सम्राट आहात. सम्राटांचे सम्राट आहात. नाहीतर तुम्ही स्वतःच परमेश्वर आहात.

'तेरी सरिश्त में लाइन्तहा मुहब्बत है
जहाने जीस्त की वुसअत तेरी वरासत है
जो दस्तो दिल को कुशादा न रहने देगा तू
तो कुछ न पास रहेगा यह ऐसी दौलत है'

समजा वाचवत राहिलो तर काहीच वाचणार नाही. लुटून टाकत जा, हे लुटल्यामुळे अजून वाढते. प्रेमाचे हे सूत्र कबीरांच्या या वचनामध्ये आहे.

'पाया हो तो दे ले प्यारे पाय पाय फिर खोना क्या रे।
जब अंखियन में नींद घनेरी, तकिया और बिछौना क्या रे॥'

तुम्ही आश्चर्यचकित व्हाल, की या सूत्राचा इथे काय अर्थ असेल? पण अर्थ आहे, खूप गहन अर्थ आहे.

कबीर ही गोष्ट सांगताहेत, की जेव्हा प्रेम निर्माण होते, तेव्हा पूजा काय, आरती काय? ज्यांच्या जीवनात प्रेम नाही त्यांच्या या गोष्टी आहेत. ते तर दिवा लावून बसतात. आरती तयार करून कोणत्या तरी दगडाच्या मूर्तीसमोर बसून आरती ओवाळत राहतात. ज्यांच्या जीवनामध्ये प्रेम नाही त्यांच्या या गोष्टी आहेत. ही पूजा, ही प्रार्थना सारे खोटे आहे. हा औपचारिकपणा आहे.

ज्यांच्या जीवनामध्ये खरे प्रेम आहे तो तर लुटेलच! तो कोणत्या मंदिरामध्ये किंवा मशिदीमध्ये जाईल? कोणतीही दगडाची मूर्ती शोधेल? जिथे इतक्या चालत्या बोलत्या जिवंत मूर्ती चालत आहेत, जिथे चारी बाजूला परमेश्वराचा वास आहे, की तो कळत नकळत कितीतरी रूपांमध्ये तुमचे दार ठोठावत असेल आणि तेथे तुम्ही मंदिर आणि मशिदीमध्ये शोधायला जाता! तुम्ही शुद्धीत आहात? तुमच्याजवळ डोळे आहेत की तुम्ही आंधळे आहात? तुम्ही कोठे शोधायला जात आहात?

या वृक्षांमध्येसुद्धा तोच आहे. या झाडांना पाणी दिले तरी प्रार्थना झाली. या माणसांमध्येसुद्धा तोच आहे. त्यांच्याशी दोन प्रेमाचे शब्द बोललात तरी प्रार्थना झाली. म्हणून सांगतात की : 'जब अंखियन में नींद घनेरी, तकिया और बिछौना क्या रे!'

जेव्हा खूप गाढ झोप लागते, तेव्हा कोण चिंता करतंय की झोपण्यासाठी राजमहाल हवा आणि खूप छान मच्छरदाणी हवी, खूप छान गादी हवी, मखमली उशी हवी, तक्के हवे तेव्हाच झोपू!

ज्याला खूप झोप येत असते तो दगडावर डोके ठेवून झोपला तरी त्याला गाढ झोप लागते आणि ज्याला झोपच येत नाही तो सगळे नीट व्यवस्थित करतो, महाल बांधतो, सुंदर तक्के बनवतो, गाद्या बनवतो, पण झोप येत नाही ती नाहीच. गाद्या-तक्के कुठे झोप निर्माण करतात?

भूक असेल तर रूखी-सुखी भाकरीसुद्धा अमृतासारखी वाटते आणि भूक नसेल तर तुम्ही कितीही ताट सजवा, सोन्याचे ताट, हिरे-जवाहर लावलेले ताट घ्या आणि कितीही रुचकर जेवण बनवा – पण भूक नसेल तर काय कराल?

प्रेम असेल तर ते पुरेसे आहे. मग हे पूजा-अर्चा, नमाज, मशीद-मंदिर, गुरुद्वारा याची फारशी चिंता करण्याची गरज नाही. ही तर फक्त सोय आहे. ही तर गाद्या-उश्यांसारखी सुविधा आहे. झोप तर येत नाही आणि निघाले मंदिरामध्ये, प्रेम तर निर्माण झाले नाही आणि निघाले मशिदीमध्ये, तेथे तर फक्त कवायत करून याल अजून काय होणार? ते तर घरीही करू शकता, इतक्या दूर जाण्याची गरज नव्हती. 'जब अंखियन में नींद घनेरी, तकिया और बिछौना क्या रे?'

ते हे सांगतात, की जेथे प्रेम असेल तेथे एवढे सोपस्कार करण्याची कोणतीही गरज नाही. खरी गोष्ट होऊन गेली तर मग सोपस्कार कशाला?

म्हणून कबीर म्हणतात, माझे तर उठणे-बसणे हीच एक प्रदक्षिणा आहे. मी स्वतः खात-पीत आहे, हाच मी परमेश्वराला दाखवलेला नैवेद्य आहे. त्यामुळे मी अजून कोणतीही प्रदक्षिणा घालत नाही आणि मी कोणतीही पूजा करत नाही. याला त्यांनी 'सहजयोग' म्हटले आहे.

खऱ्याचा विचार करा, नकली गोष्टींवर जाऊ नका. परंतु लोक नकली गोष्टींमुळे त्रस्त आहेत. झोप कशी येईल याची तुम्ही चिंताच करत नाही. तुम्ही याची चिंता करता की गाद्या-उश्या चांगल्या कशा करता येतील. गाद्या-उश्यांचा आणि झोप चांगली येण्याचा कोणताही शास्त्रीय (वैज्ञानिक) संबंध नाहीये. तुम्ही सम्राटांना विचारा, राजा-महाराजांना विचारा – ज्यांच्याजवळ गाद्या-उश्या आहेत आणि झोप येत नाही.

गंमत तर ही आहे, की गाद्या-उश्या जशा चांगल्या मिळू लागतात, तशी तशी झोप कमी होते. झोप कमी येण्याचे प्रमाण अमेरिकेमध्ये सगळ्यात अधिक आहे, कारण गाद्या-उश्या अधिकाधिक चांगल्या आहेत. दिखाऊपणावर अधिक भर होऊ लागला आहे. झोपेचे मूळ रूपच हरवले आहे.

श्रीमंत माणसाची भूक जवळजवळ नष्ट होऊन जाते हे तुम्ही बऱ्याचदा बघितले असेल. जोपर्यंत जेवण तयार होते तोपर्यंत भूकच संपून जाते. गरीब

माणसाला भूक लागते पण त्याच्याजवळ भोजन नसते. समजा तुम्हाला दोन्हींमधले काही निवडायचे असेल तर गरिबाची भूक निवडा. श्रीमंताचे जेवण निवडू नका. परंतु खूप लोक श्रीमंताचे भोजन निवडतात. ते म्हणतात : भुकेमध्ये काय ठेवले आहे, नाही लागली तरी चालेल. औषध घेऊ! पण जेवण तर पाहिजे.

तुम्ही मूळ विसरता, गौण पकडता, क्षुद्राला पकडता, व्यर्थ धरून ठेवता. आणि अशीच अवस्था धर्माच्या बाबतीत होते. सोपस्कार – रीतिरिवाज महत्त्वाचे बनतात.

कोणी शीर्षासन करतो आहे. मनाला उलटे करायचे, ते शरीराला उलटे करून उभे आहेत. ते विचार करतात शरीराला उलटे केल्याने उलटे होऊन जाईल. काही फरक पडणार नाही. ही इतकी स्वस्त (सोपी) गोष्ट नाहीये.

मनाला जिंकायचे आहे, ते शरीर जिंकण्यामध्ये रमले आहेत. माहीत नाही किती व्यायाम करताहेत, समजत नाही कोणकोणत्या प्रकारे शरीराला उलट्या-सुलट्या पद्धतीने फिरवत आहेत. तुम्ही जे सत्य आहे त्याला काय सर्कस समजलात का?

योग एक सर्कस झाले आहे – एकप्रकारच्या व्यायामाची व्यवस्था झाली आहे. त्याचे मूळ रूप हरवले आहे. नेमकेपणा हरवला आहे. ध्यान तर हरवलेच आहे, आसन महत्त्वपूर्ण बनले आहे. क्षुद्र गोष्टींवर माणसाची पकड अशी होऊन गेली आहे, की जेथे संधी मिळेल, तेथे लगेच तो पकडून घेतो.

तकिया और बिछौना क्या रे... जब अंखियन में नींद घनेरी।

कहे कबीर प्रेम का मारग, सिर देना तो रोना क्या रे॥

आणि कबीर म्हणतात हा प्रेमाचा मार्ग म्हणजे डोके आपटण्याचा मार्ग आहे. यावर तक्रार करू नका. इथे तक्रार आणली तर तुम्हाला ही गोष्ट समजलीच नाही. हा तर आपल्याला हरवून जाण्याचाच मार्ग आहे. इथे तर फक्त संपून जायचे आहे. इथे तर सुळावरच चढायचे आहे. मग पुन्हा रडू नका, की हे हरवले, ते हरवले.

माझ्याकडे लोक येतात ते म्हणतात, 'आम्ही प्रार्थनासुद्धा करतो, पूजाही करतो, प्रामाणिकपणेही राहतो, तरीसुद्धा गरीब आहे, आणि अप्रमाणिक लोक श्रीमंत होत आहेत.' यांनी ना कधी पूजा केली, ना कधी यांनी प्रार्थना केली, आणि यांना हेही माहिती नाही, की प्रामाणिकपणाची चव काय असते! हे तर घाबरलेले लोक आहेत. ते घाबरतात, की कधी अप्रामाणिकपणा केला आणि फसलो तर! प्रामाणिकपणे जगण्याचे एवढे एकमेव कारण आहे आणि दुसरे तर काही करू शकत नाही, खिसे कापू शकत नाही. त्यामुळे मंदिरामध्ये जाऊन परमेश्वराची प्रार्थना करून येतात, की परमेश्वरा, आम्ही तर हे करू

शकत नाही, आमच्या वतीने तूच करून टाक; परंतु यांचे मन तिथेच आहे.

जे अप्रामाणिक माणसाला मिळते तेच यांनाही हवे असते. बेइमानी करू शकत नाही कारण हिंमत नाही. परंतु बेइमानी न करतासुद्धा अपेक्षा तीच आहे. हा काही प्रेमाचा मार्ग नाही.

प्रेमाच्या वाटेवरून चालणारा तर म्हणतो, की तू मला संपवलेस, तर मी खुष होईन. तुझ्या या अदाकारीतसुद्धा मी आनंदी आहे. तुझी जरूर काहीतरी युक्ती असणार! तू मला संपवतो आहेस, तेव्हा यामध्ये काहीतरी गुपित असेल.

एक सुफी फकीर परमेश्वराला दररोज धन्यवाद देत असे, की माझ्या गरजांची तू खूप काळजी वाहतोस, जेव्हा जी गरज असेल, तेव्हा ती पुरी करून टाकतो.

त्याचे शिष्य खूप वैतागले होते कारण ते बघत होते– ही एकदम खोटी गोष्ट आहे. एकदा तीन दिवस जेवण मिळाले नाही आणि कोण्या एका गावामध्ये लोकांनी राहू दिले नाही; पाणी मिळणेही मुष्कील होऊन बसले, वाळवंटामध्ये रहावे लागले.

आणि जेव्हा तिसऱ्या दिवशी संध्याकाळी तो आकाशाकडे हात उंचावून प्रार्थना करत म्हणू लागला की; "हे प्रभू, तूसुद्धा अद्भुत आहेस! माझ्या गरजा, जेव्हा हव्या तेव्हा, तू नेहमीच पूर्ण करतोस." तेव्हा एका शिष्याला राहवले नाही, तो म्हणाला, "खूप झाले! हे आपण काय म्हणताहात? तीन दिवसांपासून उपाशी आहोत, पाणीसुद्धा मिळाले नाही. गावांमध्ये कोणी आसरा दिला नाही आणि तरीसुद्धा तुम्ही सांगत आहात, की हे परमेश्वरा, ज्या माझ्या गरजा आहेत, त्या तू नेहमीच पूर्ण करतोस!"

तो फकीर म्हणाला, "हो, मी आत्तासुद्धा हेच म्हणणार आहे, कारण तीन दिवसांपासून माझी हीच गरज होती, की मला भाकरी न मिळो, पाणी न मिळो, आणि वाळवंटामध्ये मला तडफडत राहू देत. तीन दिवसांपासून हीच गरज होती. तुम्हाला मी हे कधी सांगितले, की तो माझ्या गरजा पूर्ण करतो? मी हे सांगितले की ज्या काही माझ्या गरजा असतात, तो त्या पूर्ण करतो. मलासुद्धा माझ्या गरजा माहीत नाहीत, तो माझ्यापेक्षा अधिक चांगल्या जाणतो. म्हणून मी त्याला प्रार्थना करत नाही, की तू असे कर आणि तसे कर. हे तर स्वतःला त्याच्यापेक्षा श्रेष्ठ– बुद्धिमान– समजण्यासारखे ठरेल. मी त्याला एवढेच सांगतो, की तुला जसे करायचे आहे तसेच तू कर. माझे ऐकू नको. समजा कधी दुबळा होऊन एखाद्या क्षणी प्रार्थना केली तर ती धुडकावून टाक. तुला जे करायचे तेच कर.'

कहै कबीर प्रेम का मारग, सिर देना तो रोना क्या रे!

'ये प्रेम ही तो माबूद सब खुदाओं का

यही तो देवता है सारे देवताओं का
इसी के दमसे रवां कारवाने हस्ती है
यही तो आखरी मकसद है सब दुआओं का
इसी को ढूंढती फिरती है दिल की धड़कन।
न कर भरोसा कोई अक्ल पर जहानत पर
नमाजो तकवाओ कुर्बानिओ अबादत पर
कमाले हुस्न जवानिओ जोरे बाजू पर
भरोसा कराना है तुझको तो कर मुहब्बत पर
न भूल कुश्तो पनाहे जहाने मुहब्बत है।
जो तुझको सच्ची मुहब्बत है अपने प्यारे से
लगाव जो है तुझे शोला रुख दुलारे से
तो दे अनाओ खुदी की तू पाक आहुति
मिला दे आज शरारे को तू शरारे से
जमाले यार के शोलों को फिर लपकने दे।
ये प्रेम ही तो माबूद सब खुदाओं का।'

प्रेम साऱ्या परमेश्वराचा परमेश्वर आहे. हीच तर सर्व देवांची इष्ट देवता आहे.

'ये प्रेम ही तो माबूद सब खुदाओं का
यही तो देवता है सारे देवताओं का
इसी के दमसे रवां कारवाने हस्ती है।'

हा आयुष्याचा जो तांडा चालत राहिला आहे, त्यामध्ये प्रेमाचाच आविष्कार आहे. ही पृथ्वी, हे चंद्र-तारे, हा सूर्य, हे आकाश, हे सारे जगच प्रेमाने बांधले गेले आहे.

'इसी के दमसे रवां कारवाने हस्ती है
यही तो आखरी मकसद है सब दुआओं का।'

साऱ्या प्रार्थनांचा उद्देश काय आहे? एकच उद्दिष्ट आहे– प्रेम निर्माण होऊ देत.

'इसी को ढूंढती फिरती है दिल की हर धड़कन' आणि तुम्ही काय शोधत आहात? हृदयाचे ठोके, याचाच शोध घेत आहेत.

'न कर भरोसा कोई अक्ल पर जहानत पर।' बुद्धीवर अधिक भरवसा ठेवू नका. कारण बुद्धी प्रेमाची दुश्मन आहे. हृदयावर भरवसा ठेवा, डोक्यावर (बुद्धीवर) नको. डोके (बुद्धी) बाजूला ठेवण्यासाठी तयार रहा. कबीरांनी म्हटले आहे, जो आपले डोके कापण्यासाठी (उडवण्यासाठी) तयार आहे, त्याने माझ्याबरोबर यावे 'घर जो बारै आपना, चलै हमारे संग।'

'न कर भरोसा कोई अक्ल पर जहानत पर
नमाजो तकवाओं कुर्बानिओ अबादत पर'

पूजा-पाठ, नियम-सोपस्कार, व्रतवैकल्ये, उपास, त्याग यावर भरवसा ठेवू नकोस, कारण यासुद्धा बुद्धीने शोधून काढलेल्या युक्त्या आहेत.

या सगळ्या रितीभाती बुद्धीने शोधल्या आहेत. हृदय तर एकच रीत जाणते, एकच कायदा जाणते, हृदयाचे तर एकच शास्त्र आहे; ते म्हणजे प्रेम! या दोन छोट्या शब्दांमध्ये सारे काही येते. ज्याला प्रेमाची ही अडीच अक्षरे वाचता येतील, तोच खरा विद्वान!

'नमाजो तकवाओ कुर्बानिओ अबादत पर
न कर भरोसा कोई अक्ल पर जहानत पर
कमाले हुस्न जवानिओ जोरे बाजू पर'

आणि शक्तीवरसुद्धा भरवसा ठेवू नकोस. संकल्पावरसुद्धा भरवसा करू नकोस. तुला भरवसाच ठेवायचा असेल तर तो प्रेमावर, समर्पणावर ठेव.

'न भूल कुश्तो, पनाहे जहाने मुहब्बत है।' हे लक्षात ठेव, की साऱ्या अस्तित्वाचा आधार प्रेम आहे. फक्त प्रेम. दुसरे काहीही नाही.

'जो तुझको सच्ची मुहब्बत है अपने प्यारे से
लगाव जो है तुझे शोला रुख दुलारे से'

समजा या प्रकाशाने भरलेल्या प्रवाहावर – धारांवर तुझे प्रेम असेल तर तू एकच प्रार्थना कर –

'तो दे अनाओ खुदी की तू पाक अहुती' – त्या प्रकाशाच्या प्रवाहामध्ये तू तुझा अहंकार समर्पण करून टाक.

'मिला दे आज शरारे को तू शरारे से।' त्या महाज्योतीमध्ये आपली छोटीशी ज्योत मिसळवून टाक.

'जमाले यार के शोलों को फिर लपकने दे।' आणि त्यानंतर परमेश्वराची ज्योत जळू देत आणि तूसुद्धा त्यामध्ये तेवत रहा (जळत रहा).

स्वत:ला हरवावे लागेल. संपवावे लागेल. शून्य व्हावे लागेल. हाच अर्थ आहे गरिबीचा.

'कहे कबीर प्रेम का मारग, सिर देना तो रोना क्या रे।'

'सती को कौन सिखावता है,
संग स्वामी के तन जारना जी।
प्रेम को कौन सिखावता है,
त्याग मांही भोग का पावनाजी।'

आता तुम्ही विचाराल : हे प्रेम कोठून आणणार? कोठे शोधणार? कोणत्या

गुहेमध्ये जाणार? कोणत्या पर्वतावर, कोणत्या गुहांमध्ये जाऊन शोधणार? हे प्रेम कुठून आणणार?

कबीर म्हणतात : 'सती को कौन सिखावता है, संग स्वामी के तन जारना जी।'

सती जेव्हा आपल्या पतीबरोबर जळून जाते, तेव्हा ती कोणाकडून शिकते? कोणत्या महाविद्यालयामध्ये तिला याचे शिक्षण दिले जाते?

कबीर हे सांगतात, की तुम्ही प्रेम घेऊनच येता, तो तुमचा स्वभाव आहे. त्याला कुठेही शोधायला जायची गरज नाही, आपल्या स्वत:मध्ये डोकावून बघा आणि मिळवा.

प्रेम घेऊनच आपण जन्माला आलो आहोत.

प्रेम आपली प्रकृती आहे.

सगळी मुले प्रेमाने भरलेली असतात, नंतर हळूहळू प्रेम हरवत जाते. वय वाढत जाते तशी ही मुले जगाचे नियम शिकून घेतात. इथल्या स्पर्धेत तग धरून ठेवण्यासाठी बेइमानी, ढोंगीपणा जवळ करतात. प्रेमाच्या जागी द्वेष, मत्सर, ईर्ष्या येते.

कोणत्याही मुलाला चुकूनसुद्धा कधी म्हणू नका मी तुझी आई आहे, माझ्यावर प्रेम कर, मी तुझा पती आहे, मी तुझा पिता आहे. कोणाला कधीसुद्धा असे म्हणून नका, कारण याचा अर्थ हा होतो, की तुम्ही प्रेम लादत आहात.

'मी तुझी आई आहे, माझ्यावर प्रेम कर!' याचा अर्थ काय होतो? याचा अर्थ हा झाला, की मुलाला प्रेमाचे कर्तव्य पार पाडावे लागेल. त्यामुळे मुलाची प्रेमाची जी सहज भावना (क्षमता) होती. ती तर दबली गेली, आणि एक प्रकारचा आदेशच होऊन गेला. आई आहे, तर प्रेम करावेच लागेल. 'खोटे असेल, औपचारिक असेल, करावेच लागेल.' पिता आहे, प्रेम करावेच लागेल. हा नियम आहे; पण नियमानुसार आयुष्य चालत नाही.

मी ऐकले आहे, मुल्ला नसरुद्दिनने लग्न केले पण त्याला कटकटी बायको मिळाली. तिने मुल्लाला सगळ्या प्रकारे ताब्यात घेतले. त्याने पती बनण्याचा विचार केला होता. त्याला मनामध्ये वाटत होते. पती म्हणजे परमेश्वर! पण होऊन गेला गुलाम! ती छोट्या छोट्या गोष्टींमध्ये हुकूम सोडत होती. असे करा, असे करायचे नाही, हे सांगा, ते सांगू नका – हेसुद्धा सांगत होती! कुठे जा, कुठे जाऊ नका, हेही सांगत होती.

एक दिवस मशिदीमध्ये मौलवींनी विचारले, "जे लोक स्वर्गात जाऊ इच्छितात त्यांनी हात वर करा." सगळ्यांनी हात वर केला; मुल्लाच फक्त बसून राहिला.

मौलवींनी विचारले, "बडे मियां, तुम्ही हात वर नाही केलात? स्वर्गात

जायचे नाही? ऐकले नाही?''

मुल्ला म्हणाला, ''सगळे ऐकले, पण मला पाय तोडून नाही घ्यायचा.''

मौलवींनी विचारले, ''स्वर्गामध्ये पाय तोडला जातो ही गोष्ट कुठे ऐकली, कुठे वाचली?''

तो म्हणाला, ''वाचली का ऐकली हा प्रश्नच नाही. जेव्हा घरातून बाहेर पडलो, तेव्हा पत्नी म्हणाली, की मशिदीमधून थेट घरी या नाहीतर तंगडी तोडीन. स्वर्गामध्ये तर जायचे आहे पण पाय तोडून घ्यायचा नाही.''

त्यानंतर हळूहळू पत्नीचा कब्जा जसा वाढायला लागला. तसे ती त्याला यादी देऊ लागली. इथे जा, हे कर, हे करू नका. हे बोला, हे खरेदी करा. फलाण्या – (अमुक) ठिकाणी जाऊ नका, तेसुद्धा यादीमध्ये लिहीत होती. सकाळपासूनच यादी देऊन टाकत होती.

एक दिवस असे झाले, की विहिरीवर पत्नी पाणी भरत होती आणि ती पडली. ओरडली. मुल्ला धावत गेला. डोकावून बघितले. पत्नी म्हणाली, ''उभे काय राहिलात, उभे राहून काय बघताय? दोरी आणा, मला बाहेर काढा.''

मुल्ला म्हणाला, ''परंतु यादीमध्ये तर हे लिहिलेले नाहीये! हे मी कसे करू शकतो?''

हुकूम (आदेश) आपल्या लोकांची सहजता नष्ट करून टाकतो. हुकूम आहे की प्रेम करा.

पत्नी म्हणते; मी पत्नी आहे, माझ्यावर प्रेम करा. पती म्हणतो : माझ्यावर प्रेम कर, मी पती आहे. जसे की प्रेम कधी केले जाऊ शकत नाही! प्रेम होते, केले जात नाही. असे केल्याने होण्याची क्षमता नष्ट झाली आहे.

कबीर बरोबर म्हणतात – 'सती को कौन सिखावता है, संग स्वामी के तन जारना जी।' पतीच्या बरोबर चितेवर चढून जा असे सतीला कोणी शिकवले आहे? तिच्याच हृदयापासून ते येते. असेच जो परमेश्वराच्या प्रेमामध्ये पडतो...!

जर मनुष्याच्या प्रेमामध्येच लोक जळून जातात, तर परमेश्वराच्या प्रेमाबद्दल काय म्हणणार! प्रेम असेल तर माणूस जळण्यासही (राख) तयार होतो. जळणे सौभाग्य आहे. 'प्रेम को कौन सिखावता है!' प्रेमाला कोण शिकवतो?

'त्याग मांही भोग का पावना जी।'

आणि प्रेम नेहमीच त्याग करते. त्याग करायला पाहिजे म्हणून नाही? प्रेमामुळे त्याग होतो. तुमचा प्रियकर आजारी आहे, तुम्ही रात्रभर जागत बसता. म्हणून नाही की प्रेमामुळे जागत बसायला पाहिजे. 'पाहिजे' हा प्रश्नच कुठे आहे? 'पाहिजे' हा शब्दच घाणरेडा आहे. हे कर्तव्य नाहीये. हा तुमचा आनंद आहे. इथे कधीही तुमच्या मनामध्ये अशी भावना निर्माण होत नाही, की मी

कोणते उपकार करते आहे. ही तुमची सहज अवस्था आहे.

प्रेम त्याग करणे समजते. आणि ज्यांना प्रेम समजत नाही, त्यांचा त्याग ढोंगी–खोटा आहे. प्रेमामुळे जो त्याग येतो तोच खरा आहे.

'मन लागो मेरा यार फकिरी में।'

त्या प्रेमाच्या प्रेमात मी पडलो आहे, तेव्हापासून फकिरीमध्ये मला रस वाटू लागला आहे. त्याच्यासाठी सर्व काही सोडायला तयार आहे.

उपनिषदांचे एक वचन आहे; 'त्येन-त्यक्त्येन भुंजीथा:' ज्यांनी सोडले, त्यांनीच भोगले. मोठे अपूर्व वचन आहे हे। उपनिषदांमध्ये याच्या तोडीचे दुसरे कोणतेही वचन नाही. सारी उपनिषदे हरवली आणि हे एक वचन शिल्लक राहिले तरी त्याच्या आधारे सारी उपनिषदे पुन्हा निर्माण होऊ शकतात. 'त्येन त्यक्त्येन भुंजीथा:' 'ज्याने त्याग केला, त्यानेच भोगले.' हे खूप अपूर्व वचन आहे किंवा ज्यांनी भोगले ते तेच आहेत, ज्यांनी त्याग केला आहे.

त्याग आणि भोगाला आपण नेहमीच उलटे समजतो. आपण समजतो; त्याग आणि भोग शत्रू आहेत आणि हे सूत्र दुसरेच काही सांगते. हे सांगते की त्यागामुळेच भोग आहे. त्यागामध्येच भोग आहे.

हा कोणाचा भोग आहे? हे कोणत्या भोगाबाबत बोलत आहेत? या प्रेमामध्ये जो त्याग घडतो, त्यामध्ये खूप भोग आहे, खूप रस आहे, खूप आनंद आहे.

सती जेव्हा आपल्या पतीबरोबर राख होते. तेव्हा ती दुःखाने जाळून घेत नाही — अहोभावाने मनापासून जळते, आनंदाने, नाचून जळते. आपल्या पतीबरोबर जळणे ही त्या सतीची सुहागरात असते. आज मिलन पूर्ण झाले. यापूर्वीसुद्धा मिलन झाले होते, यापूर्वीसुद्धा सुहागरात झाली होती, पण ती दोन शरीरांची होती. आज तर शरीर गेलेच आहे, आणि आज आतमधल्याशीच आतमध्ये मिलन झाले आहे. आज देहाचा अडथळासुद्धा राहिला नाही. हा त्याचा परम सौभाग्याचा दिवस आहे.

'तू आज तोड़ दे सब बुत उस एक बुत के सिवा
वो बुत जो सामने मौजूद है इबादत को
वो बुत जो दैरो हरम में नहीं है पौशीदा
वो बुत कि जिसका नहीं है बुलंद आलामकाम
जो तुझ से दर फलक पर नही है जल्वानमां
दिमागो-दिल से नहीं है बईद जिसका खयाल
जो है नजर में हमेशा तेरी नजर तो उठा
वो महज नक्शे खयाली नहीं हकीकत है
वो जीता जागता माबूद है, उसे अपना

सरे नमाज उसी बुत के पावों में रख दे।'

'तू आज तोड़ दे सब बुत उस एक बुत के सिवा।' एक परमेश्वरच तुमच्या स्मृतीमध्ये राहील, तोच अमूर्त तुमची मूर्ती बनून जाईल.

'तू आज तोड़ दे सब बुत, उस एक बुत के सिवा।' आणि सगळे मंदिर-मशीद जाऊ देत. सगळ्या मूर्ती सोडून दे. हृदय रिकामे कर. कोणतीही दुसरी मूर्ती तुमच्या हृदयामध्ये राहिली तर अडथळा निर्माण होईल. साऱ्या आकृतींना जाऊ देत. तुम्ही निराकार होऊन बसून रहा, त्यामुळे निराकार उतरू (येऊ) शकेल.

'तू आज तोड दे सब बुत, उस एक बुत के सिवा।' हेच महम्मदाने सांगितले. मुसलमानांनी चुकीचे समजून घेतले. त्यांना वाटले, की मंदिरामध्ये मूर्ती तोडायच्या. महम्मदाने सांगितले होते, की मन-मंदिरामध्ये ज्या मूर्ती आहेत, त्या बाजूला करा.

'तू आज तोड़ दे सब बुत उस एक बुत के सिवा
वह बुत जो सामने मौजूद है इबादत को।'

आणि तो नेहमीच हजर असतो. जेथे नजर फिरवाल तेथे तो आहे. तोच तर सर्वत्र हजर आहे, दुसरे काहीही अस्तित्व नाहीये.

'वह बुत जो सामने मौजूद है इबादत को।'

तो तयार होऊन उभा आहे. तुम्ही वाका, तो तुम्हाला भरभरून देण्यास तयार आहे. तुम्ही वाका, तो तुमची तहान भागवण्यासाठी उभा आहे. तो आपली झोळी भरून तयार आहे. तुम्ही कधीही वाका, तो तुमच्यावर वर्षाव करेल.

'वह बुत जो दैरो हरम में नहीं है पौशीदा।' मंदिर-मशिदीमध्ये परमेश्वर बंद नाहीये.

'वह बुत कि जिसका नहीं है बुलंद आलामकाम
वह तुझसे दर फलक पर नहीं है जल्वानमां
दिमागो-दिलसे नहीं है बाईद जिसका खयाल
जो है नजर में हमेशा तेरी नजर तो उठा'

ना तर तो आकाशात आहे, ना पाताळात दडला आहे, ना मंदिर-मशिदीमध्ये लपून बसला आहे.

'जो है नजर में हमेशा तेरी नजर तो उठा
वह महज नक्शे खयाली नहीं, हकीकत है'

आणि परमेश्वर म्हणजे एक स्वप्न, कल्पना नसून वस्तुस्थिती आहे, न्याय आहे, सत्य आहे.

'वह जीता जागता माबूद है, उसे अपना
सरे नमाज उसी बुत के पांवो में रख दे'

हे जे सारे ब्रह्मांड आहे, ते त्याचे पाय आहेत, त्याचे चरण आहेत आणि

तुम्ही कुठे छोट्या छोट्या मनुष्याने तयार केलेल्या मूर्तींचे पाय धरून बसले आहात!

मनुष्यच मूर्ती तयार करतो आणि स्वत:च पाय धरून बसतो. छान खेळ चाललाय. आपल्याच खेळण्यामध्ये अडकून बसला आहात.

'सरे नमाज उसी बुत के पावों में रख दे
तू आज तोड़ दे सब बुत एक बुत के सिवा।'

असे प्रेम कुठूनही आणावे लागत नाही, ते तुमच्या आत आहे.

'सती को कौन सिखावता है, संग स्वामी के तन जारना जी।
प्रेम को कौन सिखावता है, त्याग मांही भोग का पावना जी।'

या शिकण्याच्या गोष्टी नाहीत. तुम्ही जे शिकलात ते विसरून जा. तुम्ही जे शिकलात ते उपयोगी नाही. तुमच्या आत झरे दडले आहेत. तुमचे शिक्षण दगडासारखे पडले आहे; या झऱ्यांना त्यांनी बुजवले आहे, वाहू देत नाहीत. समाजाने, संप्रदायांनी, धर्मगुरूंनी, राजनेत्यांनी जे तुम्हाला शिकवले आहे, तो कचरा तुम्ही बाजूला करा. म्हणजे तुमच्या आत एक छान प्रवाह वाहायला लागेल – ज्यामध्ये तुम्ही वाहून जाल, बुडून जाल. जेथे तुम्ही बुडून जाता, तेथेच परमेश्वर आहे.

'मन लागो मेरा यार फकीरी में।
जो सुख पायो रामभजन में, सो सुख नाहिं अमीरी में।
भला बुरा सब को सुन लीजै, कर गुजरान गरीबी में।
प्रेम-नगर में रहनि हमारी, भलि बनी आइ सबूरी में।

हाथ में कूरी बगल में सोंटा, चारो दिसि जागीरी में।
आखिर यह तन खाक मिलेगा, कहा फिरत मगरूरी में।
कहै कबीर सुनो भाई साधो, साहब मिलै सबूरी में।

समुझ देख मन मीत पियरवा, आसिक होकर सोना क्या रे।
पाया हो तो दे ले प्यारे, पाय-पाय फिर खोना क्या रे।।
जब अंखियन में नींद घनेरी, तकिया और बिछौना क्या रे।
कहै कबीर प्रेम का मारग, सिर देना तो रोना क्या रे।।

सती को कौन सिखावता है, संग स्वामी के तन जारना जी।
प्रेम को कौन सिखावता है, त्याग मांही भोग का पावना जी।।'

आज एवढेच!

■

'कहें कबीर मैं पूरा पाया।'मधून

प्रश्न

(१) परमेश्वराचा शोध घेण्यासाठी संत समाज आणि कुटुंबाला सोडून जंगलात का निघून जातात?

(२) आपल्या आश्रमामध्ये कोणतीही एकच साधनेची पद्धत असेल, तर साधकाला अधिक सोयीचे होणार नाही का?

(३) एक वेगळाच आनंद (मस्ती) वाटतो आहे; पण भीती वाटते, की हा आनंद, ही मस्ती हरवून तर जाणार नाही ना?

(४) 'सती'च्या परंपरेचे आज काय मूल्य आहे?

(५) जीवनाचा अर्थ काय आहे?

प्रवचन सात
एकांताचा महिमा

पहिला प्रश्न : संत परमेश्वराचा शोध घेण्यासाठी समाज आणि परिवार सोडून जंगलात का निघून जातात? कृपा करून समजून सांगा.

आणि जाणार तरी कुठे! दुसरी कोणती जागासुद्धा नाही.

समाज आणि परिवारानेच तुम्हाला विकृत केले आहे, त्यापासूनच मुक्त व्हायचे आहे. हवे तर कोणी समाजाला सोडून गेले तरी, किंवा कोणी मानसिक पातळीवर समाजाला सोडले तरी; पण समाजापासून मुक्त तर व्हावेच लागेल. यामध्ये फरक असू शकतो.

चरणदास संसार सोडून गेले आणि कबीर संसारामध्ये राहिले. यामुळे असे समजू नका, की कबीरांनी संसार सोडला नाही. कबीरांनीसुद्धा संसार सोडला, परंतु संसारामध्ये राहून सोडला.

संसार तर सोडावाच लागणार. संसाराच्या मर्यादेतून मुक्त तर व्हावेच लागेल. ज्याला आतून मुक्त होणे शक्य आहे तो होईलच! यापेक्षा अजून चांगले काही सुद्धा नाही. परंतु ज्यांना वाटत असेल– आतून एकटे मुक्त होणे अशक्य आहे, बाह्य स्वरूपातसुद्धा मुक्त व्हावे लागेल, समजा तसे करणे गरजेचे वाटत असेल, तर तेसुद्धा करणे जरुरीचे आहे. परंतु मुक्त तर व्हावेच लागेल.

तुमच्या मनावर समाजाने अंधकाराचा पडदा ठेवला आहे. तुम्ही जेव्हा जन्माला आलात तेव्हा हा अंधार घेऊन आला नव्हतात. तुम्ही जेव्हा जन्माला आलात, तेव्हा परमेश्वराबरोबर तुमचे नृत्य चालले होते. ह्या ज्या भिंती उभ्या आहेत, त्या समाजाने उभ्या केल्या आहेत, परिवाराने उभ्या केल्या आहेत, संस्कारांनी उभ्या केल्या आहेत.

तुम्ही जेव्हा आलात, तेव्हा हिंदू म्हणून आला नाहीत, मुसलमान म्हणून आला नाहीत, जैन म्हणून आला नाहीत. तुम्ही जेव्हा जन्माला आलात तेव्हा कोणताही विचार घेऊन आला नव्हता, तुम्ही जेव्हा आलात तेव्हा तुमची कोणतीही धारणा नव्हती. परमेश्वर आहे की नाही हेसुद्धा तुम्हाला माहीत नव्हते. तुम्ही ना आस्तिक होतात ना नास्तिक होतात. तुम्ही जेव्हा आलात तेव्हा कोरा

कागद होतात. पुन्हा कोरा कागद व्हायचे आहे. पूर्ण कोरा कागद झाल्याशिवाय तुम्ही परमेश्वराला भेटू शकणार नाही. कोरे होऊन जाणे हा परमेश्वराला भेटण्याचा एकमेव उपाय आहे. म्हणून तर कबीर शून्याबाबत इतके सांगतात : 'गिरह हमारा सून्न में।'

शून्यामध्ये घर बनवायचे आहे. त्या शून्याला समाज, राजनेता, धर्मगुरू, पंडित, पुरोहित, शिक्षण या सगळ्यांनी खूप भरून टाकले आहे. तुमचे कोरे हृदय–मन खूप भरले आहे. हे सगळे धुऊन साफ करून टाका. यामुळे तुम्ही मुक्त व्हाल. तरच तुम्हाला समजेल, की तुम्ही कोण आहात? नाही तर तुम्हाला तुमची स्वतःचीच ओळख होणार नाही. तुमच्या आत हजारो स्वर बोलत राहतील. की तुम्ही हे आहात, तुम्ही हे आहात, तुम्ही हे आहात– आणि तुमचा मूळचा स्वर या आवाजामध्ये, गोंगाटामध्ये तसाच पडून राहील. त्याचा पत्ताही लागणार नाही.

तुम्ही विचारता आहात, की संत परमेश्वराचा शोध घेण्यासाठी समाज-परिवार सोडून जंगलामध्ये का जातात? नाहीतर कुठे जाणार?

दोनच उपाय आहेत. एक तर इथेच राहणे, पण तरीसुद्धा सोडावे लागेलच. पण मग कमळासारखे पाण्यामध्ये पडून राहावे लागेल.

समाजामध्ये रहा, परंतु याला फार गंभीरपणे घेऊ नका. खेळ समजा. जसा माणूस बुद्धिबळ खेळतो आणि लाकडाच्या खेळण्यांना राजा-वजीर समजतो. जेव्हा खेळतो तेव्हा राजा-वजीर समजूनच खेळतो. असेच खेळ; खेळाडू बना. तेव्हा कुठेही जाण्याची गरज नाही. कारण तुम्ही इथूनच मुक्त होण्याचा मार्ग शोधला आहे.

समाजामध्ये रहा पण आपल्या आत जगा. जेव्हा संधी मिळेल तेव्हा आपल्या आतमध्ये सरकून जा. खरे जंगल तेच आहे. बाहेरचे जंगल थोडेसे सहकार्य देऊ शकते– आतमधील खरे जंगल शोधण्यासाठी.

जंगलाचा अर्थ काय होतो? प्राकृतिक, स्वाभाविक, परमेश्वराने बनवले आहे, जसे आहे तसे! मनुष्याच्या हाताचे कोणतेही ठसे तेथे नाहीत.

तेव्हा बाहेरचे जंगल आतील जंगल कुठेही जा, परंतु जंगलामध्ये जावे हे लागेलच आणि तुम्ही मला विचाराल तर मी सांगेन, की आतमधील जंगलामध्येच जा कारण खूपदा असे झाले आहे, की बाहेरच्या जंगलामध्ये लोक जाऊन बसले आणि आतील जंगलात जाऊ शकले नाहीत. बाहेरच्या जंगलामध्ये गेले आणि तेथे समाजाची आठवण येत राहिली. परिवाराची, प्रियजनांची, पत्नीची, पतीची, मुलींची, दुकानाचीच आठवण येऊ लागली. त्यामुळे तुम्ही गेलात आणि नाहीसुद्धा!

जसे तुम्ही संसारामध्ये राहूनसुद्धा मुक्त होऊ शकता, तसेच जंगलामध्ये

राहूनही अमुक्त राहू शकता. जसे या संसाराच्या गर्दीमध्ये उभे राहूनसुद्धा तुम्हाला हवे तर तुम्ही एकटे उभे राहू शकता, तसेच जंगलाच्या एकांतातसुद्धा किंवा कोणाला हवे तर संसाराच्या पूर्ण गलबलाटात राहू शकता. कारण गर्दी मानसिक आहे.

समजा तुम्हाला असे वाटले, की बाहेरचे जंगल आतमधील जंगलाला सहकार्य करते आहे, तर काहीच हरकत नाही. परमेश्वराचाच शोध घ्यायचा आहे.

परंतु लक्षात ठेवा. ज्यांनी जंगलामध्ये शोधले, तेसुद्धा एका दिवसात परत येतात. ते जंगलामध्ये अडकून बसत नाहीत. कदाचित प्रशिक्षणासाठी ते बरोबर होते! परंतु महावीर जंगलात गेले, बुद्ध जंगलात गेले; पण तरीही ते समाजामध्ये पुन्हा परत आले. जे मिळवले ते वाटण्यासाठी पुन्हा इथेच परत आले. त्यामुळे इथे राहून मिळो किंवा अजून कुठे जाऊन मिळो. वाटायचे तर इथेच आहे.

महावीरांच्या जंगलात जाण्याची जैनशास्त्र खूप चर्चा करते; परंतु महावीर परत का आले याची चर्चा मात्र करत नाही. समजा जंगलामध्येच सगळे होते, तर तेथेच राहायचे.

नाही, तो एक प्रयोग होता. समाजापासून सुख मिळविण्यासाठी ती एक व्यवस्था होती. एक उपक्रम होता. दूर एका बाजूला झाले, कारण सर्व प्रकारे स्वत:मध्ये रमायचे होते. जेव्हा रमून गेले, जेव्हा कोणतेही भय उरले नाही, जेव्हा हे पक्के झाले, की आता कोणतीही गोष्ट ढवळाढवळ करणार नाही, संपत्ती धन समोर पडले तरी कोणताही लोभ मनामध्ये येणार नाही, कोणी शिवी दिली तरी कोणत्याही प्रकारचा अपमान माझ्या मनामध्ये येणार नाही, आणि अगदी सुंदरात सुंदर व्यक्ती जरी समोर आली तरी कोणतीही वासना मनामध्ये उतरणार नाही – हे सारे जेव्हा पक्के झाले, तेव्हा भय कसले! म्हणून परत आले.

तुम्ही स्वत:शी विचार करा. समजा इथे राहून तुम्ही करणार असाल, तर त्यापेक्षा उत्तम काहीसुद्धा नाही. निरर्थक इकडे-तिकडे कशाला जायचे? समजा करू शकत नसाल तर दोन नंबरची गोष्ट आहेच! त्यामुळे काही दिवसांसाठी एकांतामध्ये दूर जावे लागले तर जरूर जा, काय हरकत आहे; परंतु हे लक्षात ठेवा, की ते दूर होणे काही दिवसांसाठीच असेल. ती तुमची सवय बनायला नको. असे व्हायला नको, की आता तुम्ही संसारावर अवलंबून आहात, उद्या जंगलावर अवलंबून रहाल कारण ज्याची सवय होते तेच बंधन वाटते. जेथे बंधन आहे, तोच संसार आहे.

बऱ्याचदा असे होते, की वाईट सवयींमध्येसुद्धा लोक बांधले जातात, चांगल्या सवयींमध्येसुद्धा लोक बांधले जातात. काही माणसे सिगरेट पितात, आपण म्हणतो

वाईट सवय आहे आणि काही माणसे सिगरेटसारखी जपाची माळ ओढतात, नाही ओढली तर त्रास होतो. माळ ओढतो, पण काही आनंद मिळत नाही. सिगरेट पिणाऱ्यालासुद्धा काही खास आनंद मिळत नाही; माळ ओढली नाही तर अस्वस्थ होते, सिगरेट पिणाऱ्यालासुद्धा काही प्यायले नाही तर अस्वस्थ होते.

अर्थात सिगरेट आणि माळ या खूप वेगवेगळ्या गोष्टी आहेत. माळ निर्दोष आहे, ती तुमचे कोणतेही नुकसान करत नाही. माळ कितीही जपा, ना तुम्हाला क्षय होईल, ना कॅन्सर होईल. कोणतीही जपाची माळ तुम्हाला या प्रकारचा त्रास देणार नाही; पण जेथे खोल गोष्टींचा (गहनतेचा) संबंध आहे तेथे दोन्ही सवयीच झाल्या. सवयी झाल्या म्हणजे बंधन झालेच!

ज्यांना मुक्त व्हायचे आहे, त्यांना कोणत्याही सवयीचे बंधन व्हायला नको. असे व्हायला नको, की संसारापासून सुटले आणि जंगलामध्ये जाऊन अडकले. मग तेथून परत न येऊ शकू. तेथील वातावरणावर, पर्वतांवर, वृक्षांवर, पशु-पक्ष्यांवर प्रेम जडले, की तेथेच एक परिवार बनून गेला.

परिवार होण्यासाठी मनुष्य असण्याची थोडीच गरज आहे? एका कुत्र्यावरसुद्धा प्रेम होऊ शकते आणि तोच परिवार होऊन जातो. असेही होऊ शकते, की जंगलातल्या शांततेचा मोह होतो; जेथे मोह आहे तेथे संसार आहे.

संसारापासून मुक्त होण्याचा अर्थ काय होतो? संसारापासून मुक्त होण्याचा अर्थ हा होतो की मनापासून मुक्त होणे. मन म्हणजे, – मोह, लोभ, काम, क्रोध या सगळ्यांपासून सुटका!

तुम्ही जंगलामध्ये बसला आहात. शांतता आहे; खूप प्रसन्न आहात. ही प्रसन्नता संसारात (बाहेर) कायम राहू शकेल? राहिली तरच तुम्ही मिळवली. समजा बाहेर जाऊन हरवलीत, तर नाही मिळवलीत, हे मिळवणे म्हणजे काही मिळवणे झाले? हे तर जंगलावर अवलंबून राहणे झाले. ही शांतता, जंगलाची होती, तुम्ही ती उगीचच आपली समजून बसलात. तुमचे जे आहे ते तुमच्याजवळच राहणार; मग तुम्ही कोठेही रहा.

म्हणून तर पहिली गोष्ट मी सांगतो, की कुठेही जाऊ नका. कारण हे फक्त सवयींचे बदलणे होईल. इथेच पहिला प्रयोग करून बघा. जमू शकेल...!

पत्नीला सोडायचे नाही, पत्नीच्या प्रति असलेला पत्नीभाव सोडायचा आहे. माझे-तुझे हा भाव सोडायचा आहे. कोण कुणाचे? चार दिवसांची साथ-संगत असते. इथे आपण सारे अनोळखी आहोत. वाटेवरती भेटलेले प्रवासी आहोत. थोडा वेळ बरोबर चाललो इतकेच परंतु यामुळे याचा मोह धरू नका. यामुळे असेही समजून घेऊ नका, की या पत्नीशिवाय जगू शकणार नाही, किंवा पत्नी तुमच्याशिवाय जगू शकणार नाही. या पत्नीवर अधिकार गाजवू नका

आणि ना पत्नीला स्वतःवर अधिकार गाजवू द्या. गुलाम बनू नका. स्वतंत्र रहा. आपले स्वातंत्र्य कायम ठेवा आणि दुसऱ्याच्या स्वातंत्र्याचा आदर करा. पत्नी वेगळी झाल्यानंतर तुम्ही पत्नीबरोबर रहा, कोणतीही अडचण नाही.

दुकानावर बसा. हे दुकानसुद्धा परमेश्वराने दिलेला आदेश आहे. असे समजा. त्याने तुम्हाला पाठवले, ही त्याचीच मर्जी असणार! इथे करायचे तर इथेच करणार! पण करणार, मालक बनणार नाही. मालक तोच आहे. ज्या दिवशी दुकानातून दूर करेल, त्या दिवशी बाजूला होऊ. ज्या दिवशी दुकानाचे दिवाळे निघेल, त्या दिवशी उभे राहून हसून सांगू, की दुकानाचे दिवाळे निघाले.

यूनानमध्ये इपिटेक्ट्स नावाचा एक मोठा संत होऊन गेला. तो गुलाम होता. एका सम्राटाचा गुलाम होता– त्या काळी गुलाम असत– सम्राटाला कळले, की हा खूप मोठा पोहोचलेला फकीर आहे आणि हा म्हणतो, की माझे शरीरच नाहीये. सम्राट म्हणाला परीक्षा घ्यायला हवी. त्याला बोलावून घेतले आणि दोन पहिलवानांना बोलावून त्याचे पाय मोडायला सांगितले.

जेव्हा त्यांनी पाय मुरगळला, तेव्हा तो फकीर म्हणाला, ''बघा, तुम्ही पाय तर मुरगळत आहात; पण तो तुटून जाईल.'' जसे काही आपल्याशी त्याचे काही देणे घेणे नाही. जसे कोणी दुसरी एखादी गोष्ट मोडतो आहे, आणि कोणी सांगतंय, की ए बाबा, तुटून जाईल, जास्त पिरगाळू नकोस. त्यानेही असेच सांगितले की ''मुरगाळत तर आहातच. अगदी आनंदाने करा, पण सांगून ठेवतो नंतर – पस्तावाल, तुटून जाईल. इतका मुरगाळला तर तो पाय तुटून जाईल.''

परंतु सम्राटाने सांगितले, ''मुरगाळत रहा.'' जेव्हा पाय अगदी जवळ जवळ तुटण्याच्या बेतास आला. तेव्हाही तो म्हणाला की ''बघा, अजूनही लक्षात घ्या. आता थोडे जरी अजून पुढे गेलात तर तुटलाच म्हणून समजा.''

परंतु आत्तासुद्धा तो असे म्हणत नाही, की माझा पाय तोडू नका. मला लंगडा करून टाकाल म्हणून ओरडतसुद्धा नाहीये. जेव्हा ते अगदीच तोडायच्या स्थितीत आले, तेव्हा तो त्या सम्राटाला म्हणाला : ''थांबा, तुमचा गुलाम लंगडा होऊन जाईल हे तुम्हीच लक्षात घ्या. माझे काही बिघडत नाही; नुकसान तुमचे आहे. मग नंतर मला काही सांगू नका.''

परंतु सम्राटाला तर पुरती परीक्षाच घ्यायची होती. त्याने पूर्ण पाय तोडून टाकले. जेव्हा पाय तुटून गेला, तेव्हा तो फकीर हसायला लागला. तो म्हणाला; ''मी प्रथमच सांगितले होते. आता भोगा.'' एक क्षणभरसुद्धा तादात्म्य निर्माण झाले नाही. एकदाही म्हणाला नाही; 'माझा पाय!' बस, संसारामध्ये राहूनही मुक्त होण्याचे हेच सूत्र आहे.

भूक आहे तर त्याची! शरीर आहे तर त्याचे! सारे त्याचे! अशा समर्पणाच्या भावस्थितीत जंगलात तर कुठेही जाण्याची गरज नाही.

हेसुद्धा मोठ्ठे घनदाट जंगल आहे. चारी बाजूला हे लोकसुद्धा वृक्षांसारखे आहेत. ही गर्दी, हा बाजार, हेसुद्धा सारे दाट जंगल आहे... आणि कसलं जंगल पाहिजे? परंतु समजा हे तुम्हाला शक्य नाही, तुम्ही इतके समर्थ नाही, इतके बलशाली नाही, समजा तुम्ही कमजोर आहात. हे तुमच्याने होणे शक्य नाही. तुम्हाला थोडी निश्चितता हवी आहे. तर थोडे दिवस या जंगलापासून दूर रहा. काहीही हरकत नाही.

समजूतदार माणसाला वर्षामध्ये एक दोन महिन्यांसाठी, पंधरा दिवसांसाठी जेवढे शक्य असेल तेवढे दूर व्हायलाच पाहिजे. दोन चार वर्षांमध्ये संधी साधून चार सहा महिन्यांची सुट्टी घेऊन जंगलामध्ये दूर गेलेच पाहिजे; पण जंगलाची सवय लावून घेऊ नका. जंगलामध्ये पोहोचल्यावर पुन्हा हे म्हणू नका, की मी आता परत येऊ शकत नाही कारण इथे खूप शांतता आहे, आणि तिथे खूप अशांतता आहे.

शांती ना तिथे असते ना इथे असते. शांती आत असते. जंगलाचे गुलाम बनू नका. मग आनंदाने जंगलात जा.

तुम्ही विचारता, की 'संत का बाजूला होतात?' नाहीतर दुसरे काय करणार?

समाजाने विकृत केले आहे. समाजाच्या छायेपासून बाजूला होणे उपयोगी होऊ शकते.

मी याला फारसे महत्त्व देत नाही. मी हेसुद्धा म्हणत नाही, की तुम्ही जंगलात गेलात म्हणजे खूप मोठा चमत्कार केलात. माझे म्हणणे तुम्हाला नीट समजले असेल, तर मी हेच सांगतो, की तुम्ही नंबर एकचा बुद्धिमान माणूस नसून दोन नंबरचे आहात. मी नंबर एक तर (पिता) ज्याने निर्माण केले, त्याला म्हणतो. जो सिंहासनावर बसल्याबसल्याच मुक्त झाला आहे. बुद्धाला नंबर दोनचे म्हणतो. कारण प्रथम त्याला सिंहासनावरून दूर जावे लागले. भौतिकरूपाने त्याला दूर जावे लागले, तेव्हा 'बोधाचा जन्म झाला.' ज्याने निर्माण केले (जनक), त्याला सिंहासन सोडावे लागले नाही. कोठे येणे, कोठे जाणे, जेथे होते तेथे राहत राहतच दिवा लावला गेला.

मी तुम्हाला हेही सांगत नाही, की जबरदस्तीने तुम्ही एक नंबर होण्याचा प्रयत्न करा. नाही होऊ शकलात तर कोणतीच अडचण नाही. मुक्ती तर हवीच आहे, कसेही करून परमेश्वराला तर मिळवायचे आहेच.

म्हणून जंगलातल्या लोकांविषयी माझ्या मनामध्ये फार मोठा आदर नाही. म्हणून तुम्ही संसारामध्येच रहा असा याचा अर्थ नाही. तुम्हाला अगदी परमेश्वराला

गमवावे लागले तरी चालेल; पण जंगलामध्ये जाऊ नका. असा माझ्या म्हणण्याचा अर्थ अजिबात नाही. कोणताही उपाय नसेल तर करा.

जंगलामध्ये जाणे म्हणजे सर्जरी करण्यासारखे आहे. प्रथम डॉक्टर औषध देतात. औषधाने ठीक झाले, तर ठीक आहे. औषधाने बरे झाले नाही, तर हात पाय कापावे लागतात. तसेच जर इथे ठीक झाले तर सर्वात योग्य! आणि इथे ठीक झाले नाही तर मग सर्जरी, म्हणजेच मग जंगलामध्ये निघून जाणे.

दुसरा प्रश्न : *आपल्या आश्रमामध्ये जर साधनेची कोणतीही एकच पद्धत असेल, तर साधकाला अधिक सोयीचे नाही का होणार?*

एक प्रकारच्या साधकांना असेल, ज्यांना ती पद्धती अनुकूल असेल; परंतु तो एक छोटा गट असेल. हे द्वार सगळ्यांसाठी आहे. इथे भिन्न भिन्न वृत्ती, विविध ढंग, विविध रंगांसाठी मार्ग आहेत.

हीच तर अडचण पूर्वी झाली. या सुविधांमुळेच तर जगामध्ये इतके धर्म निर्माण झाले. या सुविधांचा विचार केला म्हणून...!

जो भक्तिमार्गाने चालेल तेथे ज्ञानाची चर्चा होणार नाही. जो ज्ञानमार्गाने चालेल तेथे भक्तीची चर्चा होणार नाही. चर्चा तर दूरच, पण जो ज्ञानाच्या मार्गाने चालेल तो भक्तीचे खंडण करेल कारण ज्ञानमार्ग पूर्णपणे अंगी बाणवण्यासाठी ते जरुरीचे झाले आहे आणि जो भक्तीचा समर्थक आहे तो ज्ञानाचे खंडण करेल.

त्यामुळे सारे शास्त्र खंडणांनी भरून गेले आहे. प्रत्येक पद्धती काही थोड्या लोकांच्याच कामाची आहे. म्हणूनच कोणताही धर्म सार्वलौकिक होऊ शकला नाही. कोणताही धर्म सार्वभौम झाला नाही. सगळ्यांनाच त्यामध्ये जागा मिळाली नाही.

आता जसा की जैन धर्म आहे. तो पुरुषार्थाचा धर्म आहे. तेव्हा ज्या लोकांना पुरुषार्थामध्ये खूप रस आहे, ज्यांच्यामध्ये मुळातच पुरुषार्थाचा ढंग आहे–आक्रमक–त्यांच्यासाठी ते जमून जाईल. संकल्पाचा मार्ग आहे. परंतु ज्यांचा ढंग स्त्रैण आहे, ज्यांचा ढंग समर्पणाचा आहे, ज्यांचा रस्ता प्रेमाचा आहे, ज्यांच्या हृदयामध्ये चांगल्या भावना निर्माण होतात, त्यांना ते जमणार नाही.

त्यामुळे जो भक्त जैन घरामध्ये जन्माला येईल तो अभागी! कारण तेथे त्याला मार्ग मिळणार नाही. आणि दुसरीकडे जाण्याची सुविधाही मिळणार नाही. कारण लहानपणापासून तो ऐकत आला आहे, की भक्ती करणे चुकीचे आहे. लहानपणापासून तो हेच ऐकणार की भक्ताबाबत तू बोलूच नकोस, कारण

श्रीकृष्ण, जे भक्तांचे भगवान आहेत तेसुद्धा नरकामध्ये पडले आहेत. जैनांनी त्याला नरकामध्ये टाकून दिले आहे. कारण जैनांच्या मते ह्या गोष्टी तर राग येण्यासारख्याच आहेत की; मोर मुकुट बांधलेला, पितांबर नेसलेला, हातात बासरी घेतलेला, दागिन्यांनी सजलेला, हा काय वैराग्याचा ढंग आहे? महावीर नग्नतेत उभे आहेत. मोक्ष मिळवण्याची हीच पद्धत आहे.

कृष्ण आणि महावीर यांना समोरासमोर उभे करा. तेव्हा काहींच्या मनामध्ये महावीरांबद्दल सद्भावना निर्माण होईल, की हा खरा त्याग! सारे सोडले. नग्न झाले. घर-दार, संपत्ती-धन सारे काही सोडले. हा त्याग आहे.

परंतु काहींच्या मनामध्ये कृष्णाची मनमोहक छबी घर करेल. ते सुंदर डोळे बघून कोणी एखादा आनंदित होईल. बासरीची धून ऐकून कोणी डोलायला लागतील, कृष्णाच्या पायातील बांधलेले घुंगरू एखाद्याच्या हृदयामध्ये वाजायला लागतील. कोणी एखादा इतका आनंदित होईल, की दारू न पिताही दारू प्यायल्यासारखा धुंद होऊन जाईल. महावीर त्याला अगदी रुक्ष-कोरडे वाटतील. तो असा विचार करेल, की महावीरांसारखे लोक मोक्ष मिळवत असतील, पण मला मोक्ष मिळवायचाच नाही. जेथे जागोजागी असे नागडे-उघडे लोक उभे असतील असा मोक्ष, मला असा मोक्ष नको. असा कोरडा मोक्ष घेऊन काय करणार ? – हे खाणार, पिणार, ओढणार असा मोक्ष काय कामाचा? असा मोक्ष तुम्हीच सांभाळा!

जेथे कृष्ण असेल तेथेच जाणार. भक्त तर म्हणेल, नरकात असेल तर नरकात जाऊ. कारण हा संगीताचा वर्षाव, हा उत्सव, हा आनंदाचा सोहळा, हे गीत, कृष्णाच्या बरोबर नरकसुद्धा कुणालाही आवडेल आणि एखाद्याला महावीरांच्या बरोबर स्वर्गामध्येसुद्धा असे वाटेल, की कुठे आलो आणि फसलो! आता या सज्जनापासून कशी सुटका करून घ्यायची? या मोक्षापासून कशी सुटका मिळवायची?

तुम्ही जरा विचार करा, दोघांमध्ये कोणीही चुकीचे नाही. प्रत्येकाची आपली आपली वृती आहे, आपले-आपले विचार आहेत, आपल्या-आपल्या व्यक्तिमत्त्वाची धारणा आहे.

जो बुद्धीने विचार करेल त्याला महावीर रुचतील, जो हृदयाने विचार करेल त्याला कृष्ण भावतील. परंतु हृदयही आहे आणि बुद्धीसुद्धा आहे. काहींच्यामध्ये हृदय प्रबल आहे तर काहींच्यामध्ये बुद्धी प्रबल आहे.

तुमचे म्हणणे मला समजले. तुमचा प्रश्न मला समजला. तुम्ही सुचवत होतात, की जेव्हा आपण अष्टावक्रवर बोलता, तेव्हा पुन्हा अष्टावक्रावरच थांबा.

परवाच मला कोणीतरी म्हणाले, की आम्हाला असे वाटत होते, की

महागीतेमध्ये सारे काही मिळाले. आता आम्ही जेव्हा संतांच्या गोष्टी ऐकतो, तेव्हा आम्ही खूप अस्वस्थ होतो. आता आम्ही काय करायचे? आम्हाला असे वाटले होते, की तुम्ही अष्टावक्राची गोष्ट सांगितली त्यामुळे सारे काही मिळाले आता फक्त आपला साक्षीभाव सांभाळायचा.

ही तर भक्ताची गोष्ट! साक्षीची नाहीच! भक्त तर म्हणतो: लीनभाव, तल्लीन भाव हवा. साक्षीभाव ही बाबच चुकीची आहे. साक्षीचा अर्थ आहे, दूर उभे राहून बघणे. भक्त म्हणतो : डुबकी मारा. कुठे दूर उभे राहून बघणार? परमेश्वराला दूर उभे राहून बघणार? यापेक्षा अधिक नास्तिकता काय असणार? परमेश्वरामध्ये बुडून जा, स्वतःला विसरून जा, लीन होऊन जा.

तुमची समस्या मला समजते. तुमच्या प्रश्नाचा रोख मी समजतो. तुम्हाला अडचण होते आहे.

कधी मी भक्तावर बोलतो, कधी ज्ञानींवर बोलतो. कधी ध्यानींवर बोलतो, कधी प्रेमींवर बोलतो. परंतु त्यांच्यामध्येही विविध रूपे आहेत. ध्यानाचेसुद्धा अनेक प्रकार आहेत. असेच भक्तीचेसुद्धा अनेक प्रकार आहेत. मी साऱ्या ढंगांबाबत बोलतो.

तुम्ही म्हणता, की या बागेमध्ये एकाच प्रकारचे वृक्ष असते तर अधिक चांगले झाले असते. मी तुम्हाला सांगतो, की या बागेमध्ये सगळ्या प्रकारचे वृक्ष आहेत. तुम्हाला जो वृक्ष आवडेल, त्याच्याखाली बसून जा. परंतु दुसऱ्यांसाठी सुद्धा इथे वृक्ष आहेत. तुम्हाला जो सुगंध आवडेल, त्यामध्ये रमून जा. कुणाला मोगऱ्याचा सुगंध भावतो, कुणाला रजनीगंधाचा! तुम्हाला ज्याने आनंद मिळेल तो घ्या. काही लोक असेही आहेत, की ज्यांना फुलांमध्ये इतका रस नाही, की जितका हिरव्यागार पानांमध्ये आहे. तेव्हा इथे अशीसुद्धा झाडे आहेत, की ज्यांचे वैभव, सौंदर्य पानांमध्ये आहे, तुम्ही त्यामध्ये रमून जा.

कुणाला छोट्या-छोट्या झाडांमध्ये रस असतो. काही जणांना अशा वृक्षांमध्ये रस असतो, की जे आकाशामध्ये हवेबरोबर गप्पा मारताहेत, चंद्र-ताऱ्यांशी हस्तांदोलन करताहेत, तेव्हा ज्यांना जशी मजा वाटेल, ज्यांना जसे शोधायचे असेल तसे करा.

इथे सगळ्यांना प्रवेश आहे. जेवढ्या प्रकारचे लोक आहेत, तितके दरवाजे या मंदिराला आहेत हे पहिलेच असे सार्वभौम मंदिर आहे.

तुमची अडचण तुमच्यामुळेच निर्माण होते आहे. तुम्हाला जे आवडेल, तेथेच तुम्ही बुडून जा परंतु तुमची अडचण ही आहे, की तुम्ही लोभामध्ये पडता. तुम्ही बघता, की अष्टावक्रामध्ये मजा घेता येते. पुन्हा विचार करता, की आता हे कबीरही आले आहेत, तेव्हा थोडासा त्यांचाही आनंद घेऊ. थोडे

यांचेही करून बघू. तुम्ही मोहामध्ये पडता.

समजा तुम्हाला अष्टावक्रामध्ये रस निर्माण झाला आहे, तर विसरा कबीराला. कबीराशी काय देणे-घेणे! करू देत बडबड त्या विणकऱ्याला, बडबडू देत. तुम्ही त्यामध्ये पडूच नका आणि मी काहीही सांगेन... कारण फक्त तुमच्याशी बोलत नसून दुसऱ्यांशीसुद्धा बोलतो आहे – ज्यांच्यासाठी हा विणकरीच दार बनणार आहे. काहीजण आहेत, की त्यांची हृदये कबीरांच्याच आनंदाने भरणार आहेत. काही आहेत, की ज्यांच्या हृदयामध्ये कबीराचाच तंबोरा वाजणार आहे. त्यांना अष्टावक्र आवडणार नाहीये. खूप कमी वाटेल. कुठे कबीराचे तरंग, कुठे कबीराचा आलाप, कुठे कबीराची रागीट नजर, कुठे कबीराची क्रांती!

अष्टावक्रचे बोलणे असे वाटेल, की पोकळ, ठीक-ठाक, वरवरचे, बढाया मारणारे असेल. कबीरांचा सोटा जेव्हा डोक्यावर पडेल तेव्हा कळेल, की हा कोणीतरी माणूस आहे. काहींना कबीर समजेल.

ज्यांना कबीर समजेल – त्यांनी अष्टावक्रची चिंताच सोडावी.

आणि लक्षात घ्या. मी जेव्हा एखाद्यावर बोलतो, तेव्हा मी बाकी सारे विसरतो. त्यामुळे माझे सारे लक्ष, सारे प्राण त्याच्याशीच एकरूप होऊन जातात.

जेव्हा कबीरावर बोलतो तेव्हा कबीरच माझ्यासाठी सारे काही असतात. त्यामध्ये तुम्ही कोणा दुसऱ्याचे नाव घेतले – बुद्धाचे, महावीराचे, कृष्णाचे, येशूचे तर मी धक्के देऊन त्यांना बाहेर हाकलून देतो. त्या वेळेस माझ्या मनामध्ये कबीराशिवाय दुसरे कोणीसुद्धा नसते.

हो, पण जेव्हा बुद्धावर बोलतो, तेव्हा कबीरासाठी कोठेही जागा नसते. त्याने कितीही दरवाजा ठोठावला तरी तो त्यांच्यासाठी उघडला जाणार नाही. ते म्हणतील, की पहिल्यांदा आम्हाला किती प्रेमाने बोलावले होते आणि आता आम्ही स्वतःहून येण्यास तयार आहोत. तरीसुद्धा त्यांना सांगितले जाईल, की थांबा, तुमची वेळ येऊ देत.

तुमची अडचण मला समजली. हे द्वार सगळ्यांसाठी आहे. तुम्ही लोभामध्ये पडला नाहीत तर कोणतीही अडचण येणार नाही. एकदा तुम्ही सगळ्या प्रक्रिया तर करून बघा. विशेष करून या दोन प्रक्रियांमध्ये डुबकी तर मारून बघा, कारण ते मूळ आहे– प्रेम आणि ध्यान; भक्ती आणि ज्ञान. आत्मा आणि परमात्मा.

किंवा ध्यान तरी करून बघा. पूर्ण शक्ती पणाला लावून ध्यान करून बघा. सहा महिने ध्यानामध्ये बुडून जा, भक्तीला विसरून जा आणि पुन्हा सहा महिने भक्तीमध्ये बुडून जा; ध्यान विसरून जा. त्यानंतर काय तो निर्णय होईल. दोन्हीमध्ये जो प्रथम येईल, ज्याच्यामुळे तुमच्यात वीणेचा झंकार निर्माण होईल,

ज्याच्यामुळे तुमचे आकाश मोकळे होईल, ज्याच्यामुळे तुमच्या जीवनाला पंख फुटतील... नंतर तुम्ही निवडा! त्यानंतर मात्र पुन्हा पुन्हा बदलण्याची गरज नाही.

लोभामध्ये पडण्याचीही गरज नाही, कारण भक्तिमार्गाने पोहोचलात तरी तेथेच पोहोचणार आहात आणि ध्यानमार्गाने पोहोचलात तरी तेथेच पोहोचणार आहात. पोहोचायचे तर तेथेच आहे, ध्येय (मंजिल) तर एकच आहे; पण मार्ग अनेक आहेत.

आणि मला सगळ्यांबाबत आदरभाव आहे – सगळ्या लोकांबाबत मला आदर आहे; सगळ्या मार्गांच्या बाबतीत मला आदर आहे. कारण जेथे मी उभा राहून बघतो आहे, तेथून मला सगळे मार्ग एकाच बिंदूवर थांबताना दिसत आहेत. ज्या शिखरावर उभे राहून मी बघतो आहे, तेथे डाव्या बाजूने येणारी पायवाटही आली आहे. उजवीकडून येणारी पायवाटही तेथेच आली आहे. राजमार्गसुद्धा आला आहे. विमानाने उडून जे आले तेसुद्धा आले आहेत. पायी चालत जे आले, तेसुद्धा आले आहेत. घोडेस्वारसुद्धा येत आहेत. सगळ्या प्रकारचे लोक येत आहेत.

पर्वत मोठा आहे, चारी बाजूने मार्ग येतात. सगळ्या प्रकारचे प्रवासी चढत आहेत आणि जे मार्गावर आहेत, त्यांना हे दिसू शकत नाही, की दुसरे मार्गसुद्धा तेथेच घेऊन जात आहेत, जेथे आपण चाललो आहोत.

एका मार्गावर चालणाऱ्यांना असेच वाटते, की माझा मार्गच बरोबर असणार! हे त्याला मानावेच लागते. नाही तर तो चालूच शकणार नाही. त्याला मानावेच लागते, की माझा मार्ग बरोबर आहे आणि हे आग्रहाने सांगण्यासाठी तो दुसऱ्यांना सांगतो, की तुमचा मार्ग चुकीचा आहे. हिंदू चुकीचे, हे चूक ते चूक. माझा मार्ग बरोबर!

प्रत्यक्षात तो तुमच्याशी भांडण करत नाही. तो आपल्या मनाला समजावून सांगतो. त्याच्या मनामध्ये लोभ निर्माण होतो, की न जाणो हा शेजारून जाणारा माणूस मुसलमान असेल, कदाचित त्याचा मार्ग बरोबर नसेल. हा कुराणातील ओव्या गात चालत आहे, कदाचित हे बरोबर नसेल. मी हे काय करतो आहे — राम-राम, राम-राम! माहीत नाही, त्याला भीती वाटते आहे. भीती वाटते म्हणून तो स्वत:च्या आत्मरक्षणासाठी मोठमोठ्याने म्हणत चालला आहे : बंद कर हे अल्ला, अल्ला ओरडणे. यामुळे काहीही होणार नाही.

विचार करा हे तो आत्मरक्षणासाठी म्हणतो आहे. त्याला माहितीही नाही की मी जे करतो आहे, त्याने होईल की नाही. जोपर्यंत होत नाही, तोपर्यंत कसे समजणार? आणि जेव्हा होईल, तेव्हा तर ही बाबच संपलेली असेल.

जोपर्यंत होत नाही तोपर्यंत संशय हा राहणारच! आणि या शंकेचे निवारण करण्यासाठी तो जोरात ओरडतो की तुम्ही चुकत आहात.

लक्षात घ्या: तो हे सांगू इच्छितो, की मी बरोबर आहे. त्याला हे सांगायचे नसते की तुम्ही चुकत आहात. तुम्ही चुकत आहात हे त्याला काय माहीत!

हिंदूना कसे माहीत असणार की कुराण चुकीचे आहे? हे जाणून घेण्यासाठी त्यांना कुराणामध्ये स्वत:ला बुडवून घ्यावे लागेल. कुराणाचे पारायण करायला पाहिजे. कुराण मानून चालायला पाहिजे, तेव्हाच समजेल ना की हे चुकीचे आहे?

तुम्ही कधी विमानामध्ये बसला नाहीत? तुम्ही म्हणता, की बैलगाडीच ठीक आहे. विमान तेथे घेऊन जाऊ शकणार नाही, बैलगाडीच घेऊन जाईल, हे तुम्ही कशावरून म्हणता? एकदा बसा. एकदा जाऊन तर बघा.

ज्यांनी अनेक मार्गांनी चालत जाऊन बघितले, जसे रामकृष्णांनी परत येऊन पुन्हा पुन्हा तेच सांगितले, की सारे मार्ग तेथेच नेऊन पोहोचवतात.

जो पोहोचला आहे, त्याने बघितले, की सगळे मार्ग तेथेच नेऊन सोडतात. परंतु कधी कधी असे होते, की तुमची दया आल्यामुळे तेथे पोहोचलेला पुरुषसुद्धा कधी काही सांगत नाही. कारण तुम्ही विलक्षण आहात. तुमची कमजोरीही खूप विलक्षण आहे.

महावीर जेव्हा पोहोचले तेव्हा त्यांना दिसले की भक्तसुद्धा आले आहेत. त्यांनी बघितले असणार, की हा कृष्णसुद्धा आला आहे, तो बासरी वाजवत आहे. त्या शिखरावर त्यांनी कृष्णालाही बघितले असेल. त्यांनी बघितले असेल, की लाओत्सुसुद्धा तेथे विश्रांती घेत बसला आहे. त्यांनी बघितले असणार, की प्रभु रामचंद्रसुद्धा आपले धनुष्यबाण घेऊन येत आहेत. हा मामला काय आहे?

आपल्यामागून येणाऱ्या लोकांसाठी महावीर हे म्हणत असतील, की सगळे आले, महावीरांच्या मागून जे लोक येत आहेत ते लोभामध्ये पडू देत. एका गोष्टीचे भय मात्र आहे. ते म्हणू लागले, की जर सगळे जात आहेत, तर मग चिंता कशाची? तेव्हा आम्ही या मार्गाने जाऊ, किंवा त्या मार्गाने जाऊ. असे होऊ शकते, की ते इतक्या द्विधा अवस्थेत पडतील – आणि इतके मार्ग आहेत – की निवडणेही अवघड आहे. ते थक्क होऊन जातील.

त्यांची कमजोरी लक्षात घेऊन महावीर एकसारखे सांगताहेत, की हाच मार्ग इथे आणतो. दुसरा कोणताही येत नाही.

कृष्णसुद्धा सांगत असतात, रामसुद्धा एकसारखे सांगत असतात, की याच मार्गावर या. कृष्ण म्हणतात, 'सर्व धर्मान् परित्यज्य मामेकम् शरणम् व्रज' सारे सोड. सगळे धर्म सोडून दे. मला शरण ये. बस हेच शरण घेऊन जाते.

येशू म्हणतात: "जो माझ्याकडून (मार्गावर) जाईल तोच पोहोचेल. मी

प्रवेशद्वार आहे. जो माझ्यापासून जाणार नाही, तो पस्तावेल.''

याचा अर्थ हा नाही की जो येशूपासून जाणार नाही, तो पोहोचणार नाही. परंतु येशू – ज्या मित्राने प्रश्न विचारला आहे, अशा प्रकारच्या लोकांमुळे असे म्हणतात. परंतु यामध्ये एक फायदा असतो, की मार्गावरती जे लोक येतात ते निश्चिंत असतात. परंतु दुसरा एक धोका आहे. निश्चिंतता तर असते, पण मतांधतासुद्धा निर्माण होते.

आणि आपण हे बघू शकतो की पाच हजार वर्षांच्या इतिहासामध्ये फायदा तर कमीच झाला आहे. या गोष्टीमुळे नुकसान अधिक झाले आहे. खूप लोक, दुसरे चुकीचे कसे आहेत हे सिद्ध करण्यामागे लागले आहेत. म्हणून मी पूर्ण प्रक्रियाच बदलली.

मी तुम्हाला सांगतो, सगळे मार्ग बरोबर आहेत. धोका निर्माण होईल, पण तुम्ही जर लोभामध्ये पडलात तरच धोका निर्माण होईल.

जेव्हा मी सांगतो की सगळे मार्ग बरोबर आहेत. तेव्हा मी हे सांगतो, की तुम्ही ज्या मार्गावर आता आहात तोसुद्धा बरोबर आहे. प्रत्यक्षात मार्ग पोहोचत नाही तर चालणारे पोहोचतात. मार्ग घेऊन जात नाही, चालणारे जातात. कोणत्याही मार्गाने चाला, चालत रहा, पोहोचाल; पण समजा चालण्यामध्ये कोणताही संदेह निर्माण झाला, तर कोणताही मार्ग घेऊन जाणार नाही. मार्ग कसा घेऊन जाणार? मार्ग थोडाच आपोआप जातो, तुमच्या चालण्यामुळे तो जातो.

कधी कधी असे होते, की हिंमतवान लोक कोणत्याही मार्गाशिवाय पोहोचतात, दऱ्याखोऱ्या, पर्वत पार करून जातात, जेथे कोणी कधीही चालत गेले नसेल. आणि कमकुवत लोक, आळशी लोक, सुस्त लोक, राजमार्गावरच बसतात, तेथेच ठाण मांडतात आणि तेथेच जमवून घेतात. मैलाच्या दगडाजवळच दिल्ली आली, आपले ध्येय आले असे समजून तेथेच बसतात.

इथे सर्व प्रकारच्या लोकांसाठी सुविधा आहेत. मला असे वाटते, की या जगामध्ये कोणतीही मतभिन्नता नसावी.

सलाम हो तेरी गलियों पे ऐ वतन कि जहां
ये रस्म आम है कि जो चाहे सर उठा के चले।
कोई भी शर्त बजुज बजाय एतिहात नहीं
कोई सम्हल के चले, कोई लड़खड़ा के चले।

तुमच्यावर कोणतीही अट नाहीये. कोणी एखादा सांभाळून चालेल. कोणी अडखळत चालेल. कोण सावधगिरीने चालेल, शुद्धीत चालेल, कोणी प्रेमाच्या नशेत चालेल.

इथे सगळ्यांसाठी सुविधा आहे.

तुम्ही आपला मार्ग निवडा. दुसऱ्याला चुकूनही 'चुकला' असे म्हणू नका. हा हक्क तुमचा नाही. तुम्ही तुमचा मार्ग निवडा आणि चालू लागा.

एखादा अडखळत चालत असेल, तर त्याला असे म्हणू नका, की मी ध्यानाचा प्रवासी आहे, तू सांभाळून चाल. पैज लावू नका. कारण लटपटणाराही पोहोचलेला आहे, कधी कधी तर सांभाळून चालणाऱ्यांच्या आधीच लटपटणारे लवकर पोहोचले आहेत, कारण या लटपटणाऱ्यांना परमेश्वर सांभाळतो. सांभाळून चालणाऱ्यांना परमेश्वर सांभाळत नाही. ते स्वत:च स्वत:ला सांभाळून आहेत.

म्हणून तर बुद्ध आणि महावीरांच्या धर्मामध्ये परमेश्वराला कोणतीही जागा नाही. कोणतीही जरूर नाही. ते स्वत:च सांभाळलेले आहेत.

येशूने म्हटले आहे, की जसा एखादा धनगर संध्याकाळी परततो, आणि येऊन बकऱ्या मोजतो. हजार बकऱ्यांमध्ये नऊशेनव्याण्णव आहेत, एक बकरी रस्त्यामध्ये हरवली. तो त्या नऊशेनव्याण्णव बकऱ्यांना त्या पर्वतावर, धोक्याच्या ठिकाणी, एकांतामध्ये सोडून त्या एका बकरीला शोधण्यासाठी जंगलात निघून जातो.

अंधारी रात्र, दिवा घेऊन शोधतो आहे, जंगलभर आवाज देत फिरतो. आणि जेव्हा ती हरवलेली बकरी सापडते, तेव्हा येशूने सांगितले, की तो काय करतो माहीत आहे? तिला खांद्यावर घेऊन परततो. त्या नऊशेनव्याण्णव बकऱ्यांना कधी कळणारही नाही, की धनगराच्या खांद्यावर बसण्याची मजा काय आहे. त्या कधी भरकटल्याच नाहीत, तर त्यांना खांद्यावर बसण्याची संधीसुद्धा मिळणार नाही.

तो जो शुद्धीत चालतो, तोसुद्धा पोहोचतो; पण परमेश्वराच्या खांद्यावर बसण्याची संधी त्याला मिळत नाही. ती मजा तर फक्त भक्ताची आहे, जो लटपटत चालतो, जो डुगडुगत-अडखळत चालतो, त्याला तर परमेश्वराला आधार द्यायलाच हवा. द्यावाच लागेल.

जसा जसा लहान मुलगा मोठा होतो, आईचा आधार कमी होत जातो. जेवढा मुलगा छोटा आणि असहाय असतो, तेवढा अधिक आधार द्यावा लागतो.

ध्यानी प्रौढ आहे, प्रेमी असहाय आहे. अस्तित्व त्याच्यासाठी माता बनून जाते. भक्त तर मुलासारखाच राहतो. तो आपला लहान मुलाप्रमाणे असणारा भाव सोडत नाही. म्हणून तर भक्त रडत असतो. लहान मुलासारखा, हाका मारत राहतो. कधी परमेश्वराला पिता म्हणतो, कधी परमेश्वराला आई म्हणतो. तुम्ही त्याचे आळवणे समजून घ्या.

जर भक्ताने परमेश्वराला माता-पिता म्हटले आहे, तर तो (भक्त) काय म्हणाला आहे? इतकेच म्हणाला आहे, की आम्ही लहान बाळे आहोत. आमची

स्वत:ची ताकद ती काय असणार! आम्ही आमच्या पायांनी तर चालू शकत नाही. आम्ही तर खाली पडूनच जाऊ. आम्ही तर उठतो आणि खाली पडतो. तू सांभाळलेस तरच सांभाळले जाईल. तुझ्या सांभाळण्यानेच सावरले जाऊ.

हे दोन ढंग आहेत : एक तर तुम्ही सांभाळा. तुम्ही सांभाळून घेतलंत, तर जरूरच नाहीये. ठीक आहे. मामला इथेच संपतो. सांभाळायचेच होते. तर तुम्ही सांभाळले गेलात.

तुम्ही कधी विचार केलात का, की आईचे प्रेम तिच्या त्या मुलावर अधिक असते, जे सगळ्यांत अधिक कमजोर असते. ही गोष्ट अर्थशास्त्राच्या एकदम विरुद्ध आहे; परंतु अर्थशास्त्र आणि प्रेमशास्त्र एकमेकांच्या विरुद्ध आहे. खरं तर प्रेम असायला पाहिजे अशावर, की जो सगळ्यात बलवान आहे, सगळ्यांपेक्षा बुद्धिमान आहे, सगळ्यांपेक्षा गुणवान आहे. परंतु आई जाणून असते, की तो तर बुद्धिमान आहे, बलवान आहे, आपली स्वत:ची चिंता करेल. त्याला जरुरी नाहीये.

जो कमजोर आहे तो इतका बुद्धिमानसुद्धा नाही. ज्याची भरकटत जाण्याची अधिक शक्यता आहे, जो कुठेतरी खाली पडेल, आईला त्याची अधिक चिंता असते.

बऱ्याचदा असे होते, की निरोगी मुलापेक्षा आईला आजारी मुलाविषयी अधिक प्रेम वाटते.

परमेश्वराचा अनुभव त्यांनाच मिळेल, जे असहाय असून लटपटत आहेत. म्हणून महावीर आणि बुद्ध यांच्या धर्मामध्ये परमेश्वरासाठी जागा नाही, कारण बुद्ध आणि महावीरांना परमेश्वराचा अनुभव घेण्याची संधी मिळाली नाही. जरूरही नव्हती. ते स्वत:च परमेश्वर होऊन गेले. त्यांनी आपल्या आतमध्ये इतकी चेतना प्रज्वलित केली, की दुसऱ्या कोणत्याही अस्तित्वाच्या सहाऱ्याचे कारणच राहिले नाही. शेवटच्या टप्प्यावर येऊन पोहोचले; परमेश्वर कुठे भेटलाच नाही. ते स्वत:च परमेश्वर होऊन आले.

परमेश्वराचा अनुभव तर भक्तालाच येतो. जसा प्रेमाचा अनुभव प्रेमीला होतो. प्रेमीचा अनुभव त्याला प्रेमामध्ये होतो. भक्तीमध्ये परमेश्वराचा अनुभव आहे.

आणि मी तुम्हाला हे सांगत नाही की या दोन अनुभवांमध्ये कोणता अनुभव निवडायला पाहिजे. मी तुम्हाला हे सांगतो, की ज्याचा तुम्हाला आनंद वाटेल, जे तुम्हाला खूप आवडेल तेच निवडा.

सलाम हो तेरी गलियों पे ऐ वतन कि जहां
ये रस्म आम है कि जो चाहे सर उठा के चले।

एक ना एक दिवस तुम्हाला समजेल, की या ज्या प्रक्रियांना मी गतिमान करतो आहे, त्या प्रक्रियांना तुम्ही एक दिवस नतमस्तक (सलाम) व्हाल आणि म्हणाल, की या गोष्टींबाबत आम्हाला खूप आदर आहे.

'कोई भी शर्त बजुज बजाय एतिहात नहीं'

इथे कोणावरही कोणतीही अट लादली जात नाहीये. कोणावरही कोणताही प्रकार जबरदस्तीने बसवला जात नाही. स्वतंत्रता ही इथली हवा आहे. कोणत्याही कारणामुळे कोणालाही पारतंत्र्यात ठेवले जात नाही. मोक्षाच्या मार्गावर कसले आले पारतंत्र्य? कुठली कारणे?

इथे कुणीसुद्धा तुमच्यासाठी साखळदंड देत नाहीये; तुमचे साखळदंड तोडले जात आहेत.

कोई भी शर्त बजुज बजाय एतिहात नहीं

कोई सम्हल के चले, कोई लड़खड़ा के चले।

आणि मी असे मानतो, की भविष्यकाळामध्ये धर्माची हीच शक्यता आहे. जुने दिवस गेले. हिंदू, मुसलमान, जैन, ख्रिश्चन, बौद्ध, हे भांडणारे... दिवस गेले. हे सगळे धर्म आता जवळजवळ मृतवत आहेत. मालकाची प्रतीक्षा करत आहेत. आत एक अगदी वेगळ्या दुसऱ्या प्रकारचे विश्व तयार होत आहे. दुसऱ्या एका नव्या धर्माची सुरुवात जगामध्ये होत आहे. जेथे लोक धार्मिक असतील – ख्रिश्चन, हिंदू, मुसलमान नसतील. मंदिर, मशीद, चर्च, गुरुद्वार राहतील पण जुने विचार चालणार नाहीत. ज्यांची तेथे मर्जी असेल. कोणी सांभाळून चालेल, कोणी लटपटत-अडखळत चालेल.

प्रत्येक घरामध्ये सगळ्या धर्माचे लोक असायला पाहिजेत. कारण प्रत्येक घरामध्ये सगळ्या वृत्तीचे लोक असतात. एका आई-वडिलांपासून जन्माला आलेली पाच मुलेसुद्धा एकसारखी नसतात. तर पाच हिंदूही कसे एकसारखे होऊ शकतील? पाचही मुसलमान कसे एकसारखे होऊ शकतील? पाचही इतके वेगळे आहेत, सगळ्या गोष्टीत वेगळे आहेत. एक गणितामध्ये चांगला आहे, एक काव्यामध्ये कुशल आहे, तेव्हा तुम्ही असा आग्रह धरत नाही, की तुम्ही पाचही मुले एकाच बापाची आहात, तुमचे वडील जर गणितज्ञ असतील, तर तुम्ही पाचही गणितज्ञ व्हायला पाहिजे.

नाही, तुम्ही अशा प्रकारच्या मूर्खपणाचे विधान नाही करत! तुम्हाला माहिती आहे, की ही गोष्ट मूर्खपणाची आहे. बाप गणितज्ञ आहे. तर असू देत, म्हणून पाचही मुलांनी गणितज्ञ असणे आवश्यक नाही. गणितज्ञ होणे काही रक्तामधून येत नाही. यामध्ये कोणी कवी आहे, कोणी गणिती आहे, कोणी संगीतज्ञ आहे, कोणी नर्तक आहे, तर कोणी अजून काही आहे. तुम्ही या सगळ्यांना संधी देता; पण धर्माच्या बाबतीत तुमची जिद्द मूर्खासारखी भरलेली आहे. तुम्ही म्हणता : तुम्हाला पाचही जणांना, मुसलमान, हिंदू, जैन व्हावे लागेल. कारण तुम्ही जैन घरामध्ये जन्माला आलात, मुसलमान घरात जन्माला आलात. गोष्ट

खरं तर अगदी न समजण्यासारखी आहे.

तुम्ही आयुष्यामध्ये एवढे स्वांतत्र्य देता, की कोणी गणितज्ज्ञ होऊ शकेल, तर कोणी कवी... ह्या गोष्टी खूप विपरीत आहेत. कारण कोठे गणित आणि कोठे कविता? याचा कोणताही मेळ नाही, ताळमेळ नाही. गणिताची कोणतीही कविता होत नाही, कवितेचे कोणतेही गणित होत नाही. गणित तर्कानुसार चालते, कविता अतर्काने होते. गणित विरोधाभासापासून दूर राहते. कविता विरोधाभास शोधते. कवितेचा प्राणच विरोधाभास आहे – 'पॅराडॉक्स'! जेथे विरोधाभास तयार होतो, तेथे कवितेच्या ओळी काव्यपूर्ण बनून जातात.

सौंदर्याची पारख हा कवितेचा डोळा आहे. कवितेचा प्राण प्रेम आहे. गणिताचा प्राण हिशेब आहे. गणितामध्ये बुद्धीचा पूर्ण वापर आहे, परंतु हृदयाच्या रसाला तेथे जरासुद्धा जागा नाही.

एकाच बापापासून जन्माला आलेल्या या दोन व्यक्ती आहेत. तुम्ही म्हणाल की या दोन्ही व्यक्तींनी हिंदू व्हायला पाहिजे, दोन्हींनी जैन व्हायला पाहिजे. हे चुकीचे आहे. ज्यांच्या आतमध्ये कवितेचा जन्म झाला आहे, त्यांना कबीर किंवा मीरा जवळचे वाटतील, आणि ज्यांच्या आतमध्ये गणित अगदी स्पष्ट आहे, त्यांचे बुद्ध आणि महावीर यांच्याशी एकमत होईल.

या जुन्या गोष्टींचा आग्रह चालणार नाही, तेथे एक नवीन हवा, नवीन माहोल, नवीन वातावरण पाहिजे— जबरदस्तीने जेथे कोणताही धर्म लादला जाणार नाही, जेथे प्रत्येक व्यक्ती आपल्या मनाने आपला धर्म निवडेल.

ज्या दिवशी एका घरामध्ये पाच-पाच, सात-सात धर्मांचे लोक असतील, त्या दिवशी जग नक्कीच सुंदर होईल. त्या दिवशी या जगामध्ये खूप प्रेम निर्माण होईल.

तुमचा एक मुलगा मंदिरामध्ये जातो, एक मुलगा मशिदीमध्ये जातो. कधी तुमचा मुलगा तुम्हाला मशिदीमध्ये येण्याचे आमंत्रण देतो कारण तेथे कोणता तरी उत्सव आहे आणि कधी तुमचा मुलगा तुम्हाला मंदिरामध्ये येण्याचे आमंत्रण देतो, कारण कृष्णाष्टमी वा कोणता तरी दुसरा उत्सव आहे. तुम्ही अधिक समृद्ध व्हाल. तुमच्या जीवनाचा अधिक विस्तार होईल, अधिक आकाश असेल, अधिक दिशा असतील.

पण हा मूर्खपणा आहे, की एका घरामध्ये गीता ठेवली आहे आणि एका घरामध्ये कुराण ठेवले आहे. दोन्ही अपूर्ण राहतील. कुराण आणि गीता दोन्ही बरोबर राहायला पाहिजेत. कारण कोणी कुराण वाचेल, कोणी गीता वाचेल.

असा माझा दृष्टिकोन आहे आणि मला असे वाटते की हीच दृष्टी भविष्यवाणी आहे.

तिसरा प्रश्न : *एक मस्ती, आनंद मनामध्ये निर्माण झाला आहे, परंतु भीती वाटते, की हे हरवून तर जाणार नाही!*

भीती वाटणे स्वाभाविक आहे, कारण आतापर्यंत तुम्ही जी मस्ती अनुभवली आहे, ती सारी हरवून गेली आहे, तुमच्या जीवनाचे सार— निष्कर्ष हेच आहे. कधी एखादी स्त्री प्रेमामध्ये पडली तर क्षणभर वाटेल, की फार मस्ती चढली आहे आणि जागेसुद्धा झाला नसाल तेवढ्यात ती गेलेली असेल. कधी पदाच्या मागे धावाल आणि वाटेल की फार मस्ती आली आहे. पद मिळालेही नव्हते तितक्यात हात रिकामे झाले.

तुम्ही खूप वेळा अशी खोटी मस्ती अनुभवली आहे. म्हणून हे स्वाभाविक आहे, की तुमच्यावर ही जी संन्यासाची मस्ती चढली आहे, ती कुठे हरवली तर जाणार नाही अशी शंका येईलच! परंतु ही हरवणारी मस्ती नाही. जेव्हा मस्ती हरवेल, तेव्हा समजा की ही मस्ती नक्कीच संन्यासाची नव्हती. त्यामध्ये कोणती तरी गोष्ट राहून गेली असेल. काही तरी धोका झाला असेल.

यूं दिल को छोड़ कर निगहे-नाज झुक गई
छुप जाये कोई जैसे किसी को पुकार के
क्या कीजिये, कशिश है कुछ ऐसी गुनाह में
मै वरना यूं फरेब में आता बहार के!

तुम्हाला माहिती आहे, की वसंत ऋतू येतो तेव्हा नेहमीच बहर येतो. आणि हेही माहीत असते, की आता पानगळ होणार! तरीसुद्धा पुन्हा पुन्हा आपण फसतो. गुन्ह्यामध्ये बेबनाव आहे, पापामध्येसुद्धा काही बेबनाव आहे. किती तरी वेळा तुम्ही आपल्या मनाला सांगितले, की आता खूप झाले, आता दुसऱ्या कोणत्याही स्त्रीमध्ये मी रस घेणार नाही. बस बाब संपली. कितीतरी वेळा तुम्ही विचार केला, की आता कोणत्याही पुरुषामध्ये रस उरला नाही. बस झाले. सारे बघून झाले आणि पुन्हा एक दिवस, ताससुद्धा जात नाहीत तर पुन्हा रस निर्माण झाल्याचे जाणवते.

हे क्षणभंगुर आहे हे माहीत असूनसुद्धा मन पुन्हा पुन्हा जखडले जाते. त्याच्यामागे कारण आहे – इथे क्षणभंगुरच मिळते. शाश्वताची कधी अस्पष्टशी जाणीवही मिळत नाही, तर काय करणार? इथे तर दोनच पर्याय माहिती होतात. एक तर क्षणभंगुर सुख भोगा नाहीतर एकसारखे रडत रहा, पश्चात्ताप करत रहा आणि दुःखामध्ये पडा.

नेहमी असे होते, की वाटते भोगाचे शिखर आहे पण येते दुःख आणि मग खोल दरीतल्या अंधारासारखे ते घेरून टाकते. एक हा पर्याय आहे.

आणि दुसरा पर्याय हा आहे, की खबदाडात पडून रहा. क्षणांनाही सोडून द्या, क्षणभंगुरताही सोडून द्या. तेसुद्धा रुचत नाही – पटत नाही, कारण चला, क्षणभंगुर का होईना काही तरी आहे. कधी तरी वसंत येतो. कधी तरी डोळ्यांमध्ये स्वप्नेही येतात. कधी तरी थोड्या वेळासाठी का होईना मस्ती अनुभवायला येते. ही मस्ती थोड्या वेळासाठी टिकते ही गोष्ट खरी आहे; परंतु नाही तरी दुसरे काय करणार? हे पुरेसे आहे बस!

परंतु समजा संन्यासाची, ध्यानाची किंवा भक्तीची मस्ती चढू लागली तर तुमच्या असे लक्षात येईल, की या जगामध्ये या विश्वापेक्षा अधिक खूप आहे. आणि या जगामध्ये क्षणभंगुरताच नाही, या जगामध्ये कधी कधी शाश्वताची किरणेही पडतात. निश्चितपणे पडतात. कारण कबीरांना जे जाणवले, कबीरांनी जे मिळवले – कबीर म्हणतात मी पूर्णपणे भरून पावलो आहे – ते पुन्हा कधीही हरवले नाही. बुद्धाने जे मिळवले, त्यानंतर बेचाळीस वर्षे जिवंत होते, पण एक क्षणसुद्धा हरवला नाही. मी साक्षी आहे. इथे गेल्या पंचवीस वर्षांमध्ये जे काही मिळवले, त्यातील एक क्षणसुद्धा हरवला नाही.

हे जे घडत आहे, हे खूप नवीन आहे. भय वाटते, कारण जुने अनुभव क्षणभंगुरतेचे आहेत आणि हे शाश्वत घडते आहे. भय वाटणे स्वाभाविक आहे, त्यामुळे भय वाटते म्हणून स्वत:ला अपराधी समजू नका.

प्रत्येक वेळेस संपत्ती हाताशी आली आणि ती निरर्थक (कचरा) आहे हे सिद्ध झाले. या वेळेस पुन्हा संपत्ती हाती आली आहे. भीती वाटते. का हे समजत नाही पण हीसुद्धा निरर्थक सिद्ध न व्हावी! पुन्हा एक स्वप्न!

नाही, हे स्वप्न ठरणार नाही. समजा ही मस्ती ध्यानाने निर्माण होणारी असेल, किंवा भक्तीने निर्माण होणारी मस्ती असेल, तर हे स्वप्न ठरणार नाही. समजा तुम्हीच प्रयत्न करून हे निर्माण करत असाल, तर हे स्वप्न संपून जाईल.

तुम्ही तयार केलेले शाश्वत होऊ शकत नाही. जे येते, जे वरून येते – तुमच्या अंगोपांगी ते भरून जाते. जे तुमच्या करण्याने येत नाही, ते शाश्वत आहे. जे तुमच्या कृत्याने येते ते शाश्वत नाही.

तुम्ही बनवलेले, तुमच्या मातीच्या हातांनी बनवलेले, शाश्वत कसे होऊ शकेल? हा देह क्षणभंगुर आहे. सत्तर वर्षे–तरीसुद्धा क्षणभंगुर आहे. या देहापासून तुम्ही जे बनवाल, ते क्षणभंगुर असेल. तुम्ही एखाद्या दगडाची मूर्ती बनवा, अगदी मजबूताहून मजबूत दगड आणा, ग्रॅनाईट आणा, त्याची मूर्ती बनवा तीसुद्धा नष्ट होईल. बनवणारे हातच मातीचे होते; कर्ताच (करवणाराच) मातीचा होता, तर कृत्य कोठून शाश्वत होऊ शकेल!

तुम्ही जे कराल, ते तर क्षणभंगुरच राहील. माझ्या शिकवण्याचे मूळ हेच आहे, की तुम्ही मिटून जा (एकरूप व्हा)–तुम्ही करू नका. तुम्ही हरवून जा. तुम्ही जागा रिकामी करा.

कबीरांनी काल हेच सांगितले, की तुम्ही गरीब बनूनच रहा. गरीब बनून रहा याचा अर्थ – शून्य होऊन जा. तुमच्याजवळ काहीसुद्धा नाही–असे होऊन जा. या गरिबीमध्येच चरितार्थ करा.

तुम्ही एकदम शून्य होऊन जा. माझ्याजवळ काहीसुद्धा नाही–एक भिक्षापात्र– रिकामे– आणि तेथे तुम्हाला अचानक सापडेल; तुमची शून्यता भरून घेण्यासाठी कोणीतरी अवतरत आहे. संपूर्ण – पूर्णपणे उतरत आहे. हे अवतरणे (खाली उतरणे) आहे. हे तुमचे कृत्य नाहीये. तुम्ही फक्त याचे साक्षीदार असता, की तुमच्यामध्ये ते अवतरले आहे. हे तुमचे मन निर्माण करत नाही. हे तुमचे मन जेव्हा नसते, तेव्हाच होते.

ही मस्ती उतरते आहे का याकडेच लक्ष ठेवा. कितीतरी वेळा ही मस्ती उतरतसुद्धा नाही आणि तुम्ही खोटे ठरता. तुम्ही ढोंग करू लागता; पण हे ढोंग टिकणार नाही.

कितीतरी वेळा असे होते, की लोक इतके अनुकरणशील झाले आहेत की बस, अगदी माकडासारखे झाले आहे. एकाला झाले की सगळ्यांनाच व्हायला लागते.

कितीतरी वेळा मी असे बघतो, की एखादा माणूस मस्तपैकी डोलत असतो, त्याच्याजवळ बसणारा दुसराही बसून बसून डोलायला लागतो कारण त्याला असे वाटते, की एकीकडे लोक आनंदाने डोलताहेत, आणि मी जर नाही डोललो, तर लोक समजतील...!

एका मित्राच्या बरोबर मी बंगाली गाण्याच्या एका कार्यक्रमाला गेलो होतो. तेथे बंगाली भाषेमध्ये भजने गायली जात होती आणि बंगालीमध्ये भक्तीचा खूप भाव असतो. मृदंग वाजत होता आणि चैतन्याची मी चर्चा केली होती. ते चैतन्याचे गीत गात होते, आणि नाचत होते.

माझ्याबरोबर जे सज्जन आले होते, त्यांना बंगाली समजत नव्हते. मी खूप हैराण झालो कारण तेसुद्धा डोलू लागले. आणि ओठसुद्धा हलवत होते. जसे काही ते भजने म्हणण्यामध्ये भाग घेत होते.

ते माझ्या शेजारीच बसले होते, मी जरा बारकाईने त्यांना ऐकण्याचा प्रयत्न केला, तर ते काहीतरी विचित्रच बडबडत होते. त्याला काहीसुद्धा अर्थ नव्हता.

जेव्हा रस्त्यातून परत येताना आम्ही दोघेच होतो, मी त्यांना विचारले, 'ही काय भानगड होती?' तुम्ही इतके सुंदर शुद्ध बंगाली बोलत होतात. ते म्हणाले,

'कुठले बंगाली अन् कुठले काय? वेड्यांची जमात! आणि मी बघितले : आपण जर असे नुसतेच बसून राहिलो, तर लोक म्हणतील, की हा वेडपट कुठून आला? आणि पुन्हा लोक हेही समजतील की याला बंगालीसुद्धा येत नाहीये. आणि मस्तीसुद्धा चढत नव्हती; मी तर असेच ढोंग करत होतो. मी तर असेच ओठ हलवत होतो. काहीही बोलत होतो. – हळूहळू, त्यामुळे कोणी पकडणारसुद्धा नाही. आणि तेथे तर इतका आरडाओरडा होता, इतके वेडे तेथे होते, की तेथे काय कळणार कोण बोलतो आहे, कोण गुजराथी बोलतो आहे? ते सज्जन गुजराथी होते.

खूप वेळा तुम्ही असे होऊन जाता, तुम्ही इतके अनुकरणप्रिय – नक्कल करणारे होता, की तुम्हाला इतकीसुद्धा निष्ठा राहत नाही, की जे होत नाही ते करू नये.

मानसोपचारतज्ज्ञ म्हणतात, की छोट्या छोट्या गोष्टींमध्येसुद्धा आपण स्वत:सारखे जगत नाही.

तुमच्या असे लक्षात येईल, की एका माणसाला खोकला यायला लागला की अनेकांना खोकला यायला लागतो. एक माणूस उठून लघवीला गेला, की दुसराही जातो. हा आत्ता बसला होता, आत्ता त्याला माहितीही नव्हते. त्याला काही आठवणसुद्धा नव्हती; परंतु एका क्षणात एका गृहस्थाने त्याला सुचवले. ती सूचना तत्क्षणी त्यांची पकड घेते.

यापासून तुम्ही सावध रहा. या वृत्तीपासून तुम्ही सावध रहा. नाही तर खूप वेळा तुम्ही तुमची मस्ती खोटी ठरवू शकता. ती टिकणार नाही. कधीही टिकणार नाही. येऊ देत मस्तीला. उतरू देत मस्तीला!

'खिजां की खुश्क रगों में न रह सके जो जवां
जो आये और चली जाये वो बहार ही क्या
न होशियारी के लम्हों में रह सके कायम
जो सर पे चढ़ के उतर जाये वो खुमार ही क्या
जबाने खल्क तक आया न नाराये मन्सूर
जबां पे अपनी जो रह जाये वो पुकार ही क्या
न पीना कैदे मकानो जमा से हो आजाद
तो मश्के शौक है इसमें भला खुमार ही क्या
जो मस्तियों के सहारे जिये वही हुशियार
जिसे होश का तकिया वो वादाख्वार ही क्या
न बालो पर ही जलाये न आरजूए चमन
वो आशियां पे हुई बर्क शोलाबार ही क्या

जो सैले अश्क में अपने बहा सका न गुनाह
हुआ वो आसिये कमजर्फ अश्कबार ही क्या'

जो रडला – आणि आपल्या रडण्यामध्ये पापही धुऊ शकला नाही, तो रडला – ही गोष्टच निरर्थक!

'जो सैले अश्क में अपने बहा सका न गुनाह।' जेव्हा अश्रूंचा पूर आला, आपणहून आला. डोळ्यांमध्ये काही मिरच्या किंवा इतर टाकून आला तर त्याचा काही उपयोग होणार नाही. जो पूर भावनेने येतो, प्रामाणिक असेल, खरा असेल, हृदय भरून आले असेल, उचंबळून आले असेल, हृदयाचे ढग आसवांनी बरसू लागले असतील...!

'जो सैले अश्क में अपने बहा सका न गुनाह।'... तर मग पाप उरतच नाही. म्हणून तर भक्ताला चिंताच नाही, की माझे मागच्या जन्मीचे पाप कसे फिटेल. तो हे जाणून आहे, की रडणे पुरेसे आहे. हे अश्रू सर्व वाहून नेते – सारे दुःख, राग, सारे पाप-गुन्हे सारे काही चुकलेले! जो मनापासून रडतो तो शुद्ध झाला.

'जो सैले अश्क में अपने बहा सका न गुनाह
हुआ वो आसिये कमजर्फ अश्कबार ही क्या,' जो वेडा अश्रूंमध्ये बुडलाही नाही. त्याच्यामध्ये अश्रूंचा पूर आलाच नाही.

अश्रूंची परीक्षा हीच आहे, की समजा ते खरे असतील, तर तुमच्यामागे ते एक पुण्याचे तेज सोडून जाईल.

कधी कोण्या भक्ताला रडताना बघितले आहे? तुम्ही जर बघितले तर त्याच्या चेहऱ्यावर एक दुसरेच तेज असते. आले होते काही आणि जाते काही दुसरेच!

इथे मी दररोज बघत असतो. जेव्हा कोणी अगदी मनापासून (हृदयापासून) रडून घेतो, तेव्हा असे तेज, असे तारुण्य त्याच्या चेहऱ्यावर दिसते, जे अनोखे असते. तो परमेश्वरामध्ये न्हाऊन जातो.

तुम्ही असे म्हणतासुद्धा, की मी शहीद होण्यास तयार आहे, तुम्ही म्हणता सुद्धा, की मी पतंग होण्यास तयार आहे आणि पतंगासारखे जळण्यासही तयार आहे. परंतु तुम्ही गप्पा मोठ्या, मोठ्या दूरदूरच्या मारता; पण जवळ मात्र येत नाही.

'न बालो पर ही जलाये न आरजूए चमन
वो आशियां हुई बर्क शोलाबार ही क्या।'

आणि ना घरटे जळले – ना घर जळले. ना पाय जळले, – ना पंख जळले. काहीसुद्धा जळले नाही आणि तुम्ही म्हणता, की माझ्या घरट्यावर वीज पडली. जेव्हा वीज पडते तेव्हा तुम्ही उरत नाही. मस्तीच उरते. तुम्ही राहत नाही.

जेव्हा खरी मस्ती येते, तेव्हा फक्त मस्तीच येते. उन्मत्त होत नाही. तीच परीक्षा आहे.

'जो मस्तियों के सहारे जिये वही हुशियार
जिसे होश का तकिया वो वादाख्वार ही क्या!'

ज्याला हेही लक्षात यायला हवे की ही मस्ती (नशा) आहे; की मी उन्मत्त होत आहे – ज्याच्यामध्ये एवढा जरी फरक राहिला असेल, तरी तो अजून पूर्ण उन्मत्त झाला नसेल. अजून त्याची नशा बाहेरचीच आहे. अजून त्याच्या मस्तीने दरवाजे तोडून आतमध्ये प्रवेश केला नाही.

जेव्हा नशा आतमध्ये भिनते, तेव्हा मी उन्मत्त झालो आहे, याची आठवण तरी कुणाला राहते? इतकी मस्ती चढते, की त्याचा हिशेब कोण ठेवणार?

'न पीना कैदे मकानो जमां से हो आजाद
तो मश्के शौक है इसमें भला खुमार ही क्या'

किती तरी वेळा आपण खोटी दारू पितो.

समजा, मी सांगतो ते तुम्ही ऐकता. मी जे सांगत असतो, कधी कधी त्या सांगण्याच्या सौंदर्यामुळेसुद्धा तुम्ही मस्त होऊन जाता; परंतु ती नशा खरी नाही. कधी कधी सांगण्याच्या पद्धतीमुळेसुद्धा तुम्ही डुलायला लागता; परंतु ती नशा खरी नाही. जे मी सांगत असतो, त्याच्यामध्ये जे काही सार आहे, ते तुमच्या हृदयावर जेव्हा आघात करेल...

सांगण्याच्या पद्धतीमध्ये काय ठेवले आहे? कोणी कितीही चांगल्या प्रकारे सांगू देत, कोणी कितीही चांगल्या शब्दांचा वापर केला, भाषा व्यवस्थित असेल, काव्यपूर्ण असेल, तरीसुद्धा काही नाही. समजा आतमध्ये प्राणच नसेल तर ते सजवलेल्या प्रेतासारखे आहे. सजवलेले प्रेत, अगदी हिरे-माणकांनी सजवलेले असेल, पण तरीसुद्धा एखाद्या जिवंत गरीब माणसासमोर त्याची काही किंमत नाही. आयुष्य ही खरी गोष्ट आहे.

तेव्हा माझ्या शब्दांनी प्रभावित होऊ नका. शब्दांमध्ये जो संदेश आहे, तो जेव्हा तुम्हाला स्पर्श करेल!

'जबाने खल्क तक आया न नाराये मन्सूर
जबां पे अपनी जो रह जाये वो पुकार ही क्या'

आणि जेव्हा मस्ती येते तेव्हा ती सारे बंधन तोडून येते, जशी मन्सूरला आली होती – तो ओरडायलाच लागला : अहं ब्रह्मासि– मी परमेश्वर आहे.

मन्सूरचे गुरू जुन्नैद म्हणाले, "मन्सूर, हे मलासुद्धा माहिती आहे. माझ्या दुसऱ्या शिष्यांनाही माहिती आहे. तुलाच पहिल्यांदा कळले असे काही नाही; परंतु तोंड बंद ठेव. हा प्रदेश वेड्यांचा आहे. इथे धोका होईल."

परंतु मन्सूरला जेव्हा नशा चढत असे, तेव्हा तो विसरून जाई, की गुरूने काय सांगितले आहे. तो पुन्हा ओरडायला लागत असे : अहं ब्रह्मासि!

गुरूने खूप वेळा समजावले. सांगतात की सात वेळा समजावले. पुन्हा गुरूने सांगितले, की 'तू ही जागा सोडून दे, नाही तर तुझ्याबरोबर आम्हीही या झंझटीमध्ये पडू.'

यामध्ये थोडीशी शंका अशी येते, की जुन्नैदला एवढी कशाची भीती वाटते? जुन्नैद म्हणतो, मलाही माहीत आहे.

'जबाने खल्क तक आया न नाराये मन्सूर
जबां पे अपनी जो रह जाये वो पुकार ही क्या?'

म्हणतो, की मला माहिती आहे पण तोंडातून बाहेर पडत नाही. ज्याला हे माहिती आहे, की मी ब्रह्म आहे. आता हे भय आहे, की मुसलमान नाराज होतील; किंवा फाशी देतील, किंवा कोण काय म्हणतील, कोणती भानगड निर्माण होईल. हीसुद्धा काय भीती आहे!

मन्सूर जेव्हा बेधुंद व्हायचा, तेव्हा हाच आवाज बाहेर पडायचा! त्यानंतर गुरूने मन्सूरला हाकलून दिले. मन्सूर पाया पडून दूर निघून गेला. गावोगावी भटकत राहिला; परंतु तो आवाज मात्र घुमत राहिला.

मन्सूर जेव्हा शुद्धीवर असे तेव्हा तो काही बोलत नसे. परंतु अशीही घटिका, वेळ यायची की जेव्हा भरून येत असे. तेव्हा मन्सूर स्वत:चा राहत नसे, जणू परमेश्वरच बोलतोय. मग मन्सूर काय करणार? म्हणून मन्सूर पकडला गेला.

जेव्हा मन्सूर पकडला गेला तेव्हा त्या अधिकाऱ्याने मन्सूरच्या गुरूला सांगितले, की "तुम्ही असे प्रमाणपत्र लिहून द्या, की हा माणूस नास्तिक आहे, इस्लाम न मानणारा आहे, कारण हा ज्या ज्या गोष्टी बडबडत आहे त्या सगळ्या अंधश्रद्धा दाखविणाऱ्या आहेत.

असे म्हणतात, की जुन्नैदने तेसुद्धा लिहून दिले. त्यानंतर मन्सूरला फाशी झाली; पण मन्सूरला त्याचे काहीही नव्हते.

ज्या दिवशी पोलीस मन्सूरला जेलमध्ये घेऊन गेले, त्या दिवशी तो मस्तीमध्ये (नशेमध्ये) होता. त्या वेळी 'अहं ब्रह्मासि' नाद येत होता, ब्रह्मनाद घुमत होता. जे त्याला आणण्यासाठी गेले होते, त्यांची शुद्ध हरवली होती. तेथे पाऊस पडत होता. तेसुद्धा क्षणभर थबकून उभे राहिले. वेळ निघून गेली. सम्राटापर्यंत बातमी जाऊन पोहोचली, की जे घ्यायला गेले होते, तेसुद्धा थक्क झाले आहेत. तेथे काहीतरी अपूर्व घडते आहे. तेथे मन्सूर अशा काही हाका मारतो आहे, की त्याला पकडून कोठडीच्या बाहेर काढण्याची कोणाचीही हिंमत होत नव्हती.

अजून पोलीस पाठवले. फाशी देणाऱ्यालाही पाठवले. त्यांनीही मन्सूरला ओढण्याचे प्रयत्न केले; पण मन्सूर मस्तीमध्ये होता. जेव्हा कोणी नशेमध्ये– मस्तीमध्ये असतो तेव्हा तो परमेश्वर असतो. ते त्याला बाहेर ओढू शकले नाहीत. मग तो अधिकारी घाबरला. तो म्हणाला 'तुम्ही जुन्नैदलाच आणा. कदाचित तोच काहीतरी करू शकेल.'

जुन्नैद आले. जुन्नैद म्हणाले, 'हे बघ मी तुझा गुरू आहे. माझे ऐक. तू आपल्या नशेमधून बाहेर ये.' तेव्हा मन्सूरने गुरूचा आवाज ऐकून डोळे उघडले. आणि तो नशेमधून बाहेर आला, त्यानंतर त्याला ओढता येऊ शकले.

जेव्हा तुम्ही नशेत असता तेव्हा तुम्ही परमेश्वर असता. तुम्ही तुमचे नसताच!

सुरुवातीला मस्तीचे झरोके येतात, मग हळूहळू ती नशा (मस्ती) शांत होऊ लागते. हळूहळू ती तुमचा श्वास बनून जाते, धडकन बनून जाते.

तुम्ही जोपर्यंत आहात तोपर्यंत तुमची मस्ती काही पूर्ण नाही आणि जी येते आणि जाते ती मस्ती तर अजिबात खरी नाही.

'खिजां की खुश्क रगों में न रह सके जो जवां'... पानगळ जरी होत असली तरी ज्याला नशा चढली आहे, त्याच्यासाठी तो वसंतच असतो. मृत्यू जरी येत असेल, तरी ज्याला मस्ती– धुंदी चढली असेल त्याच्यासाठी ते जीवनच आहे. दुःखाचे ढग जरी आले तरी ज्याला मस्ती चढली आहे त्याला त्या आनंदाच्या विजा चमकतात असेच वाटेल.

'खिजां की खुश्क रगों में न रह सके जो जवां
जो जाये और चली आये वो बहार ही क्या.'

असासुद्धा वसंत आहे, जो येतो तो पुन्हा जात नाही. मी त्याच वसंताविषयी बोलतो आहे. कदाचित हवेची झुळूकच त्या वसंतामधील फुलांचा सुगंध तुमच्यापर्यंत घेऊन आली असेल. भूतकाळातल्या आठवणींची चिंता सोडा. या सुगंधामध्ये बुडून जा. या सुगंधाशी मैत्री करा. या सुगंधाबरोबर श्रद्धापूर्वक रहा. याचा हात पकडा – तो जेथे घेऊन जाईल तेथे जा. चालाखी करू नका.

'जो होशियारी के लम्हों में रह सके कायम
जो सर पे चढ़ के उतर जाये वो खुमार ही क्या.'

ही जादू उतरणारी जादू नाहीये. परंतु सारे काही तुमच्यावर अवलंबून आहे. ही तुमच्या जवळ येते. तुम्ही येऊ दिले तरच ती येईल. तुम्ही तुमची दारे बंद केलीत तर काय करणार?

असे समजा, की सूर्य उगवला आहे आणि तुम्ही दरवाजे बंद करून आपल्या खोलीमध्ये बसला आहात. सूर्य उगवला आहे, उगवू देत. तुम्ही अंधारात बसला आहात. तुमची अमावस्या ही अमावस्याच राहील.

परमेश्वर जेव्हा अवतरतो, तेव्हा दरवाजे उघडून द्या. श्रद्धेचा अर्थ हाच आहे, की जेव्हा तो येईल तेव्हा तुम्ही त्याचे स्वागत करा.

तुमचा भूतकाळ तुमच्याविरुद्ध जाईल. तुमचा भूतकाळ तुम्हाला सांगेल, सावध रहा, तुमची खूप फसवणूक झाली आहे. शंका घेईल. तुमचा भूतकाळ सांगेल, पूर्वीपण अशा खूप संधी आल्या होत्या; परंतु खरोखर अशी संधी कधीच आली नव्हती.

तुम्ही जरा निरखून बघा. तुमच्या भूतकाळामध्ये अशी नशा तुम्हाला कधी जाणवली होती? समजा अशी मस्ती जाणवली होती आणि ती निघून गेली असेल तर ती मस्ती खरी मस्ती नाही. ज्याविषयी मी बोलतो ती ही मस्ती नाही.

नाही, तुम्ही भूतकाळामध्ये ही मस्ती कधी अनुभवली नसेल. ही पहिल्यांदाच येत आहे. तुम्ही मस्ती अनुभवली आहे – कधी पैशाची, कधी पदाची, कधी अहंकाराची, परंतु ही मस्ती तुम्ही कधी जाणून घेतली नव्हती. ही संन्यासाची नशा (मस्ती) आहे. ही पहिल्यांदाच आली आहे. ही अपूर्व आहे. तुम्हाला असा अनुभव प्रथम कधी आला नव्हता. म्हणून जुन्या अनुभवांचे संदेह यावर लावू नका नाहीतर तुम्ही विकृत करून टाकाल.

चला याच्याबरोबर. या आनंदात – मस्तीमध्ये बुडून जा. ही नशा टिकणारी आहे. हा रंग टिकेल. हा रंग पक्का आहे.

कबीरांनी सांगितले आहे, की माझ्या गुरूंनी माझी चादर पक्क्या रंगानी रंगवली आहे. कबीरांनी असेही म्हटले आहे, की आता तर मी पूर्णपणे रंगारी झालो आहे. लोकांच्या चादरी पक्क्या रंगामध्ये रंगवतो.

हा उतरणारा रंग नाहीये. ही उतरणारी धुंदीही नाहीये. ही उतरणारी मस्ती नाही; परंतु सारे तुमच्यावर अवलंबून आहे. तुम्ही येणाऱ्या संपत्तीलासुद्धा गमावू शकता. हे धन शाश्वताचे आहे, सनातनाचे आहे; परंतु तुम्हाला नाकारायचे असेल तर तुम्ही नकार देण्यास तुमचे मालक आहात. तुम्ही आपले दरवाजे बंद करू शकता.

दरवाजे उघडे ठेवा. भूतकाळ खेचेल. भूतकाळ म्हणेल, सावधान, काही चुकायला नको. परंतु भूतकाळातल्या गोष्टी विसंगत आहेत, कारण हे नव्याने होत आहे. हे प्रथम कधी झाले नव्हते म्हणून भूतकाळातले कोणतेही संदर्भ या नव्या परिस्थितीत काही कामाचे नाहीत.

हे प्रेम नवीन, ही शैली नवीन, ही सकाळ नवीन, यामध्ये जा. हे वाढेल. तुम्ही मिटून जाल – हे वाढेल तुम्ही लहान होत जाल. हे वाढत जाईल. एक दिवस तुमच्या लक्षात येईल– तुम्ही लहान होत होत एक दिवस हरवाल. फक्त मस्ती उरेल. त्या मस्तीचे नाव परमेश्वर आहे – किंवा समाधी म्हणा.

चौथा प्रश्न : आजच्या आणि भविष्यातल्या स्त्रीसाठी सतीचे मूल्य काय आहे? आजची स्त्रीसुद्धा त्या उंचीला स्पर्श करू शकेल, त्यासाठी काय आवश्यक आहे?

स्वामी योग चिन्मयने विचारले आहे. कोणा स्त्रीला हे विचारू द्या. पुरुष असून हा प्रश्न तुमच्या मनात का आला? पुरुष असल्याने तुमच्या मनात हा प्रश्न यायला हवा होता, की स्त्रिया तर इतक्या सती गेल्या, पुरुष कसे सती जातील? इतक्या स्त्रिया आपल्या प्रिय पतीच्या आठवणीमध्ये चितेवरती चढल्या कोणी पुरुष कसे चढतील?

नाही, चिन्मयला हे विचारायचे नसते, कारण त्यामध्ये कटकट आहे. यात चिन्मयला कोणत्यातरी चितेवर चढावे लागेल. स्त्रिया कशा चढल्या यामध्ये त्याला रस-कुतूहल आहे. सगळ्या पुरुषांना यामध्ये रस होता.

स्त्रियांचे सती जाणे ही मोठी गौरवाची गोष्ट आहे; परंतु पुरुषांना यामध्ये उत्सुकता असणे ही मोठ्या आश्चर्याची गोष्ट आहे. घोर अपमान आहे हा!

तुमच्या मनामध्ये हा प्रश्न येतो कसा? पुरुषांना का वाटते. स्त्रियांनी चितेवर चढावे?

समजा, हा प्रश्न प्रेम समजण्यासाठी निर्माण झाला आहे, तर मग पुरुषांच्या बाजूने हा प्रश्न पुरुषांनाही विचारायला हवा होता, की मी पण कसा चढू? इतक्या स्त्रिया प्रेमाखातर चितेवर चढल्या, अशी वेळ केव्हा येईल, की पुरुषसुद्धा चितेवर चढतील?

पुरुषांनी खूप अत्याचार केले आहेत. पुरुषांनी स्त्रियांवर असा अधिकार, वर्चस्व गाजवले आहे, की जशी ती त्यांची संपत्ती आहे. या देशामध्ये असे म्हणतातच, की स्त्री संपत्ती आहे. त्यामुळे पुरुष मेल्यानंतर त्याला भीती वाटते की माझी संपत्ती कोणा दुसऱ्याने उपभोगू नये. त्यामुळे त्याला वाटते, की ती त्याच्याबरोबरच जळून मरावी. हे दुसरे काही नसून हा पुरुषांचा अहंकार आहे.

जिवंतपणीसुद्धा त्याने असे बंधन घालूनच ठेवले होते, की त्याच्या पत्नीने दुसऱ्या कुणाकडे प्रेमभरल्या नजरेने बघता कामा नये. मेल्यानंतरसुद्धा तो अस्वस्थ आहेच! मेल्यानंतर तो भयभीत आहे, की आता मी तर चाललो, पण माझी पत्नी दुसऱ्या कोणाच्या प्रेमात न पडो!

ही भीतीच सांगते, की त्याच्या मनात प्रेम तर नव्हतेच! प्रेम असते तर भय कशाचे? प्रेम असते तर ईर्ष्या कसली? प्रेम वगैरे काही नव्हते, हा एक प्रकारचा अधिकार होता. स्त्री पुरुषाचा परिग्रह होती. आता मेल्यानंतरसुद्धा अधिकार ठेवू इच्छितो. हे तर अतीच झाले. जिवंत माणसावर मेलेली व्यक्ती अधिकार ठेवू पाहते!

परंतु समाज पुरुषप्रधान होता. त्यामुळे पुरुषांनी स्त्रियांना समजावले, की पती परमेश्वर आहे– पुरुषच स्त्रियांना समजावतो आहे की पती परमेश्वर आहे– आणि स्त्रियांनीसुद्धा मान्य केले, की पती परमेश्वर आहे. प्रत्यक्षात पतीमध्ये परमेश्वरासारखे काहीही दिसत नसते.

खरं तर हे आहे, की समजा परमेश्वरसुद्धा पतीसारखा असेल तर स्त्रिया त्यालासुद्धा घाबरायला लागतील. पतीमध्ये परमेश्वरासारखे काहीही दिसत नाही; परंतु भय वाटते– परमेश्वरामध्ये पतीसारखे काहीही नको.

पुरुषांनी खूप अत्याचार केले आहेत. मनुष्यजातीसाठी पुरुषांनी केलेले अपराध नीच आहेत.

मी स्त्रीच्या बाजूने सतीचा महिमा सांगितला. पुरुषांच्या बाजूने हा महिमा मी सांगू शकत नाही.

तुम्ही प्रसन्न झाला असाल, चिन्मय प्रसन्न झाला असेल की हे म्हणणे बरोबर आहे. ही गोष्ट मनाला खूप समाधान देते, की एखादी स्त्री आपल्या मृत्यूनंतर चितेवर चढते, एखादी स्त्री आपल्या चितेवर उडी मारून प्राण देते, ही बाब हृदयाला खूप समाधान देते, की वाह!! आम्हीपण काय पुरुष होतो!! काय महान पुरुष होतो की जिवंत स्त्रीसुद्धा आमच्यासाठी वेडी होती, आणि आमच्या मृत्यूसमयीसुद्धा ती आमच्याबरोबर मेली.

नाही, मी 'सती' प्रथेच्या बाजूचा नाही. 'सती' प्रथेच्या भावनेच्या बाजूने मी आहे. एखाद्या स्त्रीला आनंद वाटेल, ती अगदी आनंदाने, आपल्या मस्तीत, तिला असे वाटायला हवे– तिला आतमधून वाटले पाहिजे. तिच्यावर कोणताही सामाजिक दबाव असायला नको. आणि सामाजिक दबाव खूप सूक्ष्म असतात, खूप अपरोक्ष– कळत नकळत असतात.

समजा समाज जरी 'सती'ची प्रशंसा करत असेल, तरी तोसुद्धा दबाव असेल. त्याचा अर्थ हा आहे, की समजा ही पतीच्या बरोबर मेली, चितेवर चढून – तर समाज कौतुक करेल. समजा नाही मेली, तर प्रशंसा करणार नाही. त्यामुळे 'सती'चे चबुतरे बनवले जातात. 'सती'च्या समाधी बनवल्या जातात. ही युक्ती आहे, हा प्रचार आहे आणि हा या गोष्टींचा प्रचार आहे, की अधिक स्त्रियांनी हे समजून घ्यावे. आणि चबुतरा बनवून घ्यायचा असेल तर हे करावे लागते. समजा समाधी बनवायची असेल, फुले वाहून घ्यायची असतील, तर हे करावे लागते.

आणि ज्या स्त्रिया हे करत नाहीत, त्यांच्यावर कोणत्या ना कोणत्या प्रकारे वाईट चालीची आहे असा संशय घेतला जातो – तुझा पती मेला आहे, तू इथे काय करते आहेस? तू कशासाठी बसली आहेस? समजा आपल्या प्राण-

प्रियाबद्दल प्रेम होते, तर जा त्याच्याबरोबर. आता तुला इथे राहण्यामध्ये काय अर्थ आहे? तुझा अर्थ त्याच्याबरोबर होता. त्याचे आयुष्य तुझा अर्थ होता.

ही बाब चुकीची आहे. हा प्रचार चुकीचा आहे आणि समजा हा प्रचार बरोबर आहे, तर दुसऱ्या बाजूनेसुद्धा बोलणे व्हायला पाहिजे. तेव्हा पुरुषांनी सुद्धा तेच करायला हवे, की जी त्या स्त्रीची इच्छा आहे; परंतु पुरुष दुसरेच काही करत असतात. स्त्री मेलेलीही नसते. तेव्हापासून ते विचार करायला लागतात की केव्हा मरेल, कशी मरेल आणि हिच्या कटकटीमधून कधी सुटका होईल! हॉस्पिटलमध्ये मृत्युशय्येवरच असते; पण तिच्या शेजारी पलंगावर बसल्या बसल्याच विचार करतो, की आता कुणाशी विवाह करावा. स्मशानामध्ये जातात, पत्नीला अखेरचा निरोप देतात – आणि तेथेच चर्चा सुरू होते, की आता याचा विवाह कुठे करून द्यावा! कसा होईल?

मुल्ला नसरुद्दिनची पत्नी मरणाच्या दारात होती. मरतेसमयी ती म्हणाली, 'नसरुद्दिन, एक गोष्ट विचारायची आहे. फक्त एक वचन द्या.'

मुल्ला थोडासा घाबरला की मरतेसमयी हिने माझ्याकडून काही कटकटीचे आश्वासन घ्यायला नको. तो म्हणाला, 'प्रथम तू सांग आश्वासन काय आहे?' ती म्हणाली 'बस, एकदम छोटेसे आश्वासन आहे, तुमच्याकडे कोणतीही मोठी गोष्ट मी मागत नाही. माझी इतकीच इच्छा आहे की...! मला तर हे माहितीच आहे, की माझ्या मृत्यूनंतर तुम्ही विवाह कराल. करू नका असे वचन तर मी मागत नाही, कारण ते तुम्हाला शक्य होणार नाही.

स्त्रिया आपल्या पतीला ओळखत असतात, काय शक्य होईल, काय शक्य होणार नाही.

'तेव्हा मी हे मागत नाहीये. कारण हे मागणे जास्त होईल. फक्त एवढेच मागणे आहे, की तुम्ही जी दुसरी स्त्री घरात आणाल ती माझ्या कपड्यांचा, दागिन्यांचा वापर करणार नाही. त्यामुळे माझ्या आत्म्याला खूप यातना होतील.'

मुल्ला म्हणाला, 'तू एकदम निश्चिंत रहा. एक तर मी दुसरे लग्न करणार नाही आणि दुसरे म्हणजे रेहानाला तुझे कपडे येणारही नाहीत.'

'एक तर मी लग्न करणार नाही आणि दुसरे म्हणजे रेहानाला तुझे कपडे बसणारही नाहीत.' असे पुरुषांचे मन आहे. पुरुषांनी स्त्रियांना देवी बनवणे पसंत केले, त्यामुळे देवींचे नीट प्रकारे शोषण केले जाऊ शकेल. पुरुषांनी स्त्रियांना कधीही आपल्या बरोबरीचा दर्जा दिला नाही.

एक तर देवी... वरती आकाशात ठेवता येते. हीसुद्धा शोषणाची एक युक्ती आहे. तिला एकदा देवी बनवून टाकले, की तिला नंतर देवीसारखेच वागावे लागते... किंवा पशूसारखे!

तुम्ही तुलसीदासामध्ये ही दोन्ही रूपे पाहू शकता : एक तर देवी बनवून बसवून टाकले. सीतेला देवी बनवले. किंवा मग शूद्र, किंवा पशूंच्या बरोबर त्यांची गणती केली गेली. 'ये सब ताडन के अधिकारी...!'

'शूद्र गंवार ढोल पशु नारी
ये सब ताड़न के अधिकारी'

या सगळ्यांची पिटाई व्हायला पाहिजे. एका बाजूला हे – ढोल जसा वाजवला जातो तसा तो वाजतो, तसेच पत्नीला मारले तरच योग्य असते. नाही तर ती हातामध्ये राहत नाही. जसे प्राण्यांना मारले तरच ते ताब्यात राहतात. जसे शूद्रांना...

या देशामध्ये शूद्रांना मारपीट खूप होते, यामध्ये तुमच्या तुलसीदासांसारख्यांचा हात आहे. तो जो गावचा ब्राह्मण आहे, तो एखाद्या शूद्राच्या झोपडीला आग लावून देतो, त्याला तुम्ही थांबवू शकत नाही, जोपर्यंत हा वश करणारा तुलसीदास आहे, जोपर्यंत हा तुलसीदास दूर निघून जात नाही, तोपर्यत त्याला रोखू शकणार नाही. कारण लहानपणापासून त्याला हेच विष मिळाले आहे, ऐकायलासुद्धा! याच तुलसीदासांचे 'रामचरितमानस' वाचून वाचून या देशाची मने भ्रष्ट झाली आहेत.

आणि दुसरीकडे हीसुद्धा गंमत आहे, की देवीसुद्धा...! त्यामुळे लोकांना खूप आश्चर्य वाटते, की नक्की ही बाब काय आहे? एकीकडे स्त्रीला देवी बनवले जाते, एका उंचीवर नेऊन ठेवतात आणि दुसरीकडे एकदम खाली, पायाची दासी बनवून टाकतात; परंतु या दोन्ही गोष्टींचा अर्थ एकच आहे— या दोन्ही युक्त्या शोषण करण्याच्या आहेत.

सीतेला देवी बनवून सीतेच्या प्रति रामाने जे काही वर्तन केले, ते योग्य नव्हते.

राम जेव्हा युद्धाच्या नंतर जिंकतात आणि सीतेची अशोक वाटिकेमधून सुटका होते, तेव्हा रामाने सीतेच्या बाबतीत जे काही उद्‌गार काढले आहेत, ते खूप अभद्र आहेत, असे वाल्मिकींनी लिहिले आहे. रामाने म्हटले किंवा नाही हा प्रश्न नाही; पण वाल्मिकींनी सांगितले, ते शब्द अभद्र आहेत.

रामानी असे म्हटले आहे, की 'हे स्त्री, एक गोष्ट तू लक्षात ठेव, की हे युद्ध मी तुझ्यासाठी लढलो नाही. तुझी किंमत ती काय! हे युद्ध तर मी रघुकुलाची प्रतिष्ठा राखण्यासाठी लढलो.'

पुन्हा अग्निपरीक्षा! पण गमतीची गोष्ट ही आहे, की पुरुषांनी असा कधी विचार केला नाही की सीता इतके दिवस रामापासून वेगळी राहिली, म्हणून अग्निपरीक्षा ठीक आहे. पण रामसुद्धा इतके दिवस वेगळे राहिले, त्यांची अग्निपरीक्षा? त्यांच्या अग्निपरीक्षेचा प्रश्न कधी निर्माण झाला नाही.

दोघांनी एकाच वेळेस बरोबर अग्नीमध्ये प्रवेश करायला हवा होता. दोघांची

परीक्षा झाली असती, मामला स्पष्ट झाला असता. परंतु सीतेची अग्निपरीक्षा! आणि रामाची?

पुरुष नेहमीच स्वतःला नियमांच्या बाहेर ठेवतात. सगळे नियम स्त्रियांसाठीच आहेत. सारे स्वातंत्र्य पुरुषांसाठीच आहे.

हा समाज पुरुषांनी बनवला, शास्त्र पुरुषांनी रचले. सगळी चौकट त्यांचीच!

सीता हेसुद्धा म्हणत नाही की 'महाराज, तुम्ही? तुम्ही इतके दिवस वेगळे होतात. काय माहिती कुठल्या माकडांच्या वगैरे बरोबर होतात – कुणा कुणाच्या बरोबर राहिलात? काय केले? काय नाही केले? आपल्या बाबतीत काय? तुम्हीसुद्धा चला!'

नाही, परंतु देवी असे कसे म्हणणार? देवी असे बोलू शकत नाही. देवी तर नेहमी तेच करते, जे एकदम बरोबर आहे. कणभरही इकडे-तिकडे करत नाही.

त्यामुळे सीतेचा एकदम आदर! परंतु आदर हीसुद्धा शोषणाची एक युक्ती आहे. तेव्हा चढा म्हटले, तर चढली बिचारी!

परंतु त्यामुळे काहीसुद्धा उलगडा झाला नाही. त्यामुळे काहीही निराकरण झाले नाही. अग्निपरीक्षेचासुद्धा काही उपयोग झाला नाही.

एका धोब्याने शंका निर्माण केली. तुम्ही फक्त इतकाच विचार करत राहता की अग्निपरीक्षा घेतली. अजूनसुद्धा रामाला विश्वास नव्हता? एक धोबी संशय उत्पन्न करतो!

परंतु लक्षात घ्या, धोबीसुद्धा पुरुष आहे. धोबिणीने संशय व्यक्त केला नाही. हे पुरुषाचे जाळे आहे–कपट आहे.

त्यामुळे सीतेला पुन्हा झिडकारले गेले. जसे काही सीता दुधामध्ये पडलेल्या माशीसारखी आहे. तिची काहीही किंमत नाही. कोणतेही मूल्य नाही. कोणताही मोठेपणा नाही.

समजा रामाला असे वाटत होते, की प्रजेमध्ये माझ्याविषयी संशय निर्माण व्हायला नको... एका व्यक्तीमध्ये शंका निर्माण झाली तर, आपले राजपद सोडून गेले असते. सीतेला घेऊन जंगलामध्ये निघून गेले असते. म्हणाले असते, की जेथे माझ्यावर श्रद्धा नाही, माझ्या पत्नीवर श्रद्धा नाही, तेथे मी राहणार नाही. ही गोष्ट तर समजत होती.

परंतु लोक त्यांचे खूप गुणगान गातात– मर्यादापुरुषोत्तम! पहा, एका धोब्याच्या सांगण्यावरून त्यांनी सीतेला सोडले– ही तर अगदी साधी सरळ गोष्ट आहे की राजपद सोडले असते तर ठीक होते, ही बाबच नष्ट झाली असती. ज्या प्रजेचा माझ्यावर विश्वास नाही, मी दूर होतो.

सीतेला सोडण्याची बाबच कशाला निर्माण झाली असती? नाही, परंतु

राजपद मौल्यवान आहे. सीतेमध्ये काय ठेवले आहे? स्त्री तर संपत्ती आहे. कोणत्याही गोष्टीवर स्त्रीचे बलिदान दिले जाऊ शकते.

तरीसुद्धा सीता देवी आहे, म्हणून ती काहीही म्हणत नाही व जंगलात निघून जाते.

गर्भवती स्त्रीला जंगलात पाठवताना रामाला जरासुद्धा त्रास होत नाही! हा पुरुषांचा कपटीपणा आहे.

रामाने असे केले किंवा नाही हे मी सांगत नाही. रामाने काय केले, हे मला माहिती नाही. राम कधी झाले किंवा नाही याच्याशीही मला काही देणे-घेणे नाही; परंतु हा पुरुषांचा कपटीपणा आहे.

ही सारी शास्त्रे पुरुष रचतात आणि आपल्या आपल्या सोयीनुसार रचतात. याच्यामध्ये राजकारण आहे.

एक तर स्त्रीला देवी बनवून ठेवा, त्यामुळे ती असे कोणतेही काम करू शकणार नाही; किंवा विचारसुद्धा करू शकणार नाही. आणि पुरुषांना एकदम मुक्त ठेवा.

आम्ही म्हणतो : पुरुष पुरुष आहे. पुरुष पुरुष आहे याचा अर्थ काय? याचा अर्थ पुरुषांना सगळ्या सुविधा आहेत.

पुरुषांनी चूक केली, तर आपण म्हणतो – शेवटी पुरुष आहे. तुम्ही बघता– या जगामध्ये वेश्या आहेत. वेश्य नाहीये. का? कारण पुरुषांना वेश्यांची गरज आहे; स्त्रियांसाठी तर तो प्रश्नच उद्भवत नाही. पुरुष पत्नीलासुद्धा सांभाळतो (ठेवतो) आणि गावामध्ये वेश्याही आहेत. ती सुविधा त्याला आहे, तो दुसऱ्या स्त्रीला उपभोगण्यासाठी जातो.

परंतु या जगामध्ये वेश्य नाहीये, पुरुष नाहीत, की जे वेश्येचे काम करताहेत. कारण हे तर आपण मानूच शकत नाही. स्त्री तर देवी आहे, तिला कशाला याची गरज पडेल? अशी गरज तर फक्त पुरुषांनाच पडते.

हीसुद्धा मोठी गमतीचीच गोष्ट आहे. स्त्रियांना आपण कोणत्याही प्रकारची सुविधा देत नाही. जिवंतपणीसुद्धा देत नाही आणि मेल्यानंतरही देत नाही.

त्यामुळे मी जो सतीचा महिमा सांगितला, तो स्त्रियांच्या बाजूचा सांगितला, पुरुषांच्या बाजूचा नाही. माझे हे म्हणणे समजून घेण्यामध्ये गोंधळ (गफलत) करून घेऊ नका. मी तुलसीदासांचा समर्थक नाही.

योग चिन्मय विचारतात, की आजच्या आणि भविष्यातल्या स्त्रियांसाठी 'सती'चे मूल्य काय आहे? आजच्या स्त्रियासुद्धा 'सती'च्या उंचीला स्पर्श करू शकतील...

का स्त्रियांनाच या उंचीला स्पर्श करायचा आहे! तुम्हाला या उंचीला स्पर्श करायचा नाही? तुम्हीसुद्धा स्पर्श करा. त्या उंचीला स्त्रियांनी खूप स्पर्श केला,

आता त्यांना जरा वाकून स्पर्श करू देत. त्यांना मनुष्य बनू द्या. उंचीला स्पर्श करण्याचा आनंद आता तुम्ही घ्या.

हा प्रश्न चुकीचा आहे. पुरुषांच्या बाजूने चुकीचा आहे. तुम्ही हा फरक समजून घ्या.

हा प्रश्न कोणत्या एखाद्या स्त्रीने विचारला असता तर मी काही वेगळेच सांगितले असते. हा कोणा एका पुरुषाने विचारला आहे, म्हणून त्यामध्ये माझी कोणतीही सहानुभूती नाही.

सतीचा महिमा आहे, निश्चित महिमा आहे. स्त्री पुरुषाप्रति समर्पित होते म्हणून नाही. परंतु प्रेम आणि समर्पणाचा महिमा आहे. परमेश्वरा! पुरुषसुद्धा असे करू शकले असते, तर याचा महिमा अजून वाढला असता.

हेसुद्धा एकांगी राहिले. ही गोष्ट असंतुलित होती. स्त्रियांनी पुरुषांना यामध्ये अगदी वाईट पद्धतीने पराभूत केले आहे. भले भले पुरुषसुद्धा थिटे पडले.

साधारण स्त्रीसुद्धा प्रेमाच्या बाबतीत पुरुषांना मागे टाकते.

परंतु हे सहज व्हायला पाहिजे. ना कोणता सामाजिक दबाव, ना कोणतेही सामाजिक परोक्ष-अपरोक्ष संस्कार. जी स्त्री स्वतःला समर्पित करून टाकेल ती भाग्यवान आहे. परंतु जी समर्पित करत नाही तिला अपमानित होण्याची गरज नाही.

जी समर्पित होणार नाही, तिची चैन असेल. अपमान दूर करून टाकला पाहिजे.

जेव्हापासून सतीप्रथेचा पुरस्कार होऊ लागला, तेव्हापासून विधवा स्त्रियांना कमी लेखले जाऊ लागले. विधवेचा अर्थच हा आहे, की जी सती होण्यापासून थांबली.

विधवेचा अपमान काय आहे? 'विधवा' हाच अपमान आहे की जेथे शंभर स्त्रिया सती जात होत्या तेथे काही स्त्रिया सती गेल्या नाहीत. त्यानंतर हळूहळू सती न जाणाऱ्या स्त्रियांची संख्या वाढत गेली. त्यांचा अपमान वाढत गेला. त्यांनी सती जायलाच पाहिजे असा नियम नंतर राहिला नाही. ही जबरदस्ती झाली. हा तर एखादा पोलिसी कायदाच झाला की सती व्हायलाच पाहिजे.

'सती व्हायलाच पाहिजे' हा प्रश्न नाही. हा तर प्रेमाचा आविर्भाव आहे. घडले तर परम सौभाग्य. नाही घडले तर अपमान काही सुद्धा नाही.

मोजमाप करण्याचा माझा हा प्रकार आहे, की सती जाणे घडले नाही तर हे एकदम स्वाभाविक आहे. यामध्ये अस्वाभाविक असे काही नाही. कोणाला मरण्याची इच्छा आहे? कशासाठी मरायचे? आणि या पुरुषावर प्रेम होते; उद्या दुसऱ्या कुठल्या पुरुषावर प्रेम होऊ शकते; मरण्याची काय गरज आहे?

सती न जाणे हे अगदी स्वाभाविक आहे. यामध्ये जरासुद्धा कमीपणा नाही, नैसर्गिक आहे. हेच नैसर्गिक आहे. तुम्हाला एका पद्धतीच्या अन्नाची आवड होती; पण आज ते जेवण मिळणे बंद होऊन गेले, तर तुम्ही काय मरून थोडेच जाल? तुम्ही दुसऱ्या प्रकारच्या भोजनाच्या शोधात जाल. तुम्हाला एका पद्धतीच्या कपड्यांची आवड होती. आज ते कपडे मिळत नाहीत. ते तयार होत नाहीत. मिल बंद झाली आहे. तर तुम्ही काय नागडे थोडेच फिराल? तुम्ही कोणते तरी दुसरे कपडे निवडाल. कदाचित असेसुद्धा होऊ शकते, की हे कपडे इतके सुंदर नसतील की जितके त्या बंद झालेल्या मिलमधून मिळत होते; परंतु तरीसुद्धा काय कराल? नंबर दोनचे कपडे पसंत कराल. असे होऊ शकते की त्याची आठवणसुद्धा येत राहील. पण तरीही काय करणार?

समजा तुम्ही वाळवंटामध्ये मरत आहात आणि शुद्ध पाणी मिळत नाहीये, तेव्हा तुम्ही घाणेरडे पाणीसुद्धा पिण्यास तयार व्हाल. काय करणार? याचा अर्थ असा नाही, की तुम्ही शुद्ध पाण्याच्या विरोधात आहात. तुम्हाला माहिती आहे की अडचण काय आहे.

पतीवर तुमचे प्रेम होते, तो तर स्वर्गवासी झाला. हे अगदी स्वाभाविक आहे की तुम्ही दुसरा पती शोधा. यामध्ये जराही कमीपणा वाटायचे कारण नाही. हा माझा विचार आहे. ही माझी दृष्टी आहे; परंतु समजा कोणी स्त्री किंवा पुरुष समर्पणासाठी तयार असतील तर ती मोठी कौतुकाची गोष्ट आहे. त्याचा सन्मान-आदर व्हायला पाहिजे. जो असे समर्पण करणार नाही, त्याची नालस्ती व्हायला नको.

न करण्यामध्ये कोणतेही पाप नाही; करण्यामध्ये पुण्य आहे. करण्यामध्ये मोठा महिमा आहे; परंतु ते हृदयापासून यायला हवे, आतमधून वाटायला पाहिजे. प्रेमाचेच कृत्य हवे, संस्कारांचे नाही, शास्त्राचे नाही, समाजाचे नाही.

हे प्रेमच तुम्हाला सांगेल, की माझ्या असण्याचा अर्थ काय आहे! ज्याच्याबरोबर आनंद उपभोगला होता, ज्याच्याबरोबर जीवन समजावून घेतले होते; ज्याच्या बरोबर जीवनाचा शृंगार आणि सौंदर्य होते; तो गेला, त्यामुळे मीसुद्धा निरोप घेते. आता एकटी राहण्यामध्ये काहीही अर्थ उरलेला नाही.

परंतु स्वत:ला असे समजून उमजून नाही, की आता काय सार, आता काय जगणार, आता कोण जेवण आणणार, आता भाकरीची सोय कोण करणार, आता या वयामध्ये दुसरा पुरुष कुठे शोधणार! लोक काय म्हणतील! समजा हे असे मनामध्ये असेल, तर ती आत्महत्या आहे – सती होणे नाही. सती आणि आत्महत्या यामध्ये फरक आहे.

सतीचा अर्थ आहे : आता जगणे म्हणजे आत्महत्या होईल. आता

मरण्यामध्येच जीवन आहे. आणि आत्महत्येचा अर्थ हा आहे, की आता जगणे खूप अवघड होईल. कटकटी निर्माण होतील. कधी आयुष्यात कमावले नाही. स्त्री कधी कमवायला गेली नाही. नोकरी केली नाही, आता कुठे नोकरी करणार! कोणाच्या दाराशी भीक मागणार? मुलांना मोठे करायचे आहे, कसे होणार; काय होणार? ही कटकटच खूप मोठी आहे. याच्यापेक्षा मरणेच योग्य आहे.' ही आत्महत्या आहे.

आत्महत्येची प्रशंसा होऊ शकत नाही. आत्महत्या तर हिंसा आहे, पाप आहे.

कोणी सती न जाणे हे स्वाभाविक आहे. कोणी सती जाईल हे पारलौकिक आहे. सती होण्याचा आदर्श समजून सांगायला नको, शिकवायलाही नको – तो न शिकवता समजला पाहिजे आणि पुरुषांसाठी हे एवढेच लागू आहे, की जेवढे स्त्रियांसाठी लागू आहे. हे एकाच बाजूने होऊ शकत नाही. एका बाजूने असेल तर तो अन्याय आहे.

शेवटचा प्रश्न : *जीवनाचा अर्थ काय आहे?*

जीवनात आपोआप अर्थ येत नाही, आपल्याला निर्माण करावा लागतो. जीवन म्हणजे अवकाश – पोकळी आहे; काही टाकले तर अर्थ निर्माण होईल.

जीवन तर कोरा कॅनव्हास आहे; त्याच्यावर चित्र रंगवले तर अर्थ निर्माण होईल. तुमच्या कुशलतेवर अर्थ अवलंबून आहे. पिकासोने चित्र बनवले तर ते लाखोंचे होऊन जाईल. कदाचित तुम्ही बनवले तर लाखोंचे होणार नाही.

जीवनामध्ये अर्थ इतका येतो जितका तुम्ही टाकता (निर्माण करता).

जीवन स्वत: रिकामे आहे, जीवन कोरा अवसर (समय) आहे. शक्यता साऱ्या आहेत, योग्य काहीसुद्धा नाही. म्हणून लोक नेहमी विचार करतात : जीवन व्यर्थ आहे! काय अर्थ आहे?

माझ्याकडे येऊन विचारतात की जीवनामध्ये काय अर्थ आहे? ते अशा पद्धतीने विचार करतात की 'अर्थ' एखादी तयार वस्तू आहे, की ती इथे ठेवली आहे. आपल्याला तयार मिळायला पाहिजे. शिजवलेले तयार केलेले अन्न आहे.

अर्थ सृजनशीलतेमुळे निर्माण होतो. काही गीत रचा, काही मूर्ती बनवा, कधी नाचा. काही प्रेम करा, काही ध्यान करा, काही शोधा. काही जिज्ञासा निर्माण करा. आणि तुमच्या लक्षात येईल, की अर्थ येण्यास सुरुवात झाली आहे.

आणि जितके अष्टपैलू तुमचे व्यक्तित्व असेल, जितके अनंत शोध तुमच्या जीवनाला व्यापून टाकतील, (जेवढे तुमचे दुस्साहस होईल – मोहिमेवर निघण्याचा–) अर्थ तेवढाच होईल.

याच जीवनात कोणी बुद्ध बनते, कोणी कबीर! आणि कोणी असेच धक्के खात खात मरून जाते.

अर्थ आहे नाही; अर्थ निर्माण करायचा आहे.

'ठंडा हुआ ये जिस्म तो रह जायेगी बस खाक
उठ गर्मिये इन्फास को इक शोला बना ले।
तू मौत के सन्नाटे में कुछ सुन न सकेगा।
आवाज के दिल की अभी इक नारा बना ले।
कुछ देख न पायेंगी जो बंद हो गईं आंखें
तू कसरते अनवार को इक जल्वा बना ले।
उठ जायेगा पर्दा तो यहां कुछ न रहेगा
नज्जारगिये शौक को इक परदा बना ले।
इक लम्हा है वो जिसमें अजल और अबद गुम
कुल उम्र का हासिल वही एक लम्हा बना ले।
इक नगमा है वो जिसमें समा जाते हैं सब सुर
हस्ती को तू अपनी वही इक नगमा बना ले।
इक नुक्ता है वो अरसाये कोनौन है जिसमें
तू वसअते दिल को वही इक नुक्ता बना ले।
इक शोला है वो नूरे अहद है जो सरापा
खूने रंगे जां को वही इक शोला बना ले।

काहीतरी करा. 'ठंडा हुआ ये जिस्म तो रह जायेगी बस खाक। उठ गरमिये इन्फास को शोला बना ले।'

या श्वासाचा थोडा तरी उपयोग करून घ्या; या श्वासातील सतत धावणाऱ्या गरमीचा काही उपयोग करून घ्या; तुमच्या प्राणामध्ये वाहणारे हे जे रक्त आहे त्याचा काही उपयोग करून घ्या; ही जी धडकन आहे त्याचा काही उपयोग करून घ्या; तुमच्यामध्ये हा जो चेतनेचा दिवा तेवतो आहे त्याचा काही उपयोग करून घ्या. लवकरच ही सारी राख होऊन जाईल. जे उपयोग करून घेतील ते वेगाने निघून जातील. राख इथेच पडून राहील आणि हे प्राण (हंस) दुसऱ्या देशी जातील.

'ठंडा हुआ ये जिस्म तो रह जायेगी बस खाक
उठ गर्मिये इन्फास को इक शोला बना ले।

तू मौत के सन्नाटे में कुछ सुन न सकेगा।...'

आता कान आहेत, तर ऐकण्याची कला शिकून घे. श्रवणाची कला शिकून घे. आता डोळे आहेत; बघण्याची कला शिकून घे.

'तू मौत के सन्नाटे में कुछ सुन न सकेगा
आवाज को दिल की अभी इक नारा बना ले।'

आता हृदयामध्ये काही तरी आहे, त्यामध्ये भजन गा नाहीतर शिव्या दे. तुमच्यावर अवलंबून आहे. अर्थ तुमच्यावर अवलंबून आहे. शिव्याच आत्मसात केल्या तर प्रत्येक श्वास शिवी बनून जाईल किंवा भजने निर्माण करा – हरिभजने येऊ देत, रामाची आठवण येऊ देत.

'कुछ देख पायेगी जो बंद हो गई आंखें
तू कसरते अनवार को इक जल्वा बना ले।'

डोळे बंद होण्यापूर्वी जे बघणे योग्य आहे ते बघून घ्या. बघण्यासारखे योग्य असे तुमच्या चारी बाजूला आहे. तो फुलामध्ये लपला आहे, समुद्रामध्ये लपला आहे. झऱ्यांमध्ये लपला आहे. तो सगळीकडे आहे. तो लोकांमध्ये दडला आहे. डोळे बंद होण्यापूर्वी या अदृश्याला बघून घ्या. त्यानंतर तुमच्या जीवनामध्ये अर्थ निर्माण होईल.

'इक लम्हा है वो जिसमें अजल और अबद गुम' समाधीचा – ध्यानाचा असा एक क्षण आहे ज्याला ना आदि आहे ना अंत आहे.

'इक लम्हा है वो जिसमें अजल और अबद गुम
कुल उम्र का हासिल वही इक लम्हा बना ले।'

बस, तोच एक क्षण असा असेल, की सुरुवात आणि शेवट एक होऊन जातात. जेथे प्रवाह आणि जाण्याचा मार्ग एक होतात. जेथून आपण आलो आहे आणि जेथे आपण जात आहोत ते दोन्ही एकाच वेळेस प्रकट होतात त्या क्षणांना मिळवले, तर अर्थ आहे.

'इक लम्हा है वो जिसमें अजल और अबद गुम
कुल उम्र की हासिल वही इक लम्हा बना ले।
इक नगमा है वो जिसमें समा जाते हैं सब सुर...'

तुमच्यामध्ये असे एक गीत दडून बसले आहे, जसे बीजामध्ये वृक्ष दडलेला असतो, असे एक गीत तुमच्यामध्ये दडून बसले आहे.

'इक नगमा है वो जिसमें समा जाते हैं सब सुर
हस्ती को तू अपनी वही इक नगमा बना ले।'

आपल्या वीणेच्या (हृदयाच्या) तारा छेडा. जागे करा. बसल्या बसल्या असे म्हणू नका की जीवनामध्ये काय अर्थ आहे?

असे बसून कोणताही 'अर्थ' गवसणार नाही. अनर्थच अनर्थ आहे. काहीतरी करा. आता जगत आहात, या जीवनाच्या ऊर्जेचा काहीतरी सक्रिय उपयोग करा. तुम्ही एखादे गीत बनू शकता.

'इक नुक्ता है वो अरसाये कोनौन है जिसमें'... एक छोटासा बिंदू तुमच्यामध्ये आहे, ज्यामध्ये सारे जग दडले आहे. पिंडामध्ये ब्रह्मांड; तुमच्या अणुमध्ये विराट असे दडले आहे. 'तू वसअते दिल को वही एक नुक्ता बना ले।'

तो छोटासा बिंदू तुम्ही बनून जा. तुम्ही बिंदू बना, म्हणजे मग सिंधु (सागर) बनण्याची सुरुवात होईल.

असे बाहेर भिकाऱ्यासारखे बसून वाट बघत बसू नका की कोणीतरी येईल आणि माझ्या झोळीमध्ये 'अर्थ' टाकेल.

कोणीही आलेले नाही, येणारही नाही. कोणाची प्रतीक्षा करत आहात? उठा, काहीतरी करा. या उठण्याचे आणि करण्याचे नावच संन्यास आहे. उठलात तरच मिळेल. एक दिवस तुम्हीसुद्धा म्हणू शकाल –

'कहै कबीर मैं पूरा पाया' – कबीर म्हणतात मी पूर्ण भरून पावलो.

मी तुम्हाला सांगतो : कबीर म्हणतात मी पूर्ण भरून पावलो.

एक दिवस तुम्हीसुद्धा म्हणू शकाल. ही तुमची क्षमता आहे. हे तुमच्यासाठी आव्हान आहे. भीक मागून जीवनामध्ये अर्थ मिळत नाही. जीवनामध्ये अर्थ जागवावा लागतो. अर्थाला जन्म द्यावा लागतो.

'अर्थ' होऊ शकतो, परंतु आपोआप होणार नाही. वाट बघू नका.

भीक मागणारे रिकामे येतात, रिकामे जातात. रिकामे तर तुम्ही आला आहात; परंतु रिकामे जाणे जरुरीचे नाही. भरून घेऊन जाऊ शकता.

ही सारी सूत्रे त्या अर्थाला जागवण्यासाठी आहेत.

आज एवढेच !

■

'कहें कबीर मैं पूरा पाया।'मधून

ओशो – एक परिचय

ापल्यासारख्या भेदाभेद करणाऱ्या माणसांसाठी 'अर्थपूर्ण जाणीव' किंवा 'समजूत' म्हणू या हवं तर, पण तो अर्थबोध करून देण्याचं ओशोंचं मोठं योगदान आहे. ओशोंमध्ये एक गूढवादी तसंच एक वैज्ञानिकही आहे. त्यामुळे एक क्रांतिकारी म्हणता येईल, असं चैतन्य त्यांच्या अस्तित्वात आहे. म्हणूनच जीवनाचा नवीन मार्ग शोधण्याच्या निव्वळ गरजेसाठी 'सजग माणूसकी'ची गरज आहे, हे त्यांनी वारंवार जाणवून दिलंय. तीच त्यांची तीव्र इच्छा आहे.

या सुंदर आणि अलौकिक अशा पृथ्वीतलावर आपण आपल्या रोजच्या जगण्यात गतकाळानुसार सतत भीतीच्या छायेखाली वावरत असतोच.

प्रत्येकानं स्वत: बदलत राहणं, मग आपण सर्वांनी बदलत राहणं हा त्यांचा प्रमुख मुद्दा आहे. 'आपण सर्वांनी' म्हणजेच आपला समाज, आपली संस्कृती, आपल्या श्रद्धा एकूणच आपलं सर्व जग हे बदलणं आलं. त्या सर्व बदलाचं प्रवेशद्वार म्हणजे – ध्यान! मेडिटेशन!

आधुनिक जीवनपद्धतीतली अस्वस्थता जेव्हा हळूहळू शांत होत जाईल, तेव्हा प्रत्यक्ष कृती आपोआपच शांततेनं फक्त ऐकून घेण्याच्या मन:स्थितीत विरघळून जाईल. खऱ्याखुऱ्या 'मेडिटेशन'च्या आरंभाची ही एक गुरुकिल्लीच असणार आहे. या दुसऱ्या पायरीसाठी आधार म्हणून ओशोंनी नीट ऐकून घेण्याच्या प्राचीन कौशल्याचं सूक्ष्म पद्धतशीर भाषणांमध्ये रूपांतर केलं आहे. इथं 'शब्द' म्हणजे संगीत बनतं. ऐकणारा जे काही ऐकतो, त्यातून

जागरूकतेची अनुभूती घेतो. या सगळ्या नाजूक घडामोडींमध्ये शांतता जसजशी वाढू लागते, तसतसं पटकन मनापर्यंत पोहोचेल अशा गोष्टी ऐकण्याची गरज असते. ती गरज एखाद्या जादूप्रमाणे पूर्ण होते. नेहमीप्रमाणे मनाचे इतर अडथळे दूर होतात आणि सुंदर जादूमय घडामोडी घडू लागतात.'

लंडनच्या 'संडे टाइम्स'नं विसाव्या शतकातल्या जग बदलून टाकणाऱ्या एक हजार व्यक्तींमध्ये त्यांची गणना केलेली आहे. टॉम रॉबिन्स या अमेरिकन लेखकानं तर त्यांना 'जिझस ख्राईस्ट' नंतरचं सर्वांत 'खतरनाक' व्यक्तिमत्त्व असं बिरुद त्यांना बहाल केलंय. भारताचं भाग्य बदलवणाऱ्या गांधी, नेहरू आणि बुद्ध यांच्या बरोबरीनं भारतातील 'संडे-मिडडे'नं त्यांचा गौरव केला आहे.

आपल्या कार्याविषयी ते म्हणतात, 'नवीन आधुनिक मनुष्याच्या जन्मासाठी मी 'भूमी' तयार करतो आहे.' या नवीन मनुष्याला ते 'झोरबा द बुद्ध' म्हणतात. झोरबा अशा की, ज्यामध्ये पृथ्वीवरची सर्व सुखं उपभोगण्याची क्षमता असेल, तसंच बुद्धांची शांत, सौम्य अशी प्रवृत्ती असेल. ओशोंच्या सर्वांगीण विचारांमध्ये जीवन-दर्शनाचा एक झुळझुळता प्रवाह आहे. त्यामध्ये पूर्वेकडची कालातीत असलेली प्रज्ञा आणि पश्चिमेकडचं विज्ञान, तसंच तंत्रज्ञानाच्या सर्वोच्च शक्यतांचा समावेश आहे.

आंतरिक परिवर्तनाच्या शास्त्रात 'ओशो' म्हणजे क्रांतिकारी उपदेशासाठी उत्तम पर्याय आहेत. तसंच ध्यानाच्या विविध पद्धतीचे प्रसारक आहेत. आत्ताच्या आधुनिक वेगवान जीवनशैलीला अनुसरून या पद्धती त्यांनी निर्माण केल्या आहेत.

सक्रिय ध्यानपद्धती अशापद्धतीनं तयार केलीय की, त्यामध्ये शरीर आणि मन या दोन्हीमध्ये एकत्रितपणे ताणतणावांचा निचरा होऊ शकेल आणि रोजच्या जीवनात सहज स्थिर मनोवृत्ती प्राप्त होऊ शकेल आणि गाढ शांतीचा अनुभव येईल.

ओशो हे कोणत्याच अवकाशात मावणारे नाहीत. माणसाच्या व्यक्तिगत शोधापासून ते समाजातल्या सर्व सामाजिक तसंच राजकीय प्रश्नांवर प्रकाश टाकणारी अशी त्यांची प्रवचनं आहेत. ओशोंनी स्वत:ही पुस्तकं लिहिलेली नाहीत. जागतिक स्तरावर सर्व श्रोत्यांसमोर दिलेल्या प्रवचनांच्या ऑडिओ व्हिडीओच्या वार्तांकनांचं संकलन म्हणजे त्यांची पुस्तकं आहेत. ते म्हणतात ''मी जे काही सांगतो ते केवळ तुमच्यासाठीच नसून भविष्यातल्या पिढींसाठी सांगत असतो.

ओशोंची दोन आत्मकथात्मक पुस्तकं याप्रमाणे.

१) 'ऑटोबायोग्राफी ऑफ ए स्पिरिच्युअली इनकरेक्ट मिस्टीक', सेंट मार्टिस प्रेस, यूएसए.

२) 'ग्लिम्प्सेस ऑफ ए गोल्डन चाइल्डहूड', ओशो मीडिया इंटरनॅशनल, पुणे, भारत.

◆

ओशो इंटरनॅशनल मेडिटेशन रिझॉर्ट

शंभरपेक्षाही जास्त अशा निरनिराळ्या देशांमधून हजारो पर्यटक दरवर्षी या रिसॉर्टला भेट देतात. इथला अनुपम असा परिसर उत्साहानं परिपूर्ण, शांत-निवांत असा असून काहीतरी सर्जनात्मक असं नवीन जीवन जगण्याविषयी प्रेरणा देणारा आहे. संपूर्ण वर्षभर चोवीस तास चालणारे निरनिराळे उपक्रम इथे आहेत. अर्थात काहीही न करता नुसतं शांत बसणं, हाही त्यातलाच एक भाग!

इथल्या सर्व कार्यक्रमांच्या रचनेत ओशोंच्या 'झोरबा द बुद्ध'ची आंतरदृष्टी समाविष्ट आहे. यामध्ये एका नवीन मनुष्याचा नवीन ढंग आहे. जो माणूस रोजचं दैनंदिन जीवन सर्जनात्मक पद्धतीनं जगूनसुद्धा मौन तसंच ध्यानामध्ये मग्न होण्याची क्षमता राखतो.

ठिकाण : मुंबईपासून शंभर मैलावर दक्षिणपूर्वेला असलेल्या संपन्न अशा आधुनिक पुणे शहरात सुट्टी घालवण्याचं एक सुरेख असं स्थान म्हणजे, 'ओशो इंटरनॅशनल मेडिटेशन रिसॉर्ट!'' घनदाट झाडीमध्ये लपलेलं हे रिसॉर्ट सर्वांपेक्षा वेगळं असून अठ्ठावीस एकराच्या बगिचामध्ये पसरलेलं आहे.

इथली कार्यक्रमपद्धती :

ध्यान : दिवसभर चालणाऱ्या ध्यान कार्यक्रमांमध्ये सक्रिय तसंच निष्क्रिय, परंपरागत तसंच क्रांतिकारक, खासकरून 'ओशो डायनॅमिक मेडिटेशन'पद्धतीनुसार, प्रत्येक व्यक्तीनुसार अनेक ध्यानपद्धती उपलब्ध आहेत. या सर्व ध्यानपद्धती जगातल्या सर्वांत भव्य अशा 'ओशो ऑडिटोरियम' ध्यान सभामंडपात पार पाडल्या जातात.

विविधता : इथल्या विविध व्यक्तिगत सेशन्समध्ये, शिबिरात सर्जनशील अशा कलांपासून ते संपूर्ण स्वास्थ्यापर्यंत, तसंच व्यक्तिगत परिवर्तन, व्यक्तिगत संबंध, जीवनातील अग्रक्रम, कार्यध्यान, गुह्यविज्ञान, खेळ, मनोरंजन या सर्व गोष्टीत अगदी 'झेन पद्धती'चा सुद्धा समावेश आहे. इथल्या (मल्टिव्हर्सिटी) विविध गोष्टींच्या यशाचं रहस्य म्हणजे इथले सर्वप्रकार पूर्णपणे ध्यानाशी जोडलेले आहेत. त्यामुळे इथल्या माणसांमध्ये हा विचार घट्टपणे रुजवला जातो की, 'मनुष्य म्हणजे फक्त शरीराशी निगडीत नसून त्यापलीकडेही खूप आहे.'

बाशो स्पा : हिरव्यागार झाडांच्या सान्निध्यात, मोकळ्या हवेत असलेला भव्य असा, पाण्यात मनसोक्त तरंगण्याचा आनंद देणारा जलतरण तलाव म्हणजे मोठं आकर्षण आहे. वैशिष्ट्यपूर्ण तयार केलेली मोठी झकूझी, सौना, जीम, टेनिसकोर्ट या सर्वांचा समावेश इथे केलेला आहे.

भोजन : निरनिराळ्या पद्धतींनी बनवलं जाणारं इथलं स्वादिष्ट भोजन पूर्णपणे शाकाहारी असून ते पाश्चात्त्य तसंच आशियाई ढंगामध्ये उपलब्ध आहे. मेडिटेशन रिसॉर्टसाठी विशेषत्वानं लागवड केलेल्या सेंद्रिय भाज्याच इथं वापरल्या जातात. ब्रेड आणि केक रिसॉर्टच्या स्वत:च्याच बेकरीत बनवले जातात.

संध्याकाळचे कार्यक्रम : या कार्यक्रमांची यादी तर खूप मोठी आहे. पण सर्वांत पहिल्या स्थानावर आहे नृत्य! इतर कार्यक्रमात चांदण्यारात्रीतलं ध्यान, विविध मनोरंजक कार्यक्रम, संगीताचे कार्यक्रम तसंच रोजच्या जीवनासाठी ध्यान हे सम्मिलित आहे.

याव्यतिरीक्त प्लाझा कॅफेमध्ये मित्र-परिवारा बरोबर गाठीभेटी तसंच रात्रीच्या शांतवेळी या परिकथेसारख्या वाटणाऱ्या वातावरणात भटकण्याचा आनंदही घेऊ शकतो.

सोयी : रोजच्या उपयोगाच्या वस्तू आपण रिसॉर्टच्या दुकानांमधून खरेदी करू शकता. मल्टिमीडिया सभागृहात ओशोंची सर्व 'मीडिया' सामुग्री मिळू शकते. बँक ट्रॅव्हल एजन्सी तसंच सायबरकॅफेची सोयही इथे आहे. खरेदीची आवड असणाऱ्यांना पुण्यामध्ये भरपूर गोष्टी उपलब्ध आहेत. अगदी पारंपरिक भारतीय वस्तुंपासून ते आंतरराष्ट्रीय बँडपर्यंतची सर्व दुकाने आहेत.

राहाण्यासाठी : ओशो गेस्टहाउसमध्ये एखादी छानशी खोली मिळू शकते. खूप दिवस राहायचं असेल, तर 'लिव्हिंग-इन'चं पॅकेज घेऊ शकता. याव्यतिरिक्त आसपास बरीच चांगली हॉटेल्स आणि सर्व्हिस्ड अपार्टमेंट सुद्धा आहेत.

www.OSHO.com/meditationresort
www.OSHO.com/guesthouse
www.OSHO.com/livingin

अधिक माहितीसाठी

सध्या सोशल नेटवर्किंगद्वारा संपूर्ण माहिती मिळू शकते. हे माध्यम फक्त तरुण वर्गच वापरतो असं नाही. काळ बदलतोय तसंच आम्हीही बदलतोय.

* विविध वेबसाइट – www.OSHO.com
* हिंदीसाठी – www.OSHO.com/hindi
* ओशो लायब्ररीमध्ये आपल्या आवडत्या विषयांसाठी
  www.OSHO.com/library
  www.OSHO.com/library-hindi
* संपूर्ण ओशो ध्यानपद्धती आणि संबंधित संगीतासाठी
  www.OSHO.com/Meditation
* ओशोंचं संपूर्ण हिंदी-इंग्रजी साहित्य आणि इ-बुक्ससाठी
  www.OSHO.com/shop
  www.OSHO.com/shop-hindi
  www.OSHO.com/ebooks
* ऑडिओ प्रवचनांसाठी MP3 व इतर
  www.OSHO.com/hindiAudiobooks
* रिसॉर्टला येण्यासाठी माहितीखातर
  www.OSHO.com/MeditationResort
* ओशो इंटरनॅशनल न्यूजलेटरच्या मोफत सदस्यत्वासाठी
  www.OSHO.com/newsletters
  www.OSHO.com/hindinewsletters
* ओशो टॅराकार्ड ऑनलाइन वाचनासाठी
  www.OSHO.com/tarot
* ओशो हिंदी रेडिओसाठी पाहा.
  www.OSHOtalks.info
  radiohindi.OSHO.com
* इथल्या कार्यक्रमांसाठी, उत्सवांसाठी माहिती घेण्यासाठी

www.facebook.com/OSHO.International

* विविध उपक्रम, कार्यक्रमांसाठी माहिती
www.facebook.com/OSHO.International.Meditation.Resort

* ओशो व्हिडीओ चॅनल, कुठेही केव्हाही
www.youtube.com/OSHO.International

* दिवसाची सुरुवात ओशोंच्या संदेशानं
www.twitter.com/OSHOtimes

* या साइट्सवर रजिस्ट्रेशन तसंच ब्राउज करण्यासाठी थोडा वेळ काढा. ओशोंबद्दल भरपूर माहिती मिळेल.

* या व्यतिरिक्त आणखीनही निरनिराळ्या रोचक पद्धतीनं आपण शोधू शकता ज्यायोगे 'ओशोंना जगभरात' प्राप्त करता येईल.

■

ओशो का हिंदी साहित्य

उपनिषद
सर्वसार उपनिषद
कैवल्य उपनिषद
अध्यात्म उपनिषद
कठोपनिषद
ईशावास्य उपनिषद
निर्वाण उपनिषद
आत्म-पूजा उपनिषद
केनोपनिषद

महावीर
महावीर-वाणी (दो भागों में)
जिन-सूत्र (दो भागों में)
महावीर या महाविनाश
महावीर : मेरी दृष्टि में
ज्यों की त्यों धरि दीन्हीं चदरिया

कृष्ण
गीता-दर्शन
(आठ भागों में अठारह अध्याय)
कृष्ण-स्मृति

बुद्ध
एस धम्मो सनंतनो (बारह भागों में)

अष्टावक्र
अष्टावक्र महागीता (नौ भागों में)

लाओत्से
ताओ उपनिषद (छह भागों में)

च्वांगत्सु
संसार और मार्ग
सत्य असत्य

मीरा
मैंने राम रतन धन पायो
झुक आई बदरिया सावन की

जगजीवन
नाम सुमिर मन बावरे
अरी, मैं तो नाम के रंग छकी

कबीर
सुनो भई साधो
कस्तूरी कुंडल बसै
कहै कबीर दीवाना
मेरा मुझमे कुछ नही
गुंगे केरी सरकारा
क़है कबीर मैं पूरा पाया
होनी होय सो होय

शांडिल्य
अथातो भक्ति जिज्ञासा (दो भागों में)

दादू
सबै सयाने एक मत
पिव पिव लागी प्यास

पलटू
अजह्यचेत गंवार
सपना यह संसार
काहे होत अधीर

दरिया
कानों सुनी सो झूठ सब
अमी झरत बिगसत कंवल

सुंदरदास
हरि बोलौ हरि बोल
ज्योति से ज्योति जले

धरमदास
जस पनिहार धरे सिर गागर
का सोवै दिन रैन

मलूकदास
कन थोरे कांकर घने
रामदुवारे जो मरे

बाउल संत
प्रेम योग
आनंद योग

अन्य रहस्यदर्शी
भक्ति-सूत्र (नारद)
शिव-सूत्र (शिव)
भजगोविन्दम् मूढ़मते (आदिशंकराचार्य)
एक ओंकार सतनाम (नानक)
जगत तरैया भोर की (दयाबाई)
बिन घन परत फुहार (सहजोबाई)
नहीं सांझ नहीं भोर (चरणदास)
संतो, मगन भया मन मेरा (रज्जब)
कहै वाजिद पुकार (वाजिद)
मरौ हे जोगी मरौ (गोरख)
सहज-योग (सरहपा-तिलोपा)
बिरहिनी मंदिर दियना बार (यारी)

प्रेम-रंग-रस ओढ़ चदरिया (दूलन)
दरिया कहै सब्द निरबाना (दरियादास
बिहारवाले)
हंसा तो मोती चुगैं (लाल)
गुरु-परताप साध की संगति (भीखा)
मन ही पूजा मन ही धूप (रैदास)
झरत दसहुं दिस मोती (गुलाल)
अकथ कहानी प्रेम की (फरीद)

**झेन, सूफी और उपनिषद
की कहानियां**
बिन बाती बिन तेल
सहज समाधि भली
दीया तले अंधेरा
मनुष्य होने की कला
सदगुरु समर्पण
उस पथ के पथिक
अंतर्यात्रा के पथ पर

विचार-पत्र
क्रांति-बीज
पथ के प्रदीप

पत्र-संकलन
अंतर्वीणा
प्रेम की झील में अनुग्रह के फूल
ढाई आखर प्रेम का
पद घुंघरू बांध
प्रेम के फूल
प्रेम के स्वर
पाथेय

बोध-कथा
मिट्टी के दीये

ध्यान, साधना

ध्यान विज्ञान
ध्यानयोग : प्रथम और अंतिम मुक्ति
मैं कौन हूं
चित चकमक लागे नाहिं
समाधिके द्वार पर
तृषा गई एक बूंद से
तृषा गई एक बूंद से
जीवन सत्यकी खोज
माटी कहै कुम्हार सूं
माटी कहै कुम्हार सूं
जीवन रस गंगा
अमृत की दिशा
अमृत की दिशा
समाधि के तीन चरण

साधना-शिविर

साधना-पथ
साधना-पथ
अंतर्यात्रा
प्रभूकी पगडंडियां
साक्षी की साधना
साक्षी की साधना
साक्षी का बोध
मैं मृत्यु सिखाता हूं
जिन खोजा तिन पाइयां
समाधि के सप्त द्वार (ब्लावट्स्की)
साधना-सूत्र (मेबिल कॉलिन्स)
ध्यान-सूत्र
जीवन ही है प्रभु
असंभव क्रांति
ध्यान दर्शन
ध्यान के कमल
शून्य की नाव
शून्य के पार
सत्य की खोज
संभावनाओं की आहट
समाधि कमल
जो घर बारे आपना
प्रेम दर्शन
गिरह हमारा सुन्न में
अपने माहिं टटोल
जीवन संगीत
रोम-रोम रस पीजिए

योग

पतंजलि : योग-सूत्र (पांच भागों में)
योग : नये आयाम

तंत्र

संभोग से समाधि की ओर
संभोग से समाधि की ओर
युवक और यौन
क्रांती सूत्र
तंत्र-सूत्र (पांच भागों में)

राष्ट्रीय और सामाजिक समस्याएं

फिर अमरित की बूंद पड़ी
एक एक कदम
देख कबीरा रोया
देख कबीरा रोया
अस्वीकृति में उठा हाथ
भारत के जलते प्रश्न
समाजवाद से सावधान
समाजवाद अर्थात आत्मघात
स्वर्ण पाखी था जो कभी
नये समाज की खोज

नये समाज की खोज
नये भारत का जन्म
भारत का भविष्य

अंतरंग वार्ताएं

संबोधि के क्षण
प्रेम नदी के तीरा
सहज मिले अविनाशी
उपासना के क्षण
अनंत की पुकार

प्रश्नोत्तर

नहिं राम बिन ठांव
प्रेम-पंथ ऐसो कठिन
उत्सव आमार जाति, आनंद आमार गोत्र
मृत्योर्मा अमृतं गमय
प्रीतम छवि नैनन बसी
रहिमन धागा प्रेम का
उड़ियो पंख पसार
सुमिरन मेरा हरि करैं
पिय को खोजन मैं चली
साहेब मिल साहेब भये
जो बोलैं तो हरिकथा
बहुरि न ऐसा दांव
ज्यूं था त्यूं ठहराया
ज्यूं मछली बिन नीर
दीपक बारा नाम का
अनहद में बिसराम
लगन महूरत झूठ सब
सहज आसिकी नाहिं
पीवत रामरस लगी खुमारी
रामनाम जान्यो नहीं
सांच सांच सो सांच
आपुई गई हिराय
बहुतेरे हैं घाट
कोंपलें फिर फूट आईं
क्या सोवै तू बावरी
कहा कहूं उस देस की
पंथ प्रेम को अटपटो
फिर पत्तों की पांजेब बजी
मैं धार्मिकता सिखाता हूं, धर्म नहीं
ओशो उपनिषद
एक नई मनुष्यता का जन्म
भविष्य की आधारशिलाएं

विविध

अमृत-कण
अमृत वाणी
कुछ ज्योर्तिमय क्षण
नये संकेत
चेति सकै तो चेति
हसिबा, खेलिबा, धरिबा ध्यानम्
धर्म साधना के सूत्र
मैं कहता आंखन देखी
जीवन क्रांति के सूत्र
जीवन रहस्य
करुणा और क्रांति
विज्ञान, धर्म और कला
प्रभु मंदिर के द्वार पर
तमसो मा ज्योतिर्गमय
प्रेम है द्वार प्रभु का
अंतर की खोज
अमृत वर्षा
अमृत द्वार
एक नया द्वार
प्रेम गंगा
समुंद समाना बुंद में

सत्य की प्यास	शिक्षा में क्रांति
शून्य समाधि	गहरे पानी पैठ
व्यस्त जीवन में ईश्वर की खोज	ज्योतिष विज्ञान
अज्ञात की ओर	नव संन्यास क्या
धर्म और आनंद	सत्य का अन्वेषण
जीवन-दर्शन	सत्य का दर्शन
जीवन की खोज	घाट भुलाना बाट बिनु
क्या ईश्वर मर गया है	पथ की खोज
क्या मनुष्य एक यंत्र है	जीवन अलोक
नानक दुखिया सब संसार	जीवन की कला
नये मुनष्य का धर्म	जीवन क्रांती की दिशा
धर्म की यात्रा	जीवन गीत
स्वयं की सत्ता	मन का दर्पण
सुख और शांति	आंखों देखी सांच
नारी और क्रांति	आनंद की खोज
सम्यक शिक्षा	स्वर्णिम बचपन

ओशोंच्या साहित्यासंबंधी माहितीसाठी तसेच मागणीकरिता संपर्क :

ओशो मिडिया इंटरनॅशनल

१७ कोरेगाव पार्क, पुणे ४११००१ (महाराष्ट्र-भारत)

फोन नं. +९१ (२०) ६६०१९९८१

Email : distribution@osho.net

ओशोंच्या ऑडियो व्हिडियो प्रवचनांसंबंधी माहितीसाठी तसेच मागणीकरिता संपर्क :

ओशो मल्टिमीडिया ॲन्ड रिसॉर्ट्स प्रा. लि.

१७, कोरेगाव पार्क, पुणे ४११००१ (महाराष्ट्र-भारत)

फोन नं. +९१ (२०) ६६०१९९८१

Email : distribution@osho.net

श्रोत्यांसमोर प्रत्यक्ष दिलेल्या तत्कालीन प्रवचनांचा समावेश असणारी ही ओशोंची पुस्तकं आहेत. ओशोंची सर्व प्रवचनं, पुस्तकरूपात तसंच ऑडिओ रेकॉर्डिंगच्यारूपात उपलब्ध आहेत. ही रेकॉर्डिंग्ज तसंच पुस्तकं यांच्यासाठी www.OSHO.com/library या संकेतस्थळावर संपर्क साधता येईल.